மேடை
(ஒரு நிகழ் கலைஞனின் நிதர்சனங்கள்)

பாண்டியக் கண்ணன்

தமரம்

தடாகம்

மேடை (ஒரு நிகழ் கலைஞனின் நிதர்சனங்கள்)

- ***ஆசிரியர்:*** *பாண்டியக் கண்ணன்*
- ***முதற்பதிப்பு:*** *ஆகஸ்ட் 2022*
- ***அட்டை ஓவியம்:*** *காமேஷ்வரன்*
- ***அட்டை வடிவமைப்பு:*** *வெ. பாலாஜி*
- ***பக்க வடிவமைப்பு:*** *கி. ஆஷா*

Book Name & Author Name: *Medai (Oru Nigazh Kalaignanin Nitharsanangal) - A Tamil Novel by Pandiya Kannan*

© *Pandiya Kannan*

First Edition: August 2022

Published by:

Thadagam Publications,
Thiruvalluvar Salai,
Thiruvanmiyur,
Chennai 600 041.
Ph: 98403 77171

ISBN: 978-81-952688-8-7

Price: Rs.300

சமர்ப்பணம்

அரசியலிலும் அமைப்புகளிலும் தன் வாழ்நாள் முழுவதும் அயராது பாடுபட்ட கடைநிலைத் தொண்டர்களுக்கு

ஆசிரியரைப் பற்றி

இயற்பெயர்: ஆர்.பி.கண்ணன்

சொந்த ஊர்: மதுரை மாவட்டம், இ கட்ராம்பட்டி. தற்போது விருதுநகரில் வசித்துவருகிறார். தமிழ்நாடு சுகாதாரப் போக்குவரத்துத் துறையில் பணியாற்றிவருகிறார்.

பிற நாவல்கள்

சலவான் - 2008.

மழைப்பாறை - 2014.

நுகத்தடி - 2018.

நன்றி

திரு. அமுதரசன் பால்ராஜ், தடாகம் பதிப்பாசிரியர், சென்னை,

திரு. M. கண்ணன், ஆராய்ச்சியாளார், பிரெஞ்சு ஆய்வு நிறுவனம், பாண்டிச்சோரி,

கவிஞர் சமயவேல், மதுரை,

இப்படைப்பை நல்ல முறையில் எழுத்துப்பிழை, கருத்துப்பிழை நீக்கி, செம்மையாகப் பார்த்து மெருகேற்றிய திருமதி கி. ஆஷா, சென்னை அவர்களுக்கும்.

முன்னுரை

"மோனத்து இருந்த
முன்னோன் கூத்தில்

உடுக்கையில் பிறந்தது
ஓசையின் சுழலே

ஓசையில் பிறந்தது
இசையின் உயிர்ப்பே

இசையில் பிறந்தது
ஆட்டத்து இயல்பே

ஆட்டம் பிறந்தது
கூத்தினது அமைவே

கூத்தில் பிறந்தது
நாட்டியக் கோப்பே

நாட்டியம் பிறந்தது
நாடக வகையே..!"

ஆதிக்கூத்தில் உடுக்கையிலிருந்து பிறந்தது ஓசை, ஓசையில் சுழலிலிருந்து இசையின் உயிர்ப்பும், அதனின்று ஆட்டமும், ஆட்டத் திலிருந்து கூத்தின் அமைதியும் (ஒழுங்கு), அவ்வமைதியிலிருந்து நாட்டியக் கோப்பும் (ஒழுங்கு), அவ்வித ஒழுங்கிலிருந்து நாடக வகைகளும் தோன்றின. இவ்வாறு பிறந்த நாடகம் 'தொல்காப்பியம்' காலத்தில் வளர்ச்சியடைந்து புகழ் பெற்றிருந்தது என்பது குறிப்பிடத் தக்கது. 19ஆம் நூற்றாண்டின் துவக்கத்தில், தென்னிந்தியாவின் முதல் சாதி ஒழிப்புப் போராளி, தமிழறிஞர், 'அயோத்திதாசர் பண்டிதர்' கி.பி.1886ஆம் ஆண்டில் இந்துக்களில் தீண்டத்தகாதவர்கள் என அழைக்கப்பட்டவர்கள், இந்துக்கள் அல்லாதவர்கள் என்றார். அவர்கள் யாவரும் சாதியற்ற திராவிடர்கள் என்ற கருத்தை முன் வைத்து திராவிட அரசியலைத் தொடங்கிவைத்தார்.

தமிழர்கள் மத்தியில் நிலவிய சாதிக் கொடுமைக்கு முக்கியக் காரணம் வைதீகத்தையும் பிராமணத்தையும் குற்றஞ்சாட்டி, தமிழர்கள் அனைவருக்கும் கல்வி, வேலை, சமய வழிபாடு போன்றவற்றில் சமஉரிமை வேண்டி, அயோத்திதாசர், இரட்டைமலை சீனிவாசன், நடேசன் முதலியார் ஆகியோர் தலைமையில் அரசியல் இயக்கம் துவங்கப்பட்டது. இதன் பின் வந்த நீதிக்கட்சி, வைதீக ஆதிக்கத்தை உடைத்து மக்களாட்சி 1920, 1923 ஆண்டுகளில், சென்னை மாகாண ஆட்சி பிடித்து, திராவிடரின் நலன், பொதுத்துறைகளில் இனவாரிப் பணி ஒதுக்கீடு, கல்வி விரிவாக்கம் செயல்பட்டு, பாமர மக்களைப் படிப்பாளி ஆக்கிட சீரிய முறையில் செயலாற்றியது. இதன் அடிப் படையில், நீதிக்கட்சியின் வீழ்ச்சிக்குப் பின் ஈ.வெ.ராமசாமி, நீதிக் கட்சியின் தலைமை பதவியை ஏற்று, திராவிட இனக்கொள்கையில் பிடிப்புக்கொண்டு, தீவிர செயல்பாட்டின் மூலம், திராவிடக் கழகம் என்ற அரசியல் அமைப்பை உருவாக்கி, கல்வி, ஆலயப் பிரவேசம், பெண் உரிமை என்ற கோஷத்தைக் காத்திரமாக முன்வைத்து மேடை கலாச்சாரத்தைத் துவக்கி வைத்தார்.

1949ஆம் ஆண்டு பெரியார்மீது ஏற்பட்ட கருத்து வேறுபாடு காரணமாக, திராவிடக் கழகம் பிளவுபட்டு, திராவிட முன்னேற்றக் கழகம், அண்ணாதுரை தலைமை ஏற்க, மு.கருணாநிதி, இரா. நெடுஞ் செழியன் துணை நிற்க, தி.மு.க. வளர்ந்தோங்கிட தேர்வு செய்யப் பட்ட களம் ‘மேடை’. அந்த மேடை கழகத்தின் களமாக அமையப் பெறுவதற்கு, மேடைப் பேச்சு, எழுத்து, பத்திரிகைகள், இசை, நாடகம் மூலமாக மிக காத்திரமாகச் செயலாற்றி, தமிழக இளைஞர்களைக் கவர்ந்திழுத்ததின் விளைவாக, இந்திய தேசிய காங்கிரஸ் கட்சியைத் தமிழகத்திலிருந்து அப்புறப்படுத்திவிட்டு, திராவிட முன்னேற்றக் கழகம் ஆட்சியைக் கைப்பற்றியது.

ஆட்சியைக் கைப்பற்றிய பின், கடந்த ஐம்பது ஆண்டு காலங் களாக ஆட்சிப் பீடத்தில் கோலோட்சிய திராவிட அரசியல் இயக்கம் மெல்லமெல்ல தன்னை மாற்றிக்கொண்டது.

ஐம்பது ஆண்டு கால ஆட்சியில் யாருக்கும் எவ்வித சமஉரிமையும் கிட்டவில்லை. குறிப்பாக, ஏழை, மேலும் ஏழையாகவே இருக் கிறான். கல்வி, மருத்துவம் வியாபாரமாகிப்போனது. வேலை, லஞ்சம் கொடுப்பவர்களுக்கு மட்டும் என உறுதியாகிப்போனது. பார்ப்பனர் களை எதிர்த்து வந்த திராவிட இயக்கம், அதன் தலைவர்கள் பொரு ளாதார வளர்ச்சி அடைந்தவுடன் இடைச்சாதியினர்கள் பார்ப்பனக்

கொள்கைகளைப் பின்பற்றி பூனூல் போடாத பார்ப்பனர்களாக உருமாறி, உண்மையான ஆதிதிராவிடர்கள், பழங்குடியினர்கள் கல்வி, வேலை, அரசியல் பதவி பெற முடியாமலும் அல்லது பெற்றுவிடக் கூடாது என்றும், தாழ்த்தப்பட்டவர்கள் மேலும் தாழ்த்தப்பட்டவர்களாக, பாமரர்களாக, குடிகாரர்களாக, அடியாட்களாக, சுவரொட்டி ஒட்டுபவர்களாக, பிரச்சாரத்துக்குக் கூட்டம் சேர்ப்பவர்களாக, காலந் தோறும் பல்லாக்கு தூக்குபவர்களாக இருக்க வேண்டுமென்பதை, பார்ப்பனக் கொள்கைகளை, இடைச்சாதியினர் நிறைவேற்றிவருவதை இந்த நாவல் பேச வருகிறது.

பாகண் என்ற கதாபாத்திரம் மூலம் ஐம்பது ஆண்டு கால அரசியலையும் மேடை நாடகத்தையும் தன் நினைவின் வழியாகக் காலத்தை முன், பின் கலைத்துப்போட்டு... நாவல் வடிவத்திற்குரிய இலக்கணத்தை உடைத்து... மிகமிக எதார்த்தமாக நம்பகத் தன்மை யோடு எண்மைகளை முன்வைக்கிறது.

கணேசன், குமரன், பாகண் ஆகிய மூவரும் சினிமா ஆசையில் சென்னையைச் சுற்றி அலைந்துவிட்டு, வாய்ப்பு கிடைக்காத காரணத்தால், 'மூவர் நாடகக் குழு' என்ற அமைப்பை உருவாக்கு கின்றனர். பின்பு அதுவே, 'ப்ரண்ட்ஸ் ஆர்ட் தியேட்ட'ராக மாற்ற மடைகிறது. இம்மேடையில், மக்களிடையே விழிப்புணர்வை ஏற்படுத்தும் பல அரசியல் நாடகங்களை நடத்திவருகின்றனர், இதனால் பாகண் என்ற கதாபாத்திரம் படும் அவஸ்தைகள், இதே பாகண் அரசியல் கட்சியில் இணைந்து செயலாற்றினாலும், அவர் தந்தை கட்சி துவங்கிய ஆரம்பக் காலகட்டத்தில் பல மேடைகளில் நாடகங்கள் நடித்து கட்சியின் கொள்கைகளை விளக்கி பாடுபட்ட போதும், அவரோடு இணைந்து பாடுபட்ட இடைச்சாதியினர்களுக்குக் கட்சியில் உயர்பதவிகள் தந்தும், ஆனால், பாகணின் தந்தை ஆர். பாண்டிக்குத் தாழ்த்தப்பட்ட சாதியில் பிறந்த ஒரே காரணத்தால் கட்சியில் பதவி கொடுக்காமல், வர்ணாசிரம அடிப்படையின்படி, மனுவின் தர்மப்படி துப்பரவு பணி வாங்கிக் கொடுப்பது, அதே போல், மகன் பாகண் கட்சியின் தீவிரவாதியாக, இயக்கவாதியாக இருந் தாலும் கட்சியின் உயர்பதவி அவனுக்குக் கிடைத்துவிடக் கூடாதென கறாராகக் கண்காணித்து, கட்சியில் இருந்து அவனை வெளியேற்ற ஒரே வழி அரசுப் பணி கொடுப்பது. பாகணுக்கும் அரசுப் பணியைக் கட்சி வாங்கிக் கொடுக்கிறது. எதைச் சொல்லி ஆட்சிக்கு வந்தார் களோ அவையனைத்தும் இந்நொடிவரை கானல்நீர்தான்.

தாழ்த்தப்பட்டவர்கள் எப்போதும் பல்லாக்கு தூக்குபவர்களாகவே இருக்க வேண்டும். பல்லாக்கில் அமர்பவர்களாக இருக்கக் கூடாது, அது முற்போக்கு அரசியலானாலும் சரி, பிற்போக்கு அரசியலானாலும் சரி, எல்லோருக்கும் எப்போதும் அடிமைகள் தேவை. இது போன்ற அடிமை விலங்கை உடைத்தெறியும்வரை, இப்படிப்பட்ட கொடுமைகள் தொடரும்வரை, இது போன்ற படைப்புகள் நெடுக வந்துகொண்டே இருக்கும்.

யாரும் எதிலிருந்தும் தப்ப முடியாது.

எங்களிடம் துப்பாக்கி இல்லை. குண்டுகள் இல்லை. ஆனால், புரட்சி செய்வோம். உண்மைகளை உரக்கச் சொல்வோம். ஒரு வேளை எங்களிடமிருந்து பேனா பறிக்கப்பட்டால், வேறொரு வடிவத்தில் உண்மையை உரைத்துக்கொண்டே இருப்போம்.

கூரைக்குண்டு
விருதுநகர்

அன்புடன்
(பாண்டியக்கண்ணன்)

1

ஞாயிற்றுக்கிழமையின் நடுஇரவு என்பதை உணர்த்திட தேவாலயத்தின் மணியோசை 'டங்... டங்... டங்...' என்று ஒலித்தது. அம்மன் கோயிலின் திடல் ஆயிரமாயிரம் தடயங்களைச் சுமந்தபடி மௌனமாய் உறைந்து இருந்தது.

நகரத்தின் மையப் பகுதியில் அமைந்துள்ள கோயிலில், அன்னை பராசக்தியும் வெயில் கந்தம்மனும் முந்தைய பொழுதில் பக்தர்கள் வைத்துச் சென்ற கோரிக்கைகளைப் பற்றி சிந்தித்துக்கொண்டிருக்க, பாலசுப்பிரமணியனும் சர்வேசுவரனும் நவீன திருவிளையாடலுக் கான ஒத்திகையைப் பார்த்துக்கொண்டிருந்தனர். நடுஇரவின் மை இருட்டை விலக்கிக்கொண்டு நிலவு மேற்கின் வான் திடலில் உருண்டுகொண்டிருக்க, பாகண் தன் சொந்த மண்ணிலிருந்து தூக்கி எறியப்பட்டவனாக நகரப் பேருந்து நிலையத்தை நோக்கி விரைந்து கொண்டிருந்தான்.

பாகண், விருதுநகரிலிருந்து நாகர்கோவிலுக்கு, அரசுப் பணியில் இருந்து இடமாற்றம் செய்யப்பட்டிருந்ததால் பேருந்து நிலையத்தை நோக்கி நடந்தான்.

அரசுப் பணியில் இடமாற்றம் என்பது எழுதப்பட்ட சாசனம் தான். அது பதவிஉயர்வு, விருப்ப இடமாற்றம் என்பதற்கு மட்டும் பொருந்தும். ஆனால், அவனுக்கு வழங்கப்பட்டது ஒரு தண்டனை இடமாற்றம். அதுவும் செய்யாத ஒரு குற்றத்துக்காக. அதன் தாக்கம் தான், அவனை மனஉளைச்சலுக்கு ஆளாக்கி, கையாலாகாதவனாய் கலங்க வைத்தது.

பேருந்து நிலையத்தின் எதிரே இருந்த அமிர்தராஜ் திரையரங்கத்தில் ஒலிபரப்பாகிக்கொண்டிருக்கும் இரவுக் காட்சியின் இறுதிக்கட்டத்தின்

ஒலி, திரையரங்கத்தையும் மீறி நிசப்தமான சூழலில் ஓங்கி ஒலித்துக் கொண்டிருந்தது. வடக்கு வாசலில் தேநீர் கடை ஒன்று மங்கலான ஒளியில் இயங்கிக்கொண்டிருந்தது.

பாகண் தன்னிடம் உள்ள பணத்தைக் கணக்குப்பார்த்தான். அலுவலகத்தில் இடமாற்றலுக்கான ஆணை கொடுத்த அன்றே அந்த மாதச் சம்பளத்தையும் கொடுத்திருந்தார்கள். ஆனால், அது அந்த மாதத்துக்கான மாதாந்திர வட்டிக்கே சரியாக இருந்தது. அடுத்த மாதத்தை எப்படிக் கடத்துவது என்று சிந்திக்கும் வேளையில் இடமாற்ற ஆணை அவனை அதிர்ச்சிக்குள்ளாக்கியது.

ஒவ்வொரு மாதமும் சம்பளம் பெற்றவுடன் அந்த மாதத்துக்கான வட்டிக்கடன், அரிசி, பால், மளிகை, காய்கறி, இறைச்சி, மீன் போன்ற அத்தியாவசிய செலவுகளுக்குக் கொடுத்தது போக மீதி இருநூறு, முந்நூறு ரூபாய் மீதமாகும். பிறகு இரண்டு, மூன்று நாட்கள் கழித்து, மீண்டும் கடன் வாங்கத் தொடங்குவான். ஆனால், இந்த மாதமோ, இடமாற்றம் பெற்றுவந்த புது இடத்தில் அவனுக்குக் கடன் கொடுக்க யாரும் முன்வரப்போவதில்லை. இதனால் பாகணுக்குக் கிடைத்த இடமாற்றம் அவனது அன்றாடத் தேவைகளைப் புயல் வந்து சிதைப்பதுபோல் புரட்டிப்போட்டது.

இந்த நிலையில் ஆறு ஆண்டுகளாகப் பெற்ற அரசு சம்பளத்தில் அவனின் சொத்தாக மிஞ்சியிருப்பது அவனைச் சுமந்துசெல்லும் துருப்பிடித்த மிதிவண்டி மட்டும்தான். அதையும் அவன் கடந்த மூன்று நாட்களாய் விற்பனை செய்ய முயன்றுகொண்டிருக்கிறான்.

மிதிவண்டி பழுதுப்பார்க்கும் கடைகளுக்குச் சென்று மிதி வண்டியை விற்பனை செய்திடக் கேட்டான்.

அதற்கு அந்தக் கடைக்காரர்கள், "நிறுத்திவிட்டு போ, யாராவது கேட்டால் சொல்கிறோம்" என்று சொன்னார்கள்.

அதன்படி மூன்று நாட்களில் ஐந்தாறு கடைகளில் நிறுத்திப் பார்த்தான். போணியாகவில்லை. அதிக கமிஷன் கொடுப்பதாகக் கூறியும், ஒருவரும் மிதிவண்டியை வாங்கி, அவனின் தற்காலிகப் பொருளாதாரப் பள்ளத்திலிருந்து அவனை மீட்கவில்லை. உறவினர்கள், நண்பர்கள், தெரிந்தவர்களிடம் கேட்பதற்கும் வறட்டுக் கௌரவம் வதம் செய்தது பாகணை.

பொறுத்துப்பார்த்தான். ஒன்றும் செய்ய முடியாமல் பழைய தள வாடங்களை வாங்கி விற்கும் காயலான் கடையின் நியாயத் தராசில்

மிதிவண்டியைத் தூக்கி வைத்தான். தேய்ந்து உதிர்ந்துப் போன எடைக் கற்கள் முப்பது கிலோ என்று காட்டியது.

'கிலோ ஐந்து ரூபாய்' என்று பேரம் பேசி, நூற்றைம்பது ரூபாயை - நூறு ரூபாய்க்குப் பத்து ரூபாய் தாள்களாகவும், ஐம்பது ரூபாய்க்கு சில்லரை காசுகளாகவும் அள்ளிக்கொடுத்தார் காயலான் கடைக்காரர். 'இது மூன்று நாட்களுக்குப் போதும்' என்ற ஏக்கத் தோடு பெற்றுக்கொண்டு, ஒரு வாரத்துக்குத் தேவையான உணவுப் பொருள்களை வாங்கிக்கொண்டு, வீடு போய்சேர்ந்தான். அந்நொடியி லிருந்து துவங்கியது, அவன் வீட்டின் ரேசன் வாழ்க்கை.

குடும்பத் தலைவியான அவன் மனைவி கண்ணீர் மல்க, ஐம்பது ரூபாயை அவனிடம் கொடுத்து, அந்த இரவில் வழியனுப்பிவைத்தாள். எப்படி வாழ வேண்டியவள் நம்மிடம் வந்து இப்படிக் கஷ்டப் படுகிறாளே என்ற குற்ற உணர்வோடு அவன் புறப்படுகையில், எதைப் பற்றியும் எவ்வித பிரக்ஞையற்றும் நம்பிக்கையோடு அவனுடைய மூன்று குழந்தைகள் ஆழ்ந்த உறக்கத்தில் கிடந்தனர்.

அவனுடைய கடைசி மகன் வடக்கு சுவர் பக்கம் புரண்டுப் படுத்தான். சுவற்றிலிருந்து ரத்தக்காட்டேரிகளான மூட்டைப்பூச்சிகள் அவசரமாய் இறங்கி, அவன் டிராயரில் ஏறியது. அதைக் கவனித்தவன் அவசரமாய் அதைப் பிடித்து சுவரில் வைத்து நசுக்கினான்.

"இருக்குற மூட்ட பத்தாதுனா நசுக்கிறீங்க?" என்றாள் அவன் மனைவி. பதிலேதும் சொல்லாமல் வெளியேறியது அவன் மனதைக் குத்தியது.

முந்திய நாள் தன் அலுவலக நண்பன் மதுசூதனனிடம் நாகர் கோயிலுக்குச் செல்லும் பேருந்து எண், பேருந்து கட்டணம் குறித்து பேசியதை நினைத்துப்பார்த்தான். "நாகர்கோவிலுக்கு துருவா போன முப்பது ரூபா, திருநெல்வேலி போயி மாறினா முப்பத்தெட்டு ரூபா" என்று சொன்னது நினைவுக்கு வந்தது. மனைவி கொடுத்த ஐம்பது ரூபாயில் முப்பத்தியெட்டு ரூபாய் போனாலும், மீதி பன்னிரண்டு ரூபாய் இருக்கும், 'டீ, மூனு சிகரெட், ஒரு செய்யது பீடி கட்டு வாங்கிட்டா நாளை மறுநா வர தேறும்' என கணக்குப்போட்டபடி ஒரு தேநீர்க் கடை வாசலில் போய் நின்றான்.

கடையின் உரிமையாளர் கல்லாவில் அமர்ந்தபடி கோடாங்கிக்கு ஆடுபவராய் இருந்தார். பாய்லர் முன்பு நிற்கும் தேநீர் தயாரிக்கும் சுல்தான்பாய் தூக்கத்தை விரட்ட பீடியைப் பற்களில் பற்றியபடி புகைவிட்டுக்கொண்டிருந்தார்.

“ஒரு டீ” என்றான்.

பீடியை இழக்க விரும்பாத பாய், பற்களில் பீடியைக் கவ்வியபடி தேநீர் தயாரித்துக் கொடுத்தார். அருந்தியவனுக்கு இனிப்புப் பற்றாக்குறை தெரிந்தது.

“மாமா சீனி இல்ல” என்றான். அவனிடமிருந்து கிளாசை வாங்கி அரை கரண்டி சீனி போட்டு, கலக்கிக் கொடுத்தார். அதை வாங்கி திருப்தியாய் அருந்தினான். பாய் அதிருப்தியில் பீடியை இழந்தார்.

தேநீர் அருந்தியவனுக்கு அடுத்தது புகை தேவைப்பட்டது. அது வெள்ளையா? காக்கியா? என சிந்திக்கையில் வெள்ளைத்தான் வெற்றி பெற்றது. பெரும்பாலும் வெள்ளைத்தான் வெற்றி பெறும்.

கோடாங்கிக்கு ஆடிக்கொண்டிருக்கும் கடை உரிமையாளரிடம் சத்தமாகக் கத்தினான். அவர் பதறி எழுந்தார்.

“ஒரு டீ, மூனு பிளேன் சிகரெட், செய்யது பீடி ஒரு கட்டு” என்றான். அவர் அரை மயக்கத்தில் காசைக் கணக்குப் பார்த்து வாங்கி உலோக இழுப்புப் பெட்டகத்தில் போட்டுக்கொண்டு, கோல்டு பிளாக் பிளேன் சிகரெட், செய்யது பீடி ஒரு கட்டு எடுத்துக்கொடுத்தார். அவன் வாங்கி பற்றவைத்து இழுத்தான். புகை உள்சென்று வெளியேறியதும் அவனுக்குள்ளிருந்த அனைத்து துயரங்களும் புகையோடு சேர்ந்துபோனதாக உணர்ந்தான்.

அதே நேரத்தில் பாண்டியன் பேருந்தும் வந்தது. சிகரெட்டைக் காலுக்கடியில் போட்டு மிதித்து அணைத்துவிட்டான். பிறகுதான் தெரிந்தது, அந்தப் பேருந்து கோயில்பட்டி போவதாக போர்டில் எழுதியிருந்தது என்று. அவசரப்பட்டு சிகரெட்டை அணைத்துவிட்டோமே என்று நினைத்து, சுற்றும்முற்றும் ஒரு பார்வை பார்த்துவிட்டு மெதுவாய் குனிந்து, தான் மிதித்து அணைத்திருந்த சிகரெட்டை எடுத்து மறுபடியும் வாயில் வைத்து உறிஞ்சினான். பாய்லர் முன் நின்று, அவனைக் கவனித்துக்கொண்டிருந்த பாய், அவனைப் பார்த்து சின்னதாய் கர்வ புன்னகை புரிந்தார். பேருந்துக்காகக் காத்திருந்தவர்கள் ஓடிச்சென்று ஏறினார்கள்.

பக்பக்கென்று சிகரெட்டை உறிஞ்சித் தள்ளிவிட்டு பேருந்து நிலையத்துக்குள் நுழையும் அடுத்த பேருந்தைக் கவனித்தான். தூத்துக்குடிக்குச் செல்லும் கே.டி.சி. வந்தது. அதற்கும் இருவர் போட்டிப் போட்டு ஏறினார்கள். இவனோ காத்திருந்தான்.

சிறிது நேரத்துக்கு எந்தப் பேருந்தும் வராததால், சிறுநீர் கழிக்கச் செல்ல நினைக்கும்போது திருவள்ளுவர் பேருந்து அந்த இரவிலும் சீறிக்கொண்டு அரை வட்டமடித்து நின்றது. ஓடிச்சென்று திறக்கப் படாத பேருந்தின் முன்பக்க வாசல் அருகே வந்து நின்றான். நடத்துனர் கதவைத் திறந்து, “எங்க போணும்?” என்றார்.

பதில் ஏதும் சொல்லாமல் பேருந்தில் ஏறி இருக்கையைத் தேடினான்.

நடத்துனர் அவன் பின்னால் ஓடிவந்து, அவனை அமரவிடாமல், “எங்க போணும்?” என்று கடுப்பாய் கேட்டார்.

“நாகர்கோயில்” என்றான்.

பதில் வந்ததும் நடத்துனர் பரமதிருப்தியில் அவர் இருக்கைக்குச் சென்று அமர்ந்தார்.

பாகண் இருக்கையைத் தேடினான். அனைவரும் அரை மயக்கத்தில் கிடந்தனர். ஒருவர் ஜன்னலுக்கு வெளியே கழுத்தை நீட்டி பேருந்து நிலையத்தைக் கவனித்தபடி இருந்தார். அவர் பார்வை, நிலையத்தின் பேப்பர் மார்ட் கடைமீது படிந்திருந்தது. பாகணும் தன் பார்வையைப் படரவிட்டான். கடையின் பக்கவாட்டு சுவர்கள் முழுவதும் மாத, காலாண்டு இதழ்கள், இலக்கிய இதழ்கள், வார இதழ்கள், அரசியல் பத்திரிகைகள், சினிமா இதழ்கள், வேலைவாய்ப்பு பத்திரிகைகள் என தொங்கிக்கொண்டிருந்தன. அந்த நபரின் பார்வை ஜூலை மாதக் காலண்டு இதழான காலச்சுவடுமீது படிந்திருந்தை பாகண் அறிந்துகொண்டான். அவரை ஒருமுறை பார்த்துக்கொண்டான்.

ஓட்டுனரின் பின்புறம் முன்வரிசையில் ஒரு சீட்டும், நடத்துனரின் பின்புறம் ஒரு சீட்டும் இருந்தது. நடத்துனரின் பின்புறம் இருந்த சீட்டை நோக்கிச்சென்று அமர்ந்த பாகணை, நடத்துனர் அவன்மேல் ஏற்கனவே இருந்த வெறுப்பினால் கோபத்தின் கோரத்தைச் சரியாகப் பயன்படுத்தி அவனைத் துரத்தியடித்து பழிதீர்த்துக்கொண்டார்.

அடிப்பட்ட பாம்பைப் போல் நெளிந்தபடி பின்னால் சென்று, இருக்கையைத் தேடினான். பின்சக்கரத்தின் மேல்பகுதியில் இருந்த சீட்டுகள் காலியாக இருந்தன.

‘அதில் அமர்வதா? அல்லது வேறு இடம் காலியாக உள்ளதா?’ என கவனித்தான். மங்கலான மஞ்சள் ஒளியில் சீட்டுகள் சரியாகத் தென்படவில்லை. மேலும் சக்கரத்தின் மேலுள்ள சீட்டில் அமர்ந்தால் பயணத்தின் போது தூக்கித்தூக்கிப் போடும் என்பதால் அந்த சீட்டில்

அமராமல் வேறு இடம் இருக்கிறதா என்று தேடினான். ஜன்ன லோரத்தில் ஒரு சீட் காலியாக இருப்பதைக் கண்டான். ஜன்ன லோரத்தில் இருப்பதால் காற்றும் வாங்கிக்கொள்ளலாம், காட்சி களையும் ரசிக்கலாம். அதனால் அந்த சீட்டில் அமர்வது என முடிவு செய்துகொண்டு ஜன்னலருகே அமர்ந்துகொண்டான். பேருந்து துலுக்கப்பட்டியைத் தாண்டிச் சென்றுகொண்டிருந்தது. ராம்கோ சிமெண்ட் தொழிற்சாலையின் கம்பீரமும் சரக்கு ஏற்றிக்கொள்ள காத்துக்கிடக்கும் நூற்றுக்கணக்கான சரக்கு லாரிகளின் அணிவரிசை களும் நியான் விளக்கொளியில் தகதகப்பாய் காணப்பட்டது.

துலுக்கப்பட்டியைக் கடந்ததும், தன் கடமையுணர்ந்து நடத்துனர், அதிவேகமாய் எழுந்து யாரும் ஐன்னல் வழியாகக் குதித்தோடி விட்டார்களா? என கவனித்துவிட்டு, ஒரு குற்றவாளியைக் கவனிப்பது போன்று கவனித்துக்கொண்டே பயணச் சீட்டைத் தோள் பையிலிருந்து எடுத்து, அதன் மீது கட்டப்பட்டிருந்த ரப்பர் பேண்டை அவிழ்த்து ஸ்டேஜ், ஸ்டேஜாகப் பிரித்தார்.

பாகண் அதைக் கவனித்து எச்சில் விழுங்கினான். அவசரத்தில் துரித பேருந்தில் ஏறிவிட்டோம். நம் பட்ஜெட்டுக்கு சரியாக வருமா? என மனதுக்குள் இஷ்ட தெய்வத்தை வணங்கிக்கொண்டே பாக்கெட்டில் உள்ள பணத்தைப் பிதுக்கிப்பார்த்தான். நடத்துனர் பயணச் சீட்டை ஒவ்வொரு கட்டணமாய்க் கிழித்து துளையிட்டார்.

பதினோரு ரூபாய்க்கு ஒரு கட்டணத்தாள், ஒன்பது ரூபாய்க்கு ஒரு கட்டணத்தாள், நாலு ரூபாய்க்கு ஒரு கட்டணத்தாள், எழுபது காசுக்கு ஒரு தாள் ஆக மொத்தம் 24 ரூபாய் 70 காசுக்கான பயணச் சீட்டை கிழித்துக் கொடுத்தார். பாகண் வாங்கி கணக்குப்பார்த்தான். அவன் போட்ட பட்ஜெட்டுக்கும் அலுவலக நண்பர் மதுசூதனன் சொன்ன கட்டணத்துக்கும் வித்தியாசம் ஏற்பட்டு குறைவாகவே இருந்தது. அதனால் சரியான கட்டணம் செலுத்தி பயணச் சீட்டை பெற்றுக் கொண்டான்.

பேருந்து இருளோடு உறவாடி, காற்றோடு கலந்தாடி மனித இடப்பெயர்வுக்கு உறுதுணையாய் ஊர்ந்தது. பாகண் சாய்வுக்கான உலோக விசையை இழுத்துவிட்டான். இருக்கை பின்நோக்கி சரிந்தது ஆசுவாசமாய் மல்லாந்து கண்களை மூடினான்.

பல்வேறு சம்பவங்கள் ஒன்றன் பின் ஒன்றாய் நினைவுக்கு வந்து தொடர்பற்று அறுந்தது. அவன் எதையும் நிலைநிறுத்திப் பார்க்கும் மனநிலையில் இல்லை. மனம் முழுவதும் ஏக்கமும். தவிப்பும் இயலாமையும் சொல்லற்ற நிர்வாணமாய் தலைவிரித்தாடியது.

துரோக ரேகைகள் உடலாக மாறி, உறுப்புகள் அனைத்தும் சிதைந்து சொட்டாகச் சொட்டி சீழ் வழிந்து பேருந்தை மூழ்கடித்தது.

அதிலிருந்து மீண்டெழ பல்வேறு காட்சிப் படிமங்களை நிலை நிறுத்த எத்தனித்தான். அவை ஒளிகளற்ற பிம்பங்களாய் அழிந்து கொண்டேயிருந்தது. எல்லாவற்றிலுமிருந்து தப்பி கண்ணயர்ந்து விடலாமென்று கண்களை மூடினான். வீட்டின் நினைவுகள் வந்து மனதைப் பதறவைத்தது.

தன் பிள்ளைகளுக்கு இப்போதுதான் பள்ளிகள் திறக்கப்பட்டு, புதிய சீருடை, புதிய வகுப்புக்கான நோட்டு புத்தகங்கள் வாங்கிக்கொடுத்து பள்ளிக்கு அனுப்பிய நிலையில், இடமாற்றம் ஆணை தரப்பட்டு தூரத்துக்கு அடித்து விரட்டிவிட்டார்கள். இனி புதிய இடத்தில் பள்ளிக்கு அனுப்ப வேண்டும். அங்கு உள்ள பள்ளியின் சீருடை, அங்கு உள்ள பாடத்திட்டத்தின்படி நோட்டுப் புத்தகங்கள் வாங்க வேண்டும். பிஸ்னஸ் மேக்னட்டாக இருந்தால் நஷ்டத்தைப் பற்றி கவலையற்று செயலாற்றலாம் அல்லது அரசியல்வாதியாக இருந்தால் செல்வாக்கைப் பயன்படுத்திக்கொள்ளலாம். ஆனால், அரசு ஊழியன் அதுவும், அடிப்படை பணியாளர், அரசின் நவீன அடிமைகளில் ஒருவனால் எப்படிச் சமாளிக்க முடியும்?

பள்ளிகள் திறக்கப்பட்டு ஒரு மாதம் கடந்த நிலையில் எந்தப் பள்ளியில் இடம் தருவார்கள்..? அப்படியே சேர்க்கவேண்டுமென்றால் இடையில் சேர்க்கக் காரணம் என்ன..? என்ற கேள்விக்குச் சரியான பதில் சொல்ல வேண்டும். இது போக, ஏற்கனவே படித்த பள்ளியிலிருந்து மாற்றுச்சான்றிதழ் பெறுவதற்குத் தவம் இருக்க வேண்டும். கட்டிய கல்விக்கட்டணத்தைத் திரும்பபெற முடியாது. அப்படியே பல வித்தைகளுக்குப் பின் மாற்றுச்சான்றிதழைப் பெற்றுக் கொண்டு, போகயிருக்கும் புதிய ஊரில், புதிய பள்ளியில் இடம் கிடைக்குமா..? அப்படிக் கிடைக்க வேண்டுமென்றால் ஒன்று அந்தப் பள்ளியின் நிர்வாகம் சொல்லும் நிபந்தனைகளுக்குக் கட்டுப்பட வேண்டும். குறிப்பாக, குமரி மாவட்டம் முழுவதும் கிறிஸ்தவர்களின் ஆதிக்கத்தில் உள்ளது. மாரியை வணங்கிய குடும்பம், மேரியை வணங்கிட உடனடி சாத்தியம் கிடையாது. உடனடி மதமாற்றம் என்பது சிரமம்தான். கல்வியறிவில் முன்னணியில் இருக்கும் மாவட்டமான இங்கு சாதியப் பாகுபாடு முன்னணியிலிருந்தது.

சரி, இருக்கவே இருக்கு, அரசுப் பள்ளிகள், அதில் சேர்க்கலாம் என்றால் சாதிச் சான்று துரத்திக்கொண்டு முன்வருகிறது. இவற்றைக்

கருத்தில் கொண்டுதான் அதிகாரிகள், ஒருவனைப் பழிவாங்க பணி மாறுதலைக் கையாள்கிறார்கள்.

இத்தொல்லைகளிலிருந்து தப்பிக்க ஒருசில அலுவலர்கள், பணி யாளர்கள் தங்கள் உயர் அதிகாரிகளுக்கு அடிபணிந்து ஆசை நாயகத் தன்மையில் பின்புலத்தைக் காட்டி அதிகாரியைக் கிரக்கத்தில் ஆழ்த்தி, 'சிறுநீரைத் தரையிலேயோ கழிவுக்கோப்பையிலேயோ விடாதீர்கள், என் வாயில் விடுங்கள் நான் தேவாமிர்தமாக அருந்திகொள்கிறேன்' என்று சில கருங்காலிகள் அரசுப் பணிகளில் இருந்துகொண்டு, காலந் தோறும் இடமாற்றமின்றி ஒரே இடத்தில் அமர்ந்துகொண்டும் பதவி உயர்வும் அதே அலுவலகத்தில் பெற்றுக்கொண்டும் அரசு பணியைத் துணை பதவியாகவும் பிற தொழில்களை முதன்மை தொழிலாகவும் வைத்துக்கொண்டும் சொந்த ஊரில் படித்து, வேலைபார்த்து மனை கட்டி, பிள்ளைபெற்று, சொத்துப்பத்து சேர்த்து கடைசியில் எதற்கு சொத்து சேர்த்தோம் என சொறிந்துகொண்ட சிந்திக்கையில் சொந்த ஊரிலேயே செத்து, சொந்த ஊரிலேயே புதைக்கப்படும் ஒரு சில அரசுப் பணியாளர்கள் இருக்கும்வரை பாகண் போன்ற நேர்மையான அரசு ஊழியர்கள் நாடு முழுவதும் பந்தாடப்படுகிறார்கள்.

பேருந்து சாத்தூர் வைப்பாற்றின் பாலத்தில் ஊர்ந்துகொண்டிருந்தது. வைப்பாறு இயற்கையின் இரண்டாம் தாரத்தால் வளர்க்கப்படும் பிள்ளைபோல் சவலைத் தட்டி மெலிந்து ஒடுங்கி ஓரமாய் ஒழுகிச் சென்றது. கோடைகாலத்தை சமன் செய்திட ஆற்றின் மையத்தில் தோண்டப்பட்டிருந்த இரண்டு கிணறுகள் வானம் பார்த்துக் காத் திருப்பது வெண்ணிலாவின் பாலொளியில் நன்றாகத் தென்பட்டது. வைப்பாற்றின் பாலத்திலிருந்து இறங்கிய பேருந்து, இருளை சேலை யாக அணிந்திருந்த தார் சாலையின் முரட்டு மேனியில் ஊடுருவி சென்றுக்கொண்டிருந்தது.

பேருந்தின் சக்கரங்கள் முன்னோக்கி உருண்டு செல்ல, பாகணின் மனச்சக்கரமோ பின்நோக்கி உருள ஆரம்பித்தது. •

2

பழைய நினைவுகளிலிருந்து பாகண் மீண்டுவருவதற்கும் பேருந்து நாகர்கோயில், புதிய பேருந்து நிலையமான வடசேரி வந்து நிற்பதற்கும் சரியாக இருந்தது.

பேருந்து நிலையம் பனியால் சாம்பல் படிந்திருந்ததுபோல் காணப்பட்டது. காலை ஐந்து மணியைத் தாண்டியும் குளிர் குறைந்த பாடாக இல்லை. பொதுவாக ஆடி மாதத்தில் காற்றுத்தான் அடிக்கும், ஆனால், இன்றோ குளிர்ச்சி அதிகமாகக் காணப்பட்டது. அது பனிக் காற்றா அல்லது கடல் காற்றா என்பதை அவனால் ஊகிக்க முடியவில்லை. ஏனெனில், அவன் வெயில் நதியிலிருந்து நீந்தி குளிர் மண்டலத்துக்குள் வந்திருக்கிறான்.

பேருந்து நிலையத்தில் பல பேருந்துகள் வரிசை பிரகாரமாக நின்று கொண்டிருந்தது. அதில் பாகண் செல்லவிருக்கும் ஆசாரிப்பள்ளம் செல்லும் பேருந்து மட்டும் அங்கு இல்லை. அங்கிருந்த ஒரு ஒரு நடத்துனரிடம் கேட்டான்.

“சார் ஆசாரிப்பள்ளம் பேருந்து எங்கிருக்கும்?”

“இவடே இருந்து கொளத்து பஸ்டாண்டு போவனும், அவடே ஆ பேருந்து கெடைக்கும் டே” எனச் சொல்லியவர், புறப்பட்டுக் கொண்டிருக்கும் ஒரு பேருந்தைக் சுட்டிக்காட்டினார். இவன் ஓடிச் சென்று அப்பேருந்தில் ஏறிக்கொண்டான். பேருந்து ராஜேஸ் திரை யரங்கைக் கடந்துகொண்டிருந்தது. பாகண், தியேட்டரைக் கவனித் தான். சூப்பர் ஸ்டாரின் படமான அருணாசலம் ப்ளக்ஸ் போர்டு அந்த தியேட்டர் வாசலில் வைக்கப்பட்டிருந்தது.

பேருந்து நாகராஜன் கோயில், வேப்ப மூடு ஜங்சன், பூங்கா ஆகிய நிறுத்தங்களைக் கடந்து சென்றுகொண்டிருந்தது. பூங்காவில் ஜீவானந்தம் கம்பிரமாக நின்றுகொண்டிருந்தார். பஸ், குளத்து பஸ் டாண்டில் தலை கீழாக இறங்கியது.

பாகண் இறங்கியதும் மனப்பாடம் செய்து வைத்திருந்த ஆசாரிப் பள்ளம் செல்லும் பேருந்து நிற்கிறதா என பார்த்தான். வெவ்வேறு ஊர்களுக்குச் செல்லும் பஸ்கள்தான் நின்றுகொண்டிருந்தன. சிலர் புறப்பட ஆயத்தமாகிக்கொண்டிருந்தனர்.

பாகண், பஸ்டாண்டின் வலதுபுறம் உள்ள லட்சுமி திரையரங்கம் வாசலில் உள்ள டீக் கடைக்குச் சென்று ஒரு சாயா குடித்தான். பச்சை சாரை பிழிந்து எடுத்ததுபோல் இருந்தது அந்த சாயா. அதன் கசப்பு மாறுவதற்குள் ஒரு பிளேன் சிகரெட்டைப் பற்ற வைத்து இழுத்தபடி வால் போஸ்ட்டரைக் கவனித்தான். ஒரு மலையாளப் படம், அதில் முந்தானை முடிச்சி நாயகி பிக்னிக் டிரெஸ்ஸில் காட்சியளிக்க, அருகில் கட்டிப்பிடித்துக் கிடக்கும் பிரேம் ஒன்று அந்த போஸ்டரில் இருந்தன. 'இந்தக் கதாநாயகிக நம்ம தமிழ்நாட்டுல என்ன அட்டூழியம் பண்றாளுக, இங்க வந்தா உரிச்ச கோழியா நிக்கிறாளுக, இருக்கட்டும் நம்ம படம் எடுக்கும்போது இதுக்கெல்லாம் முடிவுக்கட்டணும்' என நினைத்தப்படி நடையைக் கட்டினான்.

அவன் எதிர்பார்த்தபடி ஆசாரிப்பள்ளம் போகும் பேருந்து வர வில்லை. அதற்குப் பதிலாக மணவாளக்குறிச்சி என்றும் அதன் கீழே, 'வழி ஆசாரிப்பள்ளம்' என போர்டில் போட்டிருந்தது. அழுக்குப் படிந்த ஊதா நிறமும் சந்தன பாடர் போட்டிருந்த நகரப் பேருந்தில் ஏறிக்கொண்டான்.

பேருந்துக்குள் மூன்று ஆண்கள், இரண்டு பெண்கள் மட்டும் இருந்தனர். பேருந்து வேகமெடுத்து அரசு மருத்துவமனை முன்பாக நின்றது. பத்து நபர்கள் ஏறினார்கள். பேருந்து மீண்டும் வேகமெடுத்து ஓடியது. கே.பி. சாலை வழியாக நேசமணி நகர் கடந்தது. நடத்துனர் பாகணிடம் வந்து டிக்கெட் கேட்டார்.

"எந்தா எவட?"

"ஆசாரிப்பள்ளம்."

"ஆசாரிப்பள்ளம் எவடே?"

"டி.பி. ஹாஸ்பிட்டல்."

"ஓ."

"எவ்வளோ?"

"மூணு ரூபா."

சில்லரையாகவே கொடுத்தான். அவர் டிக்கெட் கிழித்துக் கொடுக்கவும் இவன் வாங்கவும், டி.பி. ஹாஸ்பிட்டல் வருவதற்கும் சரியாகவே இருந்தது. நடத்துனர் அவர் பாணியில் கத்தினார். அதன் படி சிலர் இறங்கினார்கள். பாகணும் இறங்கினான்.

‘நெஞ்சக மருத்துவமனை ஆசாரிப்பள்ளம்’ என ராபீன் புளூ நிறத்தில் போர்டு ஒன்று இருந்தது.

கேட்டருகே போய் நின்றான். மருத்துவமனையின் பிரதான தலைமை வாசல் பூட்டப்பட்டு இருந்தது. அருகில் உள்ள தேநீர் கடையில் விசாரித்தான். அதிலுள்ள ஒரு பெண் தமிழும் மலை யாளமும் கலந்த மொழியில் அவனிடம், ஆறு மணிக்குத்தான் கேட் திறக்கும் என்றும் அதனால் பின்கேட் வழியாகச் செல்லுமாறு வழி சொன்னாள்.

பாகண் அதை அரையும்குறையுமாகக் காதில் வாங்கிக்கொண்டு நடந்தான்.

மேற்குத் தொடர்ச்சி மலை நீல வண்ணத்தில் உயர்ந்தோங்கி அவனருகில் வருவதைப்போல் பூச்சிக்காட்டியது. சாலையின் இரு மருங்கிலும் உள்ள வீடுகளிலும், மருத்துவமனை மதில் சுவரோரங் களிலும் நின்றிருந்த தேக்கு, பாக்கு வீரிய மரங்களும், மா, பலா, வாழையென முக்கனிகளிலிருந்து மெல்லியதாய் வீசிய காலைத் தென்றல் இதமாய் அவனை வருடியது, காயம் பட்டு தப்பி வந்த பாகணுக்கு மருந்திடுவதாக இருந்தது.

தன் ஊரில் உள்ள மரங்களான வேம்பு, புங்கை, கருவேலம், ஆலம், அரசு ஆகியவை எவ்வளவு அடர்த்தியான நிழலும் காற்றும் தந்தாலும் உஷ்ணக் காற்றாகத்தான் இருக்கும். வருடத்தின் மூன்று மாதங்களான கார்த்திகை, மார்கழி, தை மாதங்களில் மட்டுமே குளுமையான காற்றை உணர முடியும். வெம்மைக் காலமான பங்குனி, சித்திரை மாதங்களில் வேம்பும், புங்கையும் ஓரளவு வெப்பத்தைத் தணிக்கும். அந்நேரத்தில் வேம்பும் புங்கையும் ஏ.ஸி.க்கு சமமென்று வெப்பமண்டல மக்கள் தனக்குத் தானே கூறிக்கொள்வது, காக்கைக்குத் தன் குஞ்சு பொன் குஞ்சுப் போன்றதுதான். ஆனால், உண்மையான குளுமையை இங்குதான் பாகண் உணர்ந்தான்.

கம்பீரமாக உயர்ந்து நின்ற தேக்கு மரங்களில் சாரைசாரையாகக் கொட்டை பாக்குகள் கிளைகளில் தொங்கிக்கொண்டும், பத்தடி உயரத்தில் செவ்வாழை தார்கள் சரிந்தும், காயும் பிஞ்சுமாகக் கொத்து கொத்தாகத் மாங்கனிகள் காற்றில் ஆடியபடியும், வேரிலும், கிளை யிலும் கர்ப்பிணிப் பெண்ணைப் போல் பலா மரங்கள் பழங்களைச் சுமந்துகொண்டும், நெட்டை, குட்டையான பல வண்ணங்களில் செம்பருத்திப் பூக்களும், கொடி பிச்சி, சூரியக் கதிராய் விரிந்து நிற்கும்

கல்வாழையும், செம்பழுப்பு நிறத்தில் அடர்த்தியாய் படர்ந்திருக்கும் குரோட்டன்ஸ் செடிகளுமாக, இன்னும் பிற தாவர வகைகளும் ஒவ்வொரு வீடுகளிலும் காணப்பட்டது. வீடுகளில் அரிசி இருக்கிறதோ இல்லையோ முக்கனிகளும் முகாமிட்டிருக்கும். ஆகவே, குளுமை நிரந்தரமாய் நிரம்பி வழிகிறது.

டி.பி. மருத்துவமனையின் சுற்றுச்சுவரை அரை பர்லாங் தூரம் கடந்து, மேற்கு வாசல் வந்துசேர்ந்தான். பெரிய இரும்புக் கேட்டின் இடது ஓரத்தில் ஓர் ஆள் சென்றுவரும் அளவுக்கு ஒரு சிறிய கேட் இருந்தது. அதன் ஓரத்தில் காவலர் அறை ஒன்று காணப்பட்டது. அறையின் வாசற்படியில் ஐம்பது வயதைக் கடந்த ஒருவர் நாளிதழ் படித்துக்கொண்டிருந்தார். தலைப்புச் செய்தியாக, 'அமைச்சர் தங்கப் பாண்டியன் மரணம்' என இருந்தது. அதைப் பார்த்தவுடன் பாகண் சற்றுத் தடுமாறினான். தன் அப்பாவின் நண்பரான தங்கப்பாண்டியன் தான் அது. ஆம், தனது அப்பா ஆர். பாண்டி, தங்கப்பாண்டி, கே.பி. எஸ். பாண்டி இந்த மூன்று பேர்கள்தான் விருதுநகரில் தி.மு.க.வை வளர்த்தவர்கள். வளர்ந்தவுடன் கே.பி.எஸ். பாண்டி - மாவட்ட அவைத் தலைவராகவும், தங்கப்பாண்டி - மாவட்ட செயலாளராகவும், ஆர். பாண்டி - துப்பரவு தொழிலாளியாகவும் ஆயினார்.

பாகணின் அப்பா நாடாராகவோ, தேவராகவோ, நாயக்கராகவோ பிறந்திருந்தால் குறைந்தபட்சம் ஒன்றியமாவது கிடைத்திருக்கும். ஆனால், அவர் பிறந்த ஜாதி குறவர் இனம்.

தங்கப்பாண்டியின் மரணம் அவனை ஒரு கணம் தடுமாற வைத்தாலும், அப்பாவைப் பழிவாங்கிய கட்சி இவனையும் பழி வாங்கியதை எண்ணிப்பார்க்கையில் இரக்கம் அவனிடமிருந்து காணாமல் போனது.

அவன் அந்த இடத்திலிருந்து நடக்க ஆரம்பித்தான். ஆனால், அவன் செல்ல வேண்டிய இடம் அவனுக்குத் தெரியாததால் நின்று பத்திரிகை படிக்கும் காவலரிடம் கேட்டான்.

"அண்ணே இங்க ஒர்க் ஷாப் எங்க இருக்கு?"

"நீங்க எங்க போகணும்?" என தமிழில் பேசினார்.

"நான் விருதுநகரில் இருந்து வாறேன், புதுசா ஜாயின்ட் பண்ணப் போறேன்."

"நீங்கதான் கர்ணனுக்குப் பதிலா?"

"ஆமா."

அவர் தன்னைப் பற்றிக் கூறினார். தான் வேலைக்கு வந்து வெகு காலமாகிவிட்டது என்று தனது சரித்திரம் பற்றி சுருக்கமாய் கூறினார். அவன் அதைக் கேட்டவுடன் தனது ஊர்ப் பக்கம் உள்ள நபர் கிடைத்ததை நினைத்து மகிழ்ச்சியடைந்தான்.

அவர் சொன்ன பாதையில் சென்று பணிமனையை அடைந்தான். அங்கு மூன்று ஆம்புலன்ஸ் வண்டிகளும், இரண்டு ஜீப்புகளும் பழுதுநீக்க காத்திருப்பது, அதன் பாகங்கள் பிரித்து கிடப்பதிலிருந்து தெரிந்தது. மனித உறுப்புகளை ஒன்றுசேர்க்க மருத்துவமனை சுமந்துச் செல்லும் ஆம்புலன்ஸ், தன்னுடைய பாகங்களை இழந்து பரிதாபமாக நின்றிருந்தது.

அந்த ஜீப்பில் உள்ள வலது பக்கக் கண்ணாடியில் முகம் பார்த்து சவரம் செய்துகொண்டிருந்தார் ஒருவர். பார்க்க ஆறடி புடலங்காய்க்கு வேட்டி கட்டினது போன்ற தோற்றம் தேகமெங்கும் கப்பக்கிழங்கு நிறம், தளர்ந்த உடல், பொக்கை வாய் என்பதற்கான அடையாளமாய் கண்ணத்தின் இரு பகுதிகளிலும் பள்ளம் இருந்தன. அதிலுள்ள வெள்ளை முடிகளை சவரம் செய்துகொண்டிருந்தார். இவன் வருவதைக் கண்ணாடியில் பார்த்தவர்,

"எந்தா யாரு?" என மலையாளம் கலந்த தமிழில் கேட்டார்.

"நான் விருதுநகர்லருந்து வர்றன்" என்றான்.

"ஓ இவட ஜோலிக்கு வருதோ ஞா ஆனந்த குட்டன் ரிட்டன் மிலிட்டிரி இவடே ஜோலி பத்து வருஷம்."

"இவட தாமஸம் எந்தா?" என்றார்

"ம்."

"நீ குடும்பம் எங்க வைக்கும்?"

"இனிமத்தான்" அவருக்குப் புரிந்ததோ புரியவில்லையோ ஆனால், புரிந்ததுப்போன்று சிரித்தார்.

"சேட்டான் நம்மட ஆபிஸ் எவட?"

பத்தடி தூரத்திலிருந்த ஒரு கட்டடத்தைக் காண்பித்தார். அது மருத்துவமனையின் ஒரு வார்டாக இருக்க வேண்டும். பழைய, மலையாள ஓடு வேயப்பட்ட கட்டடம், வாகனம் நிறுத்திக்கொள்ள நான்கு செட்டுகள் இருந்தன. அதில் ஒன்று சர்வீஸ் ஸ்டேசன். ஊழியர்கள் உடை மாற்றுவதற்கும் உணவருந்துவதற்குமான இடமாக

இருந்தது. அவ்வளவுதான், பாகண் வேலைக்குச் சேர இருக்கும் பணி மனையின் அளவு.

மருத்துவமனை கட்டடம் என்பது இயற்கை சூழலில் இருந்தது. பரந்து விரிந்த ஓடு வேய்ந்த கட்டடம். நோயாளிகளுக்குக் காற் றோட்டமாய் இருக்க, படுக்கைகளின் ஜன்னல்களுக்கு அருகில் வானுயர்ந்த தேக்கு, சந்தனம், மா, பலா, சிவப்பு கொன்றை மரங்கள் நன்றாக நிழல் பரப்பி இருந்தன. அந்தக் காலைப்பொழுது ரம்மியமாக இருந்தது.

மருத்துவமனையில் உள்ள குழாய் ரேடியோ, காதல் கோட்டை படத்திலிருந்து, 'நலம் நலமறிய ஆவல்' என கரைந்துகொண்டிருந்தது. நோயாளிகள் காலை ஆறிலிருந்து எட்டு மணிவரையும், மாலை ஐந்துமுதல் ஆறு மணிவரையும் வெளியே வரும்போது பாடல்களை போட்டுவிடுவார்கள். அந்த ரேடியோவில் பாடலும் செய்தியும் ஒலிக்கும்.

நோயாளிகள் பரந்துவிரிந்திருக்கும் மருத்துவமனை வளாகத்துக்குள் எங்கு வேண்டுமானாலும் சென்றுவரலாம். ஆனால், வெளியே சென்றுவிடக் கூடாது, செல்லவும் முடியாது. ஏனெனில் கிழக்கு, மேற்கு கேட்டில் தலா நான்கு காவலர்கள் வீதம் இரவும் பகலும் சுழற்சி முறையில் வேலைபார்த்துக்கொண்டிருப்பார்கள்.

நோயாளிகள் எலும்புருக்கி நோயால் பீடிக்கப்பட்டு மார்பும் உடலும் வற்றியும், கால், கைகள் சூம்பியும், கண்கள் பள்ளத்துக்குள் கிடப்பதுபோல் காணப்படும். கண்ணத்தின் தாடைகளும் மண்டை களும் அப்படியே மியூசியம் அல்லது மருத்துவக் கல்லூரியில் வைத் திருக்கும் எலும்புக்கூடுகளைப் போல் நோயாளிகள் இருப்பார்கள். இந்த நோய் வயது வரம்பற்று எல்லோரையும் ஆட்கொண்டிருந்தது.

பெரும்பாலும் இவர்கள் தென் மாவட்டத்தைச் சேர்ந்தவர்களாகத் தான் இருக்கிறார்கள். இவர்களைப் பார்த்துக்கொள்ளவோ அல்லது சேர்த்துக்கொள்ளவோ யாரும் கிடையாது.

இவர்கள் இங்கு வந்து தப்பித்து போவது எளிதான விஷயமல்ல. நோய் முற்றி கைவிடப்பட்டவர்கள் மட்டுமே இங்கு அனுமதிக்கப் படுவார்கள். கிட்டத்தட்ட ஆயுள் கைதிகள் எப்படியோ அப்படித்தான். ஒரு சிலர் மட்டும் விதிவிலக்காக நோய் குணமடைந்து வீட்டுக்குச் செல்வார்கள். அப்போது அவர் உறவினர்களுக்குக் கடிதம் எழுதி வரவழைத்து அனுப்பிவைப்பார்கள். ஆனால், ஒரு சிலர் அவர்களை

அழைத்துச்செல்ல வர மாட்டார்கள். காரணம் அவர்களால் எந்தப் பிரயோஜனமும் கிடையாததால் யாரும் வந்து அழைத்துச்செல்வதில்லை. அது மனைவியாக இருக்கலாம், அல்லது கணவனாக இருக்கலாம். மகன், மகளாகக்கூட இருக்கலாம். இங்கு வந்து விட்டால் வாக்கரிசி வாங்கிவிட்டுத்தான் வருவார்கள்.

நோயாளிகள் இறந்துவிட்டால் மருத்துவமனை வளாகத்தில் உள்ள இடுக்காட்டில் வைத்து அவர்கள் உடைமைகளோடு எரித்துவிட்டு உறவினர்களுக்குத் தகவல் சொல்லிவிடுவார்கள். அவர்களும் 'சனியன் தொலஞ்சது' என்று இருந்துகொள்வார்கள்.

இவர்கள் யார்? வேற்று கிரகத்து மனிதர்களா? இல்லை ஒரு காலத்தில் சிமெண்ட் பேக்டரிகளிலும், துவரை கிட்டங்கி, மல்லிக் கிட்டங்கிகளிலும் தார்ச் சாலைகளிலும், பஞ்சாலைகளிலும், சுண்ணாம்பு காளவாசல், செங்கல் சூளைகள், கல் கிடங்குகள், தோல் பதனிடும் தொழிற்சாலைகள், சர்க்கரை ஆலைகளிலும் உழைத்துஉழைத்து ஓடாய் தேய்ந்து, சுவாசிக்க முடியாமல் சுவாசத் தடை ஏற்பட்டு கீழ், கீழ்ன்னு மூச்சிறைத்துக்கொண்டு, இந்த லட்சணத்தில் பீடி வேறு, எங்கிருந்து தான் கிடைக்குமோ. அதை குடித்து மேலும் இருமி ரத்தம் கக்கிட்டு மருத்துவமனை ஊழியர்களிடம் வசவும் சில நேரங்களில் அடியும் வாங்குவார்கள்.

இந்த நோய் மூன்று நிலைகளில் காணப்படுகிறது. ஆரம்ப நிலை, இடை நிலை, கடை நிலை.

முன்னிரண்டு நிலைகளில் மருத்துவ ஆலோசனைப்படி சரியாக மருந்து மாத்திரைகளையும் சத்தான உணவுகளையும் எடுத்துக் கொண்டால் சரியாகிவிடும். ஆனால், ஒரு சிலர் அதற்கு மாறாகப் போதைக்கு அடிமையாகி, குறிப்பாக புகை, புகையிலை போன்றவற்றை உட்கொண்டு மரணத்தை விலைக்கொடுத்து வாங்கிக்கொள் வார்கள். இவர்களுக்கு அரசு எவ்வளவுதான் சிறப்பு மருத்துவம் செய்தாலும் அதைப் பயன்படுத்திக்கொள்வதில்லை. மற்றொன்று இந்த நோயால் பீடிக்கப்பட்டவர்களை ரத்த உறவுகள் ஒதுக்கி வைப்பதால், தன் வாழ்வு முடிந்துபோனதாக எண்ணி தன்னைத் தானே அழித்துக்கொள்கிறார்கள்.

மருத்துவ நிர்வாகம் நோயாளிகளுக்கு மூன்று வகைகளில் சீருடை வழங்குகிறது. வெள்ளை, பச்சை, ஊதா. ஆண்களுக்குக் கால் சட்டை முண்டா சட்டை, கால், கை உறைகள். பெண்களுக்கு சேலை, குர்தா,

கவுன். ஆரம்ப நிலை ஆண்களுக்கு - வெள்ளை நிற உடையும், இடை நிலை - பச்சை நிற உடையும், கடை நிலை - ஊத நிறத்திலும் சீருடை வழங்கப்படுகிறது.

பெண்கள் ஆரம்ப நிலையில் - ஊதா நிற சேலையும், இடை நிலையில் - பச்சை நிற குர்தாவும், கடை நிலையில் - வெள்ளை நிற கவுனும் அணிந்திருப்பார்கள்.

இவர்களுக்குக் காலை, மாலை வேளைகளில் பால், கோதுமை ரொட்டி, முட்டையும், வாரம் இரு முறை மீன் உணவும் வழங் கப்படுகிறது. இவ்வுணவுகளை ஒரு சில நோயாளிகள் பீடிக்காக சக நோயாளிகளிடம் மாற்றிக்கொள்வார்கள். இதனால் தொடர் இருமல் ஏற்பட்டு 'கீல்,கீலு'ன்னு நாய்க்கு இறைப்பதுபோல் மூச்சிறைப் பார்கள். எச்சிலில் ரத்தமும் சளியும் கலந்து வரும்.

ஆனந்த குட்டன், பாகணுக்கு அலுவலகத்தைக் காட்டினார். அங் குள்ள வேலை பிரிவும் அங்குள்ள சூழல் குறித்தும் விவரமாகக் கூறினார். சொன்ன விவரங்களை பாகண் அரையும்குறையுமாய் புரிந்துகொண்டான். இடையில் இருவர் அவரவர் பூர்வீகம் பற்றியும் பேசிக்கொண்டனர். புரிந்த வார்த்தைக்குப் பதிலளித்தான், புரியாத வைகளுக்குச் சிரித்து மழுப்பினான். அலுவல் நேரம் நெருங்குவதால் காலைக்கடன்களை முடித்துக்கொண்டு காலை உணவு அருந்த அலுவலக வளாகத்திலிருந்து வெளியேறினார்கள்.

இரவு பணி முடிவடைந்த செவிலியர்கள், அறையில் உடை மாற்றிக்கொண்டு வெளியேறினார்கள். காலை பணிக்கு வரும் செவிலியர்கள் உடை மாற்றிக்கொள்ள அறைக்குள் வந்தனர்.

செவிலியர்கள் அறைக்குப் பின்புறம் மருத்துவ ஊழியர்களின் தொகுப்பு வீடுகள் இருந்தன. இங்கு அ முதல் ஈ வரை வீடுகள் இருந்தன. கடைநிலை ஊழியர்களுக்கும் வீடுகள் இருந்தன.

மருத்துவர்களுக்கு வீடுகள் இருந்தும் யாரும் தங்குவதில்லை. அதே போல் இரண்டாம் நிலை அலுவலர்களும் தங்குவதில்லை. பெரும்பாலும் கடைநிலை ஊழியர்களுக்குதான் தொகுப்பு வீடு வரப் பிரசாதம். அவர்களுக்கு மின்சாரம், குடிநீர், ஓடு வேய்ந்த ஒழுகாத வீடு என்பது அவர்கள் வாழ்வில் கிடைத்திடாத ஒன்று.

கிராமத்தில் ஓலை குடிசையும் சிமிழ் விளக்கும் காற்றிலும் மழை யிலும் இவர்கள் படாதபாடு படுவார்கள். ஊர்தோறும் மின்சாரம் தங்குதடையின்றி கிடைத்தாலும் சேரியில் இவர்களுக்கு எப்போதும்

இருள்மயம்தான். அந்தச் சூழலில் வாழ்ந்த மனிதர்களுக்கு அரசுப் பணி கிடைத்தவுடன் இது போன்ற வீடு என்பது வரப்பிரசாதம்தான்.

இந்த வீட்டில் அப்பன் குடியேறினால் பேரன்தான் வெளியேறுவான். கடை நிலை ஊழியர்கள் பணிக் காலத்திலேயே இறந்துவிடுவார்கள். காரணம் துப்பரவு பணி. அப்பணி அவர்களை விரைவில் கொன்றுவிடும் அல்லது தின்றுவிடும். இதில் எது முதலில் நேர்ந்தாலும். வாரிசுக்கு வேலை கிடைத்துவிடும். இதனால் தலைமுறை, தலைமுறைக்கும் அரசின் அடிமை தொழில் உண்டு. இதில் ஒரு சில குடும்பங்கள் வைராக்கியமாகத் தன் பிள்ளைகளைப் படிக்க வைத்து இந்த ஈனத் தொழிலிலிருந்து விடுபடுவார்கள். அப்படி ஒரு சிலர் வெளியேறினால் தொகுப்பு வீடு மற்றவர்களுக்குக் கிடைக்கும். ஆனால், ஒரு சில கில்லாடிகள், அந்த வீட்டைக் காட்டி பணம் வாங்கிக்கொள்வார்கள். இது நிர்வாகத்துக்குத் தெரியாது, அப்படியே தெரிந்தாலும் ஒன்றும் செய்துவிட முடியாது. ஏனென்றால் கட்டாயமாகத் தொகுப்பு வீட்டில் தங்கி பணி செய்திட வேண்டுமென்ற கட்டாயமிருந்தும் வெளியே தங்கிக்கொண்டு வருவோர்கள் மத்தியில் இது ஒன்றும் தேசக் குற்றம் கிடையாது. இந்த வீட்டில் ஒன்று நமக்கும் கிடைத்தால் எப்படி இருக்குமென்று பெருமூச்சுவிட்டான் பாகண். அந்த மூச்சுக்காற்றின் வெப்பம் தாக்கியதை உணர்ந்த ஆனந்த குட்டன்,

“என்ன அவட தாமஸம் வேணுமா?” என்று புருவம் உயர்த்திக் கேட்டார்.

“ஆம் வேணும் சேட்டான்.”

“சின்னப்பன் இந்த ஹாஸ்பிட்டல சோலி பாக்குறான் செத்த கழிஞ்சா ஆபிஸ் வரும் பேசலாம்” என ஆனந்த குட்டன் சொல்லவும் பாகணுக்கு கோட்டரஸ் கிடைத்து பால் காய்ச்சியது போல் மகிழ்ச்சியடைந்தான்.

இருவரும் ஆசாரிப்பள்ளம் ஜங்ஷன் வந்தடைந்து ரைமண்டு ஹோட்டலில் சாப்பிட்டனர். பாகணுக்கு அருந்திய உணவு திருப்திகரமாக இல்லை. கல் போன்ற இட்லி, தேங்காய், வத்தல் போட்டு நெருநெருன்னு அரைத்த சட்டினி, உப்பியிசத்தால் வாந்தி எடுத்தால் எப்படி இருக்குமோ அப்படி இருந்த சட்டினி, வெள்ளரிக்கா சாம்பார்.

பெரும்பாலும் காலை உணவாக ஆப்பம், மீன் குழம்பு, அல்லது தோசை, மாட்டுக்கறி கிரேவி, ஆப்பாயில், இரண்டு நேந்தரம் பழம்

போன்றவற்றைச் சாப்பிட அவன் பழகவில்லை. அதனால், அவனுக்கு காலை உணவு கஷ்டமாகத் தெரிந்தது.

இவ்வளவு கடினமான உணவை யார் சாப்பிடுவார்கள்? விவசாயிகள். காலை ஐந்து மணிக்கே வேலைக்குச் சென்று மண்ணோடும் மரத் தோடும் உறவாடி, உடலை வருந்தி வேலை செய்பவர்கள்தான் காலை உணவாக மாட்டுக் கறியும், முட்டையும் எடுத்துக்கொள்வார்கள்.

இங்கு விவசாயிகள், விவசாய கூலிகள் என யாரும் தனியாகக் கிடையாது. அனைவரும் விவசாயிகள். ஒவ்வொரு குடும்பத்துக்கும் ஒரு துண்டு நிலம் உண்டு. அதில் முக்கனிகளும் விளையும், அதனைச் சுற்றி சம்பாவும், மட்டையும் விளையும்.

கானி நிலமற்றவன் அங்கு உயிரற்றவன். உயிரிழந்தவர்களைக்கூட அவரவர் விளை நிலங்களிலேயே புதைத்துவிடுவார்கள். அதை சுற்றியே தன் வசிப்பிடத்தையும் ஏற்படுத்திக்கொள்வார்கள். இப்படி இருக்க இதில் ஏதுமற்ற ஒருவன் அந்தப் பிரதேசத்தில் பிரவேசிக்கிறான் என்றால் அது பாகண் ஒருவன்தான்.

ஆசாரிப்பள்ளம் முக்கில் தக்கலை மெயின் ரோட்டில் ஒரு மாட்டுக் கறிக்கடை இருந்தது. கடையின் முன்பாக சாக்கு மறைப்பும் அதன் பின்புறத்தில், அடிமாடுகள் தமிழ்நாட்டிலிருந்து அடிமாட்டு விலைக்கு வாங்கிவந்து அடிக்க நிறுத்தியிருந்தனர்.

அதிகாலை மூன்று மணிக்கெல்லாம் ஐந்து மாடுகள் கொல்லப் பட்டு அதன் கறிகளும் எலும்புகளும் நாகர்கோயில் அனைத்து உணவு விடுதிகளுக்கும் சென்றுசேர்ந்துவிடும் என்று ஆனந்த குட்டன் சொன்னார். இருவரும் பணிமனைக்கு வந்துசேர்ந்தனர். பணிமணை முன்பாகப் பணியாளர்கள் அனைவரும் காத்திருந்தனர்.

பணியாளர்கள் தின உடைகளைக் களைந்து சீருடை அணிந்து கொண்டனர். பத்தாண்டைக் கடந்தவர்கள் நீல நிறச் சட்டையும், கரு நீலம் நிற பேன்டும் பத்தாண்டுகளுக்குக் குறைவாக உள்ளவர்கள், காக்கிச் சட்டையும், காக்கி பேன்டும் அணிந்திருந்தனர். கை துடைக்க கரு நீலக் குட்டை. அதை கழுத்தை சுற்றிப் போட்டுக்கொண்டனர். அவர்களில் ஒருவன் நூடுல்ஸ் மாதிரி இருந்தவன் சேட்டனைப் பார்த்து கேட்டான்,

“சேட்டான் ரிலைன்சனா?”

"இல்ல."

"யாரு..?"

"பாகண்-விருதுநகர்லருந்து வந்துருக்கார்."

"எப்படி இவட தாமஸமா?"

"ஆமாம்" என்றான் பாகண்.

"பேமலி வந்தாச்சா?" எனக் கேட்டான் ஹாரிஸ்.

"இல்ல" என்றான் பாகண்.

"கூட்டிவந்துருக்கலாமடே" என்றார் போர்மேன் ஐயப்பன்.

"குன்னய கூட்டிட்டு வர முடியும் பேசுரான் பாரு" என நாக்கை மடக்கிக்கொண்டு சத்தமாகப் பேசினார் பூபாலன்.

"ஏம்ல கொமைக்கிற?" என்றார் ஐய்யப்பன்

"பின்ன என்ன அவெனே சவம்மாரி வந்துருக்கான் இதுல குடும்பத்த கூட்டிகிட்டு வருவாங்காலாக்கும் சும்மா இருவே" என்றான் பூபாலன்.

இவற்றைக் கேட்டுக்கொண்டிருந்த பாகணுக்கு, ஓரளவே புரிந்தது. அந்நேரத்தில் அலுவலர் எம்.80யில் வந்தார். அனைவரும் வணக்கம் வைத்தனர். ஆனந்த குட்டன் அலுவலகத்தைத் திறந்துவிட்டார். பணியாளர்கள் உள்ளே சென்று வருகை பதிவேட்டில் கையொப்பம் இட்டனர்.

பாகண் அலுவலரிடம் தன்னை அறிமுகம் செய்துகொண்டு ஜாயின்ட் ரிப்போட்டை கொடுத்தான். அவர் அவனை ஒரு தேச குற்றவாளியைப் போல் பார்த்துவிட்டு, சேட்டனை அழைத்து அலுவலக நடவடிக்கை, இங்கு எப்படி அடிமையாக நடந்துகொள்ள வேண்டுமென்று சொல்லிக்கொடுக்க சொன்னார். அதன்படி அவர் சொல்லிக்கொடுக்க, கடமைக்கு அனைத்தையும் கேட்டு வைத்தான் பாகண்.

அரசு அலுவலகங்கள் காலை பத்து மணிக்குத் துவங்கும். ஆனால், இங்கு மட்டும் காலை எட்டு மணிக்கே துவங்கிவிடும். கேட்டால் பேக்ட்ரி ஆக்ட் என்பார்கள். மேலும் உயிர்க் காக்கும் துறை அதனால் எல்லையில் இருக்கும் வீரர்கள்போல் எந்த நேரமும் அலார்ட்டாக இருக்க வேண்டும் என்பது விதி.

அலுவலகத்தில் தனக்குகுண்டான பணி நேரத்தைக் கேட்டுக் கொண்டான். அவனுக்கு முதல்நாள் இரவு பணி. 'இப்போது மணி எட்டுதான் ஆகிறது. ஆனால், இரவு வர வேண்டும் அதுவரை என்ன செய்ய?' என சிந்தித்தான்.

ஊரிலிருந்து பிரியா விடை தந்துதனுப்பிய தன் நண்பன் பாலு அதனோடு சேர்த்து ஒரு போத்தல் விஸ்கி, சிங்கிஸ் ஐத் மாத்தவ் எழுதிய 'குல்சாரி' நாவல் கொடுத்தனுப்பினான்.

தன் பையைத் திறந்து புத்தகத்தை எடுத்து மருத்துவ வளாகத்தி லிருக்கும் விடுதலை விநாயகர் கோயில் முன்பாக அமர்ந்து அத்தி யாயத்தைப் புரட்டினான். •

3

செம்பருத்திப் பூக்களின் நிறம்போல் சிவந்திருந்த மேற்கின் அடிவானத்தில் அடைக்கலமானான் ஆதவன்.

பாகண், கோட்டார் போவதற்காகப் பேருந்து நிலையத்தில் நின்று கொண்டிருந்தான்.

முட்டத்திலிருந்து நேசமணி பேருந்து வந்து நின்றது. ஏற்கனவே பேருந்துக்காகக் காத்திருந்த ஐந்தாறு நபர்கள் இவனோடு சேர்ந்து ஏறிக்கொண்டனர்.

இவன் முன்பக்க வழியாக ஏறிக்கொண்டான். நடத்துனர், மணி அடித்தவுடன் பேருந்து புறப்பட்டது. முன்பக்கத்தில் அதிகமாக இருந்த பெண்கள் மத்தியில் பாகண் நின்றுகொண்டது, அவர்களுக்கு அசூசையாக இருந்தது. ஒரு பெண், நடத்துனர் அருகில் வந்து ஏதோ கிசுகிசுத்தாள்.

"எந்தா?"

"கோட்டார்."

"இது லேடிஸ்சாக்கும் இரிக்கும் அவட போ" என்றார் நடத்துனர்.

பாகண் காதில் வாங்கியும் வாங்காததுபோல் நின்றுகொண்டான்.

"பாண்டிக்காரா ஞான் பரயுத மனசலாயா?" என அடிக்காத குறையாகக் கத்தினார் நடத்துனர். பெண்களில் ஒருத்தி மற்றொருத்தியிடம் ஏதோ சொல்லி சிரித்தாள். பாகண் மடமடவென்று பின்பக்கமாக வந்து நின்றுகொண்டான்.

நேசமணி நகர் வந்ததும் நடத்துனர் தன் இருப்பிடத்தில் இருந்தபடி மணிக் கயிரை இழுத்துவிட்டார். பேருந்து நின்றது. ஸ்டாப்பில் நின்றிருந்த ஆண்கள் பின்பக்க வழியாக ஏறினர். முன்பக்க வழியில் மூன்று பெண்கள் இறங்கினர்.

ஆண்கள் பகுதியில் சீட் காலியாக இல்லை. ஆனால், பெண்கள் பகுதியில் மூன்று சீட்டுகள் காலியாகத்தான் இருந்தது. பின்னால்

மூன்று ஆண்கள், இவனோடு சேர்த்து நான்கு பேரும் நின்றபடியே இருந்தனர். யாரும் பெண்கள் பகுதியில் உள்ள சீட்டில் அமர வில்லை. நாகர்கோயில் மோட்டார் வாகனச் சட்டப்படி பெண்கள் பகுதியில் சீட்டுகள் காலியாக இருந்தாலும் ஆண்கள் உட்காரக் கூடாது என்று அப்போதுதான் பாகனுக்குப் புரிந்தது.

பேருந்து கலேட்ரேட் கடந்து, கே.பி. சாலை வழியாக கோட்டார் ஜங்ஷன் வந்து நின்றது. ஜன்னல் வழியாகப் பார்த்தான். சக்கரவர்த்தி தியேட்டரில், “ராமன் அப்துல்லா” பாலுமகேந்திராவின் படத்தின் ப்ளக்ஸ் இருந்தது. படக்கென்று பின்வாசலில் இறங்கி அவன் போக வேண்டிய இடத்தின் விலாசத்தை அருகில் உள்ள பெட்டிக்கடையில் விசாரித்துவிட்டு பேருந்து கடந்துவந்த கே.பி. சாலைக்குத் திரும்பி நடந்தான்.

அவன் வந்த வீட்டின் எண்ணும், இவன் வைத்திருக்கும் விலாசத்தின் எண்ணும் சரியாக இருக்கிறதா என்று பார்த்தான். சரியாகவே இருந்தது. ‘669, சுந்தர விலாஸ்’ என கருத்த சலவைக் கல்லில் வெள்ளி நிறத்தில் எழுதியிருந்தது.

மிகப் பழமையான கட்டடம், வெளுத்த மஞ்சள் காவி நிறத்தில் வண்ணம் தீட்டியிருந்தது. அழைப்பு மணி ஏதாவது இருக்குமா என்று கேட்டின் முன்பாக நின்று பார்த்தான். எதுவும் இல்லை. கேட்டுக்கும் வீட்டுக்கும் நூறடி தூரமிருக்கும். வீட்டின் வளாகத்தில் துளசி மாடங்களும், அதனோடு பல வகையான மலர்ச் செடிகளும், குரோட்டன்ஸ்களும் பார்க்க கண்ணுக்குக் குளிர்ச்சியாக இருந்தது. பாகண், ‘உள்ளே செல்ல என்ன வழி?’ என்று சிந்தித்தான். ‘சத்தம் போட்டு அழைப்போமா..? அல்லது திரும்பிப்போவோமா..?’ என்ற குழப்பம் ஏற்பட்டது. அப்போது ஒருவர் சைக்கிளிலிருந்து வந்து சிறிய கேட்டைத் திறந்துகொண்டு உள்ளே சென்றார். அவரைத் தொடர்ந்து பாகனும் உள்ளே நுழைந்தான்.

நாய்கள் ஏதாவது வந்து கவ்விவிடுமோ என்று சுற்றுமுற்றும் பார்த்தான். ஆனால், எவ்வித அசம்பாவிதமும் நிகழவில்லை என்பதால் வீட்டின் முன் நின்று பார்த்தான். வலதுபுறம் ஒரு அலுவலகத்துக்கான அடையாளத்தோடு சிலர் பணியாற்றிக்கொண்டிருந்தனர். அப்போதுதான் அவனுக்குப் புரிந்தது, இதுதான் காலாண்டு இதழ் அலுவலகம் என்று. வாசல்படி ஏற முயன்றவனை, தலைவாசலின் கதவில் தொங்கிய திரைச் சீலையை விலக்கிக்கொண்டு, ஆறடி உயரத்தில், மழுங்க முகச்சவரம் செய்து, வெள்ளை முண்டா பனியன், காவி வேட்டி அணிந்த ஒரு வயதானவர், பாகணைப் பார்த்து,

"வாங்க... யாரு வேணும்?" என்று முகமலர்ச்சியோடு கேட்டார்.

"சாரப் பாக்கணும்."

"எந்த சார்?" என்று இனிமையான தமிழில் பேசினர்.

"எழுத்தாளர் சார்."

"ஓ! அப்படியா, செத்த இருங்க" என இருக்கையில் அமர சொல்லி விட்டு, உள்ளே சென்று இரண்டு கப் காஃபி ஒரு பிளேட்டில் பிஸ்கட் கொண்டுவந்து கொடுத்தார். இவன் தயங்கியப்படி வாங்கிக் குடித்தான்.

"போலாமா?" எனச் சொன்னார். இவனும் கட்டுப்பட்டவனாகத் தலையாட்டிக்கொண்டு பின்தொடர்ந்தான்.

பிரதான சாலையைக் கடந்து, ஒரு அம்மன் கோயில் அருகில் உள்ள குறுகிய சந்தின் வழியாக நடந்து விளையாட்டு மைதானத்தை அடைந்தனர்.

பாகணுக்குக் குழப்பம் தீரவில்லை. இவர்தான் அவரா? நாமும் கேட்கவில்லை, அவரும் சொல்லவில்லை என குழம்பினான். அவர் ஒரு படித்துறையில் வந்து அமர்ந்தார். பெரிய திடலுக்கும் சிறிய திடலுக்கும் மத்தியில் அது இருந்தது. அநேகமாக அந்தப் படியின் அடியில் மழைக்காலத்தில் திடலில் தண்ணீர் தங்கிவிடாமலிருக்க அப்படி ஒரு ஏற்பாடாக செய்திருக்கலாம். அவர் அமர்ந்துகொண்டு பாகணையும் அமரச் சொன்னார். அவனும் அவர் எதிரில் அமர்ந்து கொண்டான்.

அவன் குழப்பத்தை அவரே தீர்த்தார். தான் அந்தப் பள்ளியில் படித்ததாகவும் சிறு வயதில் உடல்நலமின்றிப்போனதால் கல்வி தடைப் பட்டதாகவும், அதனால், வீட்டில் இருந்தபடியே படித்ததாகவும் சொன்னார். குறிப்பாக ஆறாம் வகுப்பை முடிக்கவில்லை என்றும், ஆனால், வீட்டிலிருந்தபடியே மலையாளம், சமஸ்கிருதம், தமிழ் நாளேடுகள், வார இதழ்கள், மாதாந்திர இதழ்கள் மூலம் கல்வியை வளர்த்துக்கொண்டதாகவும் கூறினார். தமிழை, அவர் அம்மா மூலமாகவும் வாரந்தோறும் வாங்கும் இதழ்கள் மூலமாகவும் கற்றுக் கொண்டதாகக் கூறினார். நாளடைவில் பள்ளிக் கல்வி அவருக்கு உதவவில்லை, சிறு பத்திரிகை மூலம் உலக இலக்கியங்கள் முதல், உள்ளூர் இலக்கியம்வரை அனைத்தும் அவர் கற்றறிந்தார் என்பதைச் சொன்னபோது பாகண் குற்ற உணர்ச்சியிலிருந்து மீண்டான். பள்ளி அறிவு என்பது வேறு, உலக அறிவு என்பது வேறு என்ற கோட் பாட்டைப் புரிந்துகொண்டான். ஆக மனித மனங்களை அறிந்து

கொள்ள வேண்டும், மனித வரலாறுகளைப் புரிந்துகொள்ள வேண்டும் அதுதான் உண்மையான கல்வி என அறிந்தான்.

அவரைப் பற்றி அவரே மிக சுருக்கமாகவும் தெளிவாகவும் எவ்வித ஒளிவுமறைவின்றியும் சொல்லி முடித்தவுடன் பாகனும் தன்னைப் பற்றிச் சொல்ல ஆரம்பித்தான்.

"எம் பேரு பாகண்."

"நல்ல பேரு."

"நா இங்க வேலைக்கி வந்துருக்கேன்."

"என்ன வேல?"

"கவர்மென்டு வேல. "

"எங்கே?"

"டி.பி.ஆஸ்பத்திரில."

"புதுசாவா சேர்ந்தீங்க?"

"இல்ல சார் டிரான்ஸ்ஃபர்."

"கேட்டு வாங்குனிங்காளா?"

"இல்ல சார்."

அந்த வார்த்தையின் இயலாமையைப் புரிந்துகொண்டதால் அவர் பேச்சை மாற்றினார்.

"நீங்க கவிஞரா?"

"இல்ல சார், என் நண்பன் கவிஞர்."

"பேரு?"

"பாலு உங்களுடைய போன இதழில்கூட 'என் வீட்டு கதவு திறந்தே இருக்கும்' என்ற கவிதை எழுதியிருந்தானே."

"ஆமா."

"அவன் என் நண்பன். நான் நாகர்கோயில் டிரான்ஸ்ஃபர்ன்னு சொன்னதும் அவன்தான் ஒங்க அட்ரஸ் கொடுத்தனுப்பினான்."

"அப்படியா... சரி... சரி."

“அவன் எழுதின கவிதைய ஒங்க வீட்டுல உணர்ந்தேன்” அவர் அவனை உற்றுக்கவனித்தார். அவன் வேறு பக்கமாகத் திரும்பிக் கொண்டு சொல்லவந்ததைத் தயங்காமல் சொன்னான்.

“உங்க வீட்டு கதவு திறந்தே இருந்துச்சி, ஏனா ஒரு வசதியான வீட்டுல அந்நியர்கள் அவ்வளவு சுலபமா நொலஞ்சர முடியாது. பல காவல்கள் தடுப்புகளைக் கடந்துதான் பாக்க வேண்டியவங்கல பாக்க முடியும். ஆனா, நீங்க வெளிப்படையா இருக்கீங்க, அதனால அந்தக் கவிதை ஒங்களுக்குப் பொருந்தும் சார்.”

“நல்லா பேசுறீங்க ஏதும் எழுதுறீங்களா?”

“எழுதிருக்கேன் சார்.”

“என்னது?”

“நாடகம்.”

“நாடகமா!, புத்தகமா வந்துருக்கா?”

“இல்ல சார். மேடையில் அறங்கேற்றமாகிருக்கு சார்.”

“என்ன மாதிரி நாடகம்?”

அவனுக்கு நாடகத்தின் வகைகள் தெரியாததால் மௌனமாய் இருந்தான்.

இதை புரிந்துகொண்ட அவர், அவனுக்குத் தெரியப்படுத்த வேண்டு மென்ற எண்ணத்தில் அவரே அவற்றின் வகைகளைப் பற்றிய கேள்விகளை எழுப்பினார்.

“புராண நாடகமா?”

“இல்ல சார்.”

“வரலாற்று நாடகமா?”

“இல்ல சார்.”

“காவியமா?”

“ம் ஹீம்.”

“அமெச்சூர் நாடகமா?”

“ஆமா சார்.”

“அரங்கமா..? மேடையா..?”

“இல்ல சார், மேடை சார்.”

“குழு வச்சிருக்கீங்களா?”

“ஆமா ப்ரண்ட்ஸ் ஆர்ட் தியேட்டர்.”

“நல்லாருக்கே” என புன்னகைத்தார். பாகண் குதூகலமானான்.

“மேடைன்னா அரசியல் மேடையா?”

“இல்ல சார் கோயில் திருவிழாலே” என பரிதாபமாக சொன்னான்.

“அதனால் என்ன கலைதானே” பாகண் மேலும் உற்சாகமானான்.

“நெறையா போட்டுயிருக்கீங்களா?”

அவன் போட்டிருந்த நாடகங்களைப் பட்டியலிட்டான். அவர் ஆர்வமாய் கேட்டார். அவனிடமிருந்த ஆர்வமும் துடிப்பும் அவருக்கு நன்றாகப் புரிந்தது. அதனால், காற்றாற்று வெள்ளத்தை அணைக்கட்டி தேக்கினால் பயன்படும் என நம்பினார்.

இருவரும் மற்ற விஷயங்களைப் பேசியபடி வீட்டுக்கு வந்து சேர்ந்தனர். எழுத்தாளர், தனது உதவியாளர் மைதிலியை அழைத்து, புத்தகம் ஒன்றைத் தரச் சொன்னார். இவன் வாங்கி ஆர்வமாய்ப் பார்த்தான். அவர் எழுதிய ‘ஒரு வேப்ப மரத்தின் கதை’ புத்தகத்தை வாங்கிக்கொண்டு உற்சாகமாய் புறப்பட்டான்.

முதல் நாள் அவனுக்கு இரவு பணி. குண்டு பல்பின் மஞ்சள் ஒளியில் நனைந்தபடி நீண்ட மரப் படுக்கையில் மல்லாந்து படுத் திருந்தான்.

மருத்துவமனை நெஞ்சக நோயாளிகளின் இருமல் சத்தத்தையும் மரண வலிகளையும் உள்வாங்கிப் பழகிய போதிலும், ஒவ்வொரு நாளும் புதியதாக உணர்ந்தபடி இரவின் நிசப்தத்தை உறிந்தபடி இருந்தது. குளிர்தேசத்தின் தாவரங்கள் முக்கனிகளின் சுமைகளைச் சுகமாகத் சுமந்தபடி, தங்களின் தென்றல் கைகளைத் தாராளமாய் விரித்தவண்ணம் இருந்தது. பாகணுக்குப் புதிய இடத்தில் உறக்கம் தழுவவில்லை. புரண்டு படுத்தான்.

மாலையில் சந்தித்த எழுத்தாளரின் நினைவலைகள் முகம் மோதி குளிரவைத்தது.

தீர்க்கமான உரை, நம்பிக்கையான பார்வை, மற்றவர்களை ஊக்கு விக்கும் உண்மையான கலை அன்றலர்ந்து பூவின் மலர்ச்சி, காலியான கோப்பையில் நிரம்பத் துடிக்கும் ஓஷோவின் தத்துவத்தின் வழியான செயல். இவை பாகண் இதுவரை சந்தித்திராத மனிதர்களின் குணம் அவரிடம் கண்டது வியக்கத்தக்க விஷயமாகிப்போனதால் அவனுக்குத் தூக்கம் கண்களைத் தழுவவில்லை.

பாகணை, சொந்த ஊரில் நிலைக்கொள்ள விடாமல் தூக்கி எறிந்த வேதனை ஒருபுறம் காரணமாக இருந்தாலும் புதிய ஊர், புதிய மனிதர்கள், புதிய இடம், புதிய சூழல் அவனுடைய ரணத்துக்கு மயிலிறகில் மருந்திடுவதுபோல் இருந்தது.

எழுத்தாளரிடம் பேசியதிலிருந்து இதுவரை அவன் நம்பிக்கொண் டிருந்த எழுத்து, வெறும் வார்த்தை கூட்டம். இனிமேல்தான் நாம் எழுத போகிறோமென்பதைப் புரிந்துகொண்டான். பதினோரு நாடகம் என்பது வெற்றுக் கோஷம். சினிமாவுக்குக் கதை வசனம் எழுதியது, எழுத இருப்பது அனைத்தும் வெற்றுக் கனவுகள்.

கனவுகள்தான் கலை என்றாலும், கனவு காண்பதற்கும் அனுபவம் வேண்டுமென்பதை வெகு விரைவில் ஒரு அமர்வில் உணர்வான் என்பது அவனுக்கே வேடிக்கையாகவும் வினோதமாகவும் இருந்தது.

சிங்கீஸ் ஐத்மாத்வின் குல்சாரி நாவலும், வேப்ப மரத்தின் கதை இரண்டும் ஒரே நேரத்தில் வாசித்ததிலிருந்து வாழ்க்கையின் தத்துவம், அதன் அர்த்தம் என்னவென்று புரிந்துகொண்டான். அதனால், ஒரு எழுத்தாளன் என்பவன் கதையைத் தேடி அலைய வேண்டியது இல்லை. கதை அவனுக்குள் இருக்கிறது என்பதை இரண்டு நாவல் களும் கற்றுத்தந்தது. இதற்கு முன் 'நீலக்கண்ட பறவையைத் தேடி' என்ற வங்க நாவல் அவனைச் சிலாகிக்க வைத்தாலும் அதனை அவனால் உணர முடியவில்லை, அதற்கான பயிற்சியும் அவனிடம் இல்லை.

அவனுக்குள், 'நாமும் இது போன்ற எழுத்தை ஏன் உருவாக்கக் கூடாது..? அதை உள்ளிருந்தே ஏன் தேடக் கூடாது..?' என பல கேள்விகள் அவன் மூலைக்குள் இறங்கி சேகரமாக்கியது.

இரவு கால்களின் நீட்சி அவனின் தோளில் படர்ந்து உச்சத்தைத் தொட்டுக் கடந்தது.

முதலில் எதை எழுத வேண்டும்..? எப்படி ஆரம்பிப்பது..? என்ற சிந்தனையில் லியோ டால்ஸ்டாயும், தாஸ்தாயேவ்ஸ்கியும் பயிற்சி யாளர்களாய்த் தோன்றி மறைந்தனர்.

ஆண்டன் செக்காவ், ப்ரான்ஸ்வா காஃப்கா இருவரும் பேப்பரும் போனாவும் கொடுத்ததான பேராசை அவனுக்குத் தோன்றியது.

சினுவா ஆச்சிபியின் சிதைவுகள், கலாச்சாரம், பண்பாடு ஆதிவாசி களின் நாகரிகம் மற்றும் தொன்ம அடையாளங்களையும் சடங்கு களையும் அழித்தொழித்தது, கிறிஸ்துவ மதத்தைப் பரப்பிட ஆப்பிரிக்கா கறுப்பினத்தின் மீது வலுக்கட்டாயமாகப் புதிய கலாச்சாரத்தைத் திணித்த வரலாற்றுச் சிதைவுகள் நாவல்களாக எழுதபட்டதை உள்வாங்கி, தாமும் அப்படியொரு படைப்பைத் தர வேண்டும் என்ற வேட்கை பாகணை ஆக்கிரமித்தது. எழுத ஆரம்பித்தான். பத்து பக்கத்தைக் கடந்து நின்றது அவனுடைய பேனா.

4

டி.பி. மருத்துவமனை கிழக்கு வாசலில் பேருந்துக்காகக் காத்திருந்தான் பாகண். ஆசாரிப்பள்ளத்திலிருந்து செண்பகராமன் புதூர் செல்லும் பேருந்து வந்தது. முன்பக்க வழியாக ஒரு முதியவளும், அவளைக் கைதாங்கலாய் அழைத்துவந்திருந்த நடுத்தர வயது பெண்ணும், கையில் ஒரு கட்டைப் பையுடன் இறங்கினார்கள். முதியவளின் உடல் மெலிந்து தோல் மட்டும் அவளை மூடியிருந்தது. பேருந்தைவிட்டு இறங்கியதும், இதுவரை அடக்கிவைத்திருந்த இருமல் சனியன் அவளைத் தொற்றிக்கொண்டது. ரத்தம் வரும்வரை இருமினாள். பேருந்து புறப்பட்டது.

பாகண் மனதுக்குள், 'எழுத்தாளர் சந்தனராமனிடம் என்ன பேச வேண்டும்..? இரவில் தனக்குக் கிடைத்த கதையின் கருவை எப்படி செழுமைப்படுத்தி எழுத வேண்டும்? பிறகு அவர் எழுதிய, வேப்ப மரத்தின் கதையை எப்படி விவாதிக்கலாம்?' என மனத்துக்குள் நினைத்துக்கொண்டான்.

நடத்துனரிடம் 'கலெக்டர் ஆஃபிஸ்' என டிக்கட் பெற்றுக் கொண்டான். தேவையில்லாமல் கோட்டார் போக வேண்டிதில்லை என்பதை நாகர்கோவிலின் வரைபடத்தை இந்த ஒரு வாரத்தில் நன்றாகக் கற்றுக்கொண்டான்.

கலெக்டர் அலுவலகம் முன்பாக இறங்கி கே.பி.சாலையில் நடந்து, திறந்தே இருக்கும் கேட் வழியாக உள்ளே சென்றான். பத்திரிகை அலுவலகத்தின் ஊழியர்கள் அவரவர் வேலையில் கவனமாய் இருந்தனர். பாகண், முற்றத்தில் வந்து நின்று, எதிரே வந்த இரண்டு இளம் பெண்களில் ஒருத்தியிடம், "சார் இருக்காரா?" என்று கேட்டான். அதற்கு அவள், அவர் வழக்கமாய் நடைபயிற்சிக்குச் செல்லும் பள்ளிக்குச் சென்றிருப்பதாகச் சொன்னதுடன், அவன் கொண்டுவந்திருந்த வேப்ப மரத்தின் கதை புத்தகத்தைப் பெற்றுக் கொண்டு ஒரு நீண்ட நோட்டில் அவனிடம் கையொப்பம் வாங்கிக் கொண்டாள். பாகண் அந்தப் பெண் சொன்ன பள்ளிக்குச் சென்றான்.

பள்ளியின் விளையாட்டுத் திடலில் வழக்கமாய் அமர்ந்திருக்கும் இடத்தில் எழுத்தாளர் இருந்தார். ஆரஞ்சு வண்ணத்தில் டி-சர்ட்டும், காவி சாரம் அணிந்திருந்தார். முகத்தில் பிரௌன் நிறத்தில் பிரேம் போட்ட சதுர வடிவக் கண்ணாடி அணிந்திருந்தார். அவர் முன்பாகப் புளிய மரத்தின் பட்டையின் நிறமுடைய கூனியல் குருவிகள் இரண்டு மண்ணில் அவசரமாய் எதையோ தேடி, தன் அலகால் மண்ணைக் கிளறிக்கொண்டு இருந்தது. அவர் அதை உற்றுக்கவனித்தப்படியிருந்தார்.

அந்தக் குருவிகளைப் பார்த்ததும் சந்தனராமன் எழுதிய ஒரு வேப்ப மரத்தின் கதையில், ஒரு அத்தியாயத்தில் வரும் ஒரு காட்சி நினைவுக்குவந்தது. காரின் கண்ணாடியை இரண்டு குருவிகள் கொட்டு, கொட்டுன்னு கொத்திக்கொண்டிருக்கும். அது எதற்கு அப்படிச் செய்கிறதென்பது யாருக்குத் தெரியும். அந்தக் கண்ணாடியில் இரையேதும் அவற்றுக்குக் கிடைக்கப்போவதில்லை. ஆனாலும், கண்ணாடியில் பூசப்பட்டிருக்கும் பாதரசம் குருவிகளுக்கு ஏதோ ஒன்றைக் கொடுப்பதாகத் தோன்றுகிறது. அதனால் பேருந்து, இரு சக்கர வாகனங்களின் கண்ணாடிகளில் குருவிகளோ, பறவைகளோ தன் அலகால் கொத்திக்கொண்டிருக்கும். குறிப்பாக, காலை நேரத்தில் இது நிகழும். அந்த நினைவாக அவர் அந்தக் குருவிகளைக் கவனித்துக்கொண்டிருப்பாரோ என்று நினைத்துக்கொண்டு, அவர் பின்னால் வந்தான். அவனின் நிழல் அவருக்கு முன்பாகப் படிந்ததும், அவர் திரும்பிப் பார்த்தார்.

வணக்கம் வைத்தான், அவரும் வைத்தார். பின்பு இளம் புன்னகை தழுவ அவன் கைகளைப் பற்றி பக்கத்தில் அமரவைத்தார். பாகண் சிலாகித்துப்போனான். என்னவொரு பரிசம்..! இப்படி அவன் உணர்ந்ததேயில்லை. மனித மனம் இப்படியும் இருக்குமா?

அருகில் இருந்த திடலில் இளைஞர்கள் கிரிக்கெட் விளையாடிக் கொண்டிருந்தனர். ஒருவன் ஆயிரத்து ஐநூறு மீட்டர் தூரத்தைக் கடக்க ஓடிக்கொண்டிருந்தான். இரண்டு இளம் பெணகள் அரை டிராயர் போட்டு நீளம் தாண்டிக்கொண்டிருந்தனர். அதை வேடிக்கை பார்க்க பையன்மார்கள் கூடிவிட்டார்கள். திடல் ஓரத்தில் உள்ள புன்னை மரத்தடியில் இரண்டு பையன்கள் புத்தகத்தில் மூழ்கி யிருந்தனர். மற்றொருவன் கோல் போஸ்ட்டை புல்லப்ஸ் எடுக்க பயன்படுத்திக்கொண்டிருந்தான்.

பாகண், அவரின் மௌனத்தைக் கலைக்க எங்கிருந்து ஆரம்பிப்பது என நினைத்தான். அவனுக்கு ஒரே குழப்பமாக இருந்தது. அவரே தன்

புத்தகத்தைப் பற்றி கேட்பார் என்று நினைத்து, பரீட்சை எழுதப்போகும் மாணவன் போல் அவரையே பார்த்துக்கொண்டிருந்தான். அவரோ ஒன்றும் கேட்கவில்லை. இவனும் விடுவதாகயில்லை, அப்போது, தான் படித்தவன் என்பதை நிரூபிக்க முடியும் என்பதை உணர்ந்து பேச ஆரம்பித்தான்.

"ஒங்க நாவலைப் படிச்சேன் சார்."

"அப்படியா?" என்றார் சிரித்தபடி.

நாவலின் சில பகுதிகளை மனப்பாடமாக ஒப்பித்தான். நாவலில் வரும் ஆசான் பற்றியும் குளம் எப்படி பேருந்து நிலையமாக ஆனது, அதற்கு சுசீந்திரத்திலிருந்து எப்படி மண் கொண்டுவந்து குளத்தை நிரப்பினார்கள், இடதுசாரி தலைவர் ஜீவா பற்றியும், பூங்கா எப்படி உருவாக்கப்பட்டது, குளத்து பேருந்து நிலையத்தில் நின்ற வேப்பமரத்தை ஏலம் எடுக்க நடந்த கலவரம் பற்றியும் இன்னும் சின்னச்சின்ன தகவலடங்கிய நாகர்கோவிலின் நகரமைப்பின் வளர்ச்சி பற்றிய விரிவான தகவல்களை மிக நேர்த்தியாகவும் விலாவரியாகவும் எடுத்துவைத்தான்.

ஒரு எழுத்தாளன், தான் எழுதியதை யாராவது பேச மாட்டார்களா? விவாதிக்க மாட்டார்களா? என எப்படி ஏங்குவார்களோ அதைவிட படித்தவன், தான் படித்ததைப் பற்றி சொல்லும்போது அதற்கு எதிர் வினை எப்படி இருக்குமென்று பன்மடங்கு ஏங்குவான் அந்த மன நிலையில் பாகண்,

"எப்படி சார்?" எனக் கேட்டான். அவன் படித்ததற்கு அவரிட மிருந்து சான்மானம் கிடைக்குமா? என்று எதிர்பார்த்தான்.

"நல்லா படிச்சி உள்வாங்கியிருக்கீங்க, எதுவர படிச்சிருக்கீங்க?"

இந்தக் கேள்வியில் தர்மசங்கடமானான்.

"நான் எதும் தப்பா கேட்டுட்டனா?" என மிக பதற்றமாய் கேட்டார்.

"இல்ல சார்."

"இனிம ஒங்க படிப்ப பத்தி கேக்க மாட்டேன்."

"அது இல்ல சார், எல்லாரும் தான் எழுதியத யாராச்சும் படிச்சுச் சொல்ல மாட்டாங்களா? ரெண்டு வார்த்த பாராட்ட மாட்டாங் களா?ன்னு நெனைப்பாங்க. ஆனா, நீங்க ஒன்னுமே கேக்கல, அதான் வேதனை படிப்ப பத்தியெல்லாம் இல்ல சார்."

“நான் ஆசிரியர் கெடையாது, படிச்சத ஒப்பிக்கச் சொல்லி அரட்ட. பள்ளிலெ ரொம்ப பேர் படிக்காமெ பாதியிலயே ஓடிப் போறதுக்குக் காரணம், படிபடி என்று வற்புறுத்துறதனாலதான். அந்தச் சங்கடம் எனக்கும் இருந்துச்சி. அதனால நான் யாரையும் கட்டாயப்படுத்த மாட்டேன். ஆனா, படிக்காம எதுவும் இந்தக் காலத்துல தெரிஞ்சுக்க முடியாது. படிப்புங்கிறது ஒரு சலவை தொழிலாளியின் ராகம் போன்றது. அது தானா வரணும்” என்று விளக்கமளித்தார்.

உயர் கல்வியை முடிக்காத குற்றவுணர்வு நெடுங்காலமாய் அவனுக்குள் இருந்தது. அது இப்போது தவிடுபொடியானது, அதனால் சுதந்திரமாய் அவரிடம் அவன் கேள்விகளைக் கேட்கத் தொடங்கினான்.

“சார் ஒங்க காலாண்டு இதழ்ல என்ன மொழியில எழுதுறாங்க?”

“தமிழ்ல.”

“தமிழா?”

“ஆமா.”

“எனக்குப் புரில சார்.”

“புரியும்வர திரும்பத்திரும்பப் படிங்க.”

“சார் ஒங்க காலாண்டு இதழ்ல நான் எழுதலாமா?”

“தாராளமா எழுதுங்க” இதை அவன் எதிர்பார்க்கவில்லை.

“என்ன எழுதலாம் சார்?”

“என்ன எழுதணும்? யாருக்காக எழுதணும்? நீங்கதான் முடிவு செய்யணும்.”

“புரியல சார்.”

“நீங்க கவிதை எழுதப்போறீங்களா? கதை எழுதப்போறீங்களா?”

“நான் முன்னெல்லாம் கவிததான் எழுதுனேன் சார், அப்புறதான் தெரிஞ்சுக்கிட்டேன் நான் எழுதுவது கவித இல்லன்னு. அதனால கதை எழுதப் பழகிட்டேன்.”

“சரி, அதையே எழுதுங்க.”

“எப்படி எழுதணும் சார்?”

“எப்படியும் எழுதலாம்.”

“புரியல சார்.”

“ஒங்கல பத்தி, ஒங்க அனுபவத்த பத்தி, ஒங்க ஊரைப் பத்தி எழுதுங்க. கதைங்கிறது நமக்கு உள்ளயும் வெளியயும் இருக்கு, அத மொத கண்டுபுடிங்க, உள்ள இருப்பத மொதல்லெ எழுதுங்க, வெளியே உள்ளது ஒங்கள தானா எழுத வச்சி அது இழுத்துக்கிட்டு போகும்.

“சார்” தலையைச் சொரிந்தான்.

“இப்ப நாடகம் போட்டதா சொன்னிங்கலெ அத எழுதுங்க, கதங்கிறது நம்ம மனசோட ஒடம்போட ஒட்டிக்கெடக்கு, அதத் தோண்டி எடுக்கணும் அம்புட்டுதான். கதைன்னா கண்களை மூடி கற்பனை புரவியிலேறி பவணி வருவது கெடையாது.

அடிப்பட்டு, ரணப்பட்டு தொண்டைய நெரித்துக்கொண்டு இருப்பத வெளிகொண்டு விடுவிக்க கதை என்ற வடிவத்தில் கொப்பளிக்க வேண்டியதிருக்கு, அதுக்குத் தனி மகுடம் சூட்டி கும்ப மரியாதை செலுத்த வேண்டிய அவசியம் கெடையாது.”

“அப்ப கதைகாக அலைய வேண்டியதில்லையா, கற்பனைசெய்ய வேண்டாமா சார்”?

“வேணாம் காற்றாற்று வெள்ளத்துல அடித்துப் புரட்டி உருண்டு வரும் கூழாங்கற்கள்போல தானா வரும்.”

“சார் நாவல் எழுத என்ன செய்யணும் சார்?”

“மொதல்ல சிறுகதை எழுதுங்க, அப்பறம் நாவல் எழுத முயற்சி செய்யிங்க” என்று கறாராகச் சொன்னது அவனுக்கு என்னவோ போலிருந்தது.

“சார் மன்னிக்கணும், நீங்க மொதல்லெ நாவல்தான எழுதுனீங்க?”

“யார் சொன்னது?”

“விமர்சனத்துலெ படிச்சேன் சார்.”

“இந்த உலகம் வெற்றியை மட்டும்தான் கொண்டாடும். ஆனா, அந்த வெற்றிக்கான நதிமூலம், ரிஷிமூலம் பற்றி ஒன்னுமே பேசாது. நான் மொதல்லெ கவிததான் எழுதுனேன். அப்புறம் சிறுகதை, ஆனா, நாவல் முதலில் பிரசுரமாகிடுச்சி, அச்சுல வந்தாதான் இலக்கிய உலகம் ஏற்றுக்கொள்ளும், எழுதிவெச்சிருப்பதெல்லாம் கணக்கில சேராது. நான் எழுதிக் கிழித்துப்போட்டது எத்தனை தெரியுமா? எழுதியும் எழுதாமலும் அப்படிய நிற்பது எத்தனை

தெரியுமா? ஒரு சிறுகதைல வரும் ஒரு சம்பவத்துக்காக எத்தனை மாசம் காத்திருந்தேன் தெரியுமா? எழுத ஆரம்பித்து இடையிலேயே எதையோ வேண்டி ஆண்டுக்கணக்கில் காத்திருப்பது எத்தனை தெரியுமா? எழுதனுமுன்னு நெனச்சிட்டா கறாரா படிக்கணும். படிச்சிக்கிட்டே இருக்கணும். அது நாம் நினைக்கும் ஒலகம் வேற என்பத கத்துக் குடுக்கும். அங்கயிருந்து சரடு புறப்படும். மொதவே சொன்னேன் படிக்காமல் எழுத முடியாது அது கடிதம் எழுதகூட."

"குழப்பமாக இருக்கு சார்."

"குழும்பிய குட்டைதான் தெளியும்."

"சார் நாவல் எப்படி இருக்கணும் சார்?"

"ஒவ்வொரு அத்தியாயமும் சிறுகதையா பல்வேறு விஷயங்களைப் பேசுவதாக இருக்கணும்."

"அது சிறுகதை தொகுப்பு போலல்ல சார் இருக்கும்."

"யார் சொன்னது? இலையின் நடுவே ஊடுருவிச் செல்லும் பச்சை நரம்பைப்போல ஒரு மையம் அத்தியாயத்துக்குள் இருக்கும். அத நல்லா கவனிக்கணும். ஒரே காரியத்தை மறுபடி, மறுபடி செய்யாமல் புதியபுதிய விஷயங்களை வைத்து நாவலை நகர்த்திச்செல்லணும். நாவல் வாழ்க்கையின் எல்லாவிதமான சௌகரியத்தையும் அசௌகரி யத்தையும் விரிவாகப் பேசக் கூடியது, சினிமாபோல ஆரம்பம், இடைவேளை, முடிவு என்று திட்டமிட்டு உருவாக்குவது இல்ல. நம்ம வாழ்க்கையில் எதுவும் திட்டமிட்டபடி நடப்பதில்லை. எல்லாமே தற்செயல் நிகழ்வுகள்தான். அந்தத் தற்செயல் நிகழ்வுகள், அதன் திருப்பங்கள், எதிர்கொள்ளல்கள்தான் வாழ்க்கை. அந்த வாழ்க்கை தொகுப்பைச் சரியாகப் பதிவுசெய்வதுவே நல்ல நாவல். அப்படிபட்ட படைப்பை எழுத பொறுமை வேணும். அது உங்க ளிடம் இருந்தால் நீங்களும் நாவல் எழுதலாம்" என்று மிக பொறுமை யாக ஒரு குழந்தைக்குச் சொல்வதுப்போல் சிரித்த முகத்துடன் விளக்க மளித்தார்.

"அப்ப கதையிலே ஆரம்பம், மையம், முடிவுன்னு வேணாமா?"

"அது திரைக்கதைக்குத் தேவை. ஒரு புள்ளியில் ஆரம்பித்து, மெள்ள வளர்த்தெடுத்து, பல திருப்பங்களுக்குப் பின், சுபம் போடு வது, திரைக்கதை நாவல் அப்படி அல்ல, எங்கிருந்தும் துவங்கும் எங்கையாவது போய் நின்றுவிடும், சில கதையிலே ஐநூறு பக்கத்தைத்

தாண்டியும் கதை துவங்காது, சில கதை முதல் அத்தியாயத்திலேயே கதை துவங்கிவிடும் குறிப்பா தாஸ்தாயேவ்ஸ்கியின் குற்றமும் தண்ட னையும் அப்படித்தான்.

பிளான் போட்டு பேஸ்மட்டம் போட்டு கட்டடம் கட்டுவ தில்லை, நாவல் விரைந்தோடும் நீரில் மிதந்துச் செல்லும் ஒற்றை இலை போன்றது. அது எங்கே மிதந்து சென்று நிற்கிறதோ அங்கே நாவலின் கடைசி சொற்கள் நின்றுவிடும்.

“நீங்க சாமி கும்பிடுவீங்களா?”

“இது சம்மந்தமா நண்பர்களிடம் பேசுறது கிடையாது.”

“அரசியல் சார்?”

“அரசியல், ஆன்மீகம், ஜாதி இந்த மூனு மேலயும் எனக்கு நம்பிக்கை இல்லை.”

பாகண் மௌனமாய் உறைந்தான். அதைப் பார்த்தவர் அவன் முகத்தின் முன் மிக நெருக்கமாய் வந்து “என்னாச்சி?” என்றார்.

“ஒண்ணுமில்ல சார்.”

“ஒங்க ஏமாற்றம் எனக்குப் புரியுது, நீங்க கேட்டதுக்கெல்லாம் பதில் சொன்னவன், இதுக்கும் பதில் சொல்லத் தெரியும், ஆன நீங்க இன்னும் கொஞ்சம் பக்குவமடையணும்” பாகண் நெகிழ்ந்தான்.

பொழுது கை ரேகைகளை மறைத்தது. அவர் வீட்டுக்கு அழைத்துச்சென்றார். இருவரும் தேநீர் அருந்தினார்கள். அவன் விடைபெறுகையில் அவனுக்கு ஜீ. நாகராஜனின் நாளை மற்றுமொரு நாளே என்ற நாவலைக் கொடுத்தார். •

5

ஆசாரிப்பள்ளம் காவல் நிலையம் முன்பாக உள்ள றைமண்டு ஹோட்டலில் காலை உணவருந்திவிட்டு வெளியே வருகிறபோது, எம்.80இல் வந்த அலுவலக ஃபோர்மென் அவனைப் பார்த்து, தன் வண்டியை நிறுத்தினார்.

"வணக்கம் சார்."

"வணக்கம் டே, காஃபி சாப்பிட்டாச்சா?" (அங்கு டிபன் சாப்பிடுவதற்கு காஃபி என்றுதான் சொல்வார்கள்.)

"காஃபி சாப்பிட்டேன் சார்."

"ஒன்ன பாக்கத்தாண்டே வந்தேன்."

"என்ன சார்?"

"நம்ம ஊரு பெருஞ்செல்வ விளைலெ வர ஆவணி மாசம் கொடை டே, நீ நாடகம் போடணும்" என்று கேட்டார். பாகண் தலை குனிந்தான். அவனிடம் அதற்குப் பதிலில்லை.

"என்னடே அமுக்கமா இருக்கே?"

"ஒண்ணுல்ல சார்."

"தெரியும்டே எங்க ஃபோர்மென் ஓசிலெ போடச் சொல் வாரோன்னு நெனைக்கியா?"

'சே,சே அப்படில்ல சார், ஊரைவிட்டு, உறவைவிட்டு வந்ததுக்குக் காரணமே நாடகம்தான், மறுபடியுமா?' என்று அவருக்கு சொல்லணுமுன்னு நினைத்தான். ஆனால், சொல்லவில்லை. அவரும் அவன் பதிலுக்காகக் காத்திருக்காமல் முன்னூறு ரூபாய் பணத்தை அவன் சட்டை பாக்கெட்டில் திணித்தார். பின்பு தேதியைச் சொன்னார்.

"வர ஆவணி இருபத்தெட்டாம் தேதிடே உச்சிக்கே எல்லாம் வந்துறணும், எவ்வளவு வேணாலும் கேளு, ஒத்த சக்கரம், பாக்கி நிக்காது, நீ நல்லா நாடகம் போடுவேன்னு சொன்னாங்க, அதான் ஒன்னய புடுச்சாச்சி. பாண்டிக்காட்டுகாரன் நாடகம் நாஞ்சில் நாட்டானுக்கு விருந்தாக்கும் மனசிலாயா?" என்று கண் சிமிட்டினார்.

பாகண் அவர் சொல்லுக்குக் கட்டுப்பட்டான். அவர் மறுபடியும் தன் வாகனத்தை உயிரூட்டி நகர்ந்தார். ஏற்கனவே ஏற்பட்ட காயம் ஆறுவதற்குள் அடுத்த களம் அழைக்கிறது. ஆனால், அது அவனுக்கு இன்ப வேதனையாக இருந்தது. நாடகம் போடுவதென்றால் அவனுக்குக் கரும்பு தின்னும் கூலிதான். அதுவும் காலணா காசு இல்லாமல் அன்றாட அத்தியாவசியத்தைக்கூட மாதாந்திரத்துக்குள் அடைமானம் வைத்து, கடந்த ஒரு வாரக் காலமாய் கடத்திக்கொண்டிருப்பவனுக்கு முன்னூறு ரூபாய் என்பது வரப்பிரசாதம்தான். அலுவலக நண்பர் மதுசூதணன் பரக்கையில் வீடு பார்த்துக்கொடுத்து மூன்று நாளாகியும் ஊருக்குச் சென்று குடும்பத்தைக் கூட்டிக்கொண்டு வருவதற்குகூடப் போக முடியாமல் இருந்தவனுக்கு இந்தப் பணம் தேவையானதாகி விட்டது.

காலையில் டீ குடிக்கும்போதே வீட்டின் நினைவு வந்துவிட்டது. நமக்காவது மாத சம்பளத்தைக் காட்டி உண்ண, உறங்க இடம் கிடைத்து நாட்களை நகர்த்திவிட்டோம். ஆனால், ஊரில் இருக்கும் குடும்பம் அன்றாடத்துக்கே எப்படி அல்லாடிக்கொண்டிருக்கிறதோ, கையில் காசு இல்லையே எப்படி போவதென்று முழித்தவனுக்குக் கலை கைகொடுத்துவிட்டது. கலைஞன் எப்போதும் செத்துக்கொண்டே இருக்க மாட்டான்.

அதிர்ஷ்ட தேவதையான இராஜலட்சுமி தானாக வந்து கதவைத் தட்டிவிட்டது, இவன் கதவைத் தாழிட்டபோதும் சாளரம் வழியாகத் தாவிவந்து நடுவீட்டில் சம்மனமிட்டுக்கொண்டது.

இது பாகணுக்குக் கரும்பு தின்ன கூலியாக இருந்தாலும், மீண்டும் எப்படி நாடகம் நடத்துவது? அதுவும் வெளியூரில் எப்படி நடத்த முடியுமா? அப்படியே நடத்திட நினைத்தாலும், நாடக நடிகர்கள் அனைவரும் வந்துசெல்ல வேண்டும்... அதற்கான செலவுகள்... தினமும் ரிகர்சல் பார்க்க வேண்டும்... நாம் இவ்வளவு தூரத்தில் இருக்கோம், அப்படியே நடத்திடலாம் என்று நினைத்தாலும், நாஞ்சில் நாட்டின் அடிப்படை தெரிய வேண்டும்... அதன் கலாச்சாரம் தெரிய வேண்டும்... குறிப்பாக இந்த மக்கள் பேசும் வட்டார மொழி தெரிய வேண்டும்... இப்படி எதுவும் தெரியாமல் பொதுவான மொழியில் நாடகம் போட்டால் அது ஒட்டாது. சரி, பார்ப்போம். மீன் குஞ்சாக இருந்துகொண்டு குளத்தில் நீந்த தயங்கலாமா? எல்லாம் சரிதான், ஆனா, பொண்டாட்டிக்குத் தெரிந்தால் கடித்துத் துப்பிவிடுவாள். 'ஊர்விட்டு ஊர் போயும் ஒன் கூத்தாடி புத்தி போகலையே, எம்புட்டு

பட்டாலும் நீ திருந்தவே மாட்டே' என்ற மனைவியின் குரல் அவன் காதில் ஒலித்தது.

அந்த நேரத்தில் பேருந்தின் நடத்துனர் டிக்கெட், டிக்கெட் என்று கேட்பது அவன் காதில் ஒலித்தது. பேருந்து வடசேரியிலிருந்து அண்ணா சிலை கடந்துகொண்டிருந்தது. பாகண் தன் குடும்பத்தை நாகர்கோவிலில் குடியேற்ற, விருதுநகருக்கு ஃபோர்மென் கொடுத்த நாடக அட்வான்ஸ் பணத்தோடு மதுரை பேருந்தில் ஏறிக்கொண்டான்.

பேருந்து ஆரல்வாய்மொழி கடந்தது. அந்தப் பகுதியில் காற்றாலைச் சுழல்வதைப் பேருந்தின் சாளரம் வழியாகப் பார்த்தான். அதன் சுழற்சியோடு பாகண் நாடக வாழ்க்கையும் சேர்ந்து சுழன்றது.

திரைப்படத் துறையின் கதவுகள் தாராளமாகத் திறந்துகிடக்கும் என்ற தன்னம்பிக்கையில் பாகண் கனவுச்சாலையில் வலம்வந்த வேளையில் வெண் திரையில் ஒளியாகத் தோன்றி மூன்றரை மணி நேரம் கடந்து கதை முடிந்து பின் திரையில் ஒளி மங்கி இருள் தோன்றுமே, அதுபோல பாகணின் திரைப்படக் கனவுகள் இருளில் மூழ்கியது...

பாகண், அவன் நண்பர்கள் கணேசன், குமரன் ஆகிய மூவரும் சென்னையில் பல பட கம்பெனிகள் ஏறி இறங்கி சோர்வாகி, தி.நகர் பார்க்கில் அமர்ந்து கடைசியாக ஒரு முடிவுக்கு வந்தனர். திரைப்படத்துறைக்குச் செல்ல வேண்டுமென்றால் கடுமையான பயிற்சி வேண்டும். அதனால், சினிமாவின் அடிப்படை பயிற்சி களமான மேடை வேண்டும். அந்த மேடை தானாகக் கிடைக்காது. அதை நாமே உருவாக்குவோமென்று உறுதிபூண்டனர்.

அதன்படி, 'மூவர் குழு' என்ற நாடகக் குழுவை உருவாக்கினார்கள். அந்த நேரத்தில் கணேசனுக்குத் தமிழக எல்லை பாதுகாப்பு படையில் வேலை கிடைத்துவிட்டது. அதனால், அவன் சென்னை ஆவடியில் பயிற்சி பெற்றுக்கொண்டு காஷ்மீர் பகுதிக்குச் சென்றுவிட்டான்.

மூவர் குழு, இருவர் குழுவாகக் குறுகியது. ஆனாலும், பாகண், எடுத்த சபதத்தை நிறைவேற்ற உழைத்தான். அவனுக்குக் குமரனும் உறுதுணையாக இருந்தான்.

முதல் நாடகத்தை எங்கு போடப்போகிறோம்..? எதற்காகப் போடப்போகிறோம்..? எப்படிப் போட வேண்டும்..? அதற்கான

அடிப்படை வேலைகள் என்ன..? யார் யாரை பங்கேற்க வைப்பது..? போன்ற அடிப்படை கேள்விகள் அடுக்கடுக்காய் எழுந்தன. அதன் தேடல் துவங்கியது. 'தாகித்தவர்களைத் தண்ணீர் தேடும், தாகித்தவன் தண்ணீரைத் தேடுவான்' இந்த சொலவடைக்கேற்ப சில கலைஞர்கள் அதற்கான களம், அதை எப்படி நடத்துவது? பொருளாதாரத்தை எப்படித் திரட்டுவது? என கூட்டு முடிவில் வசூல் செய்வதென முடிவாகியது. அதை அமல்படுத்த ஆயத்தமானார்கள் மூவர் நாடகக் குழுவினர்.

நாடகக் கலைஞர்கள் மகத்தான ஆலோசனைகளைத் தந்தார்கள். கதை என்று வந்த போது அந்த மகத்தான வேலையைப் பாகணிடம் ஒப்படைத்தனர். அவன் ஏற்கனவே எழுதியும் எழுதாமலும் நின்று போன கதைகள் இருந்தன. அதில் ஒன்றைத் தேர்வு செய்தான். அந்தக் கதை சினிமாவுக்காக எழுதப்பட்ட கதை.

வாசலில் போடப்பட்டிருந்த பந்தலில் ஓட்டைகளைக் கிடுகு வைத்து மேய்ந்துகொண்டிருந்தான். அந்தி மயங்கிய வேளையில் அவனின் அம்மா, அரிக்கேன் விளக்கின் கண்ணாடிக் குடுவையைப் பழைய துணிக்கொண்டு துடைத்துக்கொண்டிருந்தாள். மனைவி இரவு உணவுக்கு, ஆணம் வைக்க சேர்மானங்களை அம்மியில் அரைத்துக் கொண்டிருந்தாள். கர்ப்பிணிகள் கடினமான வேலை செய்தால்தான் சுகப்பிரசவமாகும் என்று அனுபவசாலிகளின் அறிவுரை பிரகாரம் சிரமப்பட்டு வேலைகளைச் செய்தாள், ஆறு மாத கர்ப்பிணியான பாகணின் மனைவி.

அந்த நேரத்தில் ஒரு கார் வந்து அவன் குடிசையின் முன் நின்றது. அந்த காரிலிருந்து ஜீன்ஸ், டி.சர்ட் அணிந்த இளைஞர்கள் மூன்று பேர் இறங்கி, குடிசையை நோக்கி வந்தனர்.

"பாகண் வீடு எது?" என்று அவனின் அம்மாவிடம் கேட்டான் சிவப்பு டி.சர்ட் அணிந்திருந்தவன். அவள் மகனைப் பார்த்தாள், அவசரமாய் பந்தலிலிருந்து இறங்கி, தன் லுங்கியை இறக்கிவிட்டு மிக மரியாதையாக, "நான்தான்" என்று பாகண் தன்னை அறிமுகம் செய்துகொண்டான். அவனிடம் அவர்கள், "புதியதாய் சினிமா கம்பெனி ஆரம்பித்து இருக்கிறோம், அதனால் கதை உடனடியாகத் தேவைப் படுகிறது" என்று சொன்னவுடன், அவன், 'கலைமகள் நம் வீட்டுக் கதவை இவ்வளவு சீக்கிரம் தட்டிவிட்டாளோ' என்ற சந்தோஷத்தில் பட்டாம்பூச்சியாகப் படபடத்தான். அவர்கள் அவனைத் தங்களுடன்

வருமாறு பணித்தனர். உடனே அவன் குடிசைக்குள் சென்று, போன தீபாவளிக்கு எடுத்த வெள்ளை பேன்டும், ஊதா கலர் முழுக்கை சர்ட்டும் அணிந்துகொண்டு நிலைமட்டத்திலிருந்த கண்ணாடியில் ஒன்றுக்கு மூன்று முறை தலைவாரி பான்ஸ் பவுடரை முகத்தில் லைட்டாக டச் செய்துகொண்டு வெளியே வந்தான். அவன் மனைவி அவனை வினோதமாகப் பார்த்தாள். அவன் கர்வமாய் சென்று காரின் பின்கதவைத் திறந்து உள்ளே உட்காருவதற்கு முன் தெருவை ஒரு முறை பார்த்தான். குடிசைவாசிகள் அவனைக் கவனித்தார்கள்.

பாகண் முழு திருப்தியுடன் காரில் ஏறி ஜன்னலோர இருக்கையில் அமர்ந்தான். ஊரார் அனைவரும் அவனை வரிசையாக இரு மருங் கிலும் நின்று, 'சென்று, வென்று, வா' என வாழ்த்துவது போல் கற்பனை செய்தான். கார் குடிசைப் பகுதியைக் கடந்து, பாண்டியன் நகர் வந்து பாப்பா காஃபி பின்புறம் உள்ள ஒரு குடியிருப்பு பகுதியிலுள்ள விடுதியின் முன் நின்றது.

விடுதி அறையில் அமர்ந்து தலையணையை மார்புக்கு அண்டக் கொடுத்துக்கொண்டும், தட்டுகளில் கொறித்தலை கொத்தியபடியும் பாகணிடம் கதை கேட்டனர். அவனிடம் இருந்த சில கதைகளை அவிழ்த்துவிட்டான். ஒரு நேர்த்தியான சினிமா கதை சொல்லியாக வேண்டும். அவனுக்குத் தெரிந்த கேள்வி ஞானத்தை வைத்து தேர்ந்த கதையாளனாக நினைத்து, ஒரு கதையைச் சொன்னான். அக்கதையை அவர்களும் புரிந்ததுபோல் நடித்தார்கள். அவர்களும் பெரிய சினிமா கம்பெனி வைத்து நான்கு சில்வர் ஜுப்பிளி கொடுத்தவர்கள் கிடை யாது என்பதை பாகண் நன்றாகவே தெரிந்துகொண்டான். அதனால் சுதந்தரமாகக் கதையை அள்ளி எறிந்தான். அவர்களும் கேஜ் பண்ணி கேஜ் பண்ணி அவுட்டானர்கள். இது அந்த இரவு மட்டுமல்ல மூன்று இரவுகள், பகல்கள் என நீண்டது. இறுதியாக ஒரு மர்மக் கதையைச் சொன்னான். அது அவர்களுக்குப் பிடித்துப்போனது. அதன் காரணம் அவுட்டர் கிடையாது. வெறுமனே செட் போட்டு எடுத்துக்கொள்ளலாம். நிறைய ஆர்ட்டீஸ்ட்கள் தேவை இல்லை என்பதாலும் குறைந்த பட்ஜெட் என்பதாலும் பாகண் சொன்ன அந்தக் கதையைத் தேர்வு செய்தனர். பாகணுக்கு நம்பிக்கை தாண்டவமாடியது.

அந்தக் கதையை ஷாட் பை ஷாட்டாக செதுக்கினான். கேமிரா ஆங்கில் வைத்தான், லொக்கேஷன் வைத்தான், சிச்சுவேஷன் வைத் தான், இந்தத் திரைக்கதையை உருவாக்கும் போது தன்னை ஒரு

அகிரா குரோசவாகவும், ஸ்டீபன் பில் பெர்க்காகவும் சத்ய ஜித்ரே வாவும், ஜான் ஆபிரகாமாகவும் மிருணான் சொன்னாகவும் பாவித்துக் கொண்டான்.

ஒரு வாரக் காலமாய் இதே ஜோலியாக இருந்தவனுக்கு எவ் வித பொருளாதார மேம்பாடும் கிடையாது. மனைவி, மக்கள் அன்றாடத்தைக் கழித்திட போராடிக்கொண்டிருந்தனர். இவன் வாழ்க்கை சக்கரத்தை உருட்டிக்கொண்டிருந்த மூன்று சக்கர வண்டியும் அவன் வீட்டு முற்றத்தில் முடங்கிக் கிடந்தது. அவன் மனைவி அவனுக்காகக் கத்திருந்தாள் எப்படியும் ஜெயிப்பான் என்று.

ஒரு ஐநூறு பக்கத்துக்கு எழுதி முடித்து, அந்த கம்பெனிக்காரர் களைப் பார்க்க, விடுதிக்கு வந்தான். விடுதியிலிருந்தது அவர்கள் அறை, ஆனால், அவர்கள் இல்லை..!

விடுதி மேலாளரிடம் கேட்டான். அவர் இவனை வினோதமான ஒரு பார்வை பார்த்துவிட்டு, அடிக்காத குறையாக விரட்டிவிட்டார்.

ஒரு சில தினங்கள் கழித்து ஒரு நாளிதழில் அவர்களைப் பற்றிய செய்தி படத்துடன் வந்திருந்தது. பாகண் மின்சாரம் தாக்கியதைப் போல் உணர்ந்தான். சென்னையில் ஒரு கொலை செய்துவிட்டு தலை மறைவாக இருபதற்கு ஒரு அறை எடுத்து தங்கி உள்ளனர். அந்த ஒரு வாரத்துக்கு சும்மா இருக்க பிடிக்காமல் ஒரு சினிமா எடுப்ப தாக ஊருக்குள் சொல்லிக்கொண்டு பாகண் மாதிரி சினிமா பைத்தியத் தைப் பயன்படுத்தி உள்ளனர் என்பதை அறிந்த பாகண் கொலை நடுங்கிப்போனான்.

ஒரு வாரம் அவர்கள் விளையாடுவதற்கு இவனைப் பயன் படுத்திக்கொண்டனர். அவர்களுக்கு அது விளையாட்டு, ஆனால், இவனுக்கு அது வாழ்க்கை. அதிலிருந்து மீள்வதற்கு ஒரு மாதமானது. அதற்காக அவன் சோர்ந்துவிடுவானா என்ன..? அடுத்த கலைப் பயணத்துக்குத் தயாரானான்.

கணேசன், குமரன், பாகண் ஆகிய மூன்று பேரும் சேர்ந்து, அடுத்து, மாத இதழ் ஒன்றைத் துவக்க முடிவெடுத்தனர். அந்த இதழில் கணேசன் கவிதையும், மற்ற சில நண்பர்கள் கட்டுரைகளும் பாகண் தொடர்கதையும் எழுத முடிவுசெய்தனர். அந்த இதழுக்கு, பாகணின் மகளின் பெயரான செந்தாமரை என்று பெயர் வைத்தனர். மூவரும் ஆசிரியர் குழு என முடிவு செய்யப்பட்டு, சிவகாசியில் அட்டை

படமும் விருதுநகரில் பக்கங்களும் அச்சானது. அதில் படைப்புகள் மிக காத்திரமாய் பதிவுசெய்யப்பட்டது. தொடர்கதை ஏற்கனவே சினிமா எடுக்க எழுதிய அதே கதையை மர்ம நாவலாக மாற்றி செந்தாமரை இதழில் வெளியிட முடிவானது.

புத்தகம் தயார் ஆனதும், அதை யாரைக் கொண்டு வெளியிட வைப்பது என்ற முடிவில், திராவிடக் கட்சியின் பொதுச் செயலாளரின் அண்ணனும் கல்லூரிப் பேராசிரியராக இருக்கும் ஒருவரை வைத்து வெளியிட, தேதியும் வாங்கி தயார் ஆனது, நகரமெங்கும் துண்டறிக் கையும், சுவர் விளம்பரமும் திரும்பிய திசையெங்கும் பரவியது. அந்த நாளும் வந்தது, அதோடு போலீஸும் வந்தது, மூவர் குழுவைத் தூக்கிச்சென்றது.

“நீங்கள் யார்..? உங்களை இயக்குவது யார்..? இந்த இதழ் நடத்த அனுமதி கொடுத்தது யார்..? இதற்கு நிதி மற்றும் பொருளுதவி செய்தது யார்..? நீங்கள் தீவிரவாதிகளா..? மிதவாதிகளா..? அல்லது அல்கொய்தா இயக்கத்தைச் சார்ந்தவர்களா..? இல்லை தீ கம்யூ னிஸ்ட்டா..? எம்.எல். இயக்கமா..? என கேள்வி மேல் கேள்வி கேட்டனர்.

மூவர் குழுவின் பால்மனம் மாறாத பதிலால் இவர்கள் தீ பந்தம் கிடையாது, வெறும் தீக்குச்சிகள்தான் என தெரிந்ததால், எப்படி போலீஸ் தூக்கிவந்ததோ அப்படியே வெளியே விரட்டிவிட்டது.

மீண்டும் போதை என்ற கலை தலைக்கு ஏறியதும் நாடகக் குழு ஒன்று உருவானது. அந்த நாடகத்துக்கு தான் ஏற்கனவே உருவாக்கி வைத்திருந்த திரைக்கதையை தொடர் கதையாக்கி, அதுவும் பொய்த்துப் போனதால், அதே கதையை நாடகத்துக்குத் திகில் நாடகமாக மாறியது. அதற்கு, ‘யார் அது?’ என்ற பெயர் வைக்கப்பட்டு ரிகர்சல் துவங்கியது.

ஒரு சமுதாயக் கூடத்தில் கடந்த ஏழு தினங்களாக ரிகர்சல் நடைபெற்றுவருகிறது. ஆண் கதாபாத்திரங்கள் மட்டும் ரிகர்சலில் ஈடுபட்டனர்; பெண் பாத்திரம் பேசி நடிக்க வேண்டியதை, பாகண் பேசி நடிப்பான், ஆனால், நாடகம் போட இன்னும் மூன்று நாட்கள் தான் இருந்தது. நாடகத்துக்கான நடிகை தேவைப்பட்டது.

நாடகம் போடுவதற்கு மூன்று முக்கிய வேலைகள் நடந்தாக வேண்டும். ஒன்று அனுமதி, இரண்டாவது நடிகை, மூன்றாவது

பணம், இந்த மூன்றும் இன்னும் மூன்று தினங்களுக்குள் தயார் செய்தாக வேண்டும்.

வசூல் செய்திட துண்டறிக்கை, ரசீது புக் எல்லாம் தயார்செய்து நண்பர்களிடம் கொடுத்தாயிற்று. ஆனால், பணம் வந்துசேரவில்லை, காரணம் வசூல் ஆகவில்லை.

மூவர் குழுவின் மூலவர் கணேசன், காஷ்மீர் பள்ளத்தாக்கில் இருக்கிறான். அவ்வப்போது கடிதம் மூலம் தொடர்பில் இருப்பான். இருவர் மட்டும் இயங்குகிறார்கள். அன்று இரவு ரிகர்சல் முடிந்து அனைவரும் சென்றவுடன், குமரனும் பாகணும், சமுதாயக் கூடத்தின் வாசலில் அமர்ந்திருந்தனர். அப்போது ஒரு நாடோடி கும்பல் மாட்டு வண்டியில் வந்து சமுதாயக் கூடத்திற்கு முன் வந்து தன் பரிவாரங்களை இறக்கி வைத்துவிட்டு ஒரு தற்காலிகக் கூடாரம் ஒன்றை அமைத்தது. மளமளவென்று ஒரு தற்காலிக மின் கம்பம் நட்டுவைத்து, அதற்கு மின்கலம் மூலம் மின்சாரம் பாய்ச்சி அந்த இடத்தை மஞ்சள் நிறத்தால் மூழ்கடித்தனர். சிறிது நேரத்தில் குழாய் ரேடியாவில் பாடல் ஒன்றை ஒலிபரப்பினர்.

அந்தக் கும்பலில் இருந்த ஒருவன், ஆறடி உயரமும், நடுத்தர வயதும், சிவந்த நிறமும், மஞ்சள் நிறத்தில் சூட் கோட் அணிந்து, தலையில் மூங்கில் குச்சியால் பின்னியிருந்த தொப்பியும், அதன் மேல் பறவை இறகு செருகியும், கண்ணுக்குக் கறுப்பு கண்ணாடி, உதட்டுக்கு சம்மந்தமற்ற சாயம் பூசியவனாய் கூடாரத்திலிருந்து வெளிப்பட்டான். அவனைத் தொடர்ந்து, வெள்ளை சேலையில் தங்க ஜரிகை பார்டர் ஜொலிக்க, கறுப்பு நிற சில்க் சேலையில் நடுத்தர வயதுடைய ஒரு பெண் கூடாராத்திலிருந்து பாடலுக்கு ஏற்றப்படி ஆடி வந்தாள். இதயக்கனி படத்திலிருந்து ஒலித்த, “இன்பமே” என்ற பாடலுக்கு உடல் மொழியால் அவனை வசியம் பண்ணினாள். அவன் எம்.ஜி.ஆர். உடல்மொழியை வரவழைக்க முயற்சிசெய்தான்.

இதனைத் தொடந்து, ‘நேற்று இன்று நாளை’ என்ற படத்திலிருந்து, ‘பாடும்போதும் நான் தென்றல் காற்று…’ என்ற பாடலுக்கும் ஆடினார். இதனைத் தொடர்ந்து, இரண்டு இளம் பெண்கள், வயதில் இரு பதுக்கும் பதினெட்டுக்கும் இடையில் இருப்பவள், எலுமிச்சை நிறத்தில் இருக்கும் அவள் கன்னத்தில் ரோஸ் பவுடர் பளபளக்க கூடாரத்திலிருந்து வெளியே வந்தாள். சிறிது நேரத்துக்கெல்லாம் இளைஞர் கூட்டம் கூடிவிட்டது.

'கவிதை கேளுங்கள் கருவில் பிறந்தது ராகம்...' என்ற பாட்டில் வரும் ரேவதியாகத் தன்னைப் பாவித்துக்கொண்டு ஆடினாள். குமரனும் பாகணும் வியந்துவிட்டனர். மேலும் சிவாஜி, எம்.ஜி.ஆர். ஆகியோரின் பாடல்களுக்கு அந்த நடுத்தரவாதிகள் ஆட, சின்னவள், அம்பிகா, ராதா, ரேவதி, ஊர்வசி போன்ற நடிகைகளின் தனிப் பாடல்களுக்கும் ஆடினார்கள். முத்தால் நகர் ஜனங்களுக்கு அன்று சரியான விருந்து. தெருவே கூடி மகிழ்ந்தது.

6

ஐந்து மாடிகள் கொண்ட தொகுப்பு வீட்டின் மூன்றாவது மாடியில் பாகணின் குடும்பம் சொற்ப வாடகையில் வாசம் செய்தனர். காலைக் கதிரவன் ஜன்னலின் வழியாகப் புகுந்து பாகணின் கிழிந்திருந்த போர்வையின் ஓட்டை வழியாக அவன் முகத்தை அபிஷேகித்தான். காலை வெயிலாக இருந்தாலும் கந்தக பூமியென்பதால் சுட்டெரிக்கும் கதிரவனின் ஒளி அவனுக்குத் தொந்தரவாக இருந்தது. இரவெல்லாம் நாடகத்தை எப்படி நடத்தப்போகிறோமோ என்ற பதற்றத்தில் தூக்க மின்றி விழித்துக் கிடந்தவனை, பிரம்மமுகூர்த்தத்தின் மெல்லிய தென்றல் உறங்கவைத்தது. இப்போது கதிரவனின் ஒளி அவனைத் தூங்கவிடாமல் தொல்லை கொடுத்தாலும், அதற்காக அவன் விழித்து விடவில்லை. போர்வையால் முகத்தை மூடி புரண்டுபடுத்தான்.

"அப்பா எந்திரிங்க" என்று இளையவள் கனிமொழி அவனைத் தட்டி உலுக்கினாள். படக்கென்று முகத்தில் மூடியிருந்த போர்வையை எடுத்துவிட்டுப் பார்த்தான், கனிமொழி குளித்த முடியை அள்ளி முடியாமல் இருந்தாள். மூத்த மகள் செந்தாமரை பள்ளிச் சீருடையில் தயாரான நிலையில் புத்தகப் பையில் எதையோ தேடிக்கொண் டிருந்தாள். மனைவி தலைமாட்டில் நின்றுகொண்டு டீ ஆற்றிக் கொண்டிருந்தாள். வாசலில் மகன் தமிழ், உடைந்த பொம்மை காரை கயிறுக்கட்டி இழுத்துக்கொண்டிருந்தான்.

எழுந்தவன் எதிரே இருந்த சுவற்றில் மாட்டியிருந்த முருகன் தினசரி காலண்டரைப் பார்த்தவனுக்குத் தூக்கி வாரிப்போட்டது. 14.08.1993 என்று இருந்ததைப் பார்த்ததும் பதறி எழுந்தான்.

"என்ன?" என்றாள் மனைவி.

"பதினாலு ஆகிருச்சா?"

"அது இப்பத்தான் தெரிதாக்கும்."

உடனே சட்டையை அவசரமாக மாட்டிக்கொண்டு புறப்பட்டான்.

"என்ன டீ குடிக்கலியா?"

"வேணாம்."

“இதுகள ஸ்கூலுக்கு யாரு கொண்டுவிடுறதாம்.”

“நீ கூட்டிக்கிட்டு போ” எனச் சொல்லிவிட்டு, வெளியில் நிறுத்தி யிருந்த சைக்கிளை எடுத்துக்கொண்டு கிளம்பினான்.

“அப்பா சாய்ந்தரமாவது கூப்பிட வாங்க” என்றாள் மூத்தவள்.

“பாக்கலாம்” என சொல்லிக்கொண்டே பெடலை அழுத்தி மிதித் தான். பல சந்துபொந்துகளைக் கடந்து குமரன் வீட்டின் முன் நின்றான். அவன் வாசலில் நின்று பல் தேய்த்துக்கொண்டு இருந்தான். இவனைப் பார்த்ததும் இனம்தெரியாத ஒரு புன்னகையை உதிர்த்தான். இருவரும் பெடல் போட சைக்கிள் விரைந்தது. அதனூடே பேச்சை ஆரம்பித்தான் குமரன்.

“நீ வருவேன் தெரியும்.”

“அப்பறம் நாளைக்கு நாடகம் போட வேணாமா..? சும்மா இருந்த சங்க ஊதி கெடுத்தவன் மாதிரி தூண்டிவிட்டுட்டு அவன் பேசாமா காஸ்மீருலெ ஒக்காந்துகிட்டான் இப்ப என்ன செய்ய?”

“தள்ளி வப்போம்.”

“மயிர வப்பாய்ங்க.”

“அப்ப நீ நடத்து, என்ன ஆள விடு” என்று கோபித்துக்கொண்டான் குமரன்.

“டேய் என்னடா... நீயே இப்படி சொன்னா எப்படி..?” என்று அப்பாவியாகக் கேட்டான் பாகண்.

“நிறுத்திருவோம் அடுத்து எதாச்சும் சந்தர்ப்பத்துல நடத்துவோம்” என தீர்க்கமாய் சொன்னான் குமரன்.

“டேய் எல்லாத்துக்கும் ரிகர்சல் கொடுத்து ஆச காட்டியாச்சி இப்ப போயி நிறுத்துனா எப்படிடா?”

“அவீங்க என்ன அவுக்க போறாய்ங்களா? எல்லாம் ரெடிபண்ணி வச்சா மேடைல ஏறி ஆடுவாய்ங்க, எல்லாத்தையும் வசூல்பண்ணச் சொல்லி எத்தன நாளாகிப் போச்சி ஒரு பய இதுவரைக்கும் சல்லிக் காசு குடுத்துருப்பாய்ங்களா?”

“டேய் காமாசோமான்னு நடத்துவோம்.”

“அப்படின்னா?”

"மேடை வேணாம்."

"ம்... சரி."

"நடிகை வேணாம்."

"ம்."

"மேக்கப் வேணாம்."

"சரி."

"அப்புறம்?" சிந்தித்தான் பாகண்

"அப்பறம் நாடகமும் வேணாம்."

"டே.. என்னடா..?"

"ஒன்னு செய்யணும், இல்ல செத்து மடியணும். ரெண்டுங் கெட்டானா இருந்துகிட்டு வெறுங்கைய வச்சிக்கிட்டு மொழம் போடுன்னா எப்படி?"

"டேய் நாம் எடுக்கற எந்தக் காரியமும் நடக்கலடா, இதையாச்சும் எப்படியாவது நடத்தணும்டா, ஏனா இது நம்ம தெருவுல போடுற நாடகம். அதுவும்போக, பெரிய ஆளுங்ககிட்ட தேதி வாங்கியாச்சி" என்று கண்கலங்கினான் பாகண்.

அவனின் பிடிவாதத்தைப் பார்த்து குமரன் பிடி தளர்ந்தான். இரு வரும் மனம் விட்டு பேசி ஒரு முடிவுக்கு வந்தார்கள். அதாவது பெண் நடிகைக்கு இரவில் தெருவில் ஆடிய அந்த இளம் பெண்ணைத் தேர்வு செய்யலாமென்று முடிவு செய்தனர். இவர்கள் முடிவு செய்தால் போதுமா? அந்தப் பெண் சம்மதிக்க வேண்டாமா?

இரவில் ரிக்கார்டு டான்ஸ் நடந்த காளியம்மன் கோயில் திடலுக்குச் சென்று பார்த்தனர். அங்கு எவ்வித தடயமும் இல்லை. அருகிலிருந்தவர்களிடம் கேட்டான் பாகண். அவன் எதிர்பார்த்த பதிலில்லை. அனைவரும் ஒன்றாகவே பதில் சொன்னார்கள்.

இருவரும் கோயில்கள் இருக்கும் இடமெங்கும் தேடியும், தெருத் தெருவாக அலைந்தும் அவர்களைக் கண்டுபிடிக்க முடியவில்லை. குறிப்பாக குடிசை பகுதியிருக்கும் பகுதிகளிலே தேடினார்கள். எங்கும் தென்படவில்லை.

"என்னடா... எங்கடா போயிருப்பாங்க?" எனக் கேட்டான் பாகண்.

"ஒங்கூடத்தான இருக்கேன் எனக்கு மட்டும் எப்படித் தெரியும்?"

"என்ன செய்யடா?"

"ஒன்னு ராத்திரிவர காத்திருக்கணும், இல்லாட்டி லேடிஸ் கேரக்ட்டர் இல்லாம நாடகம் போடணும்."

"மேச்சா மதினிய மேப்பேன், இல்லாட்டி பரதேசம் போவன்னு இருக்குடா ஓம் பேச்சு" என சொன்னான் பாகண்.

இப்படி பேசிக்கொண்டே சைக்கிளில் இரண்டாவது கேட் பக்கம் வந்துவிட்டனர். குருவாயூர் டிரெயினுக்காக கேட் மூடத் தயாராக இருந்ததால் குமாரன் பெடலை வேகமாய் மிதித்தான். சக்கரத்தின் முன்செயின் வேகமாய்ச் சுழன்று படக்கென்று கழன்றுவிட்டது, கேட்டும் பூட்டிவிட்டார்கள்.

"இருக்குற கடுப்புல இது வேறயா... சே..." என்று சைக்கிளை விட்டு இறங்கி செயினைப் பல் சக்கரத்தில் பொருத்தினான் பாகண். அருகாமையில் இருந்த கடையிலிருந்து வீணை மீட்டும் இசை ஒலித்தது. அதை இருவரும் ரசித்தனர். அப்போதுதான் பாகண் நாடகத் துக்காகப் பாடல் பதிவு செய்ய கேஸட் கொடுத்த நினைவு வந்தது.

"டேய் கேஸட் பதிய குடும்தோமே வாங்கணும்லே?"

"ஆமா, இன்னக்கிதான் வரச் சொன்னாரு" என்றான் குமரன். அதன் பிரகாரம் வீணை இசையகத்தில் நின்றனர்.

கடைக்காரர் ஹெஜ்.எம்.வி.ரிக்கர்டை சுழலவிட்டு காதில் ஹெட் போன் பொருத்திக்கொண்டு முந்தானை முடிச்சி பாடல்களை கேசட்டில் பதிவேற்றிக்கொண்டிருந்தார். அப்போது பாகண் அவரிடம்,

"சார், நான் கொடுத்த கேஸட்டில் பதிவுசெய்துவிட்டிர்களா?" எனக் கேட்டான்.

அவர் அவசரமாய் ஒரு கேசட் பதிவுசெய்ய வேண்டியிருப்பதால் சிறிது நேரம் காத்திருக்கச் சொன்னார். ஒலிபெருக்கியிலிருந்து கசிந்த 'அந்தி வரும் நேரம்... வந்ததொரு ராகம்...' என்ற முந்தானை முடிச்சி பாடலைக் கேட்டு ரசித்துக்கொண்டிருந்தனர். அப்போது ஒருவர் வந்து கடைக்காரரிடம் இந்தியில் கேட்டார்.

"ஹோகயா கியா" (கேஸட் பதிந்துவிட்டீர்களா?) என்று கேட்டார்.

சிவாஜி ராவ் அவரைப் பார்த்ததும் இருவருக்கும் கொண்டாட்டம் கும்பிட போன சாமி குறுக்க வந்ததுப்போல் உணர்ந்தனர்.

"ஹாஞ்ஜி" (பதிஞ்ச்சாச்சி) என்றார் கடைக்காரர். அவருக்கும் இந்தி தெரியும் என்பதை அவர் பேச்சிலிருந்து தெரிந்துகொண்டனர்.

"இத்னா ரூபியா" (எவ்வளவு?)

"பாரா சாங் கேலியே சாட் ரூபியா" (பன்னிரண்டு பாடலுக்கு அறுபது ரூபா).

உடனே குமார் இடையில் புகுந்து அந்த இந்திக்காரனிடம், "நீங்க ரிக்கார்டு டான்ஸ்காரங்கதானே?" என்று தமிழில் கேட்டான். அவர் புரிந்துகொண்டாலும் இந்தியில் பதில் சொன்னார்.

"ஹாஜி" (ஆமா)

"இப்ப எங்க இருக்கீங்க?"

"இதரி ஹே ரஸ்திக்மே." (பக்கத்திலதான் இருக்கோம்.)

"ஒங்ககூட டான்ஸ் ஆடுன பொண்ணு எங்க நாடகத்துல நடிக்கணும் சம்பளம் குடுத்துறோம்."

"ஆப்கோ கோன் களயே படி நகிதோ! சோட்டி ஹே?" (எந்தப் பொண்ணு?)

"சின்ன பொண்ணு."

"சோட்டி ஹே...?"

"நீங்க நைட்டு ஆடுனிங்கள அங்கதான்."

"கஹாம்பர் நாடாக் சல் ஹி ஹே" என சொன்னார், அதை கடைக்காரர் மொழிபெயர்த்து சொன்னார். அதன் பிரகாரம் அவர்கள் இன்று டான்ஸ் ஆட இருக்கும் தெருவுக்கு சிவாஜி ராவ் அழைத்துச்சென்றார். அதன்படி இருவரும் அந்தத் தெருவுக்குச் சென்று பார்த்தனர். தெருவின் நடு மையத்தில் கூடாரம் அமைக்கப்பட்டிருந்தது. இரவில் ஆடிய அந்த மூத்த பெண் கல் அடுப்பு இரண்டில் ஒன்றில் கரி அப்பிய ஈய்ய பானையில் உலை வைத்துக்கொண்டிருந்தாள்

"பூனம் ராவ், பூனம் ராவ்" என தன் தங்கையை அழைத்தர். அந்த பூர்ண சந்திரமுகி வெளியே வந்தது. மேகத்திலிருந்து வெளிப்பட்ட நிலவைப்போல் இருந்தாள் சின்னவள். அந்த வயதில் என்ன இருக்க வேண்டுமோ, எப்படி இருக்க வேண்டுமோ அதது அப்படிஅப்படியே இருந்தது. அவளுக்கு மேக்கப் மற்றும் இடை சொருகல் தேவை யற்றது. கவிஞர்கள் வர்ணிக்கும் அங்க அடையாளத்தைப் பெற்றிருந் தாள். பாகணும் குமரனும் வைத்த கண் வாங்காமல் அவளை விழுங்கினார்கள்.

அவளின் அண்ணன் சிவாஜிராவ் இவர்கள் வந்த விவரத்தை கூறினார் அவர்கள் மொழியில். அவள் சிரித்தாள். அந்த சிரிப்பு எதற்கு

எனத் தெரியாமல் இருவரும் முழித்தனர். பின்பு பாகண் அவளிடம் பேச ஆரம்பித்தான்:

"ஒங்க பேர் என்ன?"

"மேரா நாம் பூனம் ஹே."

"நீங்க எங்க நாடகத்துல நடிக்கணும்."

"முஜே டமிழ் நகி ஆத்தாஹே."

"பரவால்ல நீங்க வாய் அசைத்தால் போதும்."

"மேரா ரோல் ஏ நாடக் கியாஹே"

"டிம்பில் கபாடியா, ஜீனத்தமன் மாதிரி இருக்கீங்க" அவள் முகம் சிவந்தாள். "தமிழ் தெரியாதுன்னு சொல்றீங்க ஆன தமிழ் பாட்டுக்கு எப்படி ஆடுறீங்க?"

"மியூசிக் கோ பாஷா நஹி" (இசைக்கு மொழி கிடையாது).

"சூப்பருங்க. நீங்க பெரிய நடிகையா வருவீங்க" என்று சொல்லி நூறு ரூபாய் தாளை அவளிடம் தந்தான். அவள் அந்தப் பணத்தை அண்ணனின் அனுமதியுடன் பெற்றுக்கொண்டாள்.

"கோன்சா தாரிக் புரோக்ராம் தா."

'பதினைந்தாம் தேதி'

"டீக் ஹே."

பாகணும் குமரனும் அவர்களிடம் விடைபெற்றுக்கொண்டு மற்ற இசைக் கலைஞர்களைத் தேடிச் சென்றனர். அவர்கள் எதிர்பார்த்த படி நாதஸ்வர கலைஞன் இராமசந்திர பிள்ளை எதிரே வந்தார். அறுபது வயதில், உடல் நாதஸ்வரத்தைப் போலவே இருந்தது. நல்ல நிறம், நெற்றியில் சந்தனம் குங்குமம் சகிதமாகவும், வெற்றிலை செல்லத்தின் சிவந்த வாயோடும் சிரித்தார். பாகணையும் குமரனையும் ஏற்கனவே தெரியாதிருந்தாலும் அவர் சிரிப்பு அக்மார்க்காக இருந்தது.

"வணக்கம்" என்றான் பாகண்.

"வணக்கம் தம்பி சொல்லுங்க?"

"நாங்க ஒரு நாடகம் போடுறோம் நீங்க மியுசிக் பண்ணித் தரணும்."

"அப்படியா தாராளமா பண்ணலாம்... எங்க..? எப்ப..?"

"பதினைஞ்சாம் தேதிண்ணே."

பாகண் அவர் நல்வார்த்தைக்காகக் காத்திருந்தான். மற்ற கலைஞர்களை ஒன்றுசேர்ப்பதைப் பற்றி யோசித்தார்.

"வரலாம் தம்பி ஒவ்வொருத்தரும் ஒவ்வொரு எடத்துல இருக்காங்க. பதினைஞ்சுக்கு ஒரு நாள்தான் இருக்கு அதான் யோசிக்கிறேன்... சரி, பாக்கலாம்" என்றார்.

"அண்ணே மொத, மொத நாடகம் போடுறோம் பாத்து செய் கண்ணே."

"சே, சே அதலாம் இல்ல தம்பி, சரி வந்துறேன் தம்பி" என சொல்லவும் அவருக்கு முன்தொகை கொடுக்க நினைத்தான். ஆனால், அவனிடம் பத்து ரூபாய்தான் இருந்தது. அதனால் சாமாளிக்க யோசித்தவன் எதிரே உள்ள தேநீர் கடையில் அவருக்கு டீயும் பிஸ்கட்டும் வெத்தலையும் வாங்கிக்கொடுத்தான். அவர் அகம் மகிழ்ந்து சென்றார்.

'அடுத்து என்ன?' என்று யோசித்தார்கள். நாடகம் போட பர்மிஷன் அதற்காக பாண்டியன் நகர் போலீஸ் டேசனுக்கு சென்றனர்.

போலீஸ் டேசன் வந்ததும் படக்கென்று உள்ளே செல்லாமல் அங்குமிங்கும் நடந்து பூச்சி காட்டினார்கள். அதை உள்ளிருந்து கவனித்த ஒரு போலீஸ் அவர்களை அழைத்தார்.

"இங்க வா யாரு வேணும்?"

"ம்... பர்மிஷன் வேணும்" என்று நேரடியாக விஷயத்துக்கு வந்தனர்.

"எதுக்கு?"

"நாடகம் போட சார்."

"எங்க?"

"முத்தால் நகருல."

"அமைப்பு எதும் வச்சிருக்கீங்களா?"

"ஆமா சார், மூவர் நாடகக் குழு வச்சிருக்கோம்."

"நோட்டீஸ் இருக்கா?"

"இல்ல சார்."

“நோட்டீஸே இல்ல அப்புறம் எப்படி, போங்க போயி நோட்டீஸ் போட்டு அதோட அய்யாவுக்கு ஒரு மனு எழுதி இன்ன மாதிரி, இன்ன காரணத்துக்காக நாடகம் போட இருக்கோம், இன்ன இன்ன ஆளுங்க வாராங்க, நாடகம் போட அனுமதி குடுங்கன்னு வெவரமா எழுதிக் குடுங்க” என்றார். இருவரும் வெளியே வந்து புலம்பினார்கள்.

“என்னடா நோட்டீஸ்ங்கிறான்?”

“அப்புறம் போலீஸ்ன்ன சும்மாவா?”

“துட்டுக்கு அடி போடுறானோ” என்றான் பாகண்.

“ஆமா நீயூம் குடுத்துட்டாலும்.”

“சரி, வா அதையும் என்னான்னு பாப்போம்” என்று இருவரும் காந்திநகரில் உள்ள ஒரு பிரஸுக்குள் சென்றனர். அங்கு ரவிந்திரன் என்ற ஒரு இளைஞன் வந்து இவர்களை வரவேற்றான்.

“வாங்க தம்பி நேத்தே வருவீங்கன்னு வேகமா ஓட்டினேன்” என்று ஒரு காக்கி கலர் பண்டலைத் தூக்கி மேஜை மீது வைத்தான். அந்த பண்டலின் மேல் மாதிரிக்காக மஞ்சள் நிறத்திலும் பச்சை நிறத்திலும் அச்சடிக்கப்பட்ட நோட்டீஸ்கள் இருந்தன. அதில் நாடகத்தின் பெயர் ‘யார் அது’ என்பதை பெரிய எழுத்திலும், தலைமை, முன்னிலை, வரவேற்புரை என்று அனைவரின் பெயர்களும் அச்சடிக்கப்பட்டு இருந்தது. இது எப்படி சாத்தியமானதென்று இருவரும் முழித்தனர்.

“என்ன பாக்குறீங்க? அப்பாத்தான் மேட்டர் குடுத்து அடிக்கச் சொன்னாரு” என்றான் ரவீந்திரன். ஆம் அவன் அப்பாத்தான் நிகழ்ச்சிக்கு தலைமை தாங்குபவர். அவர் காங்கிரஸ்காரர்தான், ஆனால், அடிப் படையில் கவிஞர். சுதந்திர தினத்தன்று நாடகம் போடுகிறோம் என்று பாகண் சொன்னதும், யார் யார் கலந்துகொள்கிறார்கள் என்று கேட் டறிந்தவர், தன் சொந்த அச்சகத்தில் நோட்டீஸ் போட செல்லி மகன் ரவீந்திரனிடம் கொடுத்திருக்கிறார். நோட்டீஸைக் கையில் வாங்கியதும், பாதி நாடகம் முடிந்த மனநிலையில் துள்ளினார்கள். ஆனாலும், அதற்குப் பணம் கொடுக்க வேண்டுமே.

“எவ்வளவு?” எனக் கேட்டான் பாகண்.

“அது அப்பாட்டதான் கேக்கணும் இருங்க” என்று அச்சக போனின் ரிசிவரை சுழற்றி அப்பாவிடம் பேசினான்.

“அப்பா நாடகத்துக்கு நோட்டீஸ் போட்டாச்சி, அவங்க வந்துருக் காங்க.”

“குடுத்திடு” மறுமுனையில் பதில் வந்தது.

“எவ்வளவு வாங்க?”

“வேண்டாம்.”

பண்டலைத் தூக்கி கொடுத்தான் ரவீந்திரன். இருவரும் நாடகத்தின் முதல் வெற்றியைத் தூக்கிசென்று பாண்டியன் நகர் போலீஸ் டேசனில் ஏற்கனவே கேட்ட போலீஸிடம் நோட்டீஸைக் கொடுத்தனர். அதை வாங்கி பார்த்த போலீஸ், இன்ஸ்பெக்டரிடம் கொடுக்கச் சொன்னார். அவர்கள் இன்ஸ்பெக்டர் எங்கு இருப்பார் என தெரிந்து கொண்டு, பஜார் போலீஸ் டேசனுக்கு சென்றனர்.

எப்போதும் கலகலப்பாக இருக்கும் பஜார் போலீஸ் டேசன் அன்று முதன் முறையாக அமைதியாக இருந்தது.

எப்போதும் நண்பகல் வேளைகளில் இந்தக் காவல் நிலையம் அல்லோலகல்லோலப்பட்டு இருக்கும். கும்பல்கும்பலாக குற்றம் சாட்டப்பட்டவர்களும், குற்றசாட்ட வருபவர்களுக்குத் துணையாக தரகர்களும், அரசியல் வியாபாரிகளும் நிறைந்திருப்பார்கள். இதனூடே வயர்லெஸ் அலரல், மைக் அறிவிப்பு கம்பிகளுக்குப் பின்னால் சம்மந்தமின்றி எதற்கும் வழியற்றவர்களின் கூக்குரல்கள் அலறிக் கொண்டிருக்கும். ஆனால் இன்றோ, இவை எதுவுமற்று சுடுகாட்டின் அமைதி அங்கு நிலவியது. பாகனும் குமரனும் ஒரு நாடகத்தை நடத்த இருக்கும் தைரியத்தில் மிடுக்காக உள்ளே சென்று அலட்சியமாகச் சுற்றுமுற்றும் பார்த்தனர்.

நீண்ட பரந்த மர மேஜையில் தலைகவிழ்ந்துகிடந்தார் ஒரு வயதான போலீஸ். அவரின் தொந்தி மேஜையின் விளிம்பில் நசுங்கிக் கிடந்தது. கடவாயிலிருந்து உமிழ்நீர் சொட்டியபடி இருந்தது.

“சார்.”

“சார்...” இருவரும் சேர்ந்து.

“ம்..” உமிழ்நீர் இடது கையால் துடைத்தபடி அரை மயக்கத்தில் கேட்டார்.

“என்ன..?”

குமரன் நோட்டிஸைக் கொடுத்தான். வாங்கி ஏனோதானோவென்று படித்துவிட்டு இரு கைகளையும் தலைக்கு மேல் தூக்கி பத்து விரல்களைக் கோர்த்து சொடக்கு முறித்துவிட்டு சிவந்த கண்களை உருட்டி அவர்களை அளந்தார்.

“ம்... சொல்லுங்க.”

“நாடகம் போடுறோம்.”

“எங்க?”

“முத்தால் நகருல.”

“அது எங்க கண்ட்ரோல் கெடையாது, பாண்டியன் நகர் டேசன்ல குடுங்க.”

“அங்க குடும்தோம். இங்க குடுக்க சொல்லிட்டாங்க சார்.”

“யாரு?”

“ஒரு போலீஸ்காரு சார் இன்ஸ்பெக்டர் இங்க இருப்பாரு போயி குடுங்கன்னு சொன்னாரு.”

“அப்படியா... ஆமா நீங்க யாரு? எதுக்கு நாடகம் போடுறீங்க?”

இதற்கு என்ன பதில் சொல்வதென்று தெரியாமல் மௌனமாய் நின்றனர்.

“எதும் கட்சில இருக்கீங்களா?”

நாடகம் போட கட்சில இருக்கணுமா என கேட்கத் தோன்றியது அவர்களுக்கு, ஆனால் முடியவில்லை.

“இல்ல சார்.”

“அப்பறம் எதுக்கு நாடகம்... சொல்லுங்க? ஒங்கள யாராச்சும் நாடகம் போடச் சொல்லி தாங்குனாங்களா?”

இதற்கும் பதில் கிடைக்காமல் இருவரும் சிலையாக நின்றனர். ஆனால், குமரன் உண்மையை கிளிபிள்ளைக்குச் சொல்வதுபோல் சொன்னான்.

“சார், எங்க நண்பன் சார், அவன் சி.ஆர்.எப்.புல ஹெட் கான்ஸ்டபிலா காஷ்மீர்ல இருக்கான், அவன்தான் போடச் சொன்னான்.

“எதுக்கு?”

“நான் கதை எழுதுவேன் அதுக்கு சார்” என்று குமரனோடு பாகணும் சேர்ந்து ஒப்பித்தான்.

“என்ன கதை எழுதுவே?”

“எல்லாக் கதையும் எழுதுவேன் சார்.”

“அப்ப நீ கல்கி மாதிரியா?”

“இல்ல சார்.”

“பின்ன?”

இருவரும் இறுக்கமாக நின்றனர். ஏன் இங்கு வந்தோம், இவனிடம் இப்படிச் சிக்கிச் சின்னாபின்னமாகிறோமே என்று அவர்கள் குறுகிப் போனார்கள். அவருக்கு இவர்களைக் கலாய்த்ததில் சந்தோசம், அதே நேரத்தில் தூக்கத்தை இழந்துவிட்டோமே என்ற வருத்தம் தலை தூக்கவும், கொட்டாவியை வெளிப்படுத்திக்கொண்டே அவர்களுக்கு வழிக்காட்டினார் போலீஸ்.

“இன்ஸ்பெக்டர் வெளிய போயிருக்காரு, நில்லுங்க” என்று பெரிய கொட்டாவியை வெளிப்படுத்திவிட்டு, மீண்டும் மேஜையில் கவிழ்ந்துகொண்டார்.

இருவரும் வரும்போது இருந்த சந்தோஷத்தை இழந்து, சோகத்தில் போலீஸ்டேசன் வாசலில் உள்ள டீக் கடைக்கு வந்து ஆளுக்கொரு டீ அருந்தி, செய்யது பீடியைப் பற்றவைத்து இழுத்தனர்.

“என்ன மாமா” என்று சாலையில் சென்ற ஒருவன் டீ அருந்திக் கொண்டிருந்த ஒருவரைப் பார்த்துக் கேட்டான்.

அதற்கு அவர், “இன்ஸ்பெக்டரைப் பாக்க வந்தேன் காலையில இருந்து நிக்கிறேன்” என்றார்.

அதற்கு அவன், “மாமா இன்ஸ்பெக்டரு இருக்கன்குடி மாரியம்மன் கோயில் பொங்கலுக்குப் பந்தோபாஸ்த்துக்குப் போயிருக்கார், இப்பத் தான் எங்க அண்ணே அங்க போனாரு, எப்.ஐ.ஆர். கையெழுத்து வாங்க” என்றான் சாலையில் போனவன்.

அந்த வழிகாட்டியின் பதில் இவர்களுக்கும் பொருந்தியது. இரு வரும் ஒருவரை ஒருவர் பார்த்து, சிரித்துக்கொண்டனர். இருக்கன்குடி மாரியம்மன் கோயில் ஆடிக் கடைசி வெள்ளிக்கிழமை திருவிழா, வெள்ளமாகப் பிரவாகமெடுத்து ஓடிய வைப்பாற்றில் வெயில் நதி கரை புரண்டோடியது ஆண்களும் பெண்களும் குழந்தைகளும் ஆற்றின் ஒரு கரையில் குழுமியிருந்தனர். பலியிட கொண்டுவந்திருந்த ஆடுகளும் சேவல்களும், சிங்காரித்து மூக்கறுக்கக் காத்திருந்தன.

நீரற்ற வைப்பாற்றின் மணல் பரப்பில் தற்காலிகமாய் கூடாரமைத்து, கல் அடுப்பு கூட்டி, பொங்கல், இணை துணை உணவுகளும், கறி

சாப்பாடுகளையும் தயாரித்துக்கொண்டு இருந்தனர் மக்கள். ஆங்காங்கே சாமியாடிகள் கழுத்தில் மாலையோடு சாமியாடிக்கொண்டு கிடாய்களை ஒரே வெட்டில் வெட்டி வீழ்த்தினார்கள். சேவல் கொண்டைகள் சீவி எறியப்பட்டன. ஆற்றில் தண்ணீருக்கு பதில் பறவை, விலங்குகளின் ரத்த ஆறு ஓடியது.

வேலிக்கருவேல முட்புதர்களில் கறுப்பு வெள்ளை கேன்களிலும், இரு சக்கர வாகன காற்று அடைப்பான்களிலும் கடத்திக்கொண்டு வரப்பட்ட பட்டை சாராயம் அமோகமாக விற்பனையாகிக்கொண்டிருந்தது. அவ்வப்போது போலீஸ் வருவதும் விற்பவரும் குடிப்பவர்களும் புதர்களில் ஓடி மறைவதும், பின்பு தொகை நிரம்பியவுடன் போலீஸ் பொத்திக்கொண்டு போவதும் என்று மீண்டும் குடி திருவிழா அமர்க்களமாய் அரங்கேறியது.

மேளத்துக்கேற்றவாறு ஆண்களும் பெண்களும் துடியாட்டம் போட்டனர். குறிப்பாக பெண்கள் நாக்கைத் துருத்திக்கொண்டு கைகளைத் தலைக்கு மேல் பின்னிக்கொண்டு கண்களைத் துருத்திக்கொண்டு காண்போரை அலற வைத்தனர். அவர்கள் உடைகளினால் மூடி மறைத்திருக்கும் உடல்களின் பாகங்கள் வியர்வையின் ஈரத்தில் மிக தெளிவாகத் தெரிந்தும், அதை அவர்கள் சரிபண்ண மாட்டார்கள். அப்படி சரிசெய்தால் தன்னை சாமி வந்து ஆட வில்லை என்று கண்டுபிடித்துவிடுவார்களோ என்ற பயத்தில் அப்படியே ஆடுவார்கள். குறிப்பாக அன்று ஒரு நாள்தான் தனக்கு வாய்க்கு வந்தபடி கணவனையும் மாமியாரையும் மரியாதையின்றி பேச முடியும், மேலும் அவர்கள் செய்த கொடுமைகளுக்கெல்லாம் சேர்த்து காலில் விழ வைக்க முடியும் என்று தெளிவாகத் தெரிந்துகொண்ட சில பெண்கள் தன்னை மறந்து மருளாடி வருவார்கள்.

ஆனால், உண்மையில் ஒரு பறை ஒலியைக் கேட்டுவிட்டால் தன் உடல் தானாகவே எல்லோருக்கும் ஆடும். ஏனெனில் மனித இனம் வேட்டை சமூகத்தில் வாழ்ந்த காலத்தில் விலங்குகளை வேட்டையாட போகும்போது அதை புதர் மறைவிலிருந்து வெளியே கொண்டுவர மனித இனம் பறை அடித்தது. அதனால், உடல் ஆடும். அதன் தொடர்ச்சியே மனித பரிணாமத்தில் எத்தனை, எத்தனை மாற்றங்கள் வந்தாலும் பறை ஒலித்தவுடன் உடல் தன்னை அறியாமல் ஆடத் தொடங்கிவிடுகிறது. ஆணும் பெண்ணும் இயல்பாக இருக்கும்போது இப்படி ஆட மாட்டார்கள். இப்போது அவர்கள் உடலில் சாமி புகுந்துதான் இப்படி ஆட வைக்கிறது என நம்புகிறார்கள். ஆனால், அதுவல்ல, வேட்டை சமூகத்திலிருந்து மனிதனின் மூளையில்

பறையின் படிமங்கள் பதிவாகிவிட்டது. அவன் எத்தனை நாகரிகம் அடைந்தாலும், அவன் எவ்வளவு அறிவாளியாக இருந்தாலும், அவன் மண்டையில் பழைய நினைவுகளும், செயல்களும் பதிவாகியே இருக்கும். இது சமயம் பார்த்து தலை தூக்கும். அதன் ஒரு பகுதிதான் சாமியாட்டம்.

இவற்றுக்கிடையில் பாகணும் குமரனும் வந்த வேலையைப் பார்க்க கோயில் காவல் நிலையத்தில் நுழைந்தனர். அங்கு இன்ஸ்பெக்டர், சப்-இன்ஸ்பெக்டர் மற்றும் இணை துணை போலீஸ்காரர்கள் இருந்தனர். பாகண் உள்ளே சென்று ரைட்டரிடம் விவரத்தைச் சொன்னான். அவர் இன்ஸ்பெக்டரிடம் அனுமதி வாங்கி, இருவரையும் அவரிடம் அனுப்பி வைத்தார். இன்ஸ்பெக்டர் விவரம் கேட்டுவிட்டு அனுமதி அவர்களுக்குக் கொடுக்க முடியாது, துணை காவல் கண்காணிப் பாளரைப் பார்த்துக் கேளுங்கள் என்று பந்தை டி.எஸ்.பி. பக்கம் உருட்டிவிட்டார். மறுபடியும் விருதுநகர் பேருந்துஏறி, அருப்புக் கோட்டை சாலையில் உள்ள கிறிஸ்தவ தேவாலயம் அருகில் உள்ள டி.எஸ்.பி. அலுவலகத்துக்கு வந்துசேர்நதனர்.

பரந்த விரிந்த வெட்ட வெளியில் ஆங்கிலேயர்கள் நிர்வாக அலுவலகமாய் பயன்படுத்திய பழைய கட்டடத்தில்தான் டி.எஸ்.பி. அலுவலகம் இருந்தது. இருவரும் அலுவலக வாசலில் தயங்கி, தயங்கி நின்றனர். லாபியில் காவலுக்கு நின்ற ஆறடி உயரமாக, கம்பீரமாய் நின்றிருந்த புதிய போலீஸிடம் சென்று விசாரித்தனர். அவன் இவர்களுக்குப் பதில் சொல்லவே இல்லை, காரணம் அவனுக்குத் தமிழ் தெரியவில்லை. இதை பார்த்த குமரனுக்குச் சல்லையாக போனது, அதனால், பாகணிடம் நாடகத்தை நிறுத்திவிடலாம் என்று சொன்னான்.

“டேய் வேணாடா... இவ்வளவு கஷ்டப்பட்டு நடத்துணுமா? இன்னும் பர்மிஷன்கூட வாங்க முடியல” என்றான்.

“கஷ்ட்டப்பட்டாதான் எல்லாமே சாத்தியம்” என்றான் பாகண்.

“முடியுமா?”

“முடியும். ஒவ்வென்னா முடிப்போம்” என்று சொல்லிக்கொண்டே, திடீரென சாலையிலிறங்கி ஓடினான்.

முத்துராமன் பட்டியின் கிழக்கு மூலையில் இருக்கும் திரவிடக் கட்சியின் நகர செயலாளர் ராஜாகனியின் வீட்டில் சென்று நின்றான். அவன் எதிர்பார்த்தபடி அவர் காத்திருபோர் அறையில்

அமர்ந்திருந்தார். அவருக்குப் பின் கட்சியின் தலைவர் அவருக்குக் கணையாழி போட்ட புகைப்படம். பின்பு அவரின் ஒவ்வோரு சாகசம் நிறைந்த புகைப்படங்களும் இருந்தன.

“வணக்கம் அண்ணாச்சி.”

“ஏ வாப்பா என்ன?” என்றார்.

“அண்ணாச்சி நாடகம் போடுறோம்.”

“நாடகமா?”

“ஆமா அண்ணாச்சி சொதந்திர தினத்தன்று நண்பர்களா சேந்து போடுறோம், அதுக்கு பர்மிஷன் வாங்கணும் அதான் ஒங்கள பாக்க வந்தேன்.”

“யாருட்ட வாங்கணும்..? என்னக்கி நாடகம்?”

“நாளக்கி அண்ணாச்சி” உடனே தன் எதிரே உள்ள சிவப்பு நிற ஃபோனை எடுத்து காதில் பொருத்திக்கொண்டு, சட்டை பையிலிருந்து ஒரு கை டயரியை எடுத்து அதில் உள்ள டி.எஸ்.பி. நம்பரைப் பிடித்து டயல் செய்தார்.

“வணக்கம் நான் டி.எம்.கே. டவுன் செக்ரட்டிரி பேசுறேன்.”

“...”

“ஒன்னுமில்ல நமக்கு வேண்டிய பசங்க நாடகம் போடுறாங்க பர்மிஷன் வேணும்?”

“...”

“என்ன பேருப்பா?”

“யார் அது?”

“யார் அதாம், ம், சரிங்கண்ணே, சரி சரி அத நான் பாத்துக்கிறேன்” என்று சொல்லிவிட்டு ரிசிவரை வைத்துவிட்டு, “ஏம்பா முன்னாடியே சொல்லக் கூடாது, அதுக்கு நெறைய பார்மாலிட்டிஸ் இருக்காம் இருந் தாலும் என்னுடைய பொறுப்புல விட்டுட்டாரு, சண்டை சத்த மில்லாமே நடத்தப்பாரு, அப்புறம் எதாச்சும் பிரச்சனை வந்தா நான் பதில் சொல்லணும் சரியா?” என்று சொல்லிவிட்டு கட்சி லெட்டர் பேடில் ஒரு கடிதம் எழுதி, “இந்தா இத கொண்டு போயி பாண்டியன் நகர் போலீஸ் டேசனுல குடு” என்றார். பாகணுக்கு சந்தோஷம் பொறுக்க முடியவில்லை, அவருக்கு நன்றியைச் சொல்லிவிட்டு ஓடினான்.

ஆகஸ்ட் 15 பிறக்க இன்னும் பன்னிரண்டு மணி நேரமும், நாடகத்தை மேடையில் அறங்கேற்ற இருபத்திநான்கு மணி நேரம் மட்டுமே உள்ளதை பேராளி ரோட்டில் உள்ள கோன் பேக்டரியின் சங்கொலி உணர்த்தியது. இருவரும் முத்தால் நகர் வந்ததும், குமரன் வீடுவரை சென்று திரும்புவதாக உறுதியளித்துவிட்டு சென்றுவிட்டான். பாகண் தனிமையில் நின்றான். நாடகத்துக்கான அனைத்து ஏற்பாடுகளும் செய்துவிட்டோமா? என நினைத்துப்பார்க்கையில் பணம் அவன் முன் ஊஞ்சலாடியது.

என்ன செய்யலாம் என்று நினைத்துக்கொண்டே தன் வீட்டுக்குப் போகும் வழியில் உள்ள ஓடையைக் கடந்தான். அங்கு பாகணின் அப்பா சலவானைப் பிடித்துக்கொடுத்துக்கொண்டிருந்தார். வியாபாரிகள் விலை பேசி மூன்று சலவானுக்கு ஆயிரத்தி அறநூறு கொடுத்தார்கள். அதை அரை மனதோடு வாங்கி மடியில் வைத்தார். பாகண் அவரைப் பாவமாய் பார்த்தான். அதன் அர்த்தம் அவருக்குப் புரிந்தது. அவன் நாடகத்துக்கு அப்பாதான் முதல் ரசிகர். ஒத்திகை பார்க்கும் போது உடன் வந்து எங்கெங்கு எப்படி நடிக்க வேண்டுமென்று சில இடங்களைத் திருத்தம் செய்திட உதவுவார். அப்போது பாகணுக்கு அப்பாவின் தலையீடு எரிச்சலை உண்டாக்கும். ஆனால், அவர் சொன்ன ஆலோசனை சரியாக இருக்கும், நாளடைவில் அவரையும் ஒத்திகையில் வைத்துக்கொண்டான். அவர் விருதுநகரில் தி.மு.க. கட்சி ஆட்சிக்கு வரும்வரை பட்டிதொட்டியெல்லாம் கட்சியின் கொள்கையை விளக்கி நாடகம் நடித்தவர். அந்த அனுபவத்தை மகன் நாடகத்திலும் பயன்படுத்தினார்.

நாடகம் நடக்க இன்னும் இருபத்திநான்கு மணி நேரமே இருப்பதையும், அவனிடம் கொள்கை இருக்குமளவுக்குப் பணமில்லை என்பதையும் தெரிந்துவைத்திருந்தார். அதனால், சலவானை அப்பா காலையில் விலை பேசி மாலையில் ஊறல் குடிக்க வந்தபோது பிடித்து விற்றுவிட்டார். அந்தப் பணம் அவன் கேட்காமலேயே கொடுக்கத்தான் இருந்தார். ஆனால், அவனே கேட்கும் நிலையில் நின்றான். ஆயிரம் ரூபாய் எடுத்துக்கொடுத்தார். அது மேடைக்கும், ரேடியோ செட்டுக்கும் உதவியது. அடுத்து மற்ற செலவினங்களுக்காக மனைவியைப் பார்த்தான். அவள் நாடகத்தில் நடிக்கும் வடமாநில பெண்ணுக்கு மொழி தெரியாத காரணத்தால் அந்தப் பெண் பேசி நடிக்க வேண்டிய வசனங்களை அவள் பேசிட, ஆண் குரலுக்கு பாகண் பேசி, தன்னிடம் உள்ள பாணா சோனிக் டேப்பில் பதிந்து அதை வைத்து அந்தப் பெண்ணை நடிக்கவைக்க உதவினாள் பாகணின்

மனைவி. இப்போது அவள் கால் கொலுசை கழட்டி அடுத்த வீட்டில் கொடுத்து ஐநூறை அவள் பங்காகத் தந்தாள். அவனின் அடுத்த குறி அம்மா. அவள் குருவி சேர்த்ததுபோல் சேர்த்துவைத்திருந்த பணத்தில் கடந்த பங்குனி பொங்கலுக்கு சீட்டு போட்டு எடுத்திருந்த சருக பானை நாயக்கர் வீட்டில் தஞ்சமடைந்துகொண்டு அது ஒரு முன்னூறு ரூபாயானது.

இவற்றைக் கொண்டு நாடக மேடை, மைக் செட், சுதந்திர தினத் துக்கு கொடி ஏற்ற கொடி கம்பம், அலங்கார தோரணைகள் இரவுக்குள் ரெடியானது. மேலும் நாடகக் குழு முடிவின்படி தெரு வசூல் நடந்தது. வீடு வீடாக சென்றதில் ஐம்பது. கால் ரூபாய் காசுகள் உண்டியல் டப்பாவில் விழுந்தது. சாலையில் சைக்கிளில் வந்த வருங்காலத்தில் திரைபடத்துறையின் இயக்குநராக வர இருக்கும் பாகணின் இலக்கிய நண்பன் வசந்த பாலன் உண்டியலில் அதிக பட்சமாக ஒரு ருபாய் போட்டான் (ஐந்து படம் பண்ணிவிட்டான்) இப்படியாக உண்டியலின் டப்பா நிறைந்து வழிந்தது. எண்ணிப்பார்த்தால் இருநூறு ரூபாய் எழுபத்தைந்து பைசா இருந்தது. அடுத்து பாகணுக்கு பகல் பதினோரு மணியளவில் ஒரு கடிதமும் அதோடு சேர்த்து ஆயிரம் ரூபாய் மணி ஆர்டரும் வந்தது. நாடகக் குழு சுதந்திர கொண்டாட்டத்தை நினைத்த படி நடத்த உதவிய கணேசனுக்கு நன்றி சொல்லி அந்த இக்கட்டான நிலையிலும் இன்லெண்டு காகிதத்தில் கடிதம் எழுதி போஸ்ட்டு பண்ணிவிட்டுத்தான் அடுத்த வேலையைத் துவங்கினான்.

காலை வந்ததும், பேசியபடி காலையில் கவிஞர் ஆனந்த அபூர்வ சாமி அவர்களால் தேசிய கொடி ஏற்றப்பட்டு, அனைவருக்கும் இனிப்பு வழங்கப்பட்டது. அதனைத் தொடந்து மாலை நிகழ்ச்சி துவங்கியது.

திராவிடக் கட்சியின் பொதுச் செயலாளரின் அண்ணன் பேராசிரியர் திருமாறன் தலைமை தாங்க, கவிஞர் ஆனந்த சாமி முன்னிலை வகிக்க, கவிஞர் நீலம் மது மயன் வாழ்த்துரைக்க, திராவிடக் கட்சியின் நகர செயாலாளர் ராஜாக்கனி நாடகத்தைத் துவங்கி வைத்து முதல் வசனத்தை பாகணின் அப்பா பாண்டியைப் பேச வைக்க, இரவு ஒன்பது மணியளவில் பாகணின் 'யார் அது' என்ற முதல் நாடகம் மேடையில் அறங்கேறியது. அன்று முதல் பாகணின், 'யார் அது, யார் அது' என நகரம் பேச துவங்கியது.

•

7

நகரின் மத்தியப் பகுதியின் இரு மருங்கிலும், நடைவாசிகள், இரு சக்கரவாசிகள், கைவண்டி, மாட்டுவண்டி சரக்குவாசிகள், சுமை தூக்கும் தொழிலாளிகள், நுகர்வோர்கள் என ஒன்றன் பின் ஒன்றாகக் குறுகலான கடைவீதியின் பாதையில் அணிவகுத்து நின்றிருந்தனர். மனித நகர்வுகள் தங்கள் தேவைகளைப் பூர்த்தி செய்திட தன்னை பணையம் வைத்து, நுரைத்தள்ள நுகத்தடியின் அழுத்தத்தால் திமிர முடியாத அளவுக்கு சரக்குகளைச் சுமந்து இழுத்துச்செல்லும் விலங்கு களும் அவற்றுக்கு இணையாக ஒரு சான் வயிற்றுக்காக உடலுழைப்பை செலுத்தும் மனிதக் கூட்டமும் அலைமோதிக்கொண்டிருந்தது.

சாலையோர வியாபாரிகள் தங்கள் சரக்குகளின் மீது அதீத நம்பிக்கையின் பேரில் உச்சஸ்தாயியில் கத்திக்கொண்டிருந்தனர்.

சரக்கின் விலை சொல்லியே கத்துவான் வியாபாரி. அவன் அருகில் சென்று அவன் சொன்ன விலைக்கே கொடுப்பானென்று எதிர் பார்த்தால் ஏமாற்றம்தான் மிஞ்சும்.

"பீன்ஸ் அரை கிலோ எவ்ளோ?"

"முப்பது ரூபா."

"இருபது ரூபான்னு சொன்ன?"

"அது இந்த சரக்குக்கு" என்று குப்பையில் போடும் காய்களைக் காட்டுவார்கள்.

"ஏம்பா நீ கொறைச்சி சொல்லுறந்தான வந்தேன்?"

"நீ புரியாமக் கேக்குற."

"என்னப்பா பகல் கொள்ளையா இருக்கு!"

"நா பகல் கொள்ளை அடிக்கிறேன், நீ நைட்டு கொள்ளை அடி, போவிய்யா யாவரத்தக் கெடுத்துக்கிட்டு." "ஆங் பீன்ஸ் அரக்கிலோ இருபது ரூபா... வாங்க வாங்க... ஊட்டிகாயி... வாங்க வாங்க... வாங்கம்மா... வாங்கய்யா... வாங்க சார்... வாங்க அண்ணாச்சி..." என வெட்கமில்லாமல் பொய் சொல்வான்.

தடாகம்/73

"ஒலகத்துல எங்கயும் இப்படி அநியாயமா யாவாரம் பாத்தது கிடையாது. இந்த ஊருலதான் இப்படி" என்றான் ஒரு நுகர்வோர்.

"அய்யா ராசா விருதுநகர் யாவாரிக்கி விக்கவும் தெரியும், பதுக்கவும் தெரியும், நாங்க வெல வைக்காம ஒலக மார்கெட் கெடையாது, போவீயா நீ வாங்கிதான் நா பொழைக்கபோறன். அக்கா வாங்க... அம்மா வாங்க..."

இப்படி கனஜோராக இயக்கத்திலிருந்தது பஜார். பஜாரின் மையப் பகுதியின் வலது ஓரத்திலிருக்கும் வாழைத்தார் கடையில் நின்று கொண்டிருந்தனர் பாகனும் குமரனும்.

பார்க்க வந்த அண்ணாச்சி, வியாபாரத்தில் மும்முரமாய் இருந்தார். அவரைப் பார்த்தால் வாழை வியாபாரி என சொல்ல முடியாது. பத்து விரல்களிலும் ஆபாரணங்கள் மினுங்கியது. தங்கம், வைரம், முத்து, பவளம், வெள்ளி என்று கை விரல்களிலும் கழுத்திலும் தன்னுடைய பொருளாதார மகிமையைக் காட்டிக்கொண்டிருந்தார். அநேகமாக அவர் முதல் தலைமுறை பணக்காரர் என்று கொள்ளலாம்.

முட்டை தோலில் நெய்யப்பட்ட சட்டை, வேட்டி, சுருள் முடி, முருக்கு மீசை அதற்குச் சரியாக கறுப்பு சாயம் ஐந்து விரல்களிலும் எம்.ஜி.ஆர். படம் பதித்த மோதிரம் அணிந்து காணப்பட்டார். எல்லோரும் எம்.ஜி.ஆர். ரசிகர் என்றால், இவர் பக்தர், ஆமாம் அவர் நினைவு நாட்களில் பொங்கல் வைத்து வணங்கி அனைவருக்கு இலவசங்களைத் தன் சொந்த செலவில் வழங்குவார். ஆனால், கட்சியிலேயோ ஆட்சிலேயோ இவருக்கு சின்ன பங்கு கிடையாது, காரணம் அம்மா ஆட்சி பீடத்துக்கு வந்தவுடன் அய்யா படத்தை பேனர்களிலிருந்து அகற்றவும் அல்லது அவர் படத்தைச் சின்னதாகப் போடுவதும் அவரைத் தூக்கிவைத்து கொண்டாடும் உண்மையான விசுவாசிகளை ஓரம் கட்டுவதுமாக இருந்த அம்மாவின் சிட்டையில் இவரும் ஒருவர். அதனால், இவருக்கு கட்சியில் சின்ன பதவிக்கூட கிடையாது. ஆனால், இவர் உள்கட்சி விவகாரத்தால் முரண்பட்டு கட்சி தாவல் செய்யவில்லை, ஒரு சில கருங்காலிகள் போன்று இதே ஊரில் அ.தி.மு.க. ஆட்சிப் பீடத்தில் இருக்கும்போதும் அமைச்சர், தி.மு.க. ஆட்சிக்கு வந்தபோதும் அமைச்சர் என்று காசுக்காகத் தன்னை அட மானம் வைக்கும் அரசியல்வாதிகள் மத்தியில் வாழைக்காய் வியாபாரி போன்ற நேர்மையான விசுவாசிகளும் இருக்கத்தான் செய்கிறார்கள்.

இவர் நகரின் முக்கிய தெருவான வாடியான் தெரு டிரஸ்ட்டி, அந்தத் தெருவில் புரட்டாசி பொங்கல் மிக சிறப்பாகக் கொண்டாடப்

படும். குறிப்பாக பொங்கல் என்றாலே பங்குனி பொங்கல்தான் இந்த நகரில் பிரசித்திப்பெற்றது.

அதற்கடுத்து, புரட்டாசி மாதம் அனைத்துத் தெருக்களிலும் மிக சிறப்பாகக் கொண்டாடப்படும் காளியம்மன் பொங்கல் திருவிழா. கொண்டாடப்படும் திருவிழாக்களிலேயே மிக பிரம்மாண்டமான பங்குனி பொங்கலுக்கு இணையாக நடத்துவதில் வாடியான் தெருவை மிஞ்சிட முடியாது.

இந்தத் தெருவில் மட்டும் ஒரு வாரத்துக்குத் திருவிழா நடை பெறும். ஒவ்வொரு நாளும் வெவ்வேறு கலை நிகழ்ச்சிகள் நடக்கும். குறிப்பாக, தமிழகத்தின் பட்டிதொட்டியெல்லாம் பிரசித்திப்பெற்ற மதுரை நீக்ரோ பாய்ஸ் நடனம், லஷ்மன் சுருதி, திண்டுக்கல் அங்கு இங்கு, இசை நிகழ்ச்சி, இது போக பட்டிமன்றம் என்ற கலை வடிவம் அறங்கேற்றமானது. இந்த மேடையில்தான் அதுவும் சாலமன் பாப்பையா, லியோனி போன்றவர்கள் அறிமுகமாகி அதிக சம்பளம் பெற்றுத் தந்த மேடை வாடியான் தெரு மேடை.

இப்படிபட்ட மேடையில் தன்னுடைய நாடகமும் நடந்தால் நன்றாக இருக்கும் என்று அண்ணாச்சியிடம் சான்ஸ் கேட்டு குமரனும் பாகணும் வந்துள்ளனர்.

அண்ணாச்சி சரக்குக்குப் பேரம் பேசிக்கொண்டிருந்தார். அவருக்கு அரசியல் மேடை கிடைக்காததால் கடையையே மேடையாகப் பாவித்துக்கொண்டு அடுக்கு மொழியில் அடுக்கினார். இவர்கள் கால் கடுக்க நின்றுகொண்டிருந்தனர்.

“வணக்கம் அண்ணாச்சி” கடையிலிருந்த அனைவரும் சென்ற பின் பாகண் வணக்கம் சொன்னான். இவன் பொருள் வாங்க வந்தவன் கிடையாது என்பதால் சுவாரசியமின்றி பதிலுக்குத் தலையாட்டினார் அண்ணாச்சி.

“சொல்லுங்க” என அவர்களின் கோரிக்கைக்கு செவிசாய்த்து விரட்டிவிட்டால்தான் வியாபாரத்தைக் கவனிக்க முடியுமென்று அவசரமாய் கேட்டார்.

“நாங்க நாடகம் போட்டோம் அண்ணாச்சி.”

“அப்படியா..! எங்க போட்டிங்க?”

“எங்க தெருவுல” என்று நோட்டீஸைக் காட்டினான் பாகண். அவர் வாங்கி பார்த்தார்.

“பெரிய பெரிய ஆளுங்கள வச்சி போட்டுருக்க.”

“ஆமாண்ணாச்சி.”

“ஆனா, எங்க தெருவுல நாடகம் போட மாட்டோம், போட்டாலும் இப்ப பாக்க யாரு இருக்கா, இப்பெல்லாம் டான்ஸ், பட்டிமன்றம், பாட்டு மன்றம் பாக்கத்தான் ஆளு இருக்கு. அதுவும் போக ஒரு வார புரோகிராம ஏற்கனவே புக் பண்ணியாச்சி, நீ உள்ளூர்க்காரந்தானே மொதவே வரக் கூடாதா?”

“அண்ணாச்சி நாடகமுன்னா பழைய நாடகமா இருக்காது, மேடையில ஒரு திரைபடமா இருக்கும் வித்தியாசமா இருக்கும்” என்று அடுக்கினான் பாகண்.

“அப்படியா… சரி வேணும்ன்னா சொல்றேன்” என்றார். இவர்கள் தயங்கி நின்றார்கள். அவர்கள் நிலையறிந்து தன் கடையிலிருக்கும் கறுப்பு நிற ஃபோனின் ரிசிவரை எடுத்து காதில் வைத்து, “ஹலோ நான் அண்ணாச்சி பேசுறேன். என்ன அன்னக்கி சொன்னதுல மாற்றம் இருக்கா? அப்படியா மறுநாள்தான் வர முடியுமா? சரி அப்ப வேற குருப்ப பேசிடவா?” என பேசிவிட்டு அவர்களை ஒரு பார்வை பார்த்தார். அவர்களுக்கு ஆர்டர் கிடைத்தவிட்ட சந்தோஷம்.

இருவரும் அடுத்த நாடகத்துக்கான அடிப்படை வேலையில் இறங்கினார்கள்.

நகராட்சிப் பூங்காவில் அமர்ந்து, செய்யது பீடிகட்டைக் காலி செய்தும் கதையை உருவாக்க முடியவில்லை. குமரன், பழைய நாடகமான ‘யார் அது’வை போடலாமென்று ஆலோசனை கூறினான். அதில் பாகணுக்கு உடன்பாடில்லை. அதன் பின் மூன்று கதைகளை குமரனிடம் சொன்னான் பாகண். அதை அவன் ஏற்றுக்கொள்ள வில்லை, அதனால் பேன்டசியாக ஒரு கதையைச் சொன்னான்.

காதலர்களைப் பிரிக்க சூழ்ச்சி செய்யும் கதை. காதலன், காதலி வீட்டில் வழக்கம்போல் காதலுக்கு எதிர்ப்பு. பெண்ணின் தந்தை காதலனை அடித்து துவைத்து எடுக்கிறார். மீண்டும் தேன் கூட்டில் தேனீக்கள் சேர்ந்துகொள்வதைப்போல் இணைந்துகொள்கிறார்கள்.

காதலனைக் கொன்று, மகளை மீட்க திட்டம் போடுகிறார். அவன் மரணம் இயற்கையாக இருக்க வேண்டும், ஆகவே, உயிரைப் பறிக்கும் எமனிடம் தூதுவிடுகிறார் பெண்ணின் அப்பா. எமனுக்கு மனித ஆசைகளையெல்லாம் காட்டுகிறார். எமன் தன் கொள்கையிலிருந்து

மாறாமல் மறுத்துவிடுகிறார். அதனால் அவரின் உதவியாளன் சித்திர குப்தனை விலைக்கு வாங்குகிறார்கள். காதலனைக் கொன்று எம லோகம் கொண்டுசெல்கின்றனர். அவன் அங்கு சென்று தன் நியாயத்துக்காக எமலோகத்தில் சங்கம் அமைத்து போரட்டம் நடத்து கிறான். இது எங்கேயோ கேட்ட, பார்த்த கதையாக இருக்கிறதா? இல்லை. இந்த நாடகம் போட்டு முடித்து ஐந்து வருடம் கழித்துதான் இந்தக் கதையே படமாக்கப்பட்டுள்ளது அறியப்பட்டது.

இதுதான் பாகணின் இரண்டாவது நாடகத்தின் கதை. கதை முடிவானதும் அதற்கான நடிகர்கள் தேடல் ஆரம்பித்தது. ஏற்கனவே நடித்தவர்களோடு, புதிய நடிகர்களை உருவாக்க திட்டமிட்டனர். அதன்படி கதாபாத்திரத்துக்குப் பொருத்தமான நடிகர்களைத் தேடிப் பிடித்தனர்.

பாத்திரங்கள் தயாரானதும் பாகணின் அலுவலக வாசலில் ரிகர்சல் நடைபெற்றது. நடிக்க ஆசைபட்டு, நான், நீ என்று நடிக்க வந்த நிறைய பேர்களின் ஆசை நிராசையானது. ஆசைப்படும் பாத்திரங் களில் உடல்மொழி பொருந்தினால் வசனம் மொழி சரியாகப் பொருந்த வில்லை. வசன மொழி நன்றாக வந்தால் உடல் மொழி பொருந்த வில்லை. இதனால் சிலரை ஒதுக்க வேண்டிவந்தது. இப்படி வடி கட்டி முப்பது பேர் தேர்வு செய்யப்பட்டனர். வழக்கம்போல் பெண் பாத்திரத்துக்கு பாகணே பேசி நடித்தான். ஆண் பாத்திரத்துக்கு அதாவது நாயகனுக்கு யாரும் தேராத காரணத்தால் தானே நடிக்க ஆரம்பித்தான்.

நாடகம் போடும் இடம் மிக முக்கியமான பகுதி, தமிழகத்தின் தலைசிறந்த கலைஞர்களை உருவாக்கிய மேடை. அதனால் ஒவ் வொரு விஷயத்திலும் கவனம் செலுத்தி, மிக நேர்த்தியான நாடகம் போட முடிவு செய்யப்பட்டு, அதன்படி செயலாற்றினார்கள்.

பேருந்து நிலையத்தில் மூவர் குழுவின் மூவரும் கணேசன், குமரன், பாகண். மூன்று பேரும் பேருந்தில் ஏறி நாடகத்துக்கான துண்டு பிரசுரம் வழங்கினார்கள்.

கணேசன் ஒரு வருடத்துக்குப் பின் ஒரு மாத விடுப்பில் வந்திருந் தான். அவன் வந்த நேரத்தில் இரண்டாவது நாடகம் தயாரானது. அந்த நாடகத்தில் எமனாக ரிகர்சல் பார்த்தவனின் உடல்மொழி ஒத்து வராத காரணத்தால் அந்தப் பாத்திரத்தில் கணேசனே நடிக்க ஏற்பாடு செய்யப்பட்டது.

பேருந்து நிலையத்தில் போவோர் வருவோருக்குத் துண்டு பிரசுரத் தைச் சொல்லிச்சொல்லி வழங்கினார்கள். நின்றுகொண்டிருக்கும் பேருந்தில் ஏறி குமரன், கணேசன் பிரசுரம் கொடுக்க, பாகண் பிரச்சாரம் செய்தான்.

"அன்பார்ந்த ரசிகப் பெருமக்களே..! இதோ நம் நகரில் வாடியான் தெருவில் காளியம்மன் கோயில் திருவிழாவை முன்னிட்டு 27.9.93 அன்று இரவு ஏழு மணியளவில் நம் மண்ணின் கலைஞர்கள் பங் கேற்று நடிக்கும், 'அவர்கள் தெளிந்துவிட்டார்கள்' என்ற நவீன நாடகம் நடைபெறவிருக்கிறது. அது சமயம் ரசிகப் பெருமக்கள் அலை கடலேன திரண்டு வந்து நாடகத்தைக் கண்டுகளிக்க உங்களை அன்போடு அழைப்பது மூவர் குழு" என்று முழங்கினான் பாகண்.

பேருந்து பேருந்தாக ஏறி பிரச்சாரம் செய்தனர். மேலும் கடந்த இரண்டு தினங்களுக்குள் சுவர் விளம்பரம், முச்சந்திகளில் தட்டி போர்டு, தெருத்தெருவாக ரிக்சாவில் ரேடியோ கட்டி விளம்பரம் என நகரம் எங்கும் பிரச்சார அனல் பறந்தது.

இந்த நாடகத்துக்கு மட்டுமல்ல அந்தத் தெருவில் நடக்கும் அனைத்து நிகழ்ச்சிகளுக்கும் விழா கமிட்டி மூலம் நகரம், பட்டி தொட்டி அனைத்திடங்களிலும் விளம்பரம் செய்துவிடுவார்கள்.

அவர்கள் விளம்பரம் ஒருபுறம் இருந்தாலும், தங்கள் படைப் புக்கும் அங்கீகாரம் கிடைத்த மகிழ்வில் மூவர் குழு தன்னிச்சையாக விளம்பரத்தில் ஈடுபட்டது. கலைஞனுக்கு அவன் திறமை வெளிப் படும் போது அவனுக்கு ஏற்படும் சந்தோஷத்துக்கு எல்லை கிடையாது.

நகரத்தில் மக்கள் நடமாடும் அனைத்து இடங்களிலும் பிரசுரத்தை மாலைவரை வழங்கிவிட்டு, கடிகாரத்தைப் பார்க்கையில் மணி ஐந்தைக் கடந்திருந்தது. அப்போதுதான் மதுரை காட்ராபாளையத்திலிருந்து வரவேண்டிய பெண் கலைஞர் நினைவுக்குவர, மீண்டும் நகர பேருந்துக்கு ஓடினார்கள். மூவரும் மதுரையிலிருந்து வரும் நாகர் கோயில், திருநெல்வேலி, கோயில்பட்டி, சாத்தூர், தூத்துக்குடி, சிவ காசி, தென்காசி ஆகிய பேருந்துகளில் மூவரும் ஏறி, ஏறி பார்த்தனர்.

"என்னடா வருமா வராதாடா?" எனக் கேட்டான் கணேசன்.

"வரும்டா" என்று தயக்கமாய் சொன்னான் பாகண்.

"ஆமா வருவா?" என கேலி செய்தான் குமரன்.

“செவுள் பிஞ்சு போகும் குச்சி காலாபயலெ” என்று அவன்மீது பாய்ந்தான் பாகண். அவன், “ஒண்ணு விட்டோனா..” என்று பாகண் அடிக்க ஓங்கினான். கணேசன் இருவரையும் பிரித்துவிட்டு, “டேய் ஃபோன் போடுடா” என்றான், அதன்படி பொது தொலைபேசி நோக்கி மூவரும் ஓடினார்கள்.

தொலைபேசியில், “வணக்கம், சொல்லுங்க?”

“வணக்கம், நான் விருதுநகருலருந்து பேசுறேன் காட்டுராபாளையம் தென் இந்தியா நாடக சங்கமா?”

“ஆமா.”

“ஹலோ ஹலோ” சவுண்டு இல்லை.

“ஹலோ.”

“ம்... சொல்லுங்க.”

“முந்தா நாளு விருதுநகர்ல நாடகம் போட லேடிஸும், மேக்காப், ஸ்கிரின் பேசி அட்வான்ஸ் கொடுத்தேன்ல்லையா?”

“ஆங், தெரியுதுப்பா பபிதாவுக்குதானே, அந்தப் புள்ள மத்தியானமே போயிருச்சே இன்னும் வரலையா?”

“வரல.”

“நீங்க எங்க இருந்துபேசுறீங்க?”

“பஸ்டாண்டுல இருந்து.”

“பஸ்டாண்டுக்கா? அந்தப் புள்ள வரும், எங்க நாடகம் போடுறீங் களோ அங்கு வந்துருக்கும் போயி பாருப்பா?” என சொன்னார். மூவர் குழு வாடியன் தெருவுக்கு ஓடியது.

மூன்று தெருக்களின் மத்தியில் நீண்டு தாழ்ந்த பந்தல் முகப்பில் மின்விளக்குகளால் அலங்கரிக்கப்பட்ட அம்மன் சிங்கத்தில் அமர்ந்து அருள்பாலிக்கத் தயாரானாள். விழா காலத்தில் மட்டும் அருள் பாலிக்கும் அம்மன் கோயில்விழா முடிந்ததும் சின்ன பீடமாய் மாறி விடும். காரணம் அந்த இடம் மிகவும் நெருக்கடியான இடம்.

பொங்கலன்று மட்டும் அனைத்து சிலைகளும் தங்கத்தால் அலங் கரிக்கப்படும். பின்பு மாலையில் நகர்வலம் வந்து, ஊரின் மையத்தில் உள்ள தெப்பத்தில் கரகம் ஜோடிக்கப்பட்டு, அம்மன் ஊர்வலம் நடை பெறும். பெண்கள் முளைப்பாரி தூக்கி முன்செல்வார்கள். அவர்கள்

பின்னால் விளக்கேந்திய திடீர் லெட்சிமிகள் செல்ல, இளைஞர்களின் வீர விளையாட்டு, அவர்களுக்குப் பின்பாக தட்டு வண்டிகளில் கலைஞர்களின் கலை நிகழ்ச்சிகளும் நடைபெறும். இதன் பின்பு தெருவை அடைந்ததும் அம்மனுக்குப் பூஜை புனஸ்காரங்கள் நடைப் பெற்று முடிந்தவுடன் மேடையில் கலை நிகழ்ச்சி ஆரம்பமாகும்.

மூவரும் ஒரே சைக்கிளில் வந்து இறங்கி ஓட்டமும்நடையுமாக விரைந்துசென்று விழா கமிட்டியிடம் தாங்கள் வந்திருப்பதை உறுதிப் படுத்திக்கொண்டு பிரம்மாண்டமாய் போடப்பட்டிருந்த மேடையைக் கவனித்துக்கொண்டான் பாகண்.

மேடையின் பின்திரையில் அன்று நடைபெற இருக்கும் கலைக் குழுவின் பேனர் கட்டப்பட்டிருந்தது. ஆனால், மூவர் குழுவுக்கு பேனர் இல்லததால் கட்டவில்லை. அதை கவனித்த பாகண், தன் மனதில் நினைத்துக்கொண்டான், ‘அடுத்த திருவிழாவுக்கெல்லாம் பேனர் ரெடி பண்ண வேண்டும்’ என்று. மேடையைக் கடந்து சென்றவன், நாடக மாந்தர்கள் ஆங்காங்க தயார்நிலையில் இருந்ததைக் கண்டான். அதாவது பரீட்சை ஹாலுக்குப் போகும்போதுகூட நோட்ஸ் படித்துக்கொண்டிருக்கும் மாணவர்களைப் போன்று ஸ்கிரிப்டைப் படித்துக்கொண்டிருந்தனர். அதை பார்த்த பாகண், அகம் மகிழ்ந்தான். கலைஞர்களுக்கு ஒதுக்கப்பட்ட அறைக்குள் நுழைந்தான். அவனைத் தொடர்ந்து அனைத்து கலைஞர்களும் பின்னால் வந்தனர். ஆனால், நடிகையைக் காணவில்லை. பாகணுக்குப் பதற்றமாக இருந்தது. நாடகம் தொடங்க இன்னும் நான்கு மணி நேரமே இருந்தது.

“டேய் என்னடா?” என்றான் கணேசன்.

“ஆரம்பிப்போம், வேற வழியில்ல, இன்னேரம் மேக்கப் போட்டு ரிகர்சல் பாத்துருக்கணும், லெடிஸ் வச்சும் ஒரு ரவுண்டு முடிச் சிருக்கணும் ஆனா, அவளக் காணோம்” என்றான் பாகண்.

ஸ்கிரிப்ட் நோட்டை எடுத்து முதல் காட்சியை விளக்கினான். அந்தக் காட்சியில் அப்பாவாக நடிக்கும் முருகானந்தம் பேச வேண்டும். அவனோடு பேசி நடிக்க, மகள் பாத்திரத்தில் வழக்கம்போல் பாகணே பேசினான்.

நாடகத்தின் இரண்டாம் காட்சி, அறிமுகக் காட்சி. அதில் அவள் பாடலோடு தோன்ற வேண்டும். அவள் இல்லாத காரணத்தால், அந்தக் காட்சியை விட்டுவிட்டு மூன்றாவது காட்சியில் எமனும், சித்திர குப்தனும் நாரதரும் நடிக்க வேண்டும்.

எமனாக கணேசன், சித்திர குப்தனாக, பாகணின் அலுவலக நண்பன் பாறு, நாரதனாக பூ பாண்டியும் நடித்தனர். மூன்று பேரும் போட்டிப்போட்டு நடித்தனர். இதைபோல் அடுத்த அடுத்த காட்சி களாக மிகச் சரியாக இரண்டு மணி நேரத்துக்குள் ரிகர்சலின் முதல் செசன் முடிந்தது. பாகணுக்குக் காத்திரமான நம்பிக்கை, அதே நேரத்தில் பெண் கேரக்டரைப் பார்க்கவில்லை. மேக்கப் போட வில்லை, மேடையில் சீனுக்கேற்ற ஸ்கிரின் கட்டவில்லை, நாடகம் ஆரம்பிக்க இன்னும் ஒரு மணி நேரம்தான் இருந்தது.

விழா கமிட்டியின் செயலாளர் வந்து ரிகர்சல் பார்த்தவர்களை உணவருந்த அழைத்தான்.

“எல்லாரும் சாப்பிட வாங்க” என்றார்.

“அண்ணாச்சி செத்த நேரமாகட்டும்.”

“அண்ணாச்சி கூப்பிடுறாருபா.”

“இன்னும் லேடிஸ் வரல.”

“யாரு ஒங்ககூட நடிக்கிற புள்ளையா?”

“ஆமாண்ணாட்சி.”

“அது மத்தியானமே வந்துருச்சி, அண்ணாச்சியோட ஒக்காந்துருக்கு” என்று அவர் சொல்லி முடிப்பதற்குள் அனைத்துக் கலைஞர்களும் ஓடினார்கள்.

கோயிலின் பின்புறம் உள்ள கூரை செட்டில் அந்தப் பெண் அமர்ந்திருந்தாள். அவளோடு அண்ணாச்சி பேசிக்கொண்டிருந்தார். அவளுக்குத் துணையாக ஒருவனும், மூத்த பெண் ஒருத்தியும் இருந்தனர்.

அவள் எலுமிச்சை நிறத்துகேற்ற உடலுக்குக் கறுப்பு சேலையும், வெள்ளி சரிகையால் நெய்யப்பட்டிருக்கும் ரவிக்கையும் அணிந் திருந்தாள். அவள் வயது இருபதைத் தாண்டியிருக்காது. நாற்பது கிலோவுக்குக் குறைவாகத்தான் இருப்பாள்.

இடை தழுவித் தொங்கும் கரும் கூந்தல், உண்மையாகவே இடை தழுவியிருந்தது. இரு காதிலும் வட்ட வளையம் ஆட, வாழைத் தண்டுபோல் இருந்த கால்களில் ஒன்றை மற்றொன்றில் மேல் பிணைத்துப்போட்டிருந்தாள். நடிகையென்றால் அப்படித்தான் அமர வேண்டுமென்று யாரும் சொல்லிகொடுத்தார்களோ என்னவோ தெரிய வில்லை.

அவள் சிரித்து பேசினாள். அவள் உடல் அசைவுக்கேற்ப கச்சையைப் பிய்த்துக்கொண்டு துள்ளிக்குதிக்கக் காத்திருக்கும் முயல்கள் இரண்டும் கள்ளத்தனமாய் அசைந்தன. அவள் என்ன பேசுகிறாள்? எதற்குப் பேசுகிறாலென்றுகூடத் தெரியாமல் அண்ணாச்சி இளம் மார்பின் துள்ளல்களை ரசித்துக்கொண்டிருந்தார்.

சுருக்குப் பை இடையின் நடுவில் குளிந்திருக்கும் தொப்புல், கரைகளில் அரும்பிருக்கும் செம்பழுப்பு குறுமுடிகள், சுழல் மின் விசிறியின் காற்றலையில் நத்தையாக நகர்வது அண்ணாட்சி கண்களிருந்து தப்பவில்லை.

தும்பை பூ நிற வேட்டி, சட்டையில் அண்ணாச்சி அமர்க்கலமாய் இருந்தார். அடிக்கடி அவர் அணிந்திருக்கும கணையாழியை அவள் பார்வை படரும்படி கைகளை அடிக்கடி அவள் முன் நீட்டி, நீட்டி பேசினார். அவள், அவர் விரல்களிலிருந்த ஐந்து மோதிரங்களில் ஒன்றை இன்று எப்படியாவது கழட்டிவிட வேண்டுமென்று சிரிப்பால் அவரை அசத்திக்கொண்டிருந்தாள். அந்த நேரத்தில் சிவ பூஜையில் கரடி புகுந்ததுப்போல் பாகண் வந்துவிட்டான்.

இவளைப் பற்றி அண்ணாச்சிக்கு எதுவும் தெரியாது, ஆனால், இடைத்தரகர் மூலம் அண்ணாச்சிக்கு அறிமுகம் செய்யப்பட்டு அதன்படி அவளை மதியமே வரவழைத்து பகல் காட்சி நடத்திட அண்ணாச்சி விடுதியில் தனி அறை ஒன்றை ஏற்பாடு செய்திருந்தார். ஆனால், அவளோடு அவளின் அவன் வந்திருந்தமையால் அவருக்கு சிரமமாகிப்போனது. மதியம் கறி விருந்துக்கு அண்ணாச்சி ஏற்பாடு செய்திருந்தார். அந்த விருந்தில் கலந்துகொண்ட, அவளின் அவன் சாப்பிட்ட பிறகுதான் சாப்பிடுவேன் என்று சொல்லி அவனாகவே அண்ணாச்சியின் வலையில் விழ அது அவருக்கு சாதகமாகிப்போனது.

அவனுக்கு அரை போத்தல் விஸ்கியைக் கொடுத்து அமுக்கி விட்டார். அதன்பிறகு குஜால்தான் என்றெண்ணி அண்ணாச்சி கொஞ்சம் ஏத்த, அவள் அவரை முத்தத்தால் மூழ்கடித்தாள். அதிலிருந்து மீள அவருக்கு மாலையாகிவிட்டது. அதனால் நேரமுமாகி விட்டது. இப்போதாவது இயலுமா என்றெண்ணி லிட்டர்கணக்கில் ரசம் வடித்துக்கொண்டிருந்தார் அண்ணாச்சி. அப்போதுதான் பாகண் வந்தான்.

அங்கு மற்ற கலைஞர்களும் அவளைப் பார்க்க வந்துவிட்டனர். இவர்களைப் பார்த்த அண்ணாச்சி அனைவரையும் அக்கறையாக சாப்பிடச் சொன்னார். அவர்கள் போக மனமின்றி நின்றிருந்தனர்.

பாகண் அவர்களைப் போகச் சொன்னான். அதன்படி சென்றனர். ஆனால், பாகண் போகாமல் நிற்பதை உணர்ந்த அந்த நடிகை, தன் காதோரம் வளைந்து நெளிந்துகொண்டிருக்கும் கூந்தலின் ஒன்று முகத்தில் படர்வதைக் காதுக்கு மேல் ஒதுக்கிவிட்டு, அவனை எதார்த்தமாய் பார்த்தாள்.

இவன் வணக்கம் வைப்பதா, அல்லது சிரித்து வைப்பதா, என்று தயங்கியபோது அவளாகவே பேச்சைத் தொடங்கினாள்.

“நீங்கதான என்னை புக் செய்ய வந்தது?”

“ஆமா.”

“ஓ.கே., எல்லாரும் ரெடியா?”

“ம் ரெடியா இருகோம். நீங்க ஒரு வாட்டி…” என்று தயங்கியபடி மீண்டும் அவளிடம், “ஒரு வாட்டி” என்று பிச்சை கேட்பதைபோன்று மிகவும் வளைந்து நெளிந்து இன்னும் சொல்லப்போனால் ஒரு உதவி இயக்குநரின் மனநிலையோடு அவளைக் கெஞ்சிக் கேட்டான்.

“ஹீரோ, ஹீரோயின் சீனை பாத்துட்டா…”

“ஹீரோ யாரு?”

“நான்தான்” என் உற்சாகமாய் சொன்னான். அவள் அவனை ஒரு அருவருப்பான மிருகத்தைப் பார்த்து, குமட்டி வாந்தி எடுப்பதைப் போன்று பார்த்தாள். அந்தப் பார்வையை அவன் புரிந்துகொண்டான். இவளை வேலை வாங்க முடியாது. ஆனால், தன் கதைக்கேற்ப பாத்திரத்தைத் தயார்செய்வது ஒரு நாடக இயக்குநரின் கடமை, அதனால் தனக்குள் துணிச்சலை செயற்கையாக வரவழைத்துக் கொண்டு கேட்டான்.

“நம்ம சம்மந்தப்பட்ட சீனைப் பாக்கணும் வாங்க?”

“நீங்க டயலாக் பெர்பாம்ஸ் ஓ.கே.னா நானும் ஓ.கே.தான், நான் ஸ்கிரிப்டை ஏற்கனவே பாத்துட்டேன்” என்று சொல்லி வினோதமாகச் சிரித்தாள்.

“இல்ல ஜாய்ன்ட் ரிகர்சல் பாத்துட்டா, டயலாக் கண்டிணுட்டி சரியா வரும்.”

“நான் கரெக்ட்டா பாத்துட்டேன் வேணும்னா ஒரு டயலாக் பாக்குறிங்களா?” என்று தொண்டையைக் கனைத்துக்கொண்டு வருத்த மாகத் தன் காதலுக்கு எதிப்புதெரிவிக்கும் பெற்றோரைப் பற்றியும்

இதனால் காதல் அழிந்துவிடுமோ என்ற பயந்த நிலையில் கண்ணீர் ததும்பியும் விசும்பலோடும் பேச வேண்டிய வசனத்தைச் சிரித்த முகத்தோடு மிக சதாரணமாக பேப்பரில் உள்ளதை வாசிப்பதுபோல் எல்.கே.ஜி. பிள்ளையைப் போல் பேசிக் காட்டினாள். பாகணுக்கு வத்திக்குச்சியின்றி பற்றிக்கொண்டது.

“ஹலோ என்ன... என்ன பேசுறீங்க?”

“என்னங்க ட்யலாக் கரெட்டுதானே?”

“கரெக்ட்டா இருந்தா போதுமா? ஒரு உணர்ச்சி வேணாமா? ஒரு பாவனை வேணாமா?”

“இத பாருடா, பாவனை வேணுமா பாவன, பெரிய பாராதி ராஜா” என்று அவனை உதாசீனப்படுத்தினாள். பாகணுக்கு அவளைக் கண்ணத்தில் அறைய வேண்டும்போல் தோன்றியது. இவன், அவளை அறைந்து வேலை வாங்க, இயக்குனர் இமையம் பாரதி ராஜாவும் கிடையாது, அவள் ரேவதியும் கிடையாது. இது பல கோடிகளைப் போட்டு எடுக்கும் படமும் கிடையாது. இருப்பினும் அவனுக்குள் ஒரு வெப்ப சலனம் ஏற்பட்டது.

“சரி வாங்க டான்ஸ் ரிகர்சலாவது பாத்துருவோம்” என்றான்.

“டான்ஸா ஓம் மனசுலே என்ன நெனச்சுக்கிட்ட இருக்க, அவ மதுர மாவட்டத்தைய டான்ஸ்லெ கலக்குவா... டிஸ்கோ பிரக், பரதம், குச்சிபுடி, கதக்களி, அவ ஆடாத ஆட்டம் கிடையாது, அவ ஏறாத மேடை கிடையாது, அவளே டான்ஸுக்குக் கூப்பிடுறே” என்றாள் மூத்த நடிகை.

“இல்லக்க நல்லா வரணும்னுதான் கேக்கிறேன்.”

“வரும் வரும் ஒங்க பசங்கள நல்லா பண்ண சொல்லுங்க” என்றாள் இளம் நடிகை.

“அது வந்து...” என மேலும் பேச நினைத்தான், அதற்குள் அண்ணாச்சிக்குக் கோபம் மூக்கில் ஏறி, உச்சம் தலையில் உட்கார்ந்து கொண்டது.

“ஏய் என்னப்பா சொன்னதவே சொல்லிக்கிட்டு இருக்கே, அவங் களுக்குத் தெரியாதா போப்பா தின்னுட்டு ஓம் பசங்கள ரெடி பண்ணுப்பா?”

பாகண், வேண்டாவெறுப்பாக அங்கிருந்து நகர்ந்தான். அப்போது அவனை சொடக்கு போட்டு நிறுத்தினாள்.

"டான்ஸ் மட்டும் பாத்துருவோம்" என எழுந்தாள். பாகணுக்கு இழந்த பரம்பரை சொத்து மீண்டும் கைக்கு வந்தது போன்ற பிரமை ஏற்பட்டது. ஆனால், மேய்ற மாட்டை நக்கி கெடுக்கும் மாட்டைப் போல் அண்ணாச்சி அவளைக் கையமர்த்தினார். அவள் கையை உருவிக்கொண்டு அவருக்கு வலையளைக் கொடுத்துவிட்டு கலை ஞனின் தாகத்தைத் தீர்க்கும் அட்சயப்பாத்திரமாய் பின்தொடர்ந்தாள்.

உணவருந்திகொண்டிருந்த கணேசனையும் அரைகுறையாக சாப்பிட வைத்துவிட்டு, டேப் ரிக்கார்டு போட இழுத்து வந்தான். குமரன் டேப் ரிக்கார்டை ஆன் செய்தான். ஹச். எம். வி. கேஸட் சுழன்று சலங்கை ஒலி படத்தில் இடம்பெறும் 'நாத வினோதங்கள் நடன சந்தோஷங்கள்...' என்ற பாடல் ஒலித்தது. அவன் உடலசைந்து நடன மொழியை வெளிப்படுத்தினான் அவளும் உடன் ஆடினாள்.

பாடல் முடியும்போது அவள் இடையோடு பாகணின் வலது கால் வளைந்து பின்னியபடி அடவு வேண்டும் ஆதலால் அதன்படி தன் காலைத் தூக்கிப்போட்டு நின்றான்.

அதை எங்கிருந்தோ கவனித்த அவளின் அவன் விரைவு ரயிலின் குறுக்காகப் பாய இருந்தவளைக் காப்பாற்றியவனாகப் பற்றி இழுத்துப் பிரித்தான்.

அனைவரும் மேக்கப்போட்ட பின், இறுதி ரிகர்சல் துவங்கியது. அவள் அவனோடு சென்று அமர்ந்துகொண்டாள். அதன் பின் அவன் இதுவரை பார்த்த ரிகர்சல் பிரகாரம் இப்போது பார்த்தான். அவள் நடிக்க வேண்டிய காட்சிக்கும் பாகண் நடிக்க வேண்டிய காட்சிக்கும் மட்டும் அவளை வரவழைத்து ரிகர்சல் பார்க்க நினைத்தான். அவளின் அவன் வந்து நடிக்க ஆரம்பித்தான். இதனால் பாகண் பேசாமல் அவனையே நடிக்கவைத்து இருக்கலாமென்று நினைத்தான். இது அவனுக்கு மட்டுமல்ல அவன் நாடக குழுவுக்கே அனிச்சையானது. நாடகத்துக்கான அனைத்தும் தயாரானதும் எமனாக நடிக்க இருக்கும் கணேசன் மேடை ஏறி முழங்கினான்.

"அன்பார்ந்த ரசிகப் பெருமக்களே..! நீங்கள் ஆவலோடு எதிர்பார்த்த விருந்தை மூவர் குழு வழங்கும். 'அவர்கள் தெளிந்துவிட்டார்கள்' என்ற நவீன நாடகம் இன்னும் சில நொடிகளில் ஆரம்பம் ஆகும். ஆங்காங்கே இருக்கும் ரசிகப் பெருமக்கள் மேடையின் முன்பாக வருமாறு அன்புடன் கேட்டுக்கொள்கிறோம்" என்று கணேசன் மைக்கில் முழங்கி முடித்தவுடன் வானம் முழங்க ஆரம்பித்தது. மழைப்பாறை சிதறியது.

கூத்துக்காரனின் வாழ்க்கை வருண பகவான் கையில் இருப்பதை போன்று, கொட்டும் மழையில் உப்பு விற்கும் சூழல் நிலவியது. ஒன்பது மணிக்குத் துவங்கிய மழை, பதினோரு மணிக்குத்தான் அதன் ரௌத்திரத்தைக் குறைத்தது. அலங்காரப் பந்தலில் நீர் குண்டுகள் சொட்டியதால் மேடைக்கு முன்பாகப் போடப்பட்டிருந்த இருக்கைகளில் ஈரம் படிந்திருந்தது. அதனால், அந்தத் தெருவின் மக்கள் யாரும் வரவில்லை.

அந்நிய பார்வையாளர்கள் இருவது பேர் இருப்பார்கள் அதில் பாகண் குடும்பம் மற்றும் நாடக மாந்தர்களின் குடும்பம் சேர்த்து பதினைந்து பேர் இருப்பார்கள்.

பாகணுக்குக் கதறி அழத் தோன்றியது. ரசிகர்கள் இல்லாமல் ஒரு நாடகத்தை நடத்தவா இவ்வளவு கஷ்டப்பட்டோம். இதற்காகவா எல்லா அவமானங்களையும் தாங்கினோமென்று மனதால் கொதித் தான்; சில்லென்ற சூழலிலும் அவன் கொழுந்துவிட்டு எரிந்தான். இறுதியாக கலைஞன் கலங்கக் கூடாது, ஒரு கலை வடிவத்தால் கூட்டத்தைக் கூட்ட முடியாததை மற்றோரு வடிவத்தால் திரட்ட முடியுமென்று பாகண் மேடை ஏறி, “ராகம் தீபம் ஏற்றும் நேரம் புயல் மழையோ…” என பாடினான். அந்தப் பாடலுக்கேற்ப இராமச்சந்திரன் மிருதங்கத்தை உருட்டினார். சுப்பையா நாதஸ்வரத்தை ஊதினார், கக்கன் புல்லாங்குழலை மீட்டினார். இசைக்கு அடங்காதது இயற் கையும் உண்டா என்ன? இசைமழையால் நீர்மழை நின்றது. கூட்டம் கூடியது. ‘அவர்கள் தெளிந்துவிட்டார்கள்’ தெளிவாக மேடையில் அரங்கேற்றமானது.

இரண்டாம் நாடகம் இரண்டாவது ஜாமத்தில் முடிவடைந்தது. கலைஞர்கள் ஒப்பனைகளைக் களைத்துக்கொண்டனர். பாகணும் தன் முகத்தில் தேங்காய் எண்ணெய் போட்டு துடைத்துக்கொண்டிருந்தான். அப்போது பார்வையாளர்களாக வந்திருந்த பாகணின் அலுவலக நண்பர்கள் அவனைப் பாராட்டினார்கள். அவன் பூரிப்பில் புலங் காகிதமடைந்தான். அப்போது அவன் மனைவி தன் மூன்று பிள்ளை களுடன் வந்தாள். பாகண் அவளைப் பார்த்தான். பாகண் தன் சுடர் விழியால் சுட்டெரித்தான்.

“ரிக்ஷாலெ ஏத்திவிடுறேன்” என்றான் பாகண். அதற்கு அவள் தன் இளைய மகளைத் தன் பக்கமாய் இழுத்துக்கொண்டு, “ஒன்னும் வேணாம் போயி அவளுக்கு ரிக்ஷா அனுப்பு” என்று அனைவரும் கேட்கும்படி கத்தினாள்.

"ஏன் கத்துறே பாக்குறவங்க என்ன நினைப்பாங்க?" என்று மெது வாக சொன்னான்.

"பாக்கட்டும் அவ கழுத்துல மாலை போடுறதையும் எல்லாரும் பாத்தாங்க அப்ப வெட்கமா தெரியலையா?"

"ஏய், அது நாடகம்" என்று கெஞ்சினான்.

"நாடகம் முடிஞ்சிடுச்சில இன்னும் நடிக்காதே" என கோபமாக மீண்டும் கத்தினாள். இதை பார்த்த பாகணின் அப்பா, பாண்டி அருகில் வந்து, "ஏம்மா இப்ப என்ன நடந்துபோச்சின்னு கத்துறே?" என்றார்.

"இன்னும் என்ன நடக்கணும்?" என்று பெருமூச்சு விட்டுக் கொண்டே அங்கிருந்து வேகமாய் நடந்தாள். அந்த நேரத்தில் பாகணின் அம்மா அருகில் வந்து, அவளைத் தொட்டு நிறுத்தி, அவள் நாடி பிடித்து, "ஏமா அவன் என்ன வேணுமுன்னா செஞ்சான்? நாடகத்துக்கு அவ கழுத்துல மாலை போட்டான், போட்டுட்டா அவ பொண்டாட்டி ஆகிடுவாளா? நீதாம்மா எனக்கு செல்ல மருமகெ" என்று அவளின் கோபத்தைத் தனித்தாள்.

"ஆமா ஒங்க மகன விட்டுக்குடுப்பீங்களா?" என சொல்லிவிட்டு வேகமானாள். ஆனால், அம்மா அவளையும் பிள்ளைகளையும் தடுத்து நிறுத்தி ஒரு ரிக்ஷாவில் ஏற்றிவிட்டாள்.

பெரும் பேராட்டத்துக்குப் பின் இரண்டாவது நாடகத்தை நடத்தி முடிந்த சந்தோஷம் அவனுக்குள் இருந்தாலும் சற்று நேரத்துக்கு முன் மனைவி, புரியாமல் அவமானப்படுத்தியது அவனைத் துன்புறுத்தியது.

பாகண் மேக்கப்பைக் களைக்கவில்லை. ஆனால் மற்ற அனைவரும் மேக்கப்பைக் களைத்துவிட்டு ஒவ்வொருவராய் புறப்பட்டனர்.

ஒரு மின்னல் வெட்டி முடிந்தவுடன் மற்றொரு மின்னல் வெட்டியது.

கலைஞர்களுக்குச் சம்பளம் கொடுக்க வேண்டும். அதை நினைவு படுத்தும் விதமாக ஒப்பனை கலைஞரும், ஸ்கிரீன் இழுப்பவரும் தன் உடமைகளோடு அவன் முன் வந்து நின்றனர்.

"என்ன தம்பி நாங்க புறப்படுறோம்" என்றார் ஒப்பனையாளர். அதற்குப் பதில் சொல்ல முடியாமல் திணறினான்.

விழா கமிட்டியின் அண்ணாச்சியின் வீட்டுக்கு ஓடினான். நடிகை தன் ஒப்பனையை களைத்துவிட்டு ஒய்யாரமாய் மேடையின் கீழ்

அமர்ந்திருந்தாள். அவளின் அல்லக் கைகள் அவளுக்காகக் காத்திருந் தார்கள். ஆனால், அண்ணாச்சியைக் காணவில்லை.

அண்ணாச்சி வீட்டின் பாலிஸ் போட்ட மரத்தின் கதவைத் தட்டி னான். பின்பு கதவின் ஓரத்திலிருந்து காலிங் பெல்லை கணேசன் அழுத்தினான். அவனைத் தொடர்ந்து குமரனும் அழுத்தினான். அவரின் தர்மபத்தினி இரவு உடையோடு வெளியே வராமல் தலையை மட்டும் அரைகதவின் வழியாக காட்டி, " என்ன?" என்றாள்.

"அண்ணாச்சியைப் பாக்கணும்" என்றனர் மூவரும் கோரஸாக.

"அவரு நல்லா தூங்குறாரு காலையில வாங்க" என்று சொல்லி விட்டு கதவை அவசரமாய் தாழிட்டுக்கொண்டாள். இவர்கள் அந்த இடத்திலிருந்து நகராமல் பழியோபழியென்று எதிர் வீட்டின் திண்ணையில் அமர்ந்துகொண்டனர். மூன்றாம் சாமம் கடந்துவிட்டது. ஒப்பனைக் கலைஞர் அங்கு தேடி வந்துவிட்டார். இவர்கள் தூங்கி, தூங்கி விழுந்துகொண்டிருந்தனர்.

"என்ன தம்பி இது?" என்று பாகணைத் தட்டி எழுப்பினார். அவன் படக்கென்று விழித்தான். குமரன், கணேசன் அமர்ந்தபடி சாமியாடிக் கொண்டியிருந்தனர்.

பாகண் ஒப்பனைக் கலைஞரிடம் நிலைமையை எடுத்துக் கூறி னான். அதற்கு அவர் கோபப்படவில்லை. அதற்குப் பதில் கலைத் தொழிலின் ஏற்றஇறக்கத்தை அந்த நிலையிலும் சொன்னார்.

சிந்திய வியர்வை துளி காய்வதற்குள் ஊதியம் வழங்க வேண்டும் என்பது உழைப்பாளிகளின் கோரிக்கை. அது உடலுழைப்பு தொழி லுக்கு மட்டும்தானா? கலை தொழிலுக்குப் பொருந்தாதா? கூத்துக் காரன் தன் வித்தைகளைக் காட்ட கலை சேவை புரிய சொல்கிறது சமூகம். ஆனால், கலைஞனும் உயிர் வாழ வேண்டுமென்பது சமூகத்துக்குத் தெரியாதா?

"தம்பி ஒன்ன மாதிரித்தான் நானும், ஒரு காலத்துலெ மேடை கிடச்சா போதுமுன்னு இருந்தவன், இப்ப இத நம்பி ரெண்டு பொஞ்சாதி எட்டு புள்ளைக இருக்கு, நாலு பேரன் பேத்தி இருக்கு. நீ காட்டுராபாளையம் வந்து நடிகையும் மற்றவையும் வேணும்முன்னு கேட்டப்பவே அச்சாரம் வாங்காம ஏன் ஏற்பாடு செஞ்சேன் தெரியுமா? இந்தத் தெருவுல நடக்கிற நிகழ்ச்சிக்கு கரும்பு தின்ன கூலிதான், ஆனா நீதான் வெறுமனையா நிக்கறே, இப்ப ஒன்னும் கெட்டுப்போகல, நான் காலைல வர இருக்கேன், விழா கமிட்டியப் பாத்து வாங்கப்

பாரு. எப்பையும் மேக்கப் போட்டுட்டாளே பேசின தொகைய வாங்கிட்டுத்தான் மேடை ஏறனும் இல்லாட்டி இந்தக் கதிதான், சரி அந்தப் புள்ள வேற காத்திருக்கு ஒன்ட்ட எதாச்சும் இருக்கா?" என கேட்டார்.

கையறு நிலையில் உதட்டைப் பிதுக்கினான். இதை அரை தூக்கத்தில் கேட்டுக்கொண்டிருந்த கணேசன் கோபம் வந்தவனாக, அண்ணாச்சியின் வீட்டுக் கதவை உடைப்பதுப்போல் ஆவேசமாய் கத்திக்கொண்டு தட்டினான்.

அவரும் பதறியடித்து வெளியே ஓடிவந்தார்.

"என்னப்பா?"

"சம்பளம்" என்று மிக சாதுவாய் பாகண் கேட்டான்.

"சம்பளமா, நீ அப்படி எதும் கேக்கலையே?" அப்போதுதான் அவன் தவறு அவனுக்கு நினைவுக்கு வந்தது.

"இல்ல அண்ணாச்சி எல்லாரும் சம்பளம் கேக்குறாங்க."

அண்ணாச்சி அவன் நாடகம் போடணும்ன்னு ஆர்வத்துலெ அப்படி சம்பளத்த பத்தி பேசாம விட்டுட்டான். நீங்க எப்படியும் ஒங்க மேடையில இன்னக்கி வேறொரு நிகழ்ச்சி நடந்தாலும் சம்பளம் குடுத்து தான ஆகணும், அது மாதிரி நெனைச்சிக்கிட்டு குடுங்க" என்று கணேசன் கேட்டான்.

"இங்க பாருப்பா, இவன் அன்னக்கி கரெக்ட்டா பேசி இருந்தா, நானும் கமிட்டிலெ பேசி எதாச்சும் வாங்கிக் கொடுத்துருப்பேன். இவன் அன்னைக்கே கோட்ட விட்டுட்டான் சரி, உள்ளூர்க்காரன் அவனே எல்லா ஏற்பாடும் செய்திருப்பான்னு நெனைச்சிட்டேன்.

"நீங்க மனசு வச்சா.." என இழுத்தான் குமரன்.

"இல்லப்பா நான் ஒருத்தன் எடுக்கிற முடிவுயில்ல, கமிட்டி கூடி முடிவு எடுக்கணும் ஒருத்தன் ரெண்டு பேர் இல்ல, இருபது பேர் கூடணும். அடுத்த வருஷம் ஒங்க குருப்பைப் பத்தி நான் கமிட்டிலெ பேசி நல்ல சம்பளம் வாங்கித் தாரேன்" என்று சொல்லியபடி கொட்டாவிவிட்டார். அவர் சொன்ன பதிலுக்கு மூவர் குழுவுக்கு என்ன செய்வது என்று தெரியவில்லை. முழித்தனர். அண்ணாச்சி தனது என்பீல்டு பைக்கை மிதித்து புறப்பட்டார். அவர் போன திசையைப் பார்த்துக்கொண்டிருந்தனர். தூரத்தில் சேவல் கூவியது. முற்றத்தில் தங்கிருந்த பறவைகள் விடியலை உணர்த்தியது. மூவரும்

செய்வது அறியாமல் மேடைக்கு வந்தனர். நடிகை ஒரு ஆட்டோவில் புறப்பட்டாள், அவளோடு அல்லக்கைகளும் ஏறிக்கொண்டது, அவள் பின்னால் அண்ணாச்சி பைக்கை செலுத்தினார். இவர்கள் அசதியில் மேடையில் ஏறி படுத்தனர்.

"தம்பி தம்பி" தட்டி எழுப்பினார் ஒப்பனைக்காரர். பதறி எழுந்தனர்.

"எங்கள அனுப்பிவை தம்பி."

"அண்ணே அண்ணாச்சி போயிட்டாரு."

"அவர் போகத்தான் செய்வாரு, நீ பேசுறப்பவே சரியா பேசணும், இல்லாட்டி எங்கள மாதிரி ஆளுங்ககிட்ட கேக்கணும், ஆசப்பட்டு கால தூக்கிட்டு அவஸ்த்த படுற பொம்பள புத்திதான் கூத்துக்காரன் பொழப்பும்."

சரி எதாச்சும் ஏற்பாடு பண்ணு. அந்தப் புள்ள எங்கிட்ட ஒப்படைச் சிட்டு போகுது. இருந்து வாங்கிட்டு வரச் சொல்லி" என்று கறாராகப் பேசிவிட்டு கொட்டாவிவிட்டார். அதை போக்க மேடையிலமர்ந்து ஒரு கணேசு பீடியைப் பற்றவைத்தார் ஒப்பனைக்காரர். அதை பயன்படுத்தி மூவர் மூலையில் முடங்கியது. ஒப்பனையும் ஒரு ஓரத்தில் சுருண்டது.

கலை எவ்வளவு அழகானது. கலைஞர்கள் எவ்வளவு வித்தைகள் காட்டி அனைவரையும் வியப்பில் ஆழ்த்துகின்றனர். ஆனால், அவர்கள் படும் வேதனை எத்தனை மேடைகளில் உறைந்துகிடக்கிறது என்பது யாருக்காவது தெரியுமா?

புராட்டாசியின் புனு, புனு தூறலோடு புத்தொளி மேடையில் நுழைந்து பாகணைத் தட்டி எழுப்பியது. ஒரு மணி நேரம் தூக்கம் அவனைத் தெளிவடைய வைத்தது. எழுந்தான் சைக்கிளை மிதித்தான். அவனுக்காக தீபாவளி அட்வான்ஸ் ஆயிரம் ரூபாய் அலுவலகத்தில் காத்திருந்தது. அதை வாங்கி மனைவி மக்களுக்குத் துணி மணி எடுக்க வேண்டும் என்று நினைத்திருந்தான். ஆனால், அந்தப் பணம் கலைஞர்களின் கணக்கை முடிக்க உதவியது. ●

8

தமிழ்க் கூறும் நல்லுலகில் பாகணின் மூவர் குழுவின் அடுத்த நாடகத்துக்கான தலைவாசல் திறந்தும், ரத்தினக் கம்பளம் விரித்தும் வெஞ்சாமரம் வீசியும் வரவேற்கவில்லை. இரண்டு நாடகங்கள் அரங் கேற்றமானதும், மூவர் குழுவின் நாடகத்துக்காக தமிழகமே தவ மிருக்கவில்லை. இருப்பினும் ஊர்தோறும், மதிப்பில்லாமல் போனாலும் ஓரளவு உள்ளூரில் கவனிக்கப்பட்டதன் அடையாளமாய் அடுத்த நடகத்துக்கான வாய்ப்பும் தேடி வந்தது.

கோயில் புலிகுத்தி என்ற கிராமத்தில் மாசி களரி பூசையில் நடக்கவிருந்த நடனக் குழு அன்றைய நாளில் வேறொரு இடத்தில் நடனமாட செல்ல இருந்ததால் உள்ளூர் நடனக் குழுவான ரோஜா நடனக் குழுவுக்கு வாய்ப்பு கொடுக்க, அந்த நடன குழுவின் இயக்குநர் ரஜினிமுருகன் (படம் வருவதற்கு முன்பே அந்த பெயர் இருந்தது.) நான்கு மணி நேரம் ஆடுவதற்கே நாற்பது பேர் தேவைப்படும். ஆனால், அந்த ஊரில் விடியவிடிய ஆட வேண்டும். அப்படியானால் நூறு பேர் தேவைப்படும், அந்த நூறு பேருக்குண்டான சம்பளம் கேட்டால், உள்ளூர்க்காரனுக்கு மதிப்பு இல்லாமல் சம்பளம் குறைத்து வழங்குகிறார்கள். அதனால், அந்த நடனக் குழு ஆட மறுத்து, தேடி வந்த கலைவாணியைத் திருப்பி அனுப்பிவைக்க, அந்த கலைவாணி மூவர் நாடக குழுவுக்கு நாடகம் போட விழா கமிட்டிக்கு உத்தரவு பிறப்பித்தது.

விழா கமிட்டியின் செயலாளர் பாகணை வரவழைத்து தன்னுடைய நகைக் கடையில் வைத்து மூவர் குழுவின் அதிவீர சாகசங்களைக் கேட்டார். அவனும் கலைஞனுக்கே இருக்கும் மகத்தான பொய் மூட்டைகளை அவர்மீது வைத்து அழுத்த, பாரம் தாங்காமல் திக்கு முக்காடி தட்டுத்தடுமாறி எழுந்துகொண்டார்.

“நீங்க என்ன நாடகம் போடுவீங்க?” என்றார் செயலாளர்.

“நாங்க சமூக நாடகம் போடுவோம் அண்ணச்சி.”

“இந்த எஸ்.வி. சேகர், ஒய்.ஜி. மகேந்திரன் மாதிரியா?”

“இல்ல எங்கள மாதிரி.”

“புரியலெ.”

“புரியற மாதிரி நடகம் போடுவோம் அண்ணாச்சி” என்றான் பாகண். அவர் தன் தங்க கண்ணாடியை ஒரு முறை கழட்டி, வேட்டியில் துடைத்துவிட்டு மீண்டும் போட்டுக்கொண்டு கேள்விகளைக் கேட்க ஆரம்பித்தார்.

“இல்லப்பா இந்த மனேகரா, ராதாரவி மாதிரி போடுவீங்களா?”

“அவுங்கலாம் எங்க குரூப்புல சேரல” என்றான் அவன். முரண் பாடாகப் பேசுகிறான் என்று தெரிந்தும் அடுத்த கேள்விக்குச் சென்றார்.

“ஒங்களுக்கு எவ்வளவு தம்பி?”

“ஆயிரத்தி ஐநூறு அண்ணாச்சி.”

“ஆயிரத்தி ஐநூறா?” என்று பதறினார்.

பாகண் தான் அதிகமாகக் கேட்டுவிட்டோமோ என்று நினைத் தான். செயலாளருக்குக் காரியம் இவ்வளவு சீப்பாக முடிந்ததே என்று நினைத்தார். வாடியான் தெருவில் நாடகம் போட்ட குரூப் ஐந்தாயிரம் பத்தாயிரம் கேட்பார்கள் என எதிர்பார்த்த செயலாளருக்கு இன்ப அதிர்ச்சியில் ஹார்ட் அட்டாக் வருவதற்குள், அவனுக்கு நூற்றியொறு ரூபாய் அட்வான்ஸ் தந்து பேரேட்டில் வெற்று கையெழுத்து வாங்கிக்கொண்டார்.

“வர இருபத்தி ஒன்னாம் தேதி மத்தியானமே வந்துருங்க தம்பி, என்ன நாடகம் போடப்போறீங்கன்னு முன்னவே சொல்லிட்டா நோட்டீஸ் போட வசதியாக இருக்கும். அப்புறம் நாடகம் எட்டு மணிக்கெல்லாம் துவங்கிடணும் காலையில ஐஞ்சு மணிவரை நடக்கணும். நீங்க மேடையில் என்னவேணாலும் செய்யுங்க ஆனா, விடியவிடிய மக்கள் சந்தோஷமா இருக்கணும் அப்பத்தான் புரோக் கிராம் பேசின எனக்கும் பேரு, ஒங்களுக்கும் பேரு.”

“அதெல்லாம் கலக்கிடுவொம் அண்ணாச்சி, அடுத்த வருஷமும் எங்களத்தான் கூப்பிவீங்க.”

“அது போதும்” என்றார்.

“சரிங்க அண்ணாச்சி நான் நாளைக்கு வந்து என்ன நாடகம் அதுக்கு பெயர் என்னானு சொல்லிறேன் அண்ணாச்சி” என்று விடை பெற்றுக்கொண்டு, மூன்றாவது நாடகத்துக்கு அட்வான்ஸ் வாங்கிய

உற்சாகத்தில் கடைத் தெருவில் இறங்கி நடந்தான். மாசி மாதம் என்பதால் வெயில் மண்டையைப் பிளந்தது. கருப்பையா நாடார் புக் ஷாப்பில் நின்று ஒரு குயர் நோட் வாங்கினான். முதல்முறையாக இதுவரை கதையை பேப்பரில் எழுதிக்கொண்டு ரிகர்சலில் பேப் பரைப் பறக்கவிட்டுக்கொண்டு அவதிப்பட்டவன் இன்று நோட்டுக்கு முன்னேறினான்.

இரண்டு நாட்களில் ஐம்பது காட்சிகளாகக் கதையை தயார்செய்து விட்டான்.

கிராமத்தில் நாடகம் நடக்க இருப்பதால் கிராமக் கலாச்சாரத்தின் படி கதையை எழுதியிருந்தான்.

ஒரு கிராமத்தில் பண்ணையார் ஒருவர் இருந்தார், அவர் பண்ணையில் வேலைபார்க்கும் ஒரு குடியானவனுக்கு ஒரே ஒரு பெண் பிள்ளை இருந்தது. அவளுக்குத் திருமணமாகி ஒரு மாதத்தில் கணவன் ஜல்லிக்கட்டில் கலந்துகொண்டு முரட்டு மாட்டை அடக்க நினைக்க, அவனை மாடு தன் கொம்பால் குத்தி தூக்கி எறிந்துவிடுகிறது. அவன் அந்த இடத்திலேயே ரத்த வெள்ளத்தில் இறந்துபோகிறான். அவள் இளம் விதவையாகிறாள்.

வயதான பண்ணையாருக்கு அவள்மீது அதீதமான ஆசை ஏற் படுகிறது. அதனால் அவர் பண்ணையில் வேலைபார்க்கும் அவளின் அப்பாவுக்கு விவசாயம் செய்ய கடன் கொடுக்கிறார். விவசாயம் மழையின்றி பொய்த்து போக, அவர் கடனில் மூழ்குகிறார். வட்டி ஏறுகிறது, உழுத நிலத்தைப் பண்ணையாருக்கு விட்டுக்கொடுத்தும், வட்டி கழுத்தை நெரிக்கிறது. அதனால் வட்டிக்குக் குட்டி என்று பண்ணையாளர் பல்லைக் காட்டி இளிக்கிறார். அவளின் அப்பா சிதைந்துபோகிறார்.

அதே போல பண்ணையாரின் மகன் தீபாவளி மைனர். ஊரில் உள்ள எல்லாரையும் ஒரு கை பார்க்கத் துடிப்பவன். அவனுக்கு இளம் விதவையைச் சுவிகரித்துக்கொள்ள வளை போடுகிறான்.

இவற்றுக்கு இடையில் பக்கத்து வீட்டு இளைஞன் ஒருவன் அவள்மீது காதல் கொள்கிறான். ஆனால், அவள் விதவை என்பதால் அவனைக் காதலிக்க மறுக்கிறாள். ஆனாலும், அவன் வெறித்தனமாய் அவனை ஒருதலையாக காதல் செய்கிறான். இந்த விஷயம் அவளின் அப்பாவுக்குத் தெரியவர அவர் பிச்சைக்காரனுக்குப் பொண்டாட்டியா இருப்பதைவிட பணக்காரனுக்கு வைப்பாட்டியாக இருந்துவிடலாம்

என்கிறார். ஒருநாள் வாழ்ந்தாலும் நம் மகள் மகாராணியாக வாழ வேண்டுமென்று பண்ணையாருக்கு மறுமனம் முடித்துக்கொடுக்க சம்மதிக்கிறார். இதில் காதலன், மைனர், பண்ணையார் யார் அவளை அடைகிறார்கள்? என்பதுதான் கதை. கதைக்குப் பெயர் 'முதலில் யாருக்கு அவள் சொந்தம்' என பெயர் வைக்க நினைத்தான். ஆனால், அவள்தான் கதையின் முக்கிய பாத்திரம் அவளைச் சுற்றித்தான் கதை நகர்கிறது, அதனால் அவளை முதன்மைப்படுத்திதான் டைட்டில் இருக்க வேண்டுமென்று 'அவள் யாருக்கு சொந்தம்' என்று பெயரை மாற்றிவைத்தான்.

இந்தக் கதைக்கு குமரன் கதாநாயகன். பாகண் மனைவியின் மன உளைச்சலை போக்க இனி மேடையில் மட்டுமில்லை எதிர்காலத்தில் திரையில் தோன்ற வாய்ப்பு வந்தாலும் நடிப்பதில்லை என்று மனை விக்கு வாக்கு தந்ததன் விளைவு குமரன் இந்த நாடகத்தின் கதாநாயகன்.

இதுபோன்று கணேசனை மனதில்வைத்து வில்லன் கதாபாத் திரத்தை எழுதினான். ஆனால், அவன் உத்திர பிரதேசம் எல்லை பணிக்கு சென்றுவிட்டான். அதனால் அவனுக்குப் பதில் அந்த பாத்திரத்துக்குப் பொருத்தமாய் பாண்டியராஜன் என்ற நல்ல திட காத்திரமான உடலுடையவனைச் சேர்த்துக்கொண்டான். மற்ற பாத்தி ரத்துக்கான நடிகர்கள் தேர்வு முடிந்து ஒரு வெள்ளிக்கிழமையன்று ரிகர்சல் துவங்கியது.

இந்த நாடகத்தில் பாகணின் அலுவலக நண்பன் பாலு நாடகத்தில் முழுமையாக உதவி புரிந்தான். போன நாடகத்தின் கசப்பான அனு பவத்தை அவன் உடனிருந்து பார்த்ததால் பாகணுக்கு சில ஆலோச னைகள் தந்து உதவினான்.

அவன் சொல்வதை பாகண் கேட்க சுணங்கினான். ஆனால், பாலு வின் ஆலோசனைகள் அவனை வியப்பில் ஆழத்தியது. நாடகத்தைப் பற்றிய ஒரு ஆய்வுக் கட்டுரை சமர்ப்பித்துவிட்டான். நாடகம் சம்மந்தமான பல புத்தகங்கள் படிக்கக் கொடுத்தான் ஆனால், பாகணின் ஆர்வம் சினிமாவில்தான் இருந்தது. நாடகம் சினிமாவை அடைவதற்கான துருப்பு சீட்டு என அவனிடம் சொல்லாமல் சொன்னதன் விளைவு. உலக சினிமா பற்றிய புத்தகம் ஒன்றைப் படிக்கக் கொடுத்தான். பேல பேலஸின் சினிமா கோட்பாடு. ஐஸ்சன் டின்னின் புதிய அலை வரிசையின் படமான பொட்டாம் கின் போர்க்க கப்பல். அகிராகுரோசாவின் ரோசமான். சார்லி சாப்ளின் தி பை சைக்கிள் ஸ்டீபன் பில் பெர்க்கின் ஜாஸ், இங்மேன் பெர்க்கின் ஓடிஸர்

போன்ற திரைக்கதைகளைப் படிக்கக் கொடுத்தான். பின்பு இந்திய திரை மேதைகளின் படங்களான சத்ய ஜீத்ரேயின் பதேர் பாஞ்சாலி, மிருளா சென் படங்கள், ரித்விக் கட்டாக, ஜான் ஆபிரகாமின் அக்ர காரத்து கழுதை, தமிழில் மகேந்திரன், படம் என படிப்பதற்கும் படம் பார்க்கவும் கற்றுக்கொடுத்தான், பாலு. இந்தப் படங்களை மதுரையில் உள்ள சுந்தர் காளி போன்ற நண்பர்கள் மூலம் வாங்கி ஒரு வீட்டை வாடகைக்குப் பிடித்து உலக சினிமா முதல் உள்ளூர் சினிமாவரை பார்த்தனர். அந்தப் படம் பார்க்க வந்தவர்களைப் பயன் படுத்தி இப்போது மூன்றாவது நாடகம் சரியாக மிகக் கச்சிதமாகக் கதாபாத்திரங்களைத் தேர்வு செய்து, முறையாக ரிகர்சல் நடக்க ஆரம்பித்தது. போன நாடகத்தில் ஏற்பட்ட அவமானங்களை மனதில் வைத்து இந்த முறை பெண் பாத்திரத்தை திருநெல்வேலியிருந்து கொண்டுவர பாலு உதவினான்.

பாலு ஏற்கனவே அவன் ஊரான தென்காசி அருகில் உள்ள ஓதும்புதூரில் வருடம்தோறும் நடக்கும் பொங்கல் திருவிழாவுக்காக நாடகம் போட்டுள்ளதாக சொன்னான். மேலும் திரைபடத் துறையில் உதவி இயக்குநராக வேலை பார்த்த அனுபவம் அவனிடம் இருந் தமையால் பாகணுக்கும் பாலுவுக்கும் கெமிஸ்ட்டிரி ஒத்துப்போன தால் இருவரும் புத்தங்களை வாசிக்க அவ்வப்போது அது சம்மந்த மாய் விவாதிக்கவும் இருந்தமையால் நாடகம் போடுவதிலும் இணைந் தனர். அதனால் இந்த முறை நாயகி மற்றும் மற்ற பெண் பாத்திரங்கள் பாலுவின் கடிதத்தின் பேரில் திருநெல்வேலி டவுன் பகுதியிலிருந்து கொண்டுவர முடிவு செய்யப்பட்டு, அதன்படி பாகண் நெல்லை சென்றான்.

பாலு கொடுத்த முகவரியைத் தேடி டவுன் செல்லும் பேருந்தில் ஏறி, பிள்ளையார் கோயில் ஸ்டாப்பில் இறங்கினான்.

வீடுகளின் முற்றத்தில் சாணிப்பால் தெளித்து மாக்கோலமிட்டு அதன் நடுவில் பூசனிப்பூவை சொருகி இருந்தனர் பிள்ளைவால் பத்தினிகள்.

நெல்லையப்பர் தேநீர் விடுதியில் நின்று பார்த்தான். மேற்கே செல்வதா அல்லது கிழக்கே செல்வதா என்ற குழப்பத்தில் நின்றான். எதிரோ உள்ள தேநீர் கடை அவனைச் சுண்டி இழுத்தது. அருகில் சென்றான். செம்பு பாய்லர், அதன் மேல் திருநீர் பூத்திருந்தது. அதை போன்று தேநீர் தயாரிப்பவர் நெற்றியிலும் திருநீர் திலகமிட்டிருந்தது. அந்த அதிகாலை வேளையில் அவ்வளவு தூய்மையான மனிதனைப்

பார்க்கும்போது பக்தி வருகிறதோ இல்லையோ ஒரு கப் தேநீர் பருக வேண்டும் என்ற ஆசை வருகிறது.

"வாங்க அண்ணாச்சி" அன்பான வரவேற்பு.

"ம்" என்றான்.

"அண்ணாச்சி டீயா? காஃபியா?"

"டீதான் அண்ணாச்சி."

அவர் ஏற்கனவே தேயிலை சாரை பிழிந்துபிழிந்து விஷயமற்று போயிருந்த சக்கையை டீ பாயிலரின் கீழ் உள்ள குப்பை மரப் பெட்டியில் போட்டுவிட்டு மூன்று கரண்டி டீத்தூளை டிகாசன் துணியில் போட்டு வெண்ணீர் சட்டியின் நடுவில் உள்ள வட்ட துளையில் இருக்கும் கிளாஸுக்குள் டீத்தூளை நனைத்து அதன் சாரை கிளாசில் உள்ள பாலில் இட்டு ஒரு அற்புதமான தேநீரைத் தயாரித்து புன்னகை பூத்திட தந்தார்.

வாங்கி பருகியவனுக்கு அந்த இளம் காலை இன்னும் சிறப்பாக அமைந்தது. ஒரு கலைஞனுக்கு இளம் காலை என்பது மிகப் பெரிய வரப்பிரசாதம். அதுவும் நேர்த்தியான காலை, கரும்பு தின்ற கூலிதான். தேநீரை ரசித்து ருசித்துவிட்டு அந்த முகவரியை அவரிடமே கேட்டான். அவர் கை நீட்டி அதன் பகுதியைக் காட்டினார். அந்தப் பகுதிக்குச் சென்று முருகன் டாக்கீஸ் முன்பாக நின்றான். கிழக்கு சீமையிலே படம் ஓடிக்கொண்டிருப்பதற்கான வால் போஸ்ட்டர் ஒட்டப்பட்டிருந்தது. தியேட்டரின் எதிரே நீண்ட தெரு நடுத்தரமான வீடுகள். தெருவாசிகள் அதிகாலையிலேயே குளித்துக்கொண்டும் துவைத்துக்கொண்டும் இருந்தனர். கால்வாயில் மெதுவாய் தண்ணீர் ஓடிக்கொண்டிருந்தது. பாகனுக்குக் கால்வாயைப் பார்க்கும்போது பிறந்தா நெல்லையில் பிறக்க வேண்டும் என்ற ஏக்கம் உண்டாயிற்று. தண்ணீர் பஞ்சமற்ற நகரம் என்று மனதில் நினைத்துக்கொண்டான்.

மனித இனம் தன் நாகரிகத்தை ஆற்றுப்படுகையில் துவங்கியதின் படிமம் அங்கு தென்பட்டது. நீரோட்டத்தையும் அதில் நீந்தி மூழ்கி குளிக்கும் மனிதர்களையும் சிறிது நேரம் நின்று கவனித்தான் என்பதை விட ரசித்தான் என்றுதான் சொல்ல வேண்டும். தானும் உடை களைந்து ஜலக் கிரிடையில் இருக்கலாமென்று நினைத்தான், ஆனால் மாற்றுத் துணி மட்டுப்படுத்தியது.

குளித்துக்கொண்டிருந்த ஒரு இளம் பெண் தன் மார்புவரை கட்டியிருந்த துணியை இழுத்துக் கட்டி சரிசெய்தாள். இவன் வேறு பக்கம் பார்த்துவிட்டு மீண்டும் திரும்புகையில் அந்தப் பெண் தண்ணீரின் அடியில் பதுங்கிக்கொண்டாள்.

கால்வாய் கடந்து செல்ல ஒரு பாலமிருந்தது. அதில் ஏறி கால்வாயைக் கடந்தான். பாலத்தின் மேல் ஒரு நடுத்தர வயதுடையவர் பிரஸ்ஸால் கடந்த நாள் அழுக்குகளை அகற்றிக்கொண்டே, கப்பக் கிழங்கு காலில் கொலுசு சினுங்க, மஞ்சள் பூசிக்கொண்டு இருக்கும் ஒரு பொண்ணின் கால் அழகை ரசித்தப்படி விளக்கி துப்ப வேண்டிய எச்சிலை விழுங்கிக்கொண்டிருந்த, அந்த ஆசாமியிடம் சென்று துண்டு சீட்டை காட்டி முகவரியைக் கேட்டான் பாகண்.

“அண்ணாச்சி இந்த அட்ரஸ் எங்க இருக்கு?”

அவர் வாயில் உள்ள பேஸ்ட் எச்சிலைத் துப்ப நினைத்தார். ஒன்றும் வரவில்லை அதைத்தான் ஏற்கனவே குடித்துவிட்டாரே, இருந்தாலும் வந்ததைத் துப்பிவிட்டு அவனை ஒருவிதமாகப் பார்த்துவிட்டு முகம் சுழித்தார். பாகணுக்கு ஏன் கேட்டோமென்றானது அதனால் துண்டு பேப்பரை வாங்கிக்கொண்டு அங்கிருந்து நகர்ந்தான்.

சிறிது தூரம் கடந்து ஒரு பழைய கட்டடத்தின் முன்பாக நின்று வாசலில் ஈச்சரில் சாய்ந்திருக்கும் ஒரு முதியவரிடம் சென்று கேட்டான்.

“அய்யா கலைச்செல்வி வீடு எது?”

“யாரு?”

“நாடகம் நடிப்பாங்கள அவங்க.”

“அவுங்களா போயி அங்குட்டுப் போயி கேளு, காலம் காத்தால வந்துட்டுடீங்க” என முகத்திலடித்ததுபோல் சொல்லிச் சென்றார். அவன் அதற்கெல்லாம் சலித்தவனில்லை. “பாவம் நாடகத்தால் ரொம்ப அடி வாங்கிருப்பார் போல” என மனதில் நினைத்துக்கொண்டு நடந்தான்.

ஒரு கொலையாளியின் வீட்டைகூட கேட்டுவிடலாம் போல, ஆனால் கலைஞர்கள் வீட்டைக் கேட்பது அவ்வளவு பெரிய பாவமா? அதுவும் பெண் கலைஞர் என்றால் சொல்ல வேண்டியதில்லை.

பாகண் புன்பட்ட மனதை புகைவிட்டாற்ற ஒரு பெட்டிக்கடையில் சென்று கோல்டு ப்ளாக் சிகரெட்டை வாங்கி, பற்றவைத்தான். புகை

வட்டமடித்துவட்டமடித்து களைந்து கலையான ஒரு புது முகம் அவனைக் கவனிப்பதை உணர்ந்து, சிகரெட்டை காலில் போட்டு அனைத்துவிட்டு அந்த முகத்தைப் பின்தொடர்ந்தான். பாம்பின் கால் பாம்பறியும் என்பது போன்று அவள் உடலிலிருந்து கலையின் நெடி அவன் நாசியை வருடியது. அதனால், கட்டுண்டவனாக அவளைப் பின்தொடர்ந்தான். அந்த முகம் புன்னகை பூக்களைச் சிதறவிட்டபடி நாடகக் கலைஞனுக்குப் பாதையமைத்து தந்தது. அந்த மலர் பாதை யில் பயணித்தவனைச் சின்ன ஓடுவேய்ந்த வீட்டுக்குள் அழைத்து சென்றது.

தாழ்ந்திருந்த கதவைத் தட்டினான். அந்தப் பொலிவான முகம், மேக இடுக்குகளிலிருந்து வெளிப்படும் வெண்ணிலவு போன்று பாதி கதவை திறந்து, “வாங்க” என்றாள். இவன் மீதி கதவைத் திறந்து உள்ளே சென்றான். அவள் பத்தமடை பாய் விரித்துவிட்டு மரப் படிக்கட்டுகளில் மேலேறி சென்றுவிட்டாள். அவன் ஏமாற்றத்தில் திகைத்து நின்றான். அப்போது ஒரு குரல் மாடிப்படியிலிருந்து இறங்கியப்படி, “வாங்க” என சன்னமாய் வரவேற்றது. அவன் கண்கள் அந்த இளம் முகத்தைத் தேடியது.

“ம் சொல்லுங்க” என்ற குரல் கேட்டு தன்னிலையடைந்தான் பாகண். அந்தக் குரலுக்கு சொந்தமான நடுத்தர வயதுடைய ஒரு பெண் எதிரே அமர்ந்திருந்தாள். ஆனால், அவன் சற்று நேரத்தில் முன் பார்த்த முகம் கிடையாது.

“நான் பாகண் விருதுநகருல இருந்து வாறேன்.”

“இங்க கலைச்செல்வி யாரு?”

“நாந்தான்.”

“நீங்களா?” என ஏமாற்றமானான். ஏனெனில் அந்தப் பெயருக்குச் சொந்தமானவள் அவளாகத்தான் இருக்கும் என்று நினைத்திருந்தான்.

“எங்கள எப்படித் தெரியும்?”

“என் பிரண்டு அட்ரஸ் கொடுத்தான்.”

“யாரு?”

“இங்க பக்கத்துலெதான் ஒதும்புதூர் பேரு பாலு.”

“ஒதூம்புதூர்லெ யாரு வீடு?”

“ம் சொடலைத்தேவர் மகன்.”

“அவுங் அம்மா பெரு முத்துவா.”

“ஆமா.”

அவள் சட்டென்று மாறும் வானத்தைபோல கருத்துப்போனாள் பாகணுக்கு ஒன்றும் புரியவில்லை.

இருவருக்குமிடையில் நிசப்தம் நிலவியது. பாகண் சங்கடத்தில் நெளிந்தான். சூழலை உடைக்க இருமினான். அந்த ஒலியில் அவள் மீண்டாள்.

“தம்பி நீங்க வேற ஆளப் பாருங்க?”

“அக்கா எனக்கு வேற யாரையும் தெரியாது ஒங்கள நம்பி வந்துட்டேன்.”

“என்ன மட்டும் தெரியுமா? அவனுக்கு எங்களபத்தி தெரிஞ்சும் அட்ரஸ் கொடுத்திருக்கிறான் ராஸ்கல்” என பல்லைக் கடித்தாள்.

பாகண் அவளை உற்றுக்கவனித்தான் அவள் கண்கள் கொழுந்து விட்டு எரியும் தீ ஜீவாலைப் போல தகித்தது. பெண்களின் கண்களில் இவ்வளவு ரௌத்திரம் பதுங்கி இருக்குமா என்பதை அப்போதுதான் உணர்ந்தான்.

அமர்வதா, அல்லது எழுவதா? மனதுக்குள் போராடினான். சட் டென்று எழுந்துசென்றுவிடலாமா என நினைத்தாலும் எவ்வித காரண மின்றி ஏன் எழ வேண்டும். வந்ததற்கு அர்த்தம் தேடாமல் போனால் எப்படி என்று மனத்திடமாய் அவளைப் பார்க்காமல் தலை தாழ்த்திய படி கேட்டான்.

“ஏன் வேற ஆளப் பாக்கணும்?”

அவள், ‘அதற்குப் பதில் சொல்ல வேண்டுமா?’ என அலட்சிய மாகப் பார்த்தாலும் அவள் வழக்கம் அவளை உந்தியது.

இவனை போன்று மாதவியை புக் செய்திட வருவோரிடம் அவளைப் பற்றி சொல்லித்தான் அனுப்புவாள். அதனால் அவளுக்கு வெட்கமோ துக்கமோ இல்லை.

வெறுமனே சொற்களால் எல்லாரிடமும் சொன்னவள், இவனிடம் அவள், அவளைப் பற்றி நாட்குறிப்பில் பதிந்துவைத்திருந்த கிறுக்கல் களைக் காண்பிக்க நினைத்தவள், சட்டென்று எழுந்து மரப் படிகள்

வழியாக மாடிக்குச் சென்று அந்த சிவப்பு நிற நாட் குறிப்பை எடுத்துவந்து அவனிடம் படிக்கக் கொடுத்தாள். அவன் அதை ஆவலோடு வாங்கிப் படித்தான்.

"கலை சேவையென

ஓதும்புதூருக்கு வேஷம் போட்டு அழைத்துசென்றாள் அத்தை.

நாடகம் அறங்கேற்றமாவதற்குள்

ஒப்பனை அறையில்

ஒத்திகை பார்த்தோம்..!

விடலை பருவம்

விரலுக்குள் விளைந்த தீயான போது...

அக்குனி ஜுவாலையில்

அரும்பிய நீர் மொக்குகள்

உடலில் மொட்டு விரிய...

பத்து நாள் ஒத்திகையில்

பத்து மாதத்துக்கான அரங்கேற்றம்..!

நாடகம் முடிவுற்று...

ஒப்பனை களைத்திடும்போது...

களையாத கரு

கருவேலம் செடியாய் செழித்தோங்க...

கம்மாய் நீராய் நீ வற்ற?

கரையோர கரும் வேலியாய் நான் தலைத்தோங்க...

மாதவி என்ற பெயருக்கேற்ப

ஊரெனக்கு வேசி என பெயரிட

நீதி கேட்டு ஓதும்புதூர் மந்தையில்

அத்தையும் நானும்..!

பெரியோர் சிரியோர் பேசி, பேசி

ஒரு வாரம் தேய

ஒரு நாள் தீர்ப்பு..!
கண்ணகி இருக்க மாதவி எதற்கு?
என்றன நின்ற கூட்டம்.
கண்ணகிக்குமில்லை, மாதவிக்குமில்லை
சகுந்தலைக்காக வேண்டுமென்றன
ஒரு சில நியாயக் கூட்டம்.
மாதவியை ஏற்றான், கோவலன் என்ற அக்கினிப் பாண்டி!
ஒரு மாதம் கருவில்...
ஒரு நாள் இரவில்
நண்பர்கள் புடைசூழ நளபாகம் வேண்டினான், கோவலன்
மணாளன் மனம் வாடாமல்
தர்மபத்தினி தாராளமாய் நளபாகம் விருந்தளித்தாள்
விருந்தோம்பல் முடிந்து
உடலோம்பல்...
அவனோடு என்பது விதி
அவர்களோடு எப்படி..?
அலறினேன், கதறினேன்...
அடிவயிற்றில் மிதித்தான் அக்கினிப் பாண்டி
அழகான கூந்தலைப் பற்றி இழுத்து முட்டவைத்தான்
பணியவில்லை...
பிச்சுவா கத்தியால் என் பிறப்புறுப்பின் மொக்கைத் துண்டித்தான் துடிதுடித்தேன்.
சிறுநீர் கழிக்க மட்டும் சிறு துவாரம் விட்டு வைத்து,
சின்ன கயிற்றின் நாளத்தால் தைத்துவிட்டான்.
சகுந்தலை குருதி பெருக்கெடுத்து உதிர்ந்தாள்.
நான் நாள்தோறும் நரக வேதனையடைந்தேன்.

ஒரு நாள்... ஒரு நாள்...

சிறையிலிருந்து சிறகடித்தேன்...

நாட்கள் கடந்த வருடங்கள் உருண்டன.

பிறப்புறுப்பு பிறந்தபோது இருந்ததைப்போல் இன்றானது.

அதுவே அக்கினிப் பாண்டிக்குத் தோதானது

இன்று வேறொருவனிடம் படுக்கவோ பகிரவோ முடியாது.

அப்படியும் அவனுக்காய் ஆண்டாண்டாய் காத்திருக்க,

அவனோ பாளையம் கோட்டை சிறையில்

ஆயில் கைதியாய்..!

என்று எழுதியிருந்ததைப் படித்துவிட்டு விக்கித்துப் போனான் பாகண். அந்த பொலிவான (அழகான) முகத்துக்குள் பூகம்பம் பூத்திருப்பது அறிந்து பதற்றமானான்.

பதிலேதும் சொல்லாமல் அப்படியே எழுந்தான். அவனை அமரச் சொன்னாள் கலைச்செல்வி. கட்டுபட்டவனாக மீண்டும் பத்தமடை பாயில் அமர்ந்தான்.

மாடிப்படியிலிருந்து கவிதாயினி வெண்கல டபராவில் காஃபி கொண்டுவந்து கொடுத்தாள். அவள் முகம் துயரத்தின் ரேகையற்று அன்றலர்ந்த பூபோல் இருந்தது.

முகவரி கேட்டு வந்த போது அவள் பார்த்த பார்வைக்கும் இப்போது பார்க்கும் பார்வைக்கும் வேறுபாடு இருந்தது.

அவளை, அவனால் பார்க்கவே முடியவில்லை இருப்பினும் அவன் வந்த வேலையை முடிக்க வேண்டி உள்ளதால் அவளிடமே வேறு முகவரி கிடைக்குமா எனக் கேட்டான்.

அவள், அவனைத் தட்டிக்கழிக்க இயலாமல், நாடகத்துக்கு வருவ தாக உறுதியளித்தாள். அதற்கு அச்சாரமாய் அவள் முகவரி அட்டை யைக் கொடுத்தாள். இவன் கையோடு கொண்டுவந்திருக்கும் அவளுக் கான பாகத்தைக் கொடுத்து நாடகத்தை விளக்கினான். அவள் உள் வாங்கிக்கொண்டாள்.

கலைச்செல்வி அவர்கள் நாடகத்தில் நடிக்கும், செலவு மற்றும் மேக்கப் ஸ்கிரின் உடைகள் உள்பட அனைத்துக்கும் மொத்த பட்

ஜெட்டைப் போட்டு அவர்களுடைய லெட்டர் பேடில் கொடுத்தாள். பாகண் அதை வாங்கிப் படித்துவிட்டு ஒப்பந்த கையெழுத்தைப் போட்டுவிட்டு ஒரு தொகையை முன்பணமாகக் கொடுத்தான்.

கோயில் புலிகுத்தி சிவன் கோயிலில் மாசி களரி குலதெய்வ வழிபாட்டுக்காக சங்கமித்த பொற்கொல்லர் வகையறாக்கள் மத்தியில் இரவு பத்து மணிக்கு “அவள் யாருக்கு சொந்தம்” நாடகம் அறங் கேறியது.

அனல் பறந்த வசனத்தால் மக்கள் கைதட்டி ஆரவாரம் செய்தனர். மாதவியின் உடல்மொழியால் ஆண் வர்க்கம் சிலையானது. போட்டிப் போட்டு நடித்த நடிகர்களின் நடிப்பாளுமையால் ரசிகர் பட்டாளம் சீட்டி ஒலியால் கிராமத்தில் படிந்திருந்த இரவின் நிசப்தத்தை விரட்டி யடித்தனர்.

இதை மேடையின் இடது ஓரத்தில் நோட் பார்க்க நின்றிருந்த பாகண் ரசிகர்களின் ஆரவாரத்தால் அகம் மகிழ்ந்தான். கட்டுக்கடங் காத கூட்டம்.

மாதவியோடு நெருங்கி நடித்த குமரன் பிறவிக் கலைஞனாய் உருவெடுத்தான். பூவோடு சேர்ந்த நாரும் மணக்கும் என்பதைப் போன்று ரிகர்சலில் நடிப்பே வராமல் குமரனை அடிக்காத குறையாக பலமுறை சண்டைப் போட்டு இருக்கிறான் பாகண். அவன் பாத்திரம் மட்டும் ரிகர்சலில் டம்மியாக இருக்கும். மற்றவர்கள் சொல்லிக் கொடுத்ததை உள்வாங்கிக்கொண்டு பின்னி எடுத்துவிடுவார்கள். அதை சொல்லியே குமரனை, பாகண் கடிப்பான். மற்ற நடிகர்கள் தனக்கு கதாநாயகன் வேடம் கொடுக்காமல், அவன் நண்பன் என்று கொடுத்தானல்லவா அவனுக்கு நன்றாக வேண்டுமென்று மறைமுக மாகத் திட்டியிருக்கிறார்கள். ஆனால், மேடையில் குமரன் பின்னி எடுக்கிறான் என்பது ஆச்சரியத்தையும் அதிசயத்தையும் கொடுத்தது.

நாடகத்துக்கு முன் மதியம் நடந்த ரிகர்சலில் அவளோடு நெருங்கி நடிக்கத் தயங்கினான் குமரன். பல முறை நடித்துக் காட்டினான். அவன் நெருங்கி நடிக்க பயந்தான். உடனே மாதவியை அழைத்து நீதான் அவனைத் தேத்த வேண்டும் வேறு வழியில்லை, பல பேர் நாயகனாக நடிக்கப் போட்டிப் போட்டும் கொடுக்காமல் இவனுக்குக் கொடுத்துவிட்டேன். இன்று மேடை ஏறி ஆக வேண்டும். இப்போது மாற்ற முடியாது. அப்படியே மாற்ற வேண்டுமென்றால் ஒரு நாளில் ஒருவனைத் தேத்த முடியாது. வேற வழியே இல்லையென்றால்

நாடகத்தின் அத்தனை விஷயங்கள் தெரிந்த ஒரே ஆள் பாகண். அவன்தான் நடிக்க முடியும். அவன் நடித்தால் மைதானத்தில் பார்வை யாளர்களுக்குப் பதிலாக அவன் மனைவி மட்டும் அமர்ந்திருப்பாள். பாகண் கோட்டை விட்டுவிடுவான். ஆதனால் மதியம் ரிகர்சல் முடிந்து சாப்பிட அமரும்போது மாதவியிடம் பாகண் ஒப்படைத்தான். அவள் அவனைத் தற்காலிகமாக தன்னவனாக மாற்றினாள். திருவிழாவுக்காக திடீரென முளைத்திருக்கும் பேன்ஸி கடைகளுக்கு அவனை அழைத்து சென்றாள். அவன் அவளுக்குத் தேவையானதை வாங்கிக்கொடுத்தான். அவளும் அதை மறுக்காமல் வாங்கிக்கொண்டாள், அவளிடம் ஐக்கிய மானான் நாடகத்தில் நாயகனானான்.

மாதவி பழைய நினைவுகளை மறக்கவே, தொலைத்த வாழ்க்கை யைத் தொலைத்த இடத்திலிருந்து மீட்டிட முயற்சித்தாள். அதனால், புதிய கலைஞர்கள்கூட அவளின் நடிப்பால் மிளிர்வார்கள்.

அதனால் கடந்த இரண்டு நாடகங்களைவிட இந்த நாடகம் பாகணுக்குப் பல அனுபங்களைக் கற்றுத் தந்தது.

ஆனால், வழக்கம் போல் இந்த நாடகத்துக்கும் சம்பளப் பிரச்சினை கையைப் பிடித்தது.

அதை சரிக்கட்ட அலுவலக நண்பர்களில் ஒருவர் கடன் கொடுத்தார். எந்த அளவுக்கு நாடகம் வெற்றி அடைந்ததோ அதே அளவுக்குப் பணம் என வந்து போதும் மீண்டும் தோல்விதான் மிஞ்சியது. காரணம் இன்னும் நாடகம் போட எவ்வளவு ஆகுமென்று தெரியாமல் கிடைத்த சான்ஸைப் பயன்படுத்திவிட்டு கடைசியில் கைகாசைப் போடுமளவுக்குத்தான் மூவர் குழு இருந்தது. இருப்பினும் இந்த நாடகத்தின் வெற்றி அவர்களைச் சந்தோஷக் கடலில் மூழ்கடித்தது. •

9

மூன்றாம் நாடகம் முடிவடைந்த நிலையில் முடிசூடா மன்னனாக வலம்வந்தான் பாகண். ஒரு கலைஞனுக்குத் தன் படைப்பின் வழியாக ஏதேனும் சிறு அசைவு ஏற்பட்டாலும் அவன் அடையும் மகிழ்ச்சிக்கு அளவே கிடையாது.

நான்கு, ஐந்து, ஆறு என்று பாகணின் படைப்பு, பட்டிதொட்டியெங்கும் அறங்கேறியது. அதனால் நாடக உலகத்தின் முடிசூடா மன்னனாக திகழ்ந்தான் என்று பொய் சொல்ல முடியாவிட்டாலும் ஓரளவு பாகண் நாடகக்காரன் என தமிழகம் அறியாவிட்டாலும் தன்னருகே இருந்தவர்கள் அறிந்திடுமளவுக்கு வளர்ச்சியடைந்தான். பாகண் மூவர் குழு என்றால் கிராம மேடைகள் காத்திருக்கும் சூழல் நிலவியது.

பாகண், கணேசன், குமரன் ஆகிய மூன்று பேரும் சேர்ந்து உருவாக்கிய மூவர் குழு ஜனநாயக முறைப்படி பெயர் மாற்றமானது.

விருதை ப்ரண்ட்ஸ் ஆர்ட் தியேட்டர் என மாறியது. அமைப்புக்கான பேனர், லெட்டர் பேடு, விசிட்டிங் கார்டு, என்று முழு கலைக்குழுவுக்கான பரிணாமத்தை எட்டியது.

ப்ரண்ட்ஸ் ஆர்ட் தியேட்டரில் நூற்றுக் கணக்கான இளைஞர்கள், பலவித கலைநுட்பத்துடன் இணைந்தனர். நடனக் கலைஞர்கள், பல குரல் மன்னர்கள், ஜிம்னாஸ்டிக் வித்தகர்கள், பாடகர்கள் என இத்யாதி, இத்யாதிகளாக ஆர்ட் தியேட்டர் விரிடைந்து களமாக உருமாறியது. இதனால் பாகணின் மாதாந்திர பட்ஜெட் தடுமாறியது. அதனால் பாகண் வட்டிக் கடையில் சரணடைந்தான்.

இதைப் பற்றி அவன் கணக்குப் பார்க்கவில்லை, அப்படி கணக்குப் பார்த்தால் அவன் கலைஞனல்ல வியாபாரி. அதனால்தான் என்னவோ வறுமையும், புலமையும சேர்ந்தே இருந்தது. இது உண்மையான கலைஞனுக்கு மட்டும் ஏற்படும் நிலை.

இலக்கிய நண்பன் பாலு அறிமுகம் செய்துவைத்த நடிகை மாதவி, ப்ரண்ட்ஸ் ஆர்ட் தியேட்டரின் ஆஸ்த்தான நடிகையானாள். அவள் தொடச்சியாக ஐந்து நாடகத்தில் நடித்தாள், அறிமுக நடிகர்கள் அனை

வரும் நன்றாக நடிக்க கற்றுக்கொண்டனர். அவர்களின் நடிப்பு, பசிக்குத் தீனி போடுமளவுக்கு நாடகத்தை எழுதுவது பாகனுக்குப் பெரும் சவாலாய் அமைந்தது. இருந்தாலும் மீன் நீந்துவதற்கு சிரமப் படுமா என்ன?

தொடர்ந்து நடித்து வந்தாலும், மாதவி, பாலுவிடம் ஒரு வார்த்தை கூட பேசியதில்லை. ஆனால், மேடையில் அவள் நடித்துக்கொண் டிருக்கும்போது மேடையின் கீழ் நாடகத்துக்கேற்ற ஒலிகளை அமைத்துக்கொண்டிருக்கும் பாலுவின் கண்கள் மௌன மொழியில் அவளை பல ஆயிரம் கேள்விகளால் துளைப்பதை, மேடையிலிருந்து காட்சிக்கான நோட் பார்த்துக்கொண்டிருக்கும் பாகண் அறிவான்.

அவள் உடல்மொழியால் ஓராயிரம் ரசிகர்களைச் சுண்டியிழுத் தாலும் பாலுவின் பார்வையால் பழைய நினைவுகள் அவளை ஆக்கிர மித்து ஒரு நொடி தடுமாறத்தான் வைத்தது. நாடக இயக்குனரான பாகணுக்குத் தொழில் மேலிருந்த பக்தியால் பாலுவை வெறுக்க வைத்தது. அவன் என்னதான் பாகணுக்குக் கலை இலக்கியத்தைக் கற்றுத்தந்திருந்தாலும் அதே கலை இலக்கியத்துக்கு இடையூறு ஏற் படும்போது அவனால் அதைத் தாங்கிக்கொள்ள முடியவில்லை. அதனால், பாலுவை அடுத்த நாடகத்திலிருந்து எடுத்துவிட வேண்டு மென்று மனதுக்குள் நினைத்திருந்தான், அதற்கான நாளும் வந்தது.

அன்று ஞாயிற்றுக்கிழமை என்பதால் அலுவலகம் விடுமுறை. அதனால் பாகண் தி.ஜாவின் மோகமுள் நாவலைப் படித்துக்கொண் டிருந்தான்.

அலுவலக முற்றத்தில் இருந்த மகிழம் மரத்தில் பழுத்த மஞ்சள் இலைகள் தரையில் விழுந்து தவழ்ந்த வண்ணமிருந்தது. காலை பத்து மணியைக் கடந்திருந்தாலும் சூரியக் கதிர்கள் பரவிக்கொண்டிருந்தது. புரட்டாசி மாத இளம் தென்றல் உடலை வருடியதால் அந்தச் சூழலை எதிர்கொள்ள பாக்கெட்டிலிருந்து கோல்டு ப்ளாக் சிகரெட்டை எடுத்துப் பற்றவைத்து புகையை உடனடியாக வெளியேவிடாமல் கொஞ்சம்கொஞ்சமாக மூக்கின் வழியாக வெளியேற்றி, அது எங்கு சென்று கரைகிறது என்பதைக் கவனித்துக்கொண்டிருந்தான் பாகண். அப்போது கேட் வாசலில் யாரோ அழைப்பது சன்னமாகக் கேட்டது.

மெயின் கேட்டில் நான்கு பேர் நின்றிருந்தனர். இவன் புத்தகத்தை முடி வைத்துவிட்டு எழுந்து சென்று பார்த்தான். அனைவரும் நன் றாகத் தெரிந்தவர்கள்தான்.

“என்ன டைரக்டரே, ரொம்ப பிசியா..? எம்புட்டு நேரமா கேட்ல நின்னுட்டு காத்துருக்கோம்?” என்றான் காளிமுத்து. ஒரு கை சூம்பி போனவன்.

“என்ன கனவு கண்டுகிட்டு இருக்கீயா?” என்றான் வழுக்கை தலை பிச்சைமுத்து.

“எங்களையும் சேர்த்து கனவு காணுப்பா?” என்றான் கொடை மிளகாய் மூக்கன் சக்திவேல்.

“ஏம்பா நாடகம் போட எங்களையும் சேத்துக்கப்பா?” என்றான் முனியன்.

“அவருக்கு நம்மலாம் ஒரு ஆளா?” என்றான் ஊளை மூக்கன் மாரியப்பன்.

எல்லாருடைய கேள்விகளுக்கும் ஒரு சிரிப்பால் பதிலளித்தான் பாகண்.

வந்தவர்கள் பாகணின் உறவு சார்ந்தவர்கள்.

“வாங்க டீ குடிப்போம்” என்று அலுவலக வாசலில் டீக் கடை வைத்திருக்கும் நாகராஜன் கடைக்கு அழைத்துசென்று, டீ போடச் சொன்னான். அவன் பாலைச் சட்டியில் ஊற்றிக் கொதிக்கவிட்டு டீத்தூளை மாத்தி அனைவருக்கும் டீ தாயாரித்து தந்தான். டீ அருந்திவிட்டு அவரவருக்குத் தேவையான பிராண்டுகளை வாங்கி பற்றவைத்து புகைவிட்டு ஆசுவாசமானார்கள்.

அலுவலக வராந்தாவில் அமர்ந்தவுடன் ஆரம்பித்தான் வந்திருந் தவர்களில் ஒருவன்.

“நாங்க வந்த விஷயம் என்னானா...” என இழுத்தான் ஒருவன். பாகண் அவன் என்ன சொல்கிறான் என்பதைக் கவனித்தான்.

“ஏம்பா அண்ணன் மகனே, நம்ம காளியம்மன் கோயில் பொங்க லுக்கு ஒரு நாடகம் போடணும் அதான் ஒன்ன தேடி வந்திருக்கிறோம்” என்றான் சக்திவேல்.

“எத்தானாம் தேதி?” என்று கேட்டான் பாகண்.

“வர வெள்ளிக்கெளம பத்தாம் தேதி.”

“வர வெள்ளியா அன்னக்கி இருக்கன் குடில பங்சன் இருக்கு” என்று யோசித்தான்.

“என்னப்பா யோசிக்கிறியா?”

“அப்புறம் அன்னக்கி அடுத்த எடத்துலெ பேசியிருக்கு எப்படி ஒங்களுக்குப் போட முடியும்?”

“போடு தாராளமா போடு ஆனா நம்ம கோயில்லையும் போடு” என்றான் காளிமுத்து.

“இங்க பாரு காளிமுத்து, ஒரே நேரத்துலெ ரெண்டு எடத்தல போடுரளவுக்கும் கம்பெனி வளரலெ அதனால முடியாது.”

“இன்னும் நாலு நாளுயிருக்கு.”

“நாலு நாளு இருக்குன்னா, நாடகம் என்ன பலசரக்கா..? கடையில வாங்கிட்டு வந்து போட?”

“டைரக்டர் சார் நீங்க நெனச்சா முடியும் அதுவும் நம்ப கோயிலு” என்று உரிமையா பேசி மடக்கினான் பிச்சைமுத்து. அந்த வார்த்தையில் பாகண் மடங்கினான். இருக்கன்குடி நாடகம் வாய் பேச்சிலிருக்கு இன்னும் அட்வான்ஸ் வாங்கவில்லை. அதனால் அந்த நாளை இங்கே பயன்படுத்திக்கொள்ளலாமா என சிந்தித்தான். அவன் சிந்தனையை சரியாகப் பயன்படுத்தி வந்தவர்கள் அவனை வென்றுவிட்டார்கள்.

ஆனால், இருக்கன் குடியில் நாடகம் போட பழைய நாடகத்தையே முடிவுசெய்து வைத்திருந்தான். ஏற்கனவே போட்ட நாடகம் அதனால் நாட்களைப் பற்றி கவலை இல்லை. இரண்டு நாள் ரிகர்சல் பார்த்தால் போதுமென்று முடிவு செய்துகொண்டு அவர்களுக்கு நாடகம் போட ஒத்துக்கொண்டான். அனைவரும் சந்தோசமாக வெளியேறினார்கள்.

பாகண் புத்தகத்தைத் திறந்து படிக்க ஆரம்பித்தான். அப்போது அலுவல நண்பன் பாலு, கேட்டைத் திறந்து தன் சைக்கிளைத் தள்ளிக்கொண்டு வந்தான். சைக்கிள் பின்கேரியரில் இரண்டு குட மிருந்தது. அலுவலகத்தில் குளித்து முடித்து, ஒரு வார காலத்துக்குத் தேவையான உடைகளைத் துவைத்துவிட்டு வீட்டுக்கும் குடிநீர் எடுத்துச்செல்ல வந்தான் பாலு. முனிஸிபாலிட்டி நல்ல தண்ணீர் தாராளமாய் அலுவலகத்தில் கிடைக்கும், அதனால் அலுவலகத்தில் வேலை பார்க்கும் அனைவரும் சனி, ஞாயிறுகளில் இப்படி செய்வது வழக்கம், அதன்படி பாலுவும் செய்துவந்தான்.

“என்னமா என்ன படிக்கிறே?”

“மோகமுள்.”

“அப்படியா..? ஆமா யாரு அவுங்க?” என வந்தவர்களைப் பற்றி கேட்டான் பாலு.

“அவுங்களா அடுத்த நாடகத்துக்குப் பேசிட்டு போறாங்க.”

“அதான் இருக்கன்குடில பேசிட்டேல?”

“இல்ல இது விருதுநகர்ல.”

“எங்க?”

“குறத்தெருவுல.”

“அங்க யாரு?”

“எனக்கு சொந்தக்காரங்க கோயில்.”

பாலுவின் முகம் அதீத ஒளியில் சுருங்கிப்போகும் மலர் போன்று ஆனது.

உடனே அவன் அங்கு நிற்காமல் தண்ணீர்த் தொட்டியை நோக்கி சென்று அவன் வேலையைத் துவங்கினான். பாகண் அங்கு சென்று தொட்டியருகே நின்றான். அவன் பல் தேய்த்தான். கொண்டுவந்திருந்த பழைய துணிகளுக்கு சோப் போட்டான், குளித்தான், குடத்தில் தண்ணீர் மோந்தான். கேரியரில் தொங்க வைத்துக்கொண்டு சைக்கிளை உருட்டினான்.

“எந்த நாடகம் போடப்போறே?” எனக் கேட்டான் – பாலு.

“நம்ம நாடகம்தான்” என இருவரும் சேர்ந்து எழுதின நாடகத்தைப் போட இருப்பதாக சொன்னான்.

“இல்ல பாகண், நீ இந்த நாடகத்தே போடதே!”

“ஏன்..?

“சொந்தமாக எழுதிப் போடு” என்று கறாராக பாலு கூறிவிட்டான்.

“பாலு நான் நெனச்சா உடனே எழுதிருவேன்” என்றான் பாகண்.

“எழுத வேண்டியதுதானே ஓங் கைய யாரும் புடிக்கலையே?”

“நாள் பத்தாது பாலு.”

“இந்த சாக்கெல்லாம் சொல்லாத, சொந்த கால்லெ நிக்கப் பாரு யாராச்சும் வாந்தி எடுத்ததெ நக்காதே.”

“இந்தக் கதை ரெண்டு பேரும் சேர்ந்துதான எழுதினோம்” என்றான் பாகண்.

“அப்படியா?”

“அப்படித்தான்” என்று காட்டமாகவே பதிலுறைத்தான் பாகண். உடனே அவன் ஸ்கிரிப்ட் நோட்டை மேஜையிலிருந்து எடுத்துக் கொண்டு வந்து தண்ணீர் தொட்டிக்குச் சென்று அவன் எழுதிய பாதி நாடகத்தின் பாகத்தைக் கிழித்து தண்ணீர் தொட்டிக்குள் முக்கி கசக்கி எறிந்தான்.

கிழித்துப்போட்டால் பொறுக்கி எடுத்துவிடுவானோ என்று பாவி நீரில் முக்கி கசக்கி எறிந்துவிட்டான். பேப்பரையும் அதிலுள்ள எழுத்துகளையும் அழித்துவிட்டால் எல்லாம் மறைந்துவிடுமா?

பேப்பரில் எழுதுவதற்கு முன்பு மனதில் எழுதிப் பார்த்ததை மறந்துவிட்டானா? அதை அவனால் அழிக்க முடியுமா?

அந்தக் கதையோடு ஒரு மாத காலமாய் ஒன்றி லயித்துபோய் வரிக்கு வரி அழுத்தமும், அழகும், வசனத்துக்கான வசீகரத்தையும் வடிக்கும்போது ஏற்பட்ட உணர்ச்சிகளை அவனால் அழிக்க முடியுமா? வெறி பிடித்தவன் என்று மனதுக்குள் கொதித்த அனலைத் தணிக்க வேண்டுமென்றால் வேறு கதையை உடனே எழுதி, அதை மேடை ஏற்ற வேண்டுமென்ற வெறி பாகணின் மனதில் தீ பற்றி எரிய ஆரம்பித்தது.

என்ன செய்வது..? எப்படி சாவாலை சமாளிப்பது..? என இரவின் மடியில் துயிலற்று விழித்துக் கிடந்தான். உறக்கம் பிடிக்காமல் ஆள் அரவமற்ற நகர வீதிகளிலும் சந்து பொந்துகளிலும் நாய்கள் குரைப்பி னூடே நடந்தான். இரவுகள் அவன் தலையில் வழிந்து ஒழுகியது. அதிகாலையை வரவேற்க பஸ்டாண்டில் இருந்த கடையில் ஒரு டீ அருந்திவிட்டு அன்றைய நாளேடுகள் பஸ்டாண்டு வாசலில் அருகில் பிரித்துக்கொண்டு இருந்ததைப் பார்த்து, அதில் இருந்த ஒரு முற்போக்கு நாளிதழை வாங்கி, பேருந்து நிலையத்தின் பயணிகள் இருக்கையில் அமர்ந்து படித்தான். மூன்றாம் பக்கத்தில் ஃபிரண்டு லைனில் வந்திருந்த நாட்டை உலுக்கிக்கொண்டிருந்த சம்பவம், தமிழில் மொழிபெயர்க்கப்பட்ட ஒரு கட்டுரை வந்திருந்தது.

பாபர் மசூதி இடிப்பின் கள ஆய்வுக் கட்டுரையைப் படித்தான். அது அடுத்த கதைக்கான கருவாக மனதில் தோன்ற ஆரம்பித்தது.

நாட்டையே உலுக்கிய செய்தியை எப்படி நாடகக் கதையாக மாற்று வது என திட்டமிடுகையில், கத்திமேல் நடக்கும் காரியமானது, இருப்பினும் கலைக்காக, கலை மக்களுக்காக என்ற இரு முரண் பாடுகள் இருப்பதில் பாகணுக்கு உடன்பாடு இல்லை. கலையும் இலக்கியமும் எப்போதும் மக்களுக்காகவே. எல்லாவற்றையும் மக்கள் கற்றறிந்திருக்க முடியாது.

அதை கலை மூலமோ இலக்கியம் மூலமோ மக்களுக்குத் தெரி விக்க வேண்டிய கடமை ஒவ்வொரு கலைஞனுக்கும் இருக்க வேண்டும். கடமையை உணர்ந்து இந்தச் செய்தியை நாடகமாக்கி, ராமனா, ரகீமா, என்ற உண்மையை நாட்டுக்குத் தெரியப்படுத்த வேண்டும் என்ற எண்ணத்தில் "இப்படியும் ஒரு சமாதானம்" என்ற பெயரில் நாடகத்தை எழுதி அதற்கு மேடைக்கதை அமைத்து அதற்கு யார், யார், எந்த கேரக்டர் என மனதில் முடிவுசெய்து, அன்று காலையிலிருந்து இரவுக்குள் ஒரே மூச்சில் எழுதி முடித்து, பிரசவ வார்டிலிருந்து வெளிபட்ட தாய் சேயானான் பாகண்.

ராமன் சிலையைத் திருட்டுத்தனமாய் மசூதிக்குள் வைத்துவிட்டு, மசூதியை இடித்த வன்முறையை முன்னோட்ட காட்சிகளாக வைத்து விட்டு, அதற்கு இந்த சம்பவத்துக்கு இந்தியா என்ற பண்பட்ட நாட்டில் பிரிவினை சக்திகளின் அரசியலுக்கு இந்திய ஒருமைபாட்டை மனதிலேந்தி இன்றளவும் ஒற்றுமையாக வாழ்ந்துகொண்டிருக்கும் மனிதர்களின் ஒரு பகுதியை மீதி காட்சிகளாகப் பிரித்து இந்து முஸ்லீம்கள் எப்போதும் உடன்பிறாவா சகோதரர்களாக வாழ்வதை நாட்டுக்கே தெரியப்படுத்த முடியாவிட்டாலும் நாம் வாழும் ஒரு பகுதியிலாவது தெரியவைக்க வேண்டுமென்று இந்த ஸ்கிரிப்டை எழுதி முடித்தான். இதற்கு உயிர் தர வேண்டும், அதற்கு இசை என்ற ரத்தம் தேவை.

கடந்த நாடகத்தில் இராமச்சந்திரன், பாலு இசை அமைத்தார்கள். இப்போது பாலு காரணமற்று ப்ரண்ட்ஸ் ஆர்ட் தியேட்டரிலிருந்து விலகிவிட்டான். அதனால், பழைய இசை கலைஞர் இராமச்சந்தி ரனைத் தேடிச் சென்று அவரிடம் நாடகத்துக்கு இசைக்கக் கேட்டான்.

"அண்ணாச்சிவ வர வெள்ளிக்கிழமை நாடகம், நீங்க வரணும்."

"எங்க போடுறீங்க?"

"கொறத் தெருவுல."

“வாய்ப்பு இல்லப்பா.”

“ஏன் அண்ணாச்சி?”

“பழைய மாதிரி நெனைக்காதீங்க, பணம் கூடவே தாரேன் அண்ணாச்சி.”

“ஏம்பா நீ பணம் குடுத்தா, எல்லாத்தையும் விட்டுட முடியுமா? எதுக்கும் வர மொற கெடையாது, இதுக்கு முன்னாடி கூப்பிட்ட எடத்துக்கெல்லாம் வந்தேன். இப்ப கொறத் தெருவுக்குக் கூப் பிடுறியே...” என்றதும் அவன் புரிந்துகொண்டான். அவரிடம் எதுவும் சொல்லவில்லை அங்கிருந்து சைக்கிளை உருட்டினான்.

மர்பி ரேடியோவிலிருந்து பாரதியின் பாடல் ஒலித்தது.

“நல்லதோர் வீணை செய்தேன் அதை நலங்கெட புழுதியில் எறிவதுண்டோ சொல்லடி சிவ சக்தி என்னை சுடர்மிகு அறிவுடன் படைத்துவிட்டாய்... வல்லமை தாராயோ... இந்த மானிடர் பயனுர...”

சுப்பையா தெருவைக் கடந்தான். இயல் இசை இரண்டும் சேர்ந்தால்தான் நாடகம். இருக்கும் இரண்டு தினத்தில் என்ன செய்து விட முடியும் என சிந்திந்துகொண்டே சைக்கிளை வடக்கில் செலுத்தி னான். தெற்கிலிருந்து கோயம்புத்தூர் பாசஞ்சர் ரயில் வடக்காக ஊர்ந்துகொண்டிருந்தது. மேற்கு கிழக்காக மக்களும், வாகனங்களும் காத்திருந்தது. இருப்புபாதை திறப்பிற்காக.

முதல் கேட் மேற்கு பகுதியிலிருந்து சங்கொலித்தபடி ஒரு ஆம்புலன்ஸ் வந்து நின்றது.

ரயில் கடந்தவுடன் அவசரமாய் கேட் கீப்பர் கேட்டைத் திறந்து விட்டார். ஆம்புலன்ஸ் அலறிக் கடந்தது. ஒருவர் டெக்சரில் ரத்த வெள்ளத்தில் கண்களை முழித்துப்பார்த்து இரண்டு முறை ஆழந்த மூச்சை இழுத்துவிட்டார். அவ்வளவுதான். உறவினர்கள், கட்டி அழுது கத்தினார்கள். கேட்டை கடந்து ஆம்புலன்ஸ் நின்றது. விபத்தில் காயமடைந்தவர் மரணமடைந்தார். இது இந்தப் பகுதியில் இருக்கும் மருத்துவமனைக்கு நோயாளிகளை எடுத்துச்செல்லும்போதெல்லாம் நிகழும் மரணம். மனிதக் கூட்டம் ஆம்புலன்ஸை மொய்த்தது.

பாகண் சைக்கிளை விட்டு நின்று கடந்தான். மனதில் லேசான வேதனை கனமாய் சூழ்ந்தது. அந்த நொடிகளைக் கடக்க அவன் திணறியபோது அருகிலிருந்து ஒரு இசை அவனை வருடியது.

அந்த இசை காயத்துக்கு மயிலிறகில் மருந்திடுவதாக இருந்தது. இசைக்குள்ளிருக்கும் பாடல் வரிகளைக் கண்டறிய புலனை அடக்கி கண்களை மூடினான். இசையை உள்வாங்கிய பெரு மூளை, சிறு மூளைக்குக் கட்டளையிட்டு சிந்தனை நரம்புகளைத் தூண்டிவிட்டு மனதுக்கு ஆணையிட்டதில் மெட்டின் பாடல் வரிகள் சட்டென புரிந்தது.

இளையராஜாவின், 'இளைய நில பொழிகிறதே...' என்ற பாடலின் மெட்டு என்பது அவனுக்குப் புலப்பட்டது.

ஆனால், அங்கே நிலா பொழியவில்லை வெயில் நதி கரை புரண்டோடியது.

இசை வந்த திசையில் தன் சைக்கிளைத் திருப்பினான். அது மீண்டும் சுப்பையா தெருவுக்கே கொண்டுவந்து சேர்த்தது.

கம்பர் தெருவுக்கும் சுப்பையா பிள்ளை தெருவுக்கும் இடையி லிருக்கும் பாப் மியூசிக்கலிலிருந்து அந்தப் பாடலின் மெட்டு மிதந்து வந்ததை அறிந்து மியூசிக் சென்டரில் ஆஜரானான்.

கடையின் பெயர் பலகையில் பாப் மியூசிக்கல் என்றும் இளை ராஜாவின் மொட்டைத் தலையில் ஹெட் போன் பொருத்தியிருக்க அவர் கண்களை மூடி தியானத்தில் இருப்பது போன்ற படம். கடைக்குள் இசைத்தட்டு சுழன்றுக்கொண்டிருந்தது.

"என்ன தம்பி கேசட் பதியணுமா?" எனக் கேட்டார் கடைக்காரர்.

"ஆமா அண்ணாச்சி."

"எழுதிக்கொண்டு வந்துருக்கீயா?"

"இல்ல."

"அப்ப லிஸ்ட்டு பாக்குறியா?" என்ற நீண்ட நோட்டை எடுத்துக் கொடுத்தார்.

பெண் குரலில் பாடிய பாடல் வரிகள் சிவப்பு எழுத்திலும், ஆண் குரல் பாடல் வரிகள் பச்சை வரியிலும் எழுதி இருந்ததை ஆர்வமாய் பார்த்தான். பின்பு நோட்டை மேஜைமீது வைத்துவிட்டான்.

"என்ன பாட்டு புடிகலையா? பழைய பாட்டு இருக்கு பாக்குறியா?" என்றார் கடைக்காரர்.

தடாகம்/113

"இல்ல இந்த மாதிரி மெட்டு மட்டும் வேணும்"ன்னு சுழலும் இசைத்தட்டை காண்பித்தான்.

"எதுக்கு?"

"நாடகத்துக்கு."

"நாடகம் பூராம் வேணுமா, இல்ல ஒரு சீனுக்கா?"

"முழுசும் வேணும்."

"அதுன்னா நேரமாகும்."

"பரவாயில்ல எனக்கு இசை வேணும்" என்று அழுத்தமாய் சொன்னான். அதோடு கதையின் காட்சியமைப்பையும் சூழ்நிலை பற்றியும் விலாவாரியாக எடுத்துரைத்தான். அவர் இதுவரை மியூசிக் பதிந்து கொடுத்துதான் பழக்கப்பட்டவர், ஆனால், முதல் முறையாக இசை தொகுப்பைப் பதிவு செய்தது அவரை வியாபாரத்தைத் தாண்டி ஒரு இசைக் கலைஞனாக உருமாற்றியது.

விரும்பி அந்த வேலையில் ஈடுப்பட்டார். வேலையின் இடையில் அவரின் இசை தேடலைப் பற்றியும், அதன் மீது இருக்கும் பக்தியைப் பற்றியும் பாகணுக்கு சொன்னார். அப்போது அவன் சந்தேகம் தீர்ந்தது. ஏனெனில் யாரும் இப்படி பதிவுசெய்து தர மாட்டார்கள். கொஞ்சமாவது ஈடுபாடும் ஆர்வமும் வேணும் அது அவரிடமிருந்ததை அறிந்துகொண்டான்.

இசை காட்சிக்கேற்றவாறும், சூழ்நிலைக்கேற்றவாறும், வசனம் உச்சரிப்புக்குப் பின்புலமாக ஒலிக்கும் இசை, ஒரு காட்சி முடிந்தவுடன் அடுத்த காட்சிக்கான சிச்சுவேஷன் மியூசிக், ஒவ்வொரு பாத்திரத்துக்கான ரெகுலர் மியூசிக் என்று பதிவானது.

அவரிடம் இல்லாத இசை தட்டுகளை மற்ற மியூசிக் சென்டர்களுக்குச் சென்று வாங்கி வந்து முப்பது காட்சிக்கும் பதிவுசெய்து தந்தார்.

இரவு மணி பன்னிரண்டைக் கடந்துவிட்டிருந்தது. பாகண் அருகில் இருக்கும் உணவு விடுதிக்குச் சென்று இருவருக்கும் புரோட்டா வாங்கி வந்து கொடுத்து தானும் உண்டான். அதிகாலை ஐந்து மணி, மூன்று மணி நேரம் நடக்கும் அளவுக்கு நாடகத்துக்கு ஐந்து கேசட்களைத் தனித்தனியாகப் பதிவேற்றி தந்தார்.

பேருந்து நிலையமென்பதால், பேருந்துகள் வருவதும் போவதுமாக, நான்கு திசைகளுக்கும் செல்லும் பேருந்துகள் தடத்தில் வரிசையாகக் காத்திருந்தன. பேருந்து வருவதற்குள் ஓடிச்சென்று கண்ணாடி வழி யாக துண்டு போட்டு இடம்பிடிப்பது, பேருந்தின் வழித் தடத்தை அரசு ஏஜென்டு உச்சஸ்தாயியில் ராகம் போட்டு கத்த, ஆங்காங்கே வீற்றிருக்கும் அங்காடிகள் பரபரப்பாய் விற்பனை செய்திட, சுத்தம் செய்தும் செய்யாமலும் இயந்திரத் தனமாய் இரவும் பகலும் இயங்கிக் கொண்டிருக்கும் கழிவறையில் இருந்தும், இராமலும், தண்ணீர் ஊற்றியும், ஊற்றாமாலும் பேருந்தைத் தவற விட்டு விடுவோமோ என்ற அவசர கதிகளில் பயணிகள் பரபரப்பாக இருக்க, எங்கு செல்வதென்றே தெரியாமல் வெறுமனே நேரத்தைக் கடத்தும் வெட்டி மன்னர்கள் பேருந்து நிலையப் பயணிகள் இருக்கைகளை ஆக்கிர மித்துக்கொண்டு பீடிகளையும் கஞ்சாக்களையும் புகைத்தப்படி வேடிக்கை பார்க்க, விளம்பர போர்டுக்குப் பின்னால் ஒளிந்து நின்றுகொண்டு தனக்கு விருப்பமான பெண்ணைத் துளை வழியாகப் பார்வையைச் செலுத்தி, கைமத்துனம் செய்து அந்தப் பெண்ணை கற்பனையில் கர்ப்பம் தரிக்க வைக்கும் கயமை தனம், இரண்டாம் சாமம் கடந்த பின் ஆட்டத்தை முடித்துக்கொண்டு அதிகாலை பேருந்துக்காகக் காத்திருந்துவிட்டு அதிகாலை வந்தவுடன் உறங்கிக்கொண்டிருக்கும் கிராமவாசிகள், ராகம் தாளமின்றி தனக்கான குரல் வளம் கொண்டு தன் பொருட்களை விலை சொல்லி விற்கும் அமைப்பு சார வீதியோர வியாபாரிகளை மிரட்டிப் பணம் பறிக்கும் நாட்டைக் காக்கும் வீரர்கள், அவித்த கடலை சூடு பறக்க, தள்ளுவண்டியில் வைத்து தள்ளியபடி பேருந்து ஜன்னல் வழியாகக் கேட்டாலும் கேட்கா விட்டாலும், பொட்டலத்தை மடியில் போடும், அடாவடி வியா பாரிகளின் சுறுசுறுப்பு, ஏதோ காரணத்தால் தன் உடலை இழந்து மனதையும் இழந்து அநாதையாக்கப்பட்டு, பின்பு வேறு வழியின்றி அதையே தொழிலாக்கிக்கொண்டு குட்டிச் சுவருக்கு வர்ணம் தீட்டியது போன்று கருத்த முகத்தில் வெள்ளைடித்துக்கொண்டும் உலர்ந்த உதட்டுக்கு சம்மந்தமற்ற சாயம் பூசிக்கொண்டும் அலையும் பாலியல் தொழிலாளிகள் இன்னும் இன்னுமாய் பேருந்து நிலையம் பரபரப்பாய் இயங்கிக்கொண்டிருந்தது என நம்ப வேண்டாம். இதில் எதுவும் கடந்த ஐந்து வருடமாய் நடக்கவில்லை. இந்த மாவட்டத்துக்கு வரும் எல்லா கலெக்டரும் நடவடிக்கை எடுக்கும் போது மூன்று நட்களுக்கு இப்படி நிகழும், பின்பு மறுபடி பழைய குருடி கதவைத் திறடி என்ற கதைதான் இந்தப் புதிய பேருந்துக்கு ஏற்படும் அவலம்.

அனைத்து வசதிகள் இருந்தும் ஏன் பேருந்து நிலையம் இயங்க வில்லை என ஆய்வு செய்தால், உலக யுத்தம் இரண்டுக்கும் எப்படி தனிமனிதர்கள் காரணமானார்களோ அதைபோன்று இந்த பேருந்து நிலையம் இயங்காமல் இருப்பதற்கும் தனிமனிதர்களின் சுயநலம் தான் காரணம்.

ஒரு தேசிய கட்சியின் மாநில தலைவர் சட்டமன்ற உறுப்பினராகப் பதவி எடுக்கிறார்.

அந்தக் காலகட்டத்தில் கௌசிகா நதி கரையில் உள்ள நத்தம் புறம்போக்கு நிலங்கள் சட்டமன்ற உறுப்பினரின் பெயருக்குப் பட்ட போடப்பட்டு, நகரின் பல இடங்கள் அவருக்கானதாகிறது.

இடத்தைப் பண்படுத்தி பிளாட்டாக்கப்பட்டு மறுவிற்பனைக்குத் தயாராகிக்கொண்டிருந்தது. அந்த இடத்தை வாங்க யாரும் வரிசையில் நிற்கவில்லை. அதனால் ஏமாற்றமடைந்த அண்ணாச்சி, உள்ளூர் தாதாவிடம் இடத்தை ஒப்படைக்கிறார். அவர் பலருக்கு ஆசை வார்த்தைகாட்டி இடத்தை விற்பனை செய்ய முற்படுகிறார். அப் போதும் யாரும் சீந்தவில்லை. காரணம் அந்த இடத்தைச் சுற்றிலும் பல இனத்தின் சுடுகாடுகள் இருப்பதால் யாரும் இடம் வாங்க வர வில்லை. அந்த நேரத்தில் உள்ளாட்சி தேர்தல் வருகிறது.

இந்த தேர்தலில் குறிப்பிட்ட இனம்தான் எப்போதும் நகர மன்றத் துக்கு சேர்மனாக வர முடியும். அதே நேரத்தில் சட்டமன்றத்துக்கும் குறிப்பிட்ட இனம்தான் சட்டமன்ற உறுபினராக வர முடியும்.

இதிலிருந்தே ஜாதியம் எப்படி கட்டிக் காப்பாற்றி ஜனநாயகத்தைப் படுகொலை செய்கிறார்கள் என தெரிந்துகொள்வதில் வியப்பேது மில்லை.

நகர மன்ற தேர்தலில் தாதா கடுமையாக உழைத்து அல்லது கரன்ஸி நோட்டைச் சரியாக கொடுத்து, தன் இன மக்களின் வார்டு பிரதிநிதிகளை அதிக அளவில் வெற்றிபெறச் செய்ததில் வெற்றி கண்டார். அதனால் நகர சபை கூடி நகரின் அடிப்படை பிரச்சினை களில் முக்கிய பிரச்சினை பேருந்து நிலையம் என்று செயற்கையான ஒரு தீர்மானத்தைக் கொண்டுவந்தது. அதை அனைவரும் வர வேற்றனர். இடம் எது என்று முடிவு செய்திடும்போது சட்டமன்ற உறுப்பினர் விற்க சொல்லிக் கொடுத்த காலி மனை அருகில், என்று தீர்மானம் நிறைவேற்றப்பட்டது. இரண்டு எதிர்ப்பு முப்பது அதரவு இரண்டு ஆப்செண்டு.

சட்டமன்ற உறுப்பினர் இடத்தின் அருகே பேருந்து நிலையம் அமைய பாடுபட்ட தாதாவுக்கு அந்த இடத்தில் ஒரு துண்டு நிலம் அன்பளிப்பாகக் கிடைத்தது. இந்த ஊருக்கு சட்டமன்ற உறுப்பினர் தெலுங்கு மக்களில் ஒருவர்தான் வர முடியும். நகர மன்றத்துக்கு தராசு மக்களில் ஒருவர்தான் சேர்மனாக வர முடியும் என்பது எழுத படாத சட்டம். ஆனால், இம்முறை நடந்தது என்னவென்றால் சட்ட மன்றத்திலும, நகர மன்றத்திலும் ஒரே இனத்தைச் சேர்ந்தவர்கள் பதவிக்கு வந்தமையால் அரசில் சலுகை பெறுவதில் சிரமம் இல்லை. அதனால் நாட்டின் முதல்வர் அய்யா அவர்கள் காலிமனையில் அடிக்கல் நாட்டினார். அம்மா கட்டடம் கட்டிக் கொடுத்தார். இதை வைத்து தன் இடத்தை விற்று தீர்த்துவிட்டார். ஆனால், உண்மையாக இந்த பேருந்து நிலையம் ஊரின் வடக்குப் பகுதியில் வர வேண்டும் அப்போதுதான் மக்கள் எல்லா திசைகளிலுமிருந்து பயணம் செய்ய வர முடியும்.

நகரம் அமைந்திருக்கும் மையப் பகுதியைப் புறக்கணித்துவிட்டு ஊரின் மூலையிலிருக்கும் இடத்தில் பேருந்து அமைந்ததால், மக்கள் யாரும் புதிய பேருந்து நிலையம் செல்லவில்லை. இது தவிர புற நகரிலிருந்து பின்னிரவில் வரும் பயணிகள் புதிய பேருந்தில் நிலை யத்தில் இறங்கி நகரத்துக்கு வருவதற்கு எந்த வசதியும் கிடையாது. பல முறை வியாபாரிகள் வெளி மாவட்டம் சென்று வசூல் செய்துவிட்டு திரும்பும் போது பறிமுதலுக்கு ஆளாகி உள்ளனர். இரண்டு கொலை முயற்சியும் நடந்தேறி உள்ளது.

இந்தப் பிரச்சினைகளை அடிப்படையாகக் கொண்டு ஒருவர் கோர்ட்டுக்கு சென்று பேருந்து இயங்காமல் இருக்க இடைக்கால தடை வாங்கிவிட்டார்.

ஒரு அணி பேருந்து நிலையம் இயங்க வேண்டுமென்று அரசுக்கு எதிராகப் போராட்டம் நடத்தினால் மற்றொரு அணி பேருந்து நிலையம் அந்த இடத்தில் இயங்கக் கூடாதென்று போராட்டம் நடத்துகிறது. இறுதியில் அந்தப் பேருந்து நிலையத்தில் அங்காடிகள் வைக்க ஏலம் எடுத்த வியாபாரிகள் பல லட்சங்களை பேருந்து நிலையத்தில் போட்டு முடக்கவைத்து, அதற்கு வட்டிக் கட்டிக்கொண்டிருக்க, பேருந்து நிலையம் கட்ட அய்யவும், அம்மாவும் போட்டிப் போட்டு அனுமதி வழங்கினாலும், அதற்கு நிதி கொடுத்தது உலக வங்கி, அதற்கு மாதம்தோறும் வட்டி கட்டுவது விருதுநகர் நகராட்சி.

தமிழகமெங்கும் அய்யாவும் அம்மாவும் போட்டிப் போட்டு மக்களுக்கு அடிப்படை வசதி செய்வதாக நினைத்து உலக வங்கியில் கடன்வாங்கி அதை உள்ளூர் நகராட்சியின் தலையில் கட்ட அந்த சுமைகளை அப்பாவி மக்கள் மீது நகராட்சி திணிக்க மாநிலம் முழுவதும் எல்லா புதிய பேருந்து நிலையம் வெற்றிகரமாய் இயங்க இங்கு மட்டும் இரண்டு தனிநபர்களின் பிரச்சினையால் இன்றளவும் இயங்காமல் புதிய பேருந்து நிலையம் இருக்கிறது. அங்குதான் பாகணின் குழுவினர் இன்று நடக்க இருக்கும் நாடகத்துக்கான கடைசி ஒத்திகையைப் பார்த்தனர்.

முதல் காட்சி முடிந்து அடுத்த காட்சி துவங்க வேண்டும். அதற்குப் பெண் கலைஞர்கள் நடிக்க வேண்டியதைச் சேர்த்து பார்க்க வேண்டும். பெண் நடிகைகள் புக் பண்ண இந்த முறை பாகண் நேரடியாகச் செல்லாமல் தொலைபேசியில் விவரம் சொல்லி அவர்கள் பாகமான ஸ்கிரிப்டை விரைவுத் தபாலில் அனுப்பியிருந்தான். அதன்படி நெல்லையிலிருந்து வந்து நின்ற பேருந்தை கவனித்தான் பாகண். இரண்டு பெண்கள் வந்து இறங்கினார்கள். அருகில் சென்று அவர்கள் அரக்கபரக்க பார்த்ததைக் கண்டு அவர்கள்தான் என்ற சந்தேகத்தின் பேரில் தயங்கியபடி கேட்டான் பாகண்.

“நீங்க திருநெல்வேலியா?”

“ஆமா நீங்க” என்றாள் முப்பது வயதுடையவள். பனங்கிழங்குக்கு சேலை அணிந்திருந்தால் எப்படி இருக்குமோ அப்படி இருந்தது அவளின் உடலமைப்பு.

“நீங்கதான் பாகணா?” என்றாள் உருளைக் கிழங்குக்கு சுடிதார் போட்டால் எப்படி இருக்குமோ அப்படிப்பட்ட உடலமைப்பில் இருந்தவள்.

“மாதவி வரலயா?” என்று கேட்டதற்கு, பதிலாக ஒரு கடிதத்தைக் கொடுத்தாள் பனங்கிழங்குபோல் இருந்தவள். அதை பிரித்து படித்தான் பாகண்.

“வணக்கம் பாகண்,

உன் கடிதம் கண்டேன் மகிழ்ச்சி, உங்கள் நாடகத்துக்கு இந்த முறை மாதவியை அனுப்பி வைக்க முடியவில்லை என்பதைச் சொல்ல வருத்தமாக உள்ளது. மாதவி இடத்தை அங்கு வந்திருக்கும் பானு

நிரப்புவாள். அவளைப் போல நன்றாக நடிப்பாள். அதே போல் கலாவும் நன்றாக நடிப்பாள். நன்றாக ஆடுவாள். அவள் நன்றாக டான்ஸ் ஆடும் திறமை உள்ளவள், நன்றாக நீங்கள் பயன்படுத்திக்கொள்ள லாம். மேக்காப், ஸ்கிரின், கொடுத்தனுப்பியிருக்கிறேன் பயன் படுத்திக்கொள்ளுங்கள் மற்றவை நேரில் நன்றி

அன்புடன்

கலைச்செல்வி

படித்துவிட்டு இருவரையும் ஒரு பார்வை பார்த்தான். அவர்களில் பானுவின் காதோரத்தில் சுருண்டிருக்கும் கேசத்தை ஒதுக்கிவிட்டு பாகணைப் பார்த்தாள். அப்போது அவள் அழகாகவே தென்பட்டாள்

“நீங்கதான் பானுவா?”

“பானு சுனேகா” என்றாள் பனங்கிழங்கு போல் இருப்பவள். அவளையும், குமரனையும் ஒப்பிட்டுப்பார்த்தான். அவள் ஆறடி இவன் ஐந்தடி. எப்படி சாத்தியமாகும். நெருக்கமான காட்சிகளில் இரு வருக்கும் உயரம் பிரச்சினையாக இருக்கும். கிட்டத்தட்ட ஆக்ஷன் கிங் அர்ஜுன், பானுப்பிரியா போன்று இருக்கும். இதுவே சினிமா என்றால் லாங் ஷாட், மிட் ஷாட்டில் காட்டிவிடலாம். இது மேடை. பார்வையாளர்களை ஏமாற்ற முடியுமா? சரி, சமாளிப்போம் என்று நினைத்துக்கொண்டு அவர்களுக்கு அருகிலிருக்கும் கடையில் அவர் களுக்குக் குடிக்க குளிர்பானத்தை ஆர்டர் செய்தான்.

காளிமார்க் பவாண்டோ கொடுத்தார் கடைக்காரர். இதை தூரத்தி லிருந்து கவனித்த மற்ற கலைஞர்களும் அருகில் வந்து பலா பழத்தை ஈ மொய்ப்பதுபோன்று அந்தப் பெண் கலைஞர்களைச் சூழ்ந்து நின்றார்கள். அவர்களுக்கும் பானம் வந்தது.

“பானு” என அழைத்தான் பாகண். அவள் குடித்த பாட்டிலை எங்கு வைப்பதென்று முழித்தாள். அதை மூன்று பேர் போட்டிப் போட்டு வாங்கினார்கள். அவள் அவர்களை எண்ணி மகிழ்ந்தாள்.

“இவன் பேரு குமரன். இவன்தான் இந்த நாடகத்தோட நாயகன்” என்று அவனை அறிமுகம் செய்தான். அவள் குமரனை சந்தையில் வாங்க போகும் கிடாவைப் பார்க்கும் இடையனைப்போல் அவனை மேய்ந்தாள். குமரன் நாணல் தட்டையாக வளைந்தான்

"நல்லா நடிப்பீங்களா?" அவன் அருகில் வந்து கேட்டாள். அவன் பாகணைப் பார்த்துக்கொண்டே எச்சில் விழுங்கிக்கெண்டே, "ம்" என்றான்.

"ஒன்னும் பயப்படாதீங்க இயல்பா இருங்க நான் பாத்துக்கிறேன்" என்று அவனிடம் சொன்னாள். அனைவரும் ஆட்டோவில் ஏறிக் கொண்டனர், ஆட்டோ புறப்பட்டது. குமரன் இயல்பானான்.

10

தெற்கிலிருந்து வர இருக்கும் பொதிகைக்காக இருப்பு பாதை பூட்டப்பட்டிருந்தது. அதனால், கிழக்கிலும் மேற்கிலும் வாகன ஓட்டிகள் காத்திருந்தனர். ஆட்டோவும் நின்றது. இவர்களைப் பின் தொடர்ந்து சைக்கிளில் வந்த மற்ற கலைஞர்களும் ஆட்டோவுக்குப் பின்னால் வந்து நின்றனர். ஆட்டோ ஓட்டுனர் எதிரே உள்ள கடைக்குச் சென்று புகைபிடித்தார். பாகணும் குமரனும் இறங்கினார்கள். கேட்டின் ஓரத்தில் சைக்கிள் மற்றும் மக்கள் செல்வதற்கான பாதை ஒன்று இருந்தது. அதில் டிரைன் வரும்வரை செல்லலாம், ஆனால், சைக்கிளில் வந்த கலைஞர்கள் அப்படியே ஆட்டோவுக்குப் பின்னால் அட்டைபோல ஒட்டிக்கொண்டனர்.

"என்ன முருகானந்தம் முன்னாடி போகலாமில்ல?" என்றான் பாகண்.

"போறோம், போறோம்" என்று வன்மமாக சொன்னான். அது பாகணுக்கு வேறு மாதிரி தோன்றியது.

டிரெய்ன் இருப்பு பாதையைத் தடதடக்க கடந்தது. ஆட்டோவில் ஏறிக்கொண்டனர்.

"படம் நல்லாயிருக்குலெ" என்று எதிரே உள்ள இராஜலட்சுமி தியேட்டரில் ஓடிக்கொண்டிருக்கும் "உள்ளத்தை அள்ளித்தா" படத்தின் வால்போஸ்ட்டரைப் பார்த்து சொன்னாள் பானு.

"ஆமா, சுந்தர் சியோட முதல் படம். ரெம்ப நாளுக்கப்புறமா நல்லா ஜாலியான படம். ஸ்ரீதர் சாரோட, "காதலிக்க நேரமில்லை" மாதிரி கலகலப்பா இருக்கும்" என்று விளக்கம் அளித்தான் பாகண்.

"அதுலெ ரம்பா ஆடுவாங்க பாருங்க ஒரு பாட்டுக்கு, அழகிய லைலா... அவளொரு ஸ்டைலா... சந்தன மயிலா... இவ மன்மத புயலா... அடடா பூவின் மாநாடா... அழகுக்கு இவதான் தாய் நாடா... சூப்பருலெ" என்று கண்களை வளைத்து ரசனையோடு சொன்னாள் பானு.

"ம் பிரமாதங்க அந்தப் பாட்டுதான் பழனிபாரதிய பீல்டுலெ நிக்க வச்ச பாட்டு."

“அந்தப் பாட்டே ஒங்க நாடகத்துலெ வச்சிருக்கீங்களா?” எனக் கேட்டாள் கலா.

“அதுக்கான சிச்சுவேசன் இல்ல” ஆட்டோ இருப்புப் பாதையைக் கடந்தது.

“ஏங்க இது என்ன சினிமாவா சிச்சுவேசன் சாங்க வைக்க, சும்மா வச்சா ஆடியன்ஸ் ஏத்துக்க மாட்டாங்களா?”

நான் நாடகம் போடத்தான் ஒங்கள கூப்பிட்டேன். ரிக்கார்டு டான்ஸுக்கு இல்ல சினிமாலெ இஷ்ட்டத்துக்கு என்ன வேணாலும் செய்யலாம், நாடகம் அப்படியில்ல ஸ்கிரிப்படை மீறி ஒரு காட்சி வைத்தாலும் சொதப்பிரும், ஆடியன்ஸ் என்ன கேனையா...நாடகத் தோட டிராக் லேசா மாறிச்சுன்னா எந்திருச்சிருவான், அப்புறம் நீ ரம்பா என்ன, சில்க் சுமிதா மாதிரி ஆடினாலும் யாரும் இருக்க மாட்டான், நீயும் மேடையும்தான் ஆடணும்” என்றான் பாகண்.

“அப்ப ஆடுறாப்புலெ சாங்க் இருக்கா இல்லையா?” எனக் கேட்டாள் கலா.

“கவலப்படாதே ஸ்கிரின் ஓப்பனிங்லையே ஒங்க ரெண்டு பேரோட ஆட்டம்தான்.”

“அய் பின்னிருவோம். ஆமா மேடை நல்லா இருக்குமா..? மேடையில தார்பாலின் விரிச்சுருக்கீங்களா?” எனக் கேட்டாள் பானு.

“ஏன் சந்தேகமா?” என்றான் குமரன்.

“ஏன்னா குமரன்தான் எல்லா நாடகத்துக்கும் ஆர்ட் டைரக்ட்டர்.”

“ஏன் கேக்கிறேனா குற்றாலம் சாரல் விழாவிலெ ஆட போயிறந் தோம். கலாதான் ஆடுனா, பாட்டுக்கூட என்னடி வாய்க்குள்ளே இருக்கு வர மாட்டிங்கிது” என்றாள் பானு. கலா அந்தப் பாட்டை முணுமுணுத்தாள்.

“அது பாட்டு இல்ல ட்யூன். புன்னகை மன்னன் படத்துலெ கமல் சார் ரேவதி மேல இன்பிரஸ் ஆகி ரேவதியேட சேர்ந்து ஒரு டான்ஸ் பண்ணுவாருலெ அந்த டான்ஸ்க்கு நான் ஆடுனேன். ஆடியன்ஸ் கத்தி குமிச்சிருச்சி. நான் ஸ்டேஜ்க்கு வெளிய வந்து கத்திக் கதறிட்டேன்” என்றாள் கலா.

“என்னாச்சி?” எனக் கேட்டான் பாகண்.

“ஸ்டேஜ்லெ உள்ள ஆணி குதிகால்லெ குத்தி ரத்தம் கொப்பளிச் சிருச்சி. ஆனா அந்த டான்ஸ் மும்முரத்துல நான் சமாளிச்சிக்கிட்டு ஆடிட்டேன். வெளிய வந்ததுக்கப்புறம்தான் தெரிஞ்சது அதான் ஸ்டேஜ் பத்தி கேட்டேன்.

“அம்மா நாட்டிய பேரரசி, நாங்க ஸ்டேஜ் நாற்பதுக்கு முப்பது நீளம் அகலம் போட்டு பாலீதீன் போட்டு சும்மா பக்காவா ரெடி பண்ண சொல்லி இருக்கோம். நீ ஆட வேண்டாம், ஸ்டேஜ் ஒன்ன ஆடவைக்கும்”என்று கிளாஸ் எடுத்தான் குமரன்.

ஆட்டோ சுப்பையா பிள்ளைத் தெரு கடந்து குறத்தெருவுக்கு வந்து நின்றது. காளியம்மன் கோவிலில் பந்தல் போட்டு அலங்காரத் தோரணங்கள் நடைபெற்றுக்கொண்டிருந்தது. ஒலிபெருக்கிலிருந்து எல்.ஆர்.ஈஸ்வரியின் குரலில் “கற்பூர நாயகியே கனக வள்ளி மாரி மகமாயி மாரியம்மா...” என ஒலித்துக்கொண்டிருந்தது.

ஆட்டோவைவிட்டு இறங்கவும் விழா குழுவின் தலைவர் வழுக்கை தலை பிச்சைமுத்து வந்து வரவேற்றார்.

“வாங்க, வாங்க.”

“என்ன மருமகனே இதுகதான் ஆடப்போகுதுகளா?” என்று பெண் கலைஞர்களை உற்றுக் கவனித்தார் கிடா மீசை பூசாரி தங்கவேல்.

“இல்ல சித்தப்பா நடிக்க போறாங்க” என விளக்கமளித்தான் பிச்சைமுத்து.

“சரி நாங்க எங்க தங்க?” என கேட்டான் பாகண்.

“இங்கதான் இங்க பூராம் நம்ம புள்ள குட்டிகதான் எங்க வேணாலும் தங்குங்க” என்றார் கிடா மீசை.

அதன்படி குடிசை வீடுகளைக் கடந்து ஒரு காரை வீட்டின் மாடிக்கு அனைவரையும் அழைத்துச்சென்று அவர்களுக்குரிய கிளாஸ் எடுத்தான் பாகண். அதன்படி அவர்கள் மேக்காப் போட ஆரம்பித்தனர். பாகணின் சந்தேகத்தைத் தீர்க்க காளியம்மன் கோயில் முன்பாக வந்து விழா கமிட்டியைப் பர்த்து கேட்டான்.

“என்ன மேடை போடலையா?”

“அதாய்யா, அதாய்யா” என் ஒவ்வொருத்தரும் மாறிமாறி பார்த்தனர்.

“என்ன நான் கேக்கிறது புரியலையா?”

“அது வந்து மாப்புளே காலையில பந்தல் கார்ட்ட போட சென்னோம் அவரு போலீஸ்லெ அனுமதி வாங்கனுமுன்னு சொன்னாரு, நாங்களும் போயி கேட்டோம். அங்க இருந்த பெரிய அதிகாரி ஏன்டா கஞ்சி குடிக்கவே வக்கு இல்லாத பயல்களுக்குக் கூத்தா கேக்குதுன்னு சொன்னாரு, நாங்க மருகி, மருகி நின்னோம். அதுக்கு அவரு மருவாதியா போறீங்களா தூக்கி உள்ள போடவான்னு சொல்லிட்டாரு அதான் வந்துட்டோம் மருமகனெ” என்றார் கிடா மீசை.

“என்னாது?” என அதிர்ச்சியானான் பாகண்.

“மருமகனே நான் என்ன செய்ய?” என்று அப்பாவியாக, ‘பெம்பள புள்ளைகளே பேசி அனுப்பிருங்க’ என்று முகத்தைக் காட்டினார்.

“யோவ்… வாய்ல நல்லா வந்துறபோது ஒங்களுகெல்லாம் எதுக்கு நாடகம்?”

“நாடகம் போடணுமுன்னு ஆசப் படுறிங்க, பேசி அனுப்பி விடுற சொல்றிங்க சும்மா போவாங்களா அவங்களுக்குச் சம்பளத்தக் குடுங்க.”

“அவங்க ஒன்னுமே செய்யலையே” என்றான் பிச்சை முத்து.

“இந்த சட்டம் பேசுறததெல்லாம் விட்டுட்டு நடக்கறத பாருங்க.”

“இப்ப என்ன நீ, நாடகம்தான் போடணும் ஸ்டேஜ் இல்லைன்னா என்ன இப்படியே இங்க போடுங்க” என்று சக்திவேல் ஆடிக்கொண்டே சொன்னான். அவனை அப்படியே குத்த வேண்டும் போல் இருந்தது. ஆனால், அவனுக்கு அது முக்கியமாகப் படவில்லை. மேடைகள் பல கண்டும் மீண்டும் பழைய நிலைமைக்கு வந்துவிட்டோமே என வருந்திக்கொண்டே தலையில் கை வைத்து எதிரே உள்ள கல் பட்டறையில் போய் ஒரு கல்லில் உட்கார்ந்தான். விழா கமிட்டி ஒருவருக்கு ஒருவர் குறை சொல்லிக்கொண்டு தாகாத வார்த்தைகளில் பேசிக்கொண்ட இருந்தனர்.

பாகண் விருவிருவென்று ராஜலட்மி தியேட்டர் முன்பாக வந்து, பொது தொலைபேசியில் நம்பரை விரலுக்குக் கொண்டுவந்து சுழட்டினான்.

“ஹலோ.”

“ஹலோ யாரு?”

“அண்ணாச்சி நான் பாகண் பேசுறேன்.”

“பாகணா?”

“ஆமாண்ணாச்சி மிசா பாண்டி மகன் பாகண்.”

“ஓ நீயா என்னப்பா?”

“பர்மிஷன் வேணும் அண்ணாச்சி?”

“என்ன நாடகமா? எங்க?”

“எங்க தெருவுலெ.”

“பத்து நிமிஷம் கழிச்சி பேசு” என்றார்.

போனை வைத்துவிட்டு எதிரே உள்ள வெற்றிலைபாக்கு கடையில் ஒரு சிகரெட்டை வாங்கி பற்ற வைத்தான்.

“வணக்கம் நான் டி.எம்.கே. டவுண் செகரட்டரி பேசுறேன்.”

“வணக்கம் அண்ணாச்சி.”

“யாரு எஸ். ஐ. யா.?”

“நான் இன்ஸ்பெக்ட்டர் பேசுகிறேன்.”

“நீங்களா?

“ஒன்னுமில்ல நம்ம பயல்க நாடகம் போடுறாங்க பர்மிஷன் வேணும்.”

“நல்லா போடட்டும் போலீஸ் புரொட்டக்ஷன் வேணுமா கத்தாலாம்பட்டியா இல்ல முத்துராமன் பட்டியா.”

“குறத்தெரு” மறுமுணையில் சத்தம் இல்லை.

“ஹலோ... ஹலோ...”

“ம் சொல்லுங்க அண்ணாச்சி.”

“அதாம் பர்மிஷன் வேணுன்று ஒங்க ஸ்டேசனுல வந்து பாத்துருக்காங்க.”

“ஆமா வந்தாக ஏட்டு சொன்னாரு. அது வந்து அண்ணாச்சி, அந்தத் தெருவ பத்தி நான் சொல்ல வேண்டியதில்ல. பர்மிஷன் கொடுத்றலாம் ஆனா அவீங்க அத மிஸ்யூஸ் பண்ணிடுவாய்ங்க அப்பறம் ஒங்களுக்கும் எனக்கும் கெட்ட பேரு அண்ணாச்சி...”

இது போக பார்மாலிட்டிஸ் இருக்கு மூனு நாளுக்கு முன்னாடியே பர்மிஷனுக்கு எழுதித் தரணும் இதில எதுவுமில்லாமே எப்படித் தர முடியும்?"

"அவீங்க என்ன காபரே டான்ஸா போடப் போறாய்ங்க அப்படியே போட்டாலும் நீங்கதான் மொத ஆளா இருப்பீங்க எதும் வராது. வரச் சொல்றேன் முடிச்சி விடுங்க."

"சரிங்க அண்ணாச்சி."

"பாகண் பத்து நிமிடத்தைப் பத்து வருடமாய் உணர்ந்தான். பதி னோரவது நிமிடத்தில் மீண்டும் டயல் செய்தான்.

"வணக்கம் அண்ணாச்சி நான் பாகண் பேசுறேன்."

"சொல்லிட்டன்பா ஒரு நாலு பேரு போயி இன்ஸ்பெக்ட்டர பாருங்க."

"ரெம்ப நன்றி அண்ணாச்சி."

"போறப்ப ஸ்டேசன் செலவுக்குக் கொண்டுக்கிட்டு போப்பா."

போனை கட் செய்துவிட்டு கோயிலுக்கு ஓடினான்.

விழா குழுவிடம் விவரத்தைச் சொன்னான். விழா குழு உடன் பட்டது. பூசாரிக் குழு முரண்பட்டது. காரணம் இரு தரப்பும் வசூல் வேட்டையில் போட்டிப் போட்டு கோட்டைவிட்டது. ஒரு தரப்பு நாடகம் வேணுமென்றும், மற்றொரு தரப்பு வேண்டாம்மென்றும் வாதாடியது. பாகண் ஈன தெரியாத மலடியிடம் மல்லுக்கட்டும் நிலையிலிருந்தான். இருந்தாலும் அதற்கும் மருத்துவம் உண்டு என அவர்களுக்குப் புரியவைத்து உடன்பட்டவர்களைக் காவல் நிலை யத்துக்கு அழைத்துச் சென்று ஆயிரம் ரூபாய் பணத்தால் எல்லா பார்மாலிட்ஸ்களையும் உடைத்து அனுமதி பெற்றுவந்து இரவோடு இரவாக மேடை போட்டனர். மேடை போட கலைஞர்களும் உதவி னார்கள். மேடை போட்டு முடிக்க இரவு பன்னிரண்டு மணி ஆனது. அவசரமாய் தூங்கிக் கிடந்த நடிகைகளை எழுப்பி அவர்கள் சம்மந்தபட்ட காட்சிகளை ஓரலாக ரிகர்சல் பார்த்துவிட்டு மேடைக்குப் போகும் வேளையில் குமரன் காதில் இதை போட்டன்.

அடுத்த இடி அவன் தலையில் விழுந்தது.

"என்ன நடிக்க வரலையா?" என்று கேட்டுள்ளான் குமரன். போலீஸ் பர்மிஷனுக்காக அழைத்த நேரத்தில் குமரனிடம் ரிகர்சல்

பார்க்க சொல்லி ஒப்படைத்திருந்தான். அதன்படி குமரன் அவன் நடிக்க இருந்த பாத்திரத்தைப் பார்த்துவிட்டு, மற்றவர்களுக்கு ரிகர்சல் கொடுக்கும்போது நாடகத்தின் இறுதி காட்சியான கோர்ட்டில் வாதாட வேண்டிய பாத்திரத்தில் நடிக்கும் தினேஸ், மாரி, சுரேஷ், தங்கம் இவர்கள் குமரனோடு சண்டை இட்டு இருக்கிறார்கள். நடிக்க வரச் சொன்னால் நடிகைகளிடம் ஜொல் வடித்துக்கொண்டு அவர்களையும் ரிகர்சல் பார்க்க விடாமல் இவர்களும் பார்க்காமல் ரிகர்சலைத் திட்டமிட்டு சீர்குலைத்துள்ளனர். குமரன் அவர்களை வன்மையாக கண்டிக்கவும் ரிகர்சலிலிருந்து விலகி சென்றுவிட்டனர். இதை பதற்றத்தோடு குமரன் சொன்னான்.

பாகண் ஆரம்பத்திலிருந்து சிந்தித்தான் பாலு, இசையமைப்பாளர், இராமச்சந்திரன், நடிகை மாதவி, இப்போது இவர்கள் ஏன் இந்த சோதனை?

ஆனாலும் நாடகத்தை ஆரபித்துவிட்டான். காட்சிகள் கடந்தது. அவர்கள் இருபதாவது காட்சிக்குத்தான் வர வேண்டும் என்று நம்பி னான். அவர்கள் உண்மையான கலைஞர்களாக இருந்தால் தனிமனிதப் பிரச்சினைகளுக்கு ஆட்படாமல் வருவார்கள் என தொடர்ந்து காட்சி களை நகர்த்திக்கொண்டிருந்தான். இரண்டாம் சாமம் துவங்கியது. இரண்டாம் காட்சி முடிவடைந்து இராஜலட்சுமி தியேட்டரிலிருந்து வந்த கூட்டம் அப்படியே அமர்ந்துவிட்டார்கள். சாலையெங்கும் எதிர்பார்த்ததைவிடக் கூட்டம் அலைமோதியது. பதினெட்டாவது காட்சி அரங்கேறிக்கொண்டிருந்தது. பாகண் நோட்டையும் நடிகர்கள் பாவனைகளையும் கவனித்துக்கொண்டே மேடைக்கு வெளியே அவர்கள் வருவார்களா என கவனித்துக்கொண்டிருந்தான். வரவில்லை. பத்தொன்பதாம் காட்சி அரங்கேறியது. அது குமரன் இல்லாத காட்சி அவனைக் கூப்பிட்டான், காதில் கிசுகிசுத்தான் அதற்கு அவன் இப் போதும் நாடகத்தை நிறுத்திவிடுவோமென்றான்.

நாடகத்தின் முக்கிய காட்சியை நடத்தாமல் நாடகத்ததை நிறுத்தி னால் பார்வையாளன் மேடையேறி அடிப்பான்.

பாகண் மேடையின் அருகே நின்றுகொண்டிருக்கும் பிச்சைமுத்தை அழைத்தான். அவன் பயந்தான்.

“நீங்க நடிக்கிறீங்களா?”

“திடுதிப்புன்னு சொன்னா எப்படி மாப்ளே.”

“வாய்ப்பு திடீர்ன்னுதான் வரும்.”

"ஒன்னுமே தெரியாது எப்படி?"

"ஒன்னுமே நீ செய்ய வேண்டாம் எல்லாம் நான் பாத்துக்கிறேன் நீ கைய கால ஆட்டு அவ்வளவுதான்" என்றான். அவனுக்குப் புரி படாமல் அரைகுறையாகத் தலையாட்டினான். அதே போல் காளி முத்து, பார்வையாளர்களிலிருந்து இராமேஷ்வரன், எகியா இவர்களைத் தேர்வு செய்து வழக்கறிஞர் உடைகளை அணிய வைத்து மேடை ஏற்றி, காட்சிக்கான விவரத்தை விளக்கினான்.

பார்வையாளர்கள் கத்த ஆரமித்துவிட்டார்கள். புழுதி வாரி தூத்தினார்கள். அப்போது நாடகக் கலைஞர்களை பாகண் தயார் செய்துகொண்டிருந்தான். ஆனால், இவர்களைத் தயார் செய்திட சிரமப்பட்டுக்கொண்டிருந்தான்.

பார்வையாளர்களின் கூச்சல் குழப்பத்தை நிறுத்த நாடக நடிகையின் நடனம் மேடையில் துவங்கியது...

"ராத்திரி நேரத்து பூஜையில் ரகசிய தரிசன ஆசையில் ஆ... ஆ... ஆ... என ஆராதனை..." என இருவரும் ஆட ஆரம்பித்ததும் பார்வையாளர்கள் தேனை உண்ட வண்டுகளாகக் கிறங்கிக் கிடக்க, பாட்டு முடிந்தது. இறுதிக் காட்சிக்குப் புதியவர்கள் ஏறினார்கள், கோர்ட்டில் காரசாரமாக வாதாடினார்கள்.

11

வாதாடுவதாக வாய் அசைத்தார்கள். பாகண் அனைவருக்கும் வெவ்வேறு குரல்களைக் கொடுத்தான்.

கனவுலகவாசிகளின் கனவுநீர்போல் களைவது பாகணுக்கு மட்டும் என்ன விதவிலக்கா என்ன?

திரைப்படத் துறையில் வாய்ப்பின்றி ஏமாற்றத்தின் உச்சானிக்குச் சென்றவன் நண்பர்கள் கணேசன், குமரன் மற்றும் சில கலைஞர்கள் மூலம் ப்ரண்ட்ஸ் ஆர்ட் தியேட்டரை ஆரம்பித்து பத்து நாடகங்களை மேடையில் அரங்கேற்றிவிட்டான். ஆனால் எடுத்த சபதத்தை நிறை வேற்றிவிட்டானா? இல்லை.

கலை உலகில் தோல்வியடைந்தவன் லௌகீக வாழ்விலும் தோற்றுக்கொண்டுதான் இருக்கிறான்.

சிறிய பள்ளத்தை மேவிட பெரிய பள்ளத்தைத் தோண்டுகிறான். அதிலிருந்து மேடேற துடிக்கிறான். மேடேறியதும் அடுத்த பாதா ளத்தில் விழுந்துவிடுகிறான். இதனால் அவன் மட்டும் தத்தளிக்க வில்லை அவனை நம்பிக் காத்திருக்கும் குடும்பமும் சேர்ந்து சீரழிகிறது.

கலைஞன் கலையில் சமாதானம் அடைவதில்லை. அப்படி அடைந்தானென்றால் அவன் கலைஞனே கிடையாது.

வெற்றியோ தோல்வியோ மீண்டும் ஒருமுறை மீண்டும் ஒருமுறை என்று தாஸ்தாயேவ்ஸ்கியின் சூதாடி நாவலைப்போல் விளையாடிக் கொண்டே இருப்பான் சரியான கலைஞன்.

குடும்பம், அலுவலகம், நாடகக் குழு மூன்று புரவியிலேறி பயணிக்க வேண்டி உள்ளது. இதில் எதாவது ஒரு கால் ஒடிந்தாலும் அதள பள்ளத்தில் வீழ்ந்து மடிய வேண்டியதுதான்.

வட்டிக்காரனிடம் வட்டியைச் செலுத்திவிட்டு வருகிறபோதெல் லாம் ஒவ்வோரு முறையும் இனி நாடகத்துக்காக வட்டிக்கு வாங்கி செலவழிக்கக் கூடாது. அப்படி செலவு வந்தால் நாடகத்தை நிறுத்திக்கொள்ள வேண்டியதுதான் என்று நினைப்பான். ஆனால்,

அவன் காதில் ரசிகர்களின் கைத்தட்டல் ஓசை ஒலிக்கின்றபோது ‘குடிகாரன் பேச்சு விடிஞ்சா போச்சின்னு’ ஆகிறது.

மீனவன் கரையிலிருந்துகொண்டு திமிங்கலத்துக்கு ஆசைப் பட்டால் போதுமா..? ஒரு சினிமாகாரனாக ஆக வேண்டுமென்று, அவல் இல்லாமல் வெறும் உரலை இடித்தால் மட்டும் ஆகிவிட முடியுமா?

சரி அப்படியே ஒரு இரவில் வண்டி ஏறி கோடம்பாக்கம் சென்று விட்டால் இவனுக்காக வெல்வெட் விரிக்கப்பட்டு வரவேற்கபடு கிறதா?

ஏற்கனவே தோற்ற காரணத்தால்தான் மேடையை உருவாக்கினான். இதற்கு ஒரே வழி உடனே சென்னை செல்ல வேண்டியதுதான் என்று முரட்டுதனமாய் முடிவெடுத்தாலும் இப்போது அரசு பணியில் வாங்கும் சொர்ப்ப சம்பளத்தில் அரைகுறையாகவாவது பிழைக்க முடிகிறது. இதை போட்டுவிட்டு சென்றால்..? இப்படி மாதம்மாதம் சம்பளம் வாங்கும் அன்று நினைப்பது போன்று இன்றும் நினைத்துக் கொண்டு தன் அலுவலகத்துக்கு வந்துசேர்ந்தான். அனைவரும் சம்பளம் வாங்கக் காத்திருந்தனர்.

பாலு மாதாந்திர பட்ஜெட் போட்டுக்கொண்டிருந்தான். அதை போன்று மற்றவர்களும் அந்த மாதத்துக்கான பட்ஜெட் பற்றி ஒருவருக் கொருவர் பேசிக்கொண்டிருந்தனர்.

பாகண் அடுத்த மூன்று நாட்களை எப்படி கடத்துவதென்று சிந்தித்தான். கூடுவிட்டு கூடு மாறும் சக்தி மட்டுமிருந்தால் அலுவலக வாசலில் நிற்கும் வேப்ப மரத்தில் தத்தித்தத்திக்கொண்டிருக்கும் மைனா போன்றோ, காகம் போன்றோ தானும் மாறிவிடலாம், தன்னைத் தேடி வரும் கடன்கரார்களிடமிருந்து தப்பித்துவிடலாம் என அவன் சிந்தனை ஓடியது...

வெகு நேர காத்திருப்புக்குப் பின் சம்பளம் கொண்டுவரும் வாகனம் அலுவலகத்துக்குள் நுழைந்தவுடன், புது படத்தின் ரீல் பெட்டி தியேட்டருக்குள் வந்தவுடன் ரசிகர்களின் கூச்சல் எப்படி இருக்குமோ அதைப் போன்று அலுவலகம் அமளி துமளியானது.

பாகணுக்கு வழக்கத்தை மீறி இதயத் துடிப்பு அதிகரித்தது. அவன் படபடபுக்குக் காரணமான வட்டிக் கடை வசூலாளர்கள் ஒருவர் பின் ஒருவராக வந்தனர்.

ரொக்கம் கொடுத்தவர்கள் நான்கு பேர், அத்தியாவசிய பொருட்கள் கொடுத்தவர்கள் மூன்று பேர்.

இதற்கு முன் கடன்காரர்களைத் தேடி அவர்கள் இடத்துக்கே சென்று வட்டியும் முதலையும் கட்டி வந்தவன் பாகண்.

ஆனால், கடந்த மூன்று மாதங்களாக கடன் அதிகரித்துவிட்டது. காரணம் நாடகம். ஒருத்தருக்குக் கொடுத்து ஒருவருக்குக் கொடுக்க முடியாமல் போனதால் முந்தியவர்கள் பணம் வாங்கிக்கொள்ள முடியுமென்று அலுவலகத்துக்கு வந்துவிடுகின்றனர்.

பாகணுக்கு இது அவமானமாக இருந்தாலும் வட்டிக்காரர்களுக்கு இது விளம்பரம். அப்போதுதான் அலுவலகத்தில் இருக்கும் மற்றவர் களும் வட்டிக்கு வாங்கவருவார்கள் என்ற நினைப்பு.

ஆனால், அலுவலகத்தில் வேலைபார்ப்பவர்கள் அரசுப் பணியைத் தாண்டி உபதொழில் செய்பவர்கள் அல்லது கணவன், மனைவி இரண்டு பேர் அரசுப் பணியில் இருப்பவர்கள். இப்படி இல்லை என்றால் ஒருவர் அரசுப் பணியின் வருமானத்தை வைத்து காலத்தை ஓட்டிவிட முடியாது.

அப்படி ஓட்ட வேண்டும் என்றால் மனதுக்கு அடிமையாக இருக்கக் கூடாது. அறிவு சொல்வதைக் கேட்க வேண்டும். அப்போதுதான் காலந்தோறும் கால்வயிற்றுக் கஞ்சியாவது குடிக்க முடியும். இல்லையென்றால் வட்டிக்கு வாங்கி சாக வேண்டியதுதான். அதுவும் பாகண் போன்ற கலைஞர்கள் குடும்பத்தை நடத்தவே முடியாது.

இது எல்லா அரசு ஊழியர்களுக்கும் பொருந்தாது. கையூட்டு பெறாத, அரசு விதிகளுக்கு உட்பட்டு அரசுப் பணியில் வரும் ஊதியத்தை மட்டும் வைத்து வாழும், கடைநிலை ஊழியர்களுக்கு மட்டும் பொருந்தும்.

ஆரம்பத்தில் அபத்தமாகவும், கேவலமாகவும் அதனால், மன உளைச்சலாகவும் இருந்தவை நாளாக, நாளாகப் பழகிப்போனது.

தன்னை ஒரு லட்சியவாதியாகவும், கலைஞனாகவும் இந்த உலகம் கொண்டாட இருப்பதாக கனவுலகில் சஞ்சரித்து, அந்தக் கனவை நினைவாக்க, காசு பணத்தை வாரி இறைப்பவனாகப் பவனி வந்தான்.

யதார்த்த உலகை அறியாதவனாகி அகவாழ்வின் சூட்சமத்தின் சுழற்சியில் சிக்குண்டு நார்நாராகக் கிழிந்து வெளி வந்து விழுந்து கொண்டிருந்தான்.

அவரவர் வினைக்கு அவரவரே பொறுப்பென்று உணர்ந்ததால் தன் குடும்பத்தை சிலந்தி வலைக்குள் சிக்கவிடாமல் கவனித்துக்கொண் டான். இது லௌகீக வாழ்வில் சம்சாரிக்கும் தலைமைக்கும் கடமையான போதும், இவன் கடமை கலை, கலை, கலை, தன் நிகழ் கலையால் இந்தச் சமுகத்தில் ஏதாவது ஒரு அசைவை ஏற்படுத்திவிட மாட்டோமா? என்ற அசைக்க முடியாத நம்பிக்கையும் அனைத்து துயரங்களையும் மறக்கடித்துவிடும். ஆனால், சம்பளத்தன்று யதார்த்தம் பூதகரமாய் பூமிக்கும், வானத்தும் நெடுநெடுவென எழுந்து நிற்கும்.

அலுவலகத்தின் முதல் நிலை ஊழியர்கள் சம்பளம் பெற்று இடை நிலை ஊழியர்களும் பெற்ற பின்பு கடை நிலை ஊழியர்களுக்கான முறை வந்தது.

பாகணுக்கு முன்பு உள்ள சேசுராஜ் சம்பளம் பெற்று வந்து மாதந்திர சேமிப்புக்கு தனசேகரனிடம் நுறு ரூபாய் கொடுத்தார். அடுத்து சங்கத்துக்கு சந்தா அவ்வளவுதான் அவரின் கொடுக்கல் வாங்கல். அடுத்து முத்தன், அவன் சம்பளம் வாங்கி அப்படியே தன் அண்ராயர் பையில் வைத்துக்கொண்டு முதல் நிலை ஊழியர்களிலிருந்து கடை நிலை ஊழியர்கள்வரை அவனிடம் சிக்காதவர்கள் யாருமில்லை. அவர்களிடம் சென்று வட்டி வசூல் செய்தான் முத்தன். அடுத்து டேவிட், அவன் சென்று சம்பளம் வாங்கி வந்து தன் பர்சில் வைத்து விட்டு ஏற்கனவே கடந்த மாத சேமிப்பில் உள்ள பணத்திலிருந்து சந்தா மாதந்திர சேமிப்புக்குப் பணம் கட்டினான். இறுதியாக பாகண் சம்பள பெறுவதற்கு உள்ளே சென்றான்.

அலுவலர் மாதவன் நெற்றிக் கீற்றில் சந்தனம் திலகமிட்டு ரஸ்தாலி வாழை பழம் நிறம், கலையான முகம் கலையாத கேசம், மெலிந்தும் மெலியாத தேகம், பார்வையில் காருண்யம். ஆனால், அதில் விஷ ஜந்துகளின் குரூரம் இருக்கும். ஒயர் பின்னல் சாய்வு நாற்காலியில் சாய்ந்திருந்தவர் பாகணைப் பார்த்தவுடன், “வா கண்ணா வா” என்றார். எல்லோரையும் அவர் கண்ணா என்றே அழைப்பார். ஏனென்றால் பகவத் கீதை அவருக்கு அப்படி போதித்து இருக்கிறதாம். போதித்தது ஒன்று என்றால் அதையும் தாண்டி இவர் கடைபிடிக்கும் பழக்க மொன்றும் உண்டு.

குப்பனாக சுப்பனாக இருந்தாலும் அனைவரும் பகவான் கிருஷ்ண னின் அவதாரமாகப் பார்ப்பாராம். அதனால்தான் அனைவரையும் கண்ணா என அழைப்பாரம். அந்த சாந்த குரலில் எவ்வளவு சாக்கடை ஓடுகிறது என்பது அவர் சுகம் கண்டு, சுருண்டு போன அபலை பெண்களுக்கு மட்டும்தான் தெரியும்.

கல்லுக்குச் சேலை கட்டிவிட்டாலும் அதையும் வருடிப்பார்க்கும் வல்லவன். அவரின் சல்லாபக் கட்டிலில் சம்போகம் புரிந்தவர்கள் கணக்கு ஏராளமாக இருந்தாலும், மிஞ்சி போனதில் சம்சார முத்திரையோடு மூன்றாவது மனைவியோடு வசிக்கிறார் இப்போது.

இவர் பள்ளியறையில் பாடம் படித்துக்கொண்டிருக்கும்போது உடையற்ற இரு உடல்களின் சீற்றத்தை மிக அருகில் சென்று பார்த்து விடுகிறார் முதல் மனைவி.

அவ்வளவுதான் தனக்குச் சுயமாய் காலூன்றி நிற்கத் தகுதியிருந்ததால் தன் பதின்மூன்று பெண் பிள்ளைகளோடு வெளியேறிவிடுகிறார்.

பின்ன என்ன வேலியற்ற நிலத்தில் வெள்ளாடு துள்ளிக் குதிக்காதா?

இரண்டாவது மனைவிக்கு சமூக அந்தஸ்து கொடுத்து இரண்டு பெண் குழந்தைகள் அங்கீகாரமாய் தந்து தன் தர்மபத்தினியாக ஏற்றுக்கொண்டார் மாதவன்.

குளிர் பிரதேசத்துக்கு ஒருநாள் உல்லாசப் பயணம். அங்கு இரண்டு அறைகள், ஒன்று தர்மபத்தினிக்கு மற்றொன்று உல்லாச நாயகிக்கு. இரண்டு நாளில் இரண்டு நிமிடம் இரண்டாவது மனைவியோட இருக்கவில்லை, அவர்களை இயற்கையை ரசிக்கத் தனியாக அனுப்பி விட்டு இவர் செயற்கையை ரசித்தார். மோப்பம் பிடித்து வந்த இரண்டாவது மனைவி ருத்தரதாண்டவமாட, மாதவன் சிவத்தாண்டவ மாட, அறையில் அமளி துமளியேற்பட விடுதியாளர்கள் கழுத்தைப் பிடித்து வெளியேற்ற, இரண்டாவது மனைவி தன் பெண் பிள்ளை களோடு சட்டப் பிரகாரம் வெளியேற, மாதவன் மீண்டும் மாதவம் புரிய ஆரம்பித்தார்.

காற்றுக்கென்ன வேலி மூன்றாவது, மாதவன் வயதுக்கு முக்கால் வாசி குறைந்த இளம் ஏழை பெண்.

எஸ்டேட்டில் தேயிலை பறிக்கும் தொழிலாளியின் மகள் இருபது வயதுடையவள் கமலம். குடியானவரின் வீட்டுக்குள் புகுந்து இளம் பெண்ணை கைவைக்க, அந்த மக்கள் அவரைக் கைவைக்க, அடி தாளமல் அடி பணிய, தலையில் கட்டி தண்ணீர் தெளித்துவிட்டார்கள். கரும்பு தின்ன கூலியாக மாதவன் அந்தப் பெண்ணைக் கைபிடித்து வீட்டுக்கு அழைத்துவந்து பூஜிக்க, பூஜை சரியாக இருந்தால்தான் பூர்வீக சாமிகூட ஏறெடுத்துப் பார்க்கும். இல்லாவிட்டால் ஏழு கால பூஜை ஆறு கால பூஜைக்குக் கடவுளும் மாறிக்கொள்ளும்.

மாதவனுக்கு மனம் வேகமிருந்த அளவுக்கு உடல் வேகமில்லை. இளம் பெண்ணின் இளமைக்கு வடிகாலற்று போனது. உடலால் தீர்க்க முடியாத பிரச்சினையை பொருளால் தீர்க்க அவர் சொத்தை பாதி பகிர்ந்தளித்தார். கடலளவு காணிக்கை வைத்தாலும் கன்னியை கட்டுடைக்க கால் அங்குலத்துத்துக்கு வக்கற்றவனிடம் வசிப்பதும் ஒன்றுதான். பிணத்தோடு பிணைவதும் ஒன்றுதான் என்றெண்ணியவள் அருகாமையில் அன்றாடம் காய்ச்சியிடம் அடைக்கலமானாள்.

இருப்பினும் தன்னிருப்பை நிலைநாட்ட பல மூலிகை மருந்தைக் கையகப்படுத்தி தன் தோட்டத்தில் காய்களையும் கனிகளையும் விளை விக்க முடியாதவன் மாற்றான் தோட்டத்தில் மல்லிகை தேடும் மாதவன்தான் பாகணின் அலுவலர்.

சம்பளப் பேரேட்டில் கையெப்பமிட்டான் பாகண்.

"என்ன கண்ணா நாடகம் என்னாச்சி?"

"முடிஞ்சுப்போச்சி சார்."

"அடுத்து எப்ப?"

பாகணுக்குத் தூக்கி வாரி போட்டது ஏற்கனவே நடந்ததை மறு படியும் நினைத்துப்பார்த்ததால் பதற்றம் கூடியது. இவன் ஏன் மறுபடி என்று கேட்கிறான் என சந்தேகித்தான்.

அதற்குள் இரண்டாம் நிலை அலுவலர், "இந்தா இதுலெ கையெழுத்து போடு" என்றார். பாகண் அந்த தபால் பதிவேட்டைப் பார்த்தான். அதில் தன் பெயர் மட்டும் எழுதப்பட்டிருந்தது தபாலுக் கான நம்பர் எங்கிருந்து டெஸ்பாட்ஜ் ஆகிருக்கிறது என்பது அதில் இல்லை. குழப்பதோடு கையெழுத்து போட்டான்.

பாகண் குழப்பத்தை உடைக்க மாதவன் அவனை வன்மமாகப் பார்த்தார்.

"என்ன கண்ணா சாப்பிட்டியா?" என வாஞ்சையோடு கேட்டார். அதற்கு அர்த்தம் தேடினான்.

"இந்தா இதெ மொத வாங்கிக்கோ" சம்பளமும் ஒரு தபால் கவரும் கொடுத்தார். அவன் சம்பளத்தை எண்ணுவதற்கு முன் கவரைப் பிரித்தான்.

"கண்ணா இன்னைக்கி கடன் எதுவும் குடுக்காதெ யாராச்சும் ஒன்ன மிரட்டினா என்ட்டே கூட்டிக்கிட்டு வா" என்றார். அவரின் அக்கறையான வார்த்தையின் சூட்சுமம் அவனுக்குப் புரியவில்லை.

"கண்ணா கன்னியாகுமாரிலெ விவேகானந்தர் சமாதி இருக்குத் தெரியுமா?"

"தெரியாது சார்."

அவன் அவருக்குப் பதில் சொல்லுமளவுக்கு மனதில் திடமில்லை. கவரைப் பிரிப்பதில் கவனம் முழுவதும் இருந்தது. பிரித்தான் வாசித்தான் ஆங்கிலத்தில் பனிஷ்மென்டு டிரான்ஸ்வர் என குறிப் பிட்டிருந்தது.

அதற்குக் கீழ் விருதுநகரிலிருந்து நாகர்கோயில் என தட்டச்சு செய்யப்பட்டு இருந்தது.

பாகணுக்குப் பிடறியில் பலமாகத் தாக்கியதாக உணர்ந்தான். தலை சுற்றி நிலை குலைந்தான். உடல் வெப்பத்தில் நனைந்தது. வெளியே வந்தான். அவனிடம் இருக்கும் பணத்தை முந்தியவர்களுக்கு முதலுக்கு வட்டியும் பொருளுக்குப் பணத்தையும் கட்டினான். எண்ணினானோ எண்ணவில்லையோ இயந்திரக் கதியில் இயங்கினான். அனைவரும் அவனைப் பார்த்து நகைப்பதைப் போல் உணர்ந்தான். மனிதர்கள் மட்டுமல்ல அங்கிருந்த செடி, கொடிகள், உயிருள்ளவைகள், உயிரற்ற வைகள் அனைத்தும் அவனைக் கேலிசெய்வதாக உணர்ந்தான், நடந் தான் என்பதைவிட தவழ்ந்தான். அனிச்சையாக அலுவலகச் சுவற்றில் சாய்த்துவைக்கப்பட்டிருக்கும் அவனின் நிலையான சொத்தான துருபிடித்த சைக்கிளை எடுத்தான். அப்போது வட்டிக்காரனும் அலு வலக சக ஊழியனுமானவன் வந்து இதுவரைக் கொடுத்த முதலையும் வட்டிப் பணத்தையும் ஒரே நேரத்தில் கொடுக்க, கையிலிருந்த பணத்தை அவனிடம் திணித்துவிட்டு வெளியேறினான்.

அந்நேரம் முத்தன் ஓடிவந்து, அவனிடம் வட்டி மட்டும் கட்டி இருக்கே முதல் என்னாச்சி என்று கேட்டான். ஏனென்றால் டிரன்ஸ்வர் என்பது கடன்காரர்களில் முத்தனுக்கு மட்டும் தெரியுமென்பதால் அந்த டிரான்ஸ்வர்க்கு அவனும் ஒரு காரணம் என்பது பின்பு தெரியும்.

பாகணுக்கு வெந்த புண்ணில் வேலைப் பாய்ச்சியதாக உணர்ந் தான். அவன் வேதனை முத்தனுக்குக் கொண்டாட்டமாக இருந்தது. கொடுக்கவில்லையென்றால் அவனிடம் வசூல் செய்திட வந்திருக்கும் மற்ற கடன்காரர்களிடம் சொல்லிவிடுவதாக மிரட்டினான். உடனே வீட்டுக்காக ஒதுக்கி வைத்திருக்கும் கொஞ்ச பணத்தையும் எடுத்துக் கொடுத்தான். முத்தன் முழுவதும் பறித்து விட்ட சந்தோசத்தில் பாகணை விடுதலை செய்தான்.

ஏற்கனவே பலரிடம் அடிபட்டு ரணப்பட்டவனின் மார்பில் ஏறி அமர்ந்து சக்தியற்று, நிலை குலைந்தவனை மீண்டும் கத்தியால் குத்திக் குதறியது போல் குதறப்பட்டவனானான் பாகண். இருப்பினும் உயிர் தப்ப வேண்டுமே என தப்பித்தான்.

வேல் பாய்ந்த மனதுக்கு மருந்திட ஒரு வோட்கா வாங்கினான்.

திறந்தவெளி ஒயின்ஷாப்பில் பல முகங்கள் பல்வேறு காரணங் களால் குடிநோயாளிகளாகி மருந்தைச் செலுத்திக்கொண்டிருந்தனர். போட்ட முதலுக்கே மோசம் வந்துவிட்டதாக ஒருவன், காத்திருந் தவனை மறந்துவிட்டு, நேற்று வந்தவன் கவர்ந்துவிட்டானென்று மற்றொருவன், இதழ் தீண்டா இடமற்று உடல் பிரிந்த போது வேறு உடலோடு மோதியதால் பிரிதொருவன். இன்னும் இன்னுமாய் குடிக்கான காரணத்தை வகுத்துக்கொண்டு ஏதோ ஒரு நாள் அந்த விஷயத்தில் மூழ்க, அதுவே நாளடைவில் அதுவின்றி எதுவுமில்லை என்ற கோட்பாட்டால் சீரழிந்தவர்கள் எத்தனை பேர் என்பது விடிந்த பின்பாவது தெரியுமா? இல்லை மயக்கத்தைப் போக்க மீண்டும் மயக்கமேற்றும் லட்சோப லட்சக் குடிகாரர்களில் பாகணும் ஒருவனாய் குடித்தான்.

ஏன்? எதற்காக? என்று ஆராய்ந்து முடிப்பதற்குள் இரண்டு போத்தல் காலியாகிவிட்டது. அதனால் பாரும் காலி கூடாரமானது.

எழுந்தான், காலடியில் விசுவாசமாய் படுத்திருந்தது ஒரு வெள்ளை நாய். சற்று நேரத்துக்கு முன்னால் மீன் முள் தின்ற விசுவாசத்தில் அவனை வாஞ்சையோடு பார்த்துவிட்டு, உடல் சுருக்கி அவனருகில் படுத்துக்கொண்டது. எவ்வளவு சுதந்திரமாய் இருக்கிறது அது. விடிந்தால் எந்த ஊருக்கும் போக வேண்டியது இல்லை. யாருக்கும் வட்டிகட்ட வேண்டியதும் இல்லை. குடும்பத்தைக் கவனிக்க வேண்டியது இல்லை. நாமும் அடுத்த பிறவி என்று ஒன்று இருந்தால், நாயாகப் பிறக்க வேண்டுமென்று மனதில் நினைத்துக்கொண்டே தள்ளாடாமல் நடந்தான் பாகண்.

'பாகா... பாகா...' குரல் வந்த பக்கம் திரும்ப நினைத்தான். ஆனால், முடியவில்லை. மீண்டும் குரல் கேட்டது. அதை அவன் பொருட் படுத்தாமல் நகர்ந்தான். அவன் எண்ணமெல்லாம் பத்தாண்டுகள் பணிபுரிந்த நம்மைப் பந்தாடிவிட்டார்களே, நாம் என்ன செய்தோம் என்பதுதான் அவன் மனம் முழுவதும் நிரம்பி வழிந்தது.

பல்வேறு நிகழ்வுகள் அவனுக்கு நினைவில் வந்து கடந்தது. எல்லாம் சிதைந்த நிலையில் இருந்தமையால் அவனால் எதையும்

சரியாகக் கணிக்க முடியவில்லை. ஆனால், ஒன்று மட்டும் அவனுக்குள் மகரந்தத்தைப் பரப்பி விருச்சமானது.

அது அலுவலர் மாதவனின் சித்து விளையாட்டாகத்தான் இருக்கு மென்பது தெளிவாகப் புலப்பட்டது. அவனுக்குத் துணையாக அடிமை முத்தன் உடனிருந்தான். இவர்களுக்கு நாம் என்ன தீங்கு செய்தோம்..? ஏன் நம்மைத் துரத்தித்துரத்தி பந்தாடுகிறார்கள்..? அவர்களுக்காக எதுவும் செய்யவில்லையென்பதுதான் இப்போது பிரச்சினையா?

அரசு நிர்ணயம் செய்திருக்கும் நமக்கான கடமையைச் சரியாக செய்த பின் அதிகாரிகளுக்குப் அடிபணிய வேண்டுமென்று என்ன சட்டம்..? அதிகாரிகள் சொல்லும் கட்டளைகளுக்கு முதலில் அடி பணியவில்லை, ஆனால், சகஊழியர்கள் அடிபணியத்தான் செய்கி றார்கள். இதுதான் முரண்பாடு அதனால்தான் இந்தப் புதிய பிரச்சினை.

ஒரு மனிதனுக்கு உதவி செய்வதில் எவ்வித பிரச்சினையும் கிடையாது. ஆனால், அதை சட்டமாக்கும்போதுதான் சிக்கல் வருகிறது.

ஆனால், அதிகாரிகளின் பார்வை அப்படி இல்லை. தனக்குக் கீழ் இருப்பவர்கள் அனைவரும் அடிமைகள் என நினைப்பதுதான் சிக்கல். அதுவும் ஒரு சமூகத்தில் அங்கீகாரமற்றவர்கள் வேலைக்கு வரும்போது அவர்கள் எப்படி இருந்தாலும் எந்தப் பதவி வகித்தாலும் அவர்களின் பாரம்பரியத்தின் அடிப்படையில்தான் மதிப்பீடு செய்கி றார்கள். மலம் அள்ளுபவர்களின் குடும்ப உறுப்பினர்கள் கலெக்ட்ட ராக இருந்தாலும் தாசில்தாருக்கு அடிமைதான்.

கோயில் பூசாரியின் மகன் கக்கூஸ் கழுவிவிடுபவனாக இருந் தாலும். அவன் கடவுளுக்கு சமம். இதுதான் சமூகத்தின் அவலம். இதன் நீட்சிதான் பாகணுக்கும். அவன் மட்டும் விதிவிலக்கா என்ன?

ஒரு கடைநிலை ஊழியன் என்பவன் அதிகார வர்க்கத்துக்கு அரிப்பதை உணர்ந்து, சொறிந்துவிட வேண்டும். அதுவும் நகமற்ற வருடலாக இருப்பது அவசியம். அது ஆண், பெண் யாராக இருப் பினும் பேதமற்று இருக்க கற்றுக்கொள்ள வேண்டும்.

அதாவது நம் நாட்டுக்குச் சுதந்திரம் வாங்கித் தந்ததாக நம்பப்படும் மகாத்மா காந்தி அவர்கள் சொன்னதுபோல். "அரிச்சனங்கள் உயர் குலத்தைச் சார்ந்தவர்களின் மலத்தை அள்ளுவதற்கு முன் அதை நன்றாக கவனித்து, மலத்தில் புழுப் பூச்சிகள் நெளிகிறதா..? மலம் மஞ்சள் நிறமாக இல்லாமல் வேறு நிறமாக இருக்கிறதா..? கட்டித்

தன்மை இழந்து கழிச்சலாக இருக்கிறதா..? மலத்தில் ஆவி பறக்கிறதா..? என ஆய்வுசெய்து சம்மந்தப்பட்ட கனவான்களிடம் மிகவும் பரிவோடு தகவல் அளிக்க வேண்டும்.

இது அரிச்சனங்களின் தலையாயக் கடமை.

மலம் நாற்றமும் மூத்திர வாடையும் சகிக்க முடியாமல், துப்பரவு பணியிலிருந்து விடுபட்டு ஓரடி முன்னால் வந்திருந்தாலும் குலத் தொழிலை மறக்கக் கூடாதென்பது பாகணின் அலுவலருக்கு அசைக்க முடியாத நம்பிக்கை. அதை நிறைவேற்றாத பட்சத்தில் அவரின் உடல் இச்சையைத் தணிக்க உதவாத போதும் பாகண் போன்றவர்கள் பந்தாடப்படுவது சாதாரண நிகழ்வுதான். ஆனால், அவனுக்கு அது அசாதாரண நிலையாக மாறிப்போனது.

நகரின் முக்கிய திருவிழாவான பங்குனி பொங்கல் கொடியேற்றத் துடன் துவங்குகிறது. பாகண் அடுத்த நாடகம் பேச விழா கமிட்டியின் காரியதரிசி பூட்டு ராஜரத்தினத்தை சந்திக்கச் சென்றான்.

பொருட்காட்சியின் கலை அரங்கம் சிவாஜி, மனோகரன், எம்.ஆர்.ராதா, வி.கே.ராமசாமி, மௌலி, ஒய்.ஜி.மகேந்திரன், எஸ்.வி. சேகர், பூபதி மனோரமா போன்ற பல நாடக ஜாம்பவான்களின் நாடகங்களை அரங்கேற்றிய மேடையில் தனக்கும் வாய்ப்பு வந்ததை எண்ணி அறிவுச்செருக்குடன் உள்ளே சென்றான்.

விழா கமிட்டியின் அலுவலகத்தில் குறைந்தபட்ச சம்பளத்தில் அதிகபட்சமான வேலையில் மிக கவனமாய் முதலாளிக்கு விசுவாச மாய் பணியாற்றிக்கொண்டிருந்தனர் ஊழியர்கள்.

இவன் உள்ளே சென்று டைப்பிஸ்ட்டைப் பார்த்து, வணக்கம் செலுத்தினான். அவர் டைப் மிஷினோடு மல்லுக்கட்டிக்கொண் டிருந்தார். இவன் வணக்கம் வைத்ததற்கு பதில் வணக்கம் சொல் லாமல், தலை நிமிர்த்தி புருவம் உயர்த்தி “என்ன?” என்று சைகை செய்தார்.

“அண்ணாச்சியப் பாக்கணும்.”

“எதுக்கு?”

“பங்ஷன் பேச.”

“உக்காருங்க.”

குஷன் சீட்டில் அமர்ந்தான். காரியதரிசி அறையிலிருந்து ஒருவர் கண்ணாடி தானியங்கி கதவைத் திறந்து வெளியே வந்தார். கத விடுக்கின் வழியே செயற்கை குளிர் காற்று வெளியேறி முகத்தை வருடியது. இவனுக்கான மணி ஒலித்தது. கதவைத் தள்ளிக்கொண்டு உள்ளே சென்றான்.

செயற்கையாகக் குளிரூட்டப்பட்ட அறை சுவர்களில் வால் பேப்பரில் வெள்ளை குதிரை பிடரி மயிர் சிலிர்க்க விரைந்தப்படி இருந்தது. அதன் கீழ், சட்டத்தில் முன்னால் இந்நாள் நிர்வாகிகளின் புகைப்படங்களும் அவர்கள் வகித்த பதவியும் காலமும் சட்டங்களில் பொறிக்கப்பட்டிருந்தது.

வணக்கம் வைத்தான். காரியதரிசியின் பழைய முகம் புதிய அலங் காரத்துடன் செருக்கான பார்வையும், சிவந்த நிறமும், நெற்றியின் மத்தியில் குங்குமச் சங்கமமும் தலைக்கும் மீசைக்கும் கறுப்பு சாயம் வெளிறி செம்பட்டை பார்டர் முடியில் தனித்து தெரிந்தது. வணக்கத்துக்குத் தலை ஆட்டினார்.

அவர் எதிரே இவனை வரச்சொன்ன மார்த்தாண்டன் அமர்ந் திருந்தார்.

“வாப்பா உக்கார்” என சொன்னார். உட்கார்ந்தான் காரியதரிசி யிடம் அவனைப் பற்றியும் தன் மகனைப் பற்றியும் ஃப்ரென்ஸ் ஆர்ட் தியேட்டரின் வளர்ச்சி பற்றியும் விலாவரியாக எடுத்துவைத்தார் மார்த்தாண்டன்.

அதற்குச் சாட்சியாக, கையோடு கொண்டுவந்திருக்கும் நிழல் படத் தொகுப்புகளை பாகண் கொடுத்தான். அதை காரியதரிசி வாங்கிப் பார்த்தார். குறிப்பாக மாதவியின் உடல் அழகை வெகு நேரமாய் ரசித்தார்.

அழைப்பு மணியை அழுத்தினார். சிப்பந்தி ஒருவர் வந்து நின்றார். ஐந்தாயிரம் பேச்சில் திகைந்தது. முன் பணம் ஆயிரம் கை ஏறியது.

விளம்பரப்படுத்த நாடகத்தின் தலைப்பைக் கேட்டார் காரியதரிசி. ஒரு நொடிக்கூட தாமதிக்காமல் சட்டென்று தலைப்பைச் சொன்னான் “ரோபோ, 97”. முன்பின் யோசிக்காமலே இத்தலைப்பைச் சொல்லி விட்டான். அதன்படி கதை எழுத வேண்டும். காலையில் பத்திரி கையில் படித்த செய்திதான் “ரோபோ 97” நாடகக் கதைக்கான கரு.

ரஷ்யாவில் கை உறை தயாரிக்கும் தொழிற்சாலையில் ஆறு மாதங்களாக சம்பளம் இல்லை. அதற்குப் பதில் மாதம், மாதம் ஒயிட் ஒயின், வோட்கா போன்றவைக் கூலியாகக் கொடுக்கப்படுகிறது. அதை தொழிலாளிகள் பெற்றுக்கொண்டு ரூபிலாக மாற்ற, போதை பாணத்தை வீதி, வீதியாக விற்று பணம் பார்த்து வீட்டுக்குத் தேவையான அத்தியாவசியப் பொருட்கள் வாங்கும் அபத்தம் இருந்தது.

நாளடைவில் அந்த போதை பானங்களும் நிறுத்தப்படுகிறது. தொழிலாளிகள் வருமானம் இன்றி வறுமையில் செத்து மடிகிறார்கள். நிர்வாகத்தோடு தொழிலாளர், அமைப்பின் நிர்வாகிகள், பலதரப்பட்ட பேச்சுவார்த்தைகள் நடத்துகிறார்கள். தொழிற்சாலை நஷ்டத்தில் ஓடுகிறது, அதனால் இன்னும் ஆறு மாதம் கூலி கேட்காமல் வேலை பார்த்தால் வேலை, இல்லையெனில் தொழிற்சலையை இழுத்து மூட வேண்டிய நிர்ப்பந்தம் என முதலாளி வர்க்கம் பதில் சொல்கிறது.

பேச்சுவார்த்தை தோல்வியில் முடிந்ததால் நிர்வாகத்துக்கு முறையாக வேலை நிறுத்தம் நோட்டீஸ் கொடுக்கப்படுகிறது. நிர்வாகம் அசையவில்லை. குறிப்பிட்ட தேதியில் வேலை நிறுத்தம் துவங்குகிறது.

தொழிலாளிகள் உரிமைக்காக ஒன்றுகூடுகிறார்கள், உரத்த கோஷம் எழுப்புகிறார்கள். நிர்வாகம் நிமிர்ந்துகூடப் பார்க்கவில்லை. போராட்டம் தொடர்கிறது.

நிர்வாகம் மனித சக்திக்கு அப்பாற்பட்டு, முதலாளிக்கு கட்டுப்பட்டு நடக்கும். ஏன் எதற்கு என கேள்வி கேட்காத ஒரு நவீன அடிமையை உருவாக்க நிர்வாகம் முடிவு செய்கிறது. அதுதான் ரோபோக்கள்.

இந்த ரோபோக்கள் ஜப்பானில் அகிரா சேவரா என்ற விஞ்ஞானி மூலம் உருவாக்கப்பட்டு ஆயிரம் மனிதர்கள் செய்திடும் வேலையைப் பத்து ரோபோக்களால் செய்வதுபோல் வடிவமைக்கப்பட்டு தொழிற்சாலை துவங்குகிறது.

தொழிலாளர்கள் பொங்கி எழுகிறார்கள் போராட்டம் வெடிக்கிறது. இதுதான் பொருட்காட்சியில் போட இருக்கும் நாடகம். இதற்கான மேடைக்கதை, அதற்கான கதாபாத்திரங்களை பாகண் உருவாக்கினான்.

•

12

அறிஞர் அண்ணாவின் வேலைக்காரி, கலைஞரின் தூக்கு மேடை, எம்.ஆர்.ராதாவின் ரத்தக்கண்ணீர், சிவாஜியின் கட்டபொம்மன், ஆர்.எஸ்.மனோகரனின் இலங்கேஷ்வரன் தபால் பெட்டி, எஸ்.வி. சேகரின் வீட்டுக்கு வீடு வாசல்படி, கே.பி.யின் மேஜர் சந்திரகாந் போன்ற பிரபல நாடக மேதைகளின் நாடகங்கள் அரங்கேறிய மேடையில் பாகணின், 'ரோபோ 97' நாடகமும் அரங்கேற இருப்பதை எண்ணி ஃப்ரெண்ட்ஸ் ஆர்ட் தியேட்டரின் அனைத்து கலைஞர்களும் உற்சாகத்துடனும் குதுகலத்துடனும் ரிகர்சல் பார்த்தனர்.

இதுவரை கிராமத்தில் மட்டும் நாடகம் போட்ட ஃப்ரண்ட்ஸ் ஆர்ட் தியேட்டருக்கு இப்போது ஒரு கமர்ஷியல் மேடை கிடைத்திருக்கிறது. அதை தக்கவைக்க நாடகக் கலைஞர்கள் சுய எழுச்சியோடு செயலாற்றினார்கள். இந்த நாடகத்தில் குமரன் கதா நாயகன் கிடையாது. அவனுக்குப் பதில் இதுவரை துணை நடிகனாக நடித்துவந்த ராமேஷ்வரன், சினிமாவில் சிறுசிறு வேடங்களில் நடித்துக் கொண்டிருந்தவனை இந்த நாடகத்தின் நாயகனாகப் போட்டு விட்டான் பாகண்.

குமரனுக்கு நாடகத்தில் முக்கிய வேலை. ஆமாம், ரோபோக்களை உருவாக்க வேண்டும். மேடையில் ரோபோக்களை நடிக்க வைக்க வேண்டும். அதன்படி ஆர்ட் டைரக்டர் குமரன் ரோபோக்களை உருவாக்கி அதற்கு பேட்டரி மூலம் உயிரூட்டினான்.

முதன் முறையாக தியேட்டர் நாடகம், அதுவும் கட்டணம் போடப் பட்டிருப்பதால் நாடகத்தின் அனைத்து விஷயங்களையும் மாற்றினான். இசை, ஸ்கிரின் மேடை அமைப்பு, காட்சிக்கேற்ற அரங்கமைப்பு,

காட்சிக்கேற்றவாறு காட்சியில் தோன்றும் இடம், காலம் செட் போடப்பட்டது. குறிப்பாக வீட்டின் மாடிப்படியிலிருந்து ஒருவர் இறங்கி வர வேண்டுமென்றால் அதன்படி, படிக்கட்டுகளும் வீட்டின் தோற்றமும் உருவாக்கப்பட்டது. மதுரையிலிருந்து அதற்கான கலைஞர்களை வரவழைத்து மேடை உருவாக்கப்பட்டது. மொத்தத்தில் மேடையில் ஒரு திரைப்படம் பார்க்கும் சூழலை உருவாக்கினான் பாகண்.

கடந்த நாடகத்தில் பிரிந்த பாலுவும் பாகணும் கைகேர்த்தனர். இந்த நாடகத்தில் அவன் பழையபடி இசையைத் தொகுத்து வழங்கினான்.

நடிப்பைவிட தொழில்நுட்பத்தில் குமரன் சிறந்தவனாகத் தன்னை நிரூபித்தான். நூற்றுக்கணக்கான ரோபோக்களை உருவாக்கி தத்ரூப மாக இயந்திர மனிதர்களை உருவாக்கியிருந்தான்.

நவீன கதைக்கேற்றப்படி ஒப்பனை, அதற்கு தகுந்த கலைஞர்கள், கதைப்படி வசனம், அதைச் சரியாக உடல்மொழியோடு உச்சரிக்க ஒவ்வொரு கலைஞனுக்கும் காலர்ஸ் மைக், இப்படி எல்லா காரியத்திலும் நுட்பமாக நாடகத்தைத் தயாரித்தான். நாடகம் ஐந்தாயிரத்துக்குப் பேசப்பட்டாலும் அதையும் தாண்டி செலவு செய்தான். அவனுக்கு தன் நாடகத்தை மிக பிரம்மாண்டமாகத் தயாரிக்க வேண்டும். அதற்கு இந்த மேடை சரியானது என கனவுக் கண்டான். அதற்குப் போதுமான அளவு பணம் வேண்டும், அதை வட்டிக்காரர்கள் சரிசெய்தனர்.

இதுவரை இரண்டு பெண்களை வைத்து நாடகம் போட்டவன், இந்த முறை ஐந்து பெண்களை நெல்லையிலிருந்து வரவழைத்தான், தொழில்நுட்ப கலைஞர்களை மதுரையிலிருந்து வரவழைத்தான்.

நாடகம் நடக்க இன்னும் அரை நாள் உள்ளது. ஃப்ரண்ட்ஸ் ஆர்ட் தியேட்டரின் அனைத்து கலைஞர்களும் நகரின் முக்கியமான தங்கும் விடுதியில் ஆஜரானார்கள். காலை, மதியம் என இரண்டு ரிகர்சல் முடிந்தது.

அந்நேரத்தில் ரூம் பையன் ஓடிவந்து பாகணுக்கு ஃபோன் வந்ததாகக் கூறினான்.

வரவேற்பறையில் இருந்த டெலிபோனை எடுத்து காதில் வைத்து பேசினான். மறுமுனையில் பொருட்காட்சியின் நிர்வாகி கனத்தக்

குரலில் பெண் நடிகைகள் வந்துவிட்டார்களா? எனக் கேட்டார். பாகண் தாமதமாகவும். உற்சாகம் குறைந்தும், "வந்துவிட்டார்கள்" என்று சொன்னான். பதிலுக்கு அவர் அவர்களைத் தனது அலுவலகத்துக்கு அனுப்பிவைக்குமாறு கூறினார். பாகணுக்கு மின்வெட்டியது, பதி லேதும் சொல்லாமல் ரிசிவரை வைத்துவிட்டான்.

மூன்றாம் ஒத்திகை துவங்கியது. மாதவியும் ராமேஷ்வரனும் இணைந்து ஆடும் பாடலுக்கேற்றபடி நடன இயக்குனர் ரஜினிமுருகன் ஸ்டெப்களை சொல்லிக்கொடுத்துக்கொண்டிருந்தான்.

ராமேஸ்வரன், அவனும் ஆடாமல் அவளையும் ஆட விடாமல் அவளை தன் கைக்குள் வைத்துக்கொள்வதில் கவனமாக இருப்பதைப் பார்த்த பாகணுக்குக் கோபம் தலைக்கேறி கத்திவிட்டான்.

குழு அமைதியானது. டேப் ரிக்கார்டில், "டெலிபோன் மணிபோல் சிரிப்பவள் இவளா..." என்ற பாடல் அமைதியை விளக்கிக்கொண்டு காற்றில் பரவியது.

"ஓடுறா வெளியே, ஒரு மாசமா கத்துகுடுத்தும் ஆடத் தெரிலே குதிக்கிறே" என கடுங்கோபமாய் அதிர்ந்தான். அவன் கோபத்தைத் தனிக்க ராமேஷ்வரனை சிறிது நேரத்தில் தன் அருகில் அழைத்து அவளோடு சேர்த்து அந்த ஸ்டெப்பைப் போட வைத்தாள் மாதவி. அதை அப்படியே அச்சு பிசகாமல் செய்தான். ஆடத் தெரிந்தவனுக்கு மற்றவர்களுக்குச் சொல்லி தரும் சூட்சுமம் தெரியவில்லை ஆனால், மாதவி அதை சரிசெய்தாள். ரிகர்சல் தொடர்ந்து நடந்தது. அதில் பாகண் திருப்தியடைந்தாலும் சற்று நேரத்துக்கு முன் வந்த டெலிபோன் குரல், பாகணைக் கடுங்கோபத்துக்கு ஆளாக்கியது.

கலைக்காக உயிரைக் கொடுத்து உழைத்தாலும் அதையும் தாண்டி வேறொன்றையும் தர வேண்டியது இருக்கே என குமைந்தான்.

பொருட்காட்சியின் மேடைக்குக் கலைநிகழ்ச்சி நடத்தும் கலை ஞர்கள் மாலை ஏழு மணிக்குள் வந்துவிட வேண்டும். ஆனால், ஃப்ரண்ஸ் ஆர்ட் தியேட்டர் குழுவினர் மேடைக்கு வரவில்லை. நிர்வாகி பல முறை போனில் அழைத்துப் பார்த்தும் குழு வெளியே வரவில்லை. பின்பு விடுதியின் மேலாளர் கழுத்தைப் பிடித்து தள்ளி ஒரு வாகனத்தில் அடைத்து வைத்து நிகழ்ச்சி நடக்க இருக்கும் மேடைக்கு கொண்டுவந்து சேர்த்தனர். மேடையின் பின்புறம் ஆண்,

பெண் ஒப்பனை அறை இருந்தது. முதலில் ஆண்களுக்கு, மாதவியின் அத்தை கலைச்செல்வி ஒப்பனை போட துவங்கினாள்.

பெண் அறையில் நாயகி மாதவி உள்பட மூன்று பெண் கலை ஞர்கள் ஒப்பனைக்குத் தயாரானார்கள். முதலில் மாதவி ஒப்பனை அறையில் இருக்கும் குளியல் அறையில் நீராடி விட்டு மூன்றடி நிலை கண்ணாடியில் நின்று மார்பு பிளவில் சொருகிருந்த டவளை அவிழ்த்தாள். கோதுமை நிறத்தில் இரண்டு முகங்கள் ததும்பியது.

குண்டு பல்பின் மஞ்சள் ஒளியில், அவள் முதுகில் இருந்த கருத்த மச்சம், மலர்ந்த மலரில் தேனருந்தும் வண்டைப்போல் இருந்தது. அவள் தன் பருவசொழிப்பை எண்ணி, தனக்குள் பெருமிதப்பட்டாள். சற்று நேரத்தில் அவள் மஞ்சள் முதுகில் கருத்த கம்பளி பூச்சி ஊர்ந்தது. ஆவென கத்தியபடி திரும்பினாள். எரிந்த கரிக்கொட்டை நிறத்தில் ஆறடியில் நிர்வாக அண்ணாச்சி வெண் பற்களைக் காட்டிச் சிரித்தார். இவள் மடமடவென்று தன் முன் குவிந்து கிடக்கும் துணிகளை அள்ளி தன்னை மறைத்தாள். அவர் அவளை அணைத்தார். அவள் பலமாய் கத்தி உதறினாள். உடன் இருக்கும் மற்ற பெண்கள் குளியலறையில் இருந்ததாலும் மற்ற கலைஞர்கள் பக்கத்து அறைகளில் இருந்ததாலும் அவளின் குரல் அவர்களுக்குக் கேட்கவில்லை. அதனால், அந்தக் கருத்த உருவம் அவள்மீது படர்ந்து மல்லுக்கட்டியது. அவள் அவரை மேலும் மல்லுக்கட்டவிடாமல் செய்ய முகத்தில் காரி உமிழ்ந்தாள். அண்ணச்சி இதுவரை அவரின் வெள்ளை உதிரத்தை வலுக்கட்டாயமாக மற்ற பெண் கலைஞர்களுக்குக் கொடுத்துதான் பழக்கம், ஆனால் முதன் முறையாக மாதவியிடம் அவமானப்பட்டார். அதனால், நிலைகுலைந்தார். அவள் தப்பி மேடைக்கு வந்துவிட்டாள்.

“நாடக அறிவிப்பு ஒலிபெருக்கி மூலம் பரவிட சற்று நேரத்தில் திரை விலகி முதல் காட்சி அரங்கேற்றமானது.

“அப்பாட ஒரு வழியா செயிச்சாச்சி இனி எல்லாமே அமர்க்கலம் தான்” என்று தேர்தலில் வெற்றி பெற்ற வேட்பாளர் பேசும் முதல் வசனம் துவங்கியது. பதிலுக்குக் கட்சியின் மாவட்டச் செயலாளர் மகுடி ஊத, அல்லக்கைகள் சால்ரா தட்ட, டைட்டில் சாங். “தம்பட்டம் தாளமிடுங்கோ தந்தனத்தான் தாளமிடுங்கோ இந்த மக்கள் இருந்த ஒன்ன மாதிரி என்பார் இவுங்க பக்கமில்லாட்டி ஒன்ன எந்திரியென்பார்.”

நாடகத்தின் ஒவ்வொரு காட்சியும் ஆளும் வர்க்கத்துக்கு எதிராகவும், புரையோடிப் போன இந்தச் சமூகத்தின் அவலத்தையும், முதலாளி வர்க்கத்தின் அடாவடித் தனத்தையும் நாடகத்தின் ஒவ்வொரு காட்சியும் தத்ரூபமாக விளக்கியதால் ஏற்கனவே கடுமையான கோபத்திலிருக்கும் அடிபட்ட சர்ப்பமான நிர்வாக அண்ணாச்சி மேடைக்கு வந்து ஈவு இறக்கிமின்றி நாடகத்தைப் பாதியில் நிறுத்தச் சொன்னார். பாகணுக்கு என்ன செய்வதென புரியவில்லை.

பார்வையாளர்கள் மத்தியில் ஒவ்வொரு வசனத்துக்கும் கை தட்டல் குறையவில்லை. ஆனால், முதலாளி வர்க்கத்துக்கு எதிராக வசனங்களும் காட்சியமைப்பும் இருப்பதைப் பொருட்காட்சி நிர் வாகத்தால் பொறுக்க முடியவில்லை. அதனால் நிறுத்தச் சொன்னார். அதற்கு பாகண், “மக்கள் நிறுத்தச் சொன்னால் நிறுத்திவிடுகிறேன்” என்று பதில் தந்தான். அதற்கு, “மக்கள் ஒனக்கு சம்பளம் தரவில்லை, நிர்வாகம் தருகிறது” என சொல்லிப்பார்த்தார். பாகண் கேட்கவில்லை. இவர்கள் வாதம் ஒருபுறம் நடந்துக்கொண்டே இருக்கும்போது நாடகம் கடைசி பகுதிக்கு வந்துவிட்டது.

நிர்வாகம் மின்சாரத்தை நிறுத்தவிட்டது. சீப்பை திருடி ஒளித்து வைத்தால் கல்யாணம் நின்றுவிடுமா? ஆனால், நாடகம் நின்றுவிட்டது.

அனைவரும் பேருந்து நிலையத்தில் மேக்கப் கலைக்காமல் ஒரு வருக்கொருவர் பேசக்கூட முடியாமல் உறைந்து கிடந்தனர். அந்த நேரத்தில் ஒரு ஜீப் வந்து நின்றது.

ஆனி மாதம் முதல் வாரத்தை கடந்தும் தென் மேற்கிலிருந்து மெல்ல வருடிடும் இளம் தென்றல் பொய்த்துப்போனதால் வெப்ப மண்டலத்தில் தீ கங்குகள் காற்றிலைந்தபடி இருந்தது.

வேம்பும், பூங்கையும், கூவா, மரங்களும் வெப்பத்தைத் தன் இலை மீது ஏற்றுக்கொண்டதால் வெம்பை குறைவாக இருந்தது. •

13

பாகணின் அலுவலகம்.

பாகண் உணவு இடைவேளையில் அலுவலரின் அழைப்பின் பேரில் வந்துச்சேர்ந்தான்.

முற்றத்தில் வழக்கத்துக்கு மேல் மூன்று வாகனங்கள் நின்றிருந்தது. ஒன்று காவல்துறை ஜீப், மற்றொன்று, மண்டல அலுவலரின் ஜிப், பிரிதொன்று மகேந்திரா வண்டி.

பாகண் பதற்றமடைந்தான். அவசரமாய் தன் சைக்கிளை ஓரமாக சாய்த்துவிட்டு அலுவலக படிக்கட்டில் ஏறவில்லை, தாவினான். வாசலில் இவனுக்காகவே காத்திருப்பதுபோல் சகஊழியர்கள் பாகணை நெடுநாள் தேடப்பட்ட குற்றவாளியைப் பார்ப்பதுபோல் பார்த்தனர். மேலும் விரைந்து செல் என்பதுபோல் அவர்களின் பார்வை உணர்த்தியது. அந்நொடி அவன் ஒரு தேசவிரோத குற்றவாளியாக ஆக்கப்பட்டான்.

பணிச்சீருடை மாற்றிக்கொள்ளும் அறைக்கு சென்று தன் சீருடையைச் சரிசெய்தபடி, அங்கே வரிசையாக அமர்ந்திருக்கும் உயர் அலுவலர்களுக்கும் இணை, துணை, அலுவலர்களுக்கும் வணக்கம் செலுத்தினான். இதுபோதுமா அல்லது ஒவ்வொருவருக்கும் தனி, தனியாக வணக்கம் செலுத்த வேண்டுமா? என்ற குழப்பத்திலிருந்தான். அப்போது சக ஊழியக்காரரான முத்தன் பிளாஸ்க்கில் தேநீரும், தாமஸ் பாலிதீன் பையில் உளுந்த வடையும், சேசுராஜ் பிஸ்கட் பாக்கெட் இரண்டும் அத்தோடு சிகரெட் பாக்கெட்டும் வாங்கி வந்திருந்தான்...

முத்தன் பிளாஸ்க்கை அவர்கள் முன்பாக உள்ள டீ பாயில் வைத்துவிட்டு ஜக்கில் குடிநீர் கொண்டு வந்து கண்ணாடி கிளாசில் கவிழ்த்தி அதற்கொரு மூடியிட்டு அதை அவரவர் முன்பாக வைத்தான். வைத்தவுடன் முதலில் மண்டல அலுவலர் நீரைப் பருகியபடி பாகணைப் பார்த்தார். பாகண் தன் பார்வையை நிலை தாழ்த்திவிட்டு மீண்டும் உயர்த்தும் போது மாவட்ட அலுவர் மாதவன் குமாரை முன்னர் பார்தது போன்றே பார்த்தார். பாகண் பயத்தில் நடுநடுங்கினான்.

மரியாதை நிமித்தமாக அலுவலர்களை சந்தித்துவிட்டோம், அவர்கள் வேறு எதாவது வேலைக்காக வந்திருக்கலாமென்று நம்பி ஒரு அடி பின் திரும்பினான்.

“நில் பாகண்” என்றார் மாதவன்.

நெஞ்சுக் கூட்டை யாரோ சம்மட்டியால் அடித்து நொருக்குவது போல் இருந்தது பாகணுக்கு. மாதவன், முத்தனை உத்தரவு பிறப் பிப்பதற்தாகப் பார்வையைச் செலுத்தினார். கண் கண்ட கணவனின் பார்வையை உணர்ந்து செயலாற்றும் பத்தினி மனைவியைப்போல், முத்தன், மாதவனின் பார்வையைப் புரிந்து அலுவலகத்தின் நீண்ட கதவையும் சாளரங்களையும் சடசடவென சாத்திவிட்டு வெளி யேறினான். அவனோடு மற்ற ஊழியர்களும் வெளியே சென்று விட்டனர். பாகண் கூண்டில் அகப்பட்ட விலங்கைப் போல் மலங்க, மலங்க விழித்தான்.

மண்டல அலுவலர், அவரோடு அழைத்து வந்திருந்த குண சேகரனை அருகில் அமரச் சொன்னார். அவர் பாகணைப் பார்த்தான். அதன் அர்த்தம் அவனுக்குப் புரியாமலும் இருந்தது.

கடந்த வாரம் குணசேகரன் அலுவலக வேலையாக வந்திருக்கும் போது பாகணைப் பார்த்து எச்சரிக்கை செய்தான். அதன் முடிச்சுகள் இப்போது அவிழப்போகிறது என்று உணர்ந்தான். குணசேகரன் டைப் மிஷினை சரிசெய்து தயார்படுத்தினான்.

வேட்டையாளர்களின் துப்பாக்கி முனையில் அகப்பட்ட இரையை போல் பாகண் இள நிலை அலுவலர் ஏற்கனவே டைப்படித்திருந்த கேள்வி பதில் அடங்கிய பேப்பரில் அவனைக் கையொப்பமிடச் சொல்லி வலியுறுத்தினார். பாகண் தயங்கினான். பின்பு போட்டான் அதில் முதல் வெற்றி மாதவனுக்குக் கிடைத்துவிட்ட சந்தோஷத்தில் கேள்வியைத் துவக்கினார்.

முற்றிலும் இருள் பதுங்கிய அறை செயற்கை ஒளியூட்டலில் அறையில் மெல்லியதாய் ஒளி பரவியிருந்தது.

தட்டுத்தடுமாறி இருளில் மூழ்கியிருந்தவனைப் பார்த்து தன் கேள்விகளைத் தொடுத்தார் மண்டல அலுவலர்.

“பேரென்ன?”

“பத்தாண்டுகளாய் பணியாற்றியவனின் பெயர் கூடவா தெரியாது?”

“பாகண்.”

“அப்பா பேரு?”

“பாண்டி.”

“கல்யாணம் ஆகிருச்சா?” ஒவ்வொரு ஊழியரும் பணியில் சேரும் போது அவருக்கென்று பணி பதிவேடு உருவாக்கப்பட்டு, அதில் அவனின் நதி மூலம், ரிஷி மூலம் பதியப்படும். இது உயர் அதிகாரிக்குத் தெரியும், இருப்பினும் அரசின் விதிமுறை என்பது அவர்களின் உறுதுணை.

“சரி என்ன நடந்துச்சி?”எனக் கேட்டார் மண்டல அலுவலர். இதற்குப் பாகணுக்கு என்ன சொல்வதென்று தெரியவில்லை.

ஒரு அரசு ஊழியரை விசாரிக்கும் முன்பு குற்றாணைக் கொடுக்க வேண்டும். அந்த குற்றாணையில் குற்றம் பற்றிய குறிப்பும் பதிலளிப்பதற்கான காலமும் குறிப்பிட வேண்டும். அந்தக் கால அவகாசத்துக்குள் பதில் இல்லையென்றாலோ, திருப்தி அளிக்க வில்லை என்றாலோ, மீண்டும் குற்றாணை சமர்பித்து விசாரணை நாள் தெரிவிக்கப்பட்டு, அதன் பின் தற்போது நிகழும் விடயத்திற்கு விடை தேடுவதுதான் அரசு விதி. ஆனால், இங்கு நடப்பது விதிகளுக்கு அப்பாற்பட்டதாக நடந்தேறிக்கொண்டிருக்கிறது.

பாகண் ஒரு அடிபடை ஊழியன். அவனுக்கு அரசு விதிகளின்படி விவரம் தெரிவித்து, அதன் மூலம் அவனிடம் விளக்கம் கேட்கப்பட வேண்டுமா? என்பதில் அலுவலர்களுக்கு கௌரவப் பிரச்சினை. இருந்தாலும் ஐ.ஏ.எஸ். முதல் அடிப்படை ஊழியன்வரை அரசு விதி சமமானது.

இதனால் அவர்கள் என்ன எதிர்பார்க்கிறார்கள். அவர்களின் நிலை யென்ன என்பதை நடைமுறையைப் பொறுத்து பதிலளிக்க முடிவு செய்தான்.

“என்ன பாகண் சொல்லுங்க என்ன நடந்துச்சி?”

“எதுவும் நடக்கல சார்.”

“இல்ல ஒங்க மேல பல குற்றச்சாட்டுகள் இருக்கு.”

“புரியலெ சார்.”

குற்றப்பத்திரிகையின் நகலை எடுத்து குணசேகரன் வாசித்தான்.

வாசிக்கபட்ட குற்றாணைகள் அனைத்தும் உண்மையாக இருந்தாலும் அது ஒன்றும் தேசக் குற்றம் கிடையாது என்பதை உறுதியாய் நம்பினான்.

குற்றாணை வாசித்துவிட்டு அவனை ஒரு பார்வை பார்த்தான். பாகணுக்குத் தொண்டை அடைத்தது. அவன் மேஜை மீதிருந்த தண்ணீர் ஜக்கைப் பார்த்தான். அவன் பார்வை புரிந்த மாவட்ட அலுவலர் மாதவன் அழைப்பு மணியை அழுத்தினார். மூடியிருந்த கதவை திறந்துக்கொண்டு முத்தன் வந்தான். அவனிடம் தண்ணீர் கொண்டு வர சொன்னார். மாதவன் கொண்டுவந்து பாகணுக்குக் கொடுத்தான் முத்தன். முதன் முறையாக பாகண் அமர்ந்த இடத்திலிருந்தே அதுவும் மேன்மைமிகு அலுவலர்கள் முன்னிலையில் குடிநீர் அருந்தினான். அது அவனுக்குக் கௌரவமாகப் பட்டாலும், வெட்டப்போற கிடா கணக்கு என்பது அவனுக்குப் புரியவில்லை.

"ம் சொல்லு பாகண், நீ நாடகம் போட்டீயா?" என மர்ம முடிச்சுகளை அவிழ்த்தார் மண்டல அலுவலர். அவன் மௌனமாய் இருந்தான். மாவட்ட அலுவலர் மாதவன் குறுக்கிட்டு, "கேட்கும் கேள்விக்கு ஆமா, இல்லன்னு சொல்லணும் சரியா?" என்று விசாரணையின் தாரக மந்திரத்தைக் கற்றுக்கொடுத்தார்.

"நாடகம் போட்டீயா?"

"ஆமா."

"ஒரு அரசு ஊழியன் நாடகம் போடலாமா?"

"தெரியாது."

"உண்மையா தெரியாதா, இல்ல பொய் சொல்லுறிங்களா?"

"தெரியாது."

"நீ நாடகம் போட்டது தப்பு, அதுவும் ஆளும் கட்சியை விமர்சனம் செய்தது மிகப் பெரிய தப்பு, அரசுக்கு எதிரா வசனம் பேசினியா?"

"நான் பேசலெ."

"யார் பேசினது?"

"நாடக மாந்தர்."

"யார் எழுதி இயக்கியது?"

"நான்தான்."

அலுவலர் முதல் குற்றமாகத் தன் பதிவேட்டில் குறித்துக் கொண்டார். அலுவலர்களின் எதிர்பார்ப்பின்படி முதல் குற்றம் ஒத்துக் கொள்ளப்பட்டதால் வெற்றிக்களிப்பைக் கொண்டாடும் விதமாக சிற்றுண்டிக்கு மாறினார்கள்.

சோமாஸ், பாஞ் கேக் அருந்தி ஃபில்ட்டர் காஃபி குடித்தார்கள். அதை செரிக்க வைக்க லகரிகளை உட்கொண்டு தாகம் தனிந்த வேகத்தில் களத்திலிறங்கி வேட்டையைத் துவக்கினார்கள்.

இரண்டாம் கட்ட விசாரணையை மாவட்ட அலுவலர் மாதவன் துவக்கினார்.

"நீ பத்திரிகை நிருபர் வேலை பார்த்தீயா?"

"இல்லெ."

"நான் நிரூபிக்கவா?" என அழுத்தமாக சொன்னார், பாகண் அதிர்ந்தான்.

"சொல்லு?"

"இல்ல சார் தவறான தகவல் சார்."

"அப்படியா..." என சொல்லிக்கொண்டே தன் காலடியின் கீழிருந்து மாத சஞ்சிகை ஒன்றை எடுத்து மேஜைமீது வைத்து அதில் உள்ள ஒரு செய்தியைக் காட்டி "இந்தக் கட்டுரையை எழுதியது யாரு?"

"தெரியலெ சார்."

"ஓம் பேர் இருக்கு."

"அது என் பேர் கிடையாது சார்."

"அப்ப பாரதிபாகண் நீ இல்லையா?"

"இல்ல சார்."

"அப்ப இது என்ன?" என்று சமீத்தில் நடந்து முடிந்த நாடகத்தின் விளம்பர துண்டறிக்கையில் பாரதிபாகணின், 'ரோபோ 97' நவீன நாடகம் என போட்டிருப்பதை ஆதாரமாகக் காட்டினார்.

"இதுக்கு என்ன சொல்றே?"

"பாரதிங்கிற பேருலே நெறையா பேர் இருக்காங்க."

“அப்ப நீ பத்திரிகைலே வேல பாக்கலெ.”

“ஆமா.”

மண்டல அலுவலர் மாவட்ட அலுவலரைப் பார்த்தார். அவர் மேஜை மீதிருந்த அழைப்பானை அழுத்தினார். முத்தன் அறையின் கதவைத் திறந்து வந்து நின்றான் மாவட்ட அலுவலர் அவனை பார்வையால் உணர்த்தினார். முத்தன் மறுபடி வெளியே சென்று ஒரு முப்பது வயதுடையவனை அழைத்துவந்து நிறுத்தினான். பாகண் அவனை உற்றுநோக்கினான். அடையாளம் தென்படவில்லை.

“அய்யா எம் பேரு ஆறுமொகங்க, ரெண்டு வருசத்துக்கு மொத எனக்கும் என் பொஞ்சாதிக்கும் தகராறு நடந்துச்சி, அதுலெ எங்களுக் குள்ள மனஸ்தாபம். நா வேலக்கி போனப்ப, சீமணையே ஒடம்புலெ ஊத்தி தீ வச்சிக்கிட்டா, சேத்தாப்பலெ ரெண்டு பச்ச குழந்தைகளையும் சேத்து எரிச்சிட்டா, அவ தற்கொலைக்கு நாந்தான் காரணம்ன்னு இந்தாளு பத்திரிக்கைலெ எழுதிட்டாரு. ஆனா, அவ மரண வாக்கு மூலத்துலெ என்ன பத்தி எதுவும் சொல்லலெ. இந்தாளு என்னனா நானும் என் கூத்தியாளும் சேந்துதான் என் மூத்த பொஞ்சாதியையும், புள்ளைகளையும் கொன்னோம்ன்னு, எழுதி என்னையே உள்ள தூக்கி வச்சிட்டாரு, அதுக்காக நான் ரெண்டு வருஷமா படாத பாடு பட்டேன், அதுக்குக் காரணம் நான் இல்லைன்னு நிரூபிச்சி வெளியே வந்துட்டேன். நான் சிக்கி இருக்க மாட்டேன். நா ஒரு கூமுட்ட என் டைரிலெ எழுதி வச்சிருந்தத கொலை நடந்ததும் மறைக்கம விட்டு வச்சிருந்தேன். அந்த டைரிய இவரு கைபத்தி ஆதாரமா வச்சி எழுதிட்டாரு, என்ன ரெண்டு வருஷம் கஷ்டப்பட்டேன் அம்புட்டுதான் ஆனா தூக்குல தொங்கலெ, ஆனா ஒன்னு சார் இவன நான் சும்மா விட மட்டேன். இவன் எழுதிட்டாப்பலெ என்னைய கோர்ட்டு தண்டிச்சிருமா, இவன நாந்தான் தண்டிக்கப்போறேன்” என சுட்டெரிக்கும் பார்வையை அவன் மீது செலுத்தினான். அவன் அதை அலச்சியமாகக் கையாண்டான்.

“என்ன ஆதாரம் போதுமா, இல்ல இன்னும் சொல்லவா?” என அவனை ஒரு பார்வை பார்த்தார். அவன் தலைகுனிந்து நின்றான். அலுவலர் மேலும் அவன் மீது குற்றப்பத்திரிகை வாசித்தார்.

“நீ அமைச்சரின் சினிமா தியேட்டரில் டிக்கெட் அதிக விலைக்கு விற்பனை செய்ததை, ரசிகர் மன்ற தலைவர்களைப் பேட்டி எடுத்துப் போட்டு தியேட்டருக்கு சீல் வைத்ததை சொல்லவா..? புது பேருந்து

நிலையம் செயல்படாமல் இருப்பதற்குக் காரணம் யார்..? என்பதை எழுதி இரு தரப்புக்கும் முரண் ஏற்பட்டு சண்டை வந்ததைப் பற்றி சொல்லவா..?

அடுத்து காரியாபட்டி பகுதியில் தலித்துகளுக்கும் பிற்படுத்த பட்டவர்களுக்கும் நடந்த ஜாதி கலவரத்தை எழுதி மேலும் கலவரம் தீவிரமடைந்தையும் அந்தக் கலவரத்தில் காவல் துறை பிற்படுத்தபட்டவர்களுக்கு ஆதாரவாகச் செயல்பட்டதைப் பத்திரி கையில் எழுதி, காவல் அதிகாரிகளை இடைக்கால பணி நீக்கமும் இடமாற்றமும் செய்திட காரணமானதைப் பற்றி சொல்லவா?

இல்ல, கட்சித் தேர்தலில் ஒன் மனைவியை நிறுத்தி சீட் கிடைக்காத பட்சத்தில் உள்கட்சி விவகாரத்தைத் தலைமைக்கு ஆதாரபூர்வமாக நிரூபித்து எதிர் அணியினரைப் பதவியிலிருந்து தூக்க வைக்க பத்திரிக்கையில் எழுதியதைச் சொல்லவா..?" என்று வெற்றிக்களிப்பில் அவனைப் பார்த்தார் மாவட்ட அலுவலர்.

மௌனம்... மௌனம்... மௌனம்...

உளவுத் துறையையே மிஞ்சிவிட்டதாகத் தனக்குள் கர்வத்தை விருச்சமாக்கிக்கொண்டு அவனை வஞ்சனையாகப் பார்த்தார் மாதவன்.

"சரி அடுத்த கேள்வி, மேல்அதிகாரிக்குக் கட்டுப்பட்டு நடப்பவனா நீங்கள்?" என மண்டல அலுவலர் கேட்டார்.

'கட்டுப்பட்டுதான் நடப்பேன்' (விதிகளுக்கு உட்பட்டு) என சொல்லத் தோன்றியது.

"அதிகாரியை பார்த்தா வணக்கம் சொல்வியா?"

"பார்த்ததும் வணக்கம் சொல்வேன்", (பார்க்கும் நேரமெல்லாம் கிடையாது).

"அவர் ரூம்க்கு தண்ணீர் எடுத்துவைப்பியா?"

"குடிக்க எடுத்து வைக்கலாம் குண்டி கழுவவுமா?"

"ஒரு அடிப்படை ஊழியன் எல்லா வேலைகளையும் செய்யணு முன்னு தெரியாதா?"

"அப்படி அரசு விதி இல்ல சார்."

"ஓ கோ... ரூல்ஸ் பேசுறீங்களோ?"

“எனக்குத் தெரிஞ்சதைச் சொல்லுறேன் சார்.”

“இன்னும் நீ தெரிஞ்சுக்க வேண்டியது நெறையா இருக்கு. அதிகாரிகளுக்கு எல்லா ஒதவிகளையும் செய்யணும், அது ஒதவிக்கூட கெடையாது ஊழியம், அவர் செருப்பிலிருந்து தொப்பிவரை சரி பாக்கணும், அவருடைய உடலியல் ரீதியாக ஏற்படும் எல்லா உணர்வுகளையும் பூர்த்தி செய்யணும், அவர் ஓய்ந்திருக்கும் போது தொந்தரவு இல்லாம பாத்துக்கணும். அவ்வப்போது அவர் வீட்டுக்குச் சென்று அவரின் உடமைகளையும், அவர் வீட்டார் உடமைகளின் அழுக்கைப் போக்க வேண்டும். அவர்களின் உள்ளாடைகளின் கறைகளை அப்பழுக்கின்றி அகற்ற வேண்டும். அவர்கள் வீட்டுக்குத் தேவையான அத்தியாவசியப் பொருட்களை அணுவும் குறைவின்றி வாங்கிக் கொடுக்க வேண்டும். அதற்கு அவர்களாகப் பணம் கொடுக்கும்வரை கேட்கக் கூடாது. முடிந்தால் ஒனது பொறுப்பில் வாங்கிக் கொடுக்க வேண்டும்.

அதிகாரியின் மனைவிக்கு சமையலில் ஒதவ வேண்டும், அவர்களுக்குக் கடல் மீன்களின் கழிவுகளைக் களைந்து சமைக்கத் தெரியாது, அப்போது அந்தப் பணியை நீயாகச் செய்து அதிகாரிக்கும் அவர்கள் குடுபத்துக்கும் உணவு படைக்க வேண்டும், வீட்டு சாப்பாடு அவருக்கு அலுத்துப்போய்விட்டால், உடனே ஹோட்டல் உணவுக்கு ஏற்பாடு செய்ய வேண்டும். அது வயிற்றுப் பசியாக இருந்தாலும் சரி, உடல் பசியாக இருந்தாலும் சரி, அவ்வப்போது, திட, திரவ போதை பொருட்களை மனமுவந்து அவருக்குப் புகட்ட வேண்டும். அதிகாரியின் உடையை மட்டும் அல்ல. அவர் மனைவி, மக்கள் உடைகளின் அழுக்கையும் போக்கி, அந்தத் துணிகளுக்கு நறுமணம் திரவியங்கள் தெளித்து, தர வேண்டும். குறிப்பாக மாதந்திர கழிவுத் துணிகளுக்கும். இதில் எது குறைவாக நடந்தாலும் அது மேல்அதிகாரிகளை மதிக்காமல் அவர்களை வஞ்சிக்கும் கொடிய குற்றமாகும். இவற்றைச் சரியாக செய்பவனே சரியான அடிப்படை ஊழியன். இவற்றில் நீ எதுவும் செய்யவில்லை சரியா?” என்று ஆவேசமாக கத்தினார்.

ஒரு மேடை பேச்சாளனைப்போல் அவனுக்கு இவை அனைத்துக்கும் அவனால் ஒரே பதில்தான் தர முடிந்தது. அவன் சொன்னது, “அரசு விதிகளில் இருக்கிறதா? அப்படி இருந்தால் சொல்லுங்கள், நான் கட்டுப்படுகிறேன்” என்று ஆனால், அவனால் எதுவும் சொல்ல

முடியவில்லை. மௌனமாக இருந்தான். மண்டல அலுவலர் அழைப் பானை அழுத்தினார்.

சொல்லிவைத்தது போல் தாமஸ் வந்தான்.

"சொல்லுங்க தாமஸ், நீங்க மேல்அதிகாரிக்குக் கட்டுப்படு வீங்களா..? இல்லையா..?"

அவன் நாடியில் தன் வலது கையை வைத்துக்கொண்டு தலை குனிந்தபடி, "அய்யா அதிகாரிங்க என்னா சொன்னாலும், எதை கேட்டாலும் மறுக்காம செய்வேங்க, அது நாங்க செய்த புண்ணியம், அன்னைக்கிக்கூட அய்யா கக்கூஸ்குள்ள இருந்தமானிக்கி அவசரமா கூப்பிட்டாரு. என்னான்னு போய் பாத்தா அவருக்கு மசுரு நெறையா மொளச்சிருந்துச்சி, நான் போயி லாகவமா அப்புறப்படுத்தினேன். அதுலேருந்து அந்த வேலைக்கு மாசம் தவறாம என்ன பயன்படுத்திக் கிட்டாரு நானும் கடமையா நெனச்சி செய்றேன்ங்கய்யா" என தலைகுனிந்து சொல்லிவிட்டு, பின் திரும்பாமல் கோர்ட்டில் வாதாடி விட்டு நீதிபதிக்கு முன்பாக திரும்பாமல் வாசல்வரை வந்து திரும்பும் ஒரு வழக்கறிஞர்போல் தாமஸ் திரும்பினான்.

அடுத்து சேசு ராஜ் வந்து முன்னவன் போன்று நின்றான்.

"சொல்லு சேசுராஜ்" என கேட்டார்.

"சாருக்கு எல்லாமே நான்தான் காலையிலேருந்து ராத்திரி அவர் படுக்கபோறதுவரையும் நான்தான். அவரா என்ன போன்னு சொன்னா தான் போவேன். கொஞ்ச நாளைக்கு முன்னாடி பாரத் பந்து அன்னைக்கி கடைகன்னிக இல்ல, பஸ், லாரி ஓடலெ, சார் கொலப் பட்டினி, அப்ப என் வீட்டுலெர்ந்து அவருக்கு சோறு கொண்டு வந்து கொடுத்தேன். வயித்து பசி தீந்ததும் அந்தப் பசி வந்துருச்சி, யாரும் கெடைக்கலெ பாவம் பொரண்டுபொரண்டு படுத்தாரு அவரு செரமத்த புரிஞ்சிக்கிட்டு நானே போயி அவர் மேன்மை குல உயிரணுக்களை வெளியேத்திவிட்டேன். பாவம் மனுஷன் அப்பத் தான் நிம்மதியா துங்குனாரு" என்று சொல்லிவிட்டு மாதவனைப் பார்த்தான் சேசுராஜ். அவர் அவனைப் பாராட்டும் விதமாகப் பார்த்து புன்முறுவல் பூத்தார். அவன் தன் கடமையை செவ்வனே செய்த திருப்தியிலும் சக ஊழியனைக் காட்டிக்கொடுத்து வஞ்சம் தீர்த்த வன்மத்திலும் பின்னோக்கிச் சென்றான்.

“என்ன போதுமா, இல்ல வேணுமா?” எனக் கேட்டார் மண்டல அலுவலர்.

“அடிமைத்தனத்திலிருந்து மீண்டெழாமல் அடிமைகளாய்ப் பழகிப் போனவர்கள் மத்தியில் ஒருவன் மட்டும் பார்ட்டகஸ் (அடிமைகளின் தலைவன்) போல் இருப்பது ‘திருநங்கைகளிடம் ஆண்மை தேடுவது போன்று’ என மனதில் நினைத்துக்கொண்டு மௌனம் காத்தான் பாகண். அலுவலக நேரம் முடிவடைந்ததும் விசாரணை தொடர்ந்து நடைபெற்றுது.

அலுவலக முற்றத்தில் ஊழியர்கள் யாரும் வீடு திரும்பவில்லை. இரவின் சாளரம் திறந்து மெலிந்த இருட்டு தடிமனாக முயன்றது.

பிரசவ அறைக்குள் நிறைமாத கர்ப்பிணியை அனுப்பிவிட்டு காத்திருக்கும் கணவர்கள்போல் ஆணா? அல்லது பெண்ணா? என்பதைப் பார்க்காமல் செல்வதில்லை என்ற முடிவோடு காத்திருந்த ஊழியர்கள், அவரவர் பாணியில் உள்ளே நடந்துகொண்டிருக்கும் விசாரணைக்குப் பின் நிகழவிருக்கும் சம்பவத்தை கேலியமாக பகிர்ந்துகொண்டனர்.

“அவன ஊஸ்ட்டிங் பண்ணிடுவாங்க.”

“இல்லப்பா சஸ்பெண்டுப்பா.”

“அதெல்லாம் இல்ல ஜெயிலுக்குப் போவான்.”

“அவன் என்ன செஞ்சிட்டான் இப்படி வார்த்தைய விடுறீங்க?” என்றார் மதுசூதனன்.

“என்ன செஞ்சானா... அவனலாம் இப்படி உக்கார வச்சி கேள்வி கேக்கவே கூடாது உள்ள வச்சி நய்யப் பொடைக்கணும்” என்றான் நாரதன்.

இப்படி வார்த்தைகள் தடித்த நிலையில் அழைப்பான் ஒலிக் கேட்டு முத்தன் கதவைத் திறந்து உள்ளே சென்றான்.

“என்னய்யா வெளியே சத்தம்?” என்று கோபமாகக் கேட்டார் அலுவலர்.

“அய்யா நம்மாளுங்கய்யா” என சொல்லிவிட்டு அவசரமாக வெளியே வந்து, அமைதியாக இருக்கும்படி ஊழியர்களுக்கு சைகை செய்தான் முத்தன். அதன்படி ஆரம்பப் பள்ளி மாணவர்கள் போல் வாய்களை மூடிக்கொண்டனர்.

நிர்வாக ரீதியாக விசாரனை முடிவடைந்த நிலையில், பத்து பக்கத் துக்கு டைப் செய்துகொண்டனர். அடுத்து காவல்துறை விசாரணை துவங்கியது. அலுவலர்கள் தன் இருக்கைகளிலிருந்து எழுந்து வெளி யேறினார்கள். அவர்கள் அதிகாரிகளுக்கு வசதியாக ஒரு களம் ஒதுக்கித் தரப்பட்டது.

அறைக்குள் நான்கு பேர் இருந்தனர்: ஒன்று காவல் ஆய்வாளர். இரண்டு கான்ஸ்டேபில்கள். மூன்று டைபிஸ்ட்டு குணசேகரன். நான்கு பாகண்.

ஆய்வாளர் தன் பாக்கெட்டிலிருந்து பாஸிங்சோ சிகரெட்டை எடுத்துப் பற்றவைத்து புகையை வெளியே விடாமல் சூடேற்றியபடி பாகணை முழுமையாக அளந்தார். அவனுக்கு சிறுநீர் கழிக்கத் தோன்றியது.

விசாரனை துவங்கியது...

"ஓம் பேரு என்ன?"

"பாகண்."

"பாகணா? பாரதி பாகணா?"

"பாகண்தான்."

"பாரதி யாரு ஒங்கப்பனா?"

"இல்ல."

"அப்பறமென்ன பாதி பாகண், சரி எங்க வித்த?"

"எத சார்?"

"ம். தெரியலெ."

"தெரியலயா?"

"இது ஆபிஸ்ங்கிறதனால மரியாதையா விசாரிக்கிறேன், இல்லெ எங்க விசாரணையே வேற மாதிரி இருக்கும்" என்று மிரட்டும் தோரணையில் கையில் லத்தியை உருட்டியபடி கேட்டார் ஆய்வாளர்.

"சொல்லு?"

"ஏன்டா தாயோலி சொல்ல மாட்டே?"

"சார் சத்தியமா நீங்க என்ன கேக்குறீங்கன்னு எனக்குத் தெரியலெ சார்."

“நா சொல்லட்டா டி.எம்.ஆர் 6978 வண்டியோட ரேடியேட்டர கழட்டிட்டுப் போயி வித்துருக்க, எதுக்கு வித்தேன்னு சொல்லட்டா, நீ போட்ட நாடகத்துலெ அரசியல் பேசினேன்னு பாதியிலேயே நிறுத்தி, ஒங்க குரூப்ப தொரத்திவிட்டுட்டாங்க. அதனால கலைஞர் களுக்குச் சம்பளம் கொடுக்க முடியாம, ஆபிஸ் வண்டியிலே இருந்த ரேடியேட்டரைக் கழட்டி வித்து, கலைஞர்கள் கணக்கைத் தீர்த்து இருக்க என்ன கரெக்ட்டா?” என்று மிரட்டும் முகத்தை வைத்து கொண்டு அவனைப் பார்த்தார்.

“சார் இது அபாண்டமான பொய்.”

“உண்மையே நிரூபிக்கட்டா?”

“ஒங்களுக்கு உண்மைய பொய்யாக்குறதும் பொய்ய உண்மை யாக்குறதும் புதுசில்லையே, ஆனா, நான் அப்படி இல்ல, நாடகம் பாதியிலெ நிறுத்தப்பட்டு பேருந்து நிலையத்துல நின்னது உண்மை. ஆனா, திருடலெ என் சொந்த இடத்தின் பத்திரத்தை அடகு வைத்துதான் கணக்கை முடிச்சேன்.

இதுவரை என் சொந்த காசுலதான் சம்பளம் கொடுத்துருக்கேன். பத்து பைசா வட்டிக்கு வாங்கி நாடகம் நடத்திருக்கேன். இவ்வளவு ஏன்? பொண்டாட்டியோட தாளியகூட அடகு வச்சிருக்கிறேன். கடைசியா எங்களுக்குன்னு இருந்த ரெண்டு சென்டு எடத்தகூட அடகு வச்சுட்டேன். மாசம், மாசம் என் வீட்டுக்கு சரக்கு வாங்கி போடுறேனோ இல்லையோ, நாடகத்துக்காக வாங்கின கடனுக்கு வட்டி கட்டுறதுலே இருந்து நான் தவறுனது கிடையாது. இன்னக்கி கூட என் வீடு பட்டினியில இருந்தாகூட நான் திருடினது கிடையாது.

“திருடாமையா ஒங்க ஆபிஸர் ஓம்மேல கம்ளயின்ட் குடுத்துருக் காரு, ஒன்னைய மொறையா எங்க எடத்துக்குக் கொண்டுபோயிதான் விசாரிக்கணும். ஆனா, ஒன் வாழ்க்கை கெட்டுப்போகுமேன்னு நல்ல எண்ணத்துலெதான் இங்க வச்சி மரியாதையா விசாரிக்கிறோம். ஒத்துக்கிட்டா பயினோட தப்புவே, இல்ல எங்ககிட்ட ஏகப்பட்ட பெண்டிங் கேஸ் இருக்கு, மகனே ஒன்னைய எல்லாத்துலயும் சம்பந்தப்படுத்தி தொலச்சிப்புடுவேன்” என மூச்சு விடாமல் அவர் பாணியில் மிரட்டினார் ஆய்வாளர்.

நான் நடந்த உண்மைய சொல்றேன். நீங்க நம்பினாலும் சரி, நம்பாவிட்டாலும் சரி. அன்னக்கி நாடகம் முடிஞ்சி பஸ்டாண்டுலெ

நின்னுக்கிட்டு இருந்தோம். அப்போ எங்க ஆபிஸர் அதான் மாதவன் சார் ஜீப்லெ வந்து எறங்கினாரு. நான் வணக்கம் சொன்னேன். அப்ப அவரு வண்டியிலெ இருந்தமானிக்கி எங்கள ஏறச் சொன்னாரு. நானும் ஆபத்துக்குப் பாவம்மில்லன்னு எல்லாரையும் ஏறிக்கச் சொல்லி ஆஃபிஸுக்கு வந்தோம். அங்க ஏற்கனவே வாங்கி வச்சிருந்த புரோட்டாவைத் திங்க குடுத்தாரு. நாங்களும் பசிக்கொடுமையிலெ மறுக்காம வாங்கித் தின்னோம். உண்ட மயக்கம் தொண்டனுக்குன்னு பசங்க படுக்க ஆரம்பிச்சிட்டாய்ங்க.

எனக்குத் தூக்கம் புடிக்கலெ பொம்பள புள்ளைகளே திருநெல் வேலிக்கு அனுப்பணும் அதுகளுக்கும் சம்பளம் குடுக்கணும் அதுக்கு என்னடா பண்ணானும்னு முழிச்சிக்கிட்டு இருந்தேன்.

அப்ப ஆபிஸர் கூப்பிட்டதா முத்தன் வந்து கூப்பிட்டான். நான் போயி அவர் ரூம்ல நின்னேன்.

"என்ன கண்ணா புள்ளைகளே என்ன செய்யப்போறேன்னு சிரிச்சிக்கிட்டே கேட்டாரு."

"ஊருக்கு அனுப்பணும் சார்."

"அனுப்பு தாராளமா அனுப்பு பணம் இருக்கா?"

"இல்ல சார்."

"நான் தாரேன்."

"சார்...!" என ஆச்சரியமாகப் பார்த்தான் பாகண்.

அவர் தொடர்ந்தார்: "நான் யாருட்டையும் கடன் கேக்கவும் மாட்டேன், குடுக்கவும் மாட்டேன், அதே நேரத்துலெ ஓசியும் குடுக்க மாட்டேன், நாடகத்துக்கு எவ்வளவு பேசினே?" என்றார்.

"அய்யாயிரம் பேசினேன், ஆனா அதெல்லாம் தாண்டிருச்சி சார்."

"அந்தப் பணத்த நான் தார்றேன். நாடகத்த இங்க போடு, ஆனா அந்தப் புள்ளைக மட்டும் நடிச்சா போதும். பசங்கள கூட்டிக்கிட்டு போயிட்டு, காலைலெ நீ வந்து புள்ளைகளெ கூட்டிக்கிட்டு போ" என்று நமட்டு சிரிப்போடு சொன்னார்.

பாகணுக்கு தீ குளித்ததுபோல் இருந்தது. மாதவனை எரித்துவிட துணிந்தான் யாதார்த்தம் தடுத்தது. அதனால் வார்த்தை வெயிலை வார்த்தான்.

“ஓம் பொண்டாட்டியே கூட்டிக்கிட்டு வந்து விடு, இங்க எல்லாமும் எளவட்டமா இருக்காங்கே” என்றான். அவ்வளவுதான் அவர் தீ இன்றி பற்றிக்கொண்டார். பாகண் அனைவரையும் அழைத்துக் கொண்டு வெளியேறினேன்.

“அதுக்கப்பறம் எங்க குரூப்புலெ உள்ள நடிகன் பாண்டிதுரை வீட்டுக்குப் போயி முன்னூறு ரூபாய் கொண்டுவந்து குடுத்து பொம்பள புள்ளைகளே திருநெல்வேலிக்கு பேருந்துஏத்திவிட்டுட்டு விடிஞ்சதும் மொத வேலையா காசுக்காக அலைஞ்சேன். வட்டிக்காரங்ககிட்ட அளவுக்கு அதிகமா போனதால யாரும் குடுக்கலே. அதனால என் வீட்டுலெ இருந்த ரெண்டு சென்டு பத்திரத்தை எடுத்து அடகு வச்சி நாடகக் கலைஞர்கள் கணக்கை முடிச்சேன். இதுதான் சார் உண்மை.

இதுக்கப்பறம் ஆபிஸருக்கு என்மேல கடுமையான கோபம். அஞ்சு நிமிஷம் லேட்டா வந்தாலும் அட்டடன்ஸ் குளோஸ் பண்ணிருவாரு. ஒரு நாள் லீவு போட்டாலும் மெமோ கொடுப்பாரு, குனிஞ்சா குத்தம், நிமிந்தா குத்தமுன்னு ரெண்டு பேருக்கும் பனிப்போர் நடந்துகிட்டு இருந்துச்சி. இன்னக்கி எதோ திட்டம் போட்டு என்னையே மாட்டி விட்டாரு.”

“அப்படியா” என்று ஒரு கடிதத்தை எடுத்துக்காட்டினார் ஆய்வாளர்.

அதில் ஒரு குற்றாணை பதிவு செய்யப்பட்டிருந்தது. கடந்த 8.5.1996இல் பாகண், இரவு பணியிலிருந்தபோது அலுவலக வாகனத்தில் ரேடியேட்டர் காணாமல் போனது. அதற்கு முழு பொறுப்பு பாகண். காரணம் அவர் பணியிலிருக்கும்போது வெளி ஆட்கள் அலுவலகத்துக்குள் வந்து நாடக ஒத்திகை பார்த்துள்ளார்கள். அதற்கு சாட்சி அலுவலக வாசலில் டீக் கடை நடத்தும் நாகராஜன். எனவே திருட்டுக்கும் பாகணுக்கும் சம்பந்தம் இருப்பதாகக் கருதப் படுகிறது. மேலும் சக ஊழியர்களான தாமஸ், சேசுராஜ், முத்தன் மூன்று பேரும் சாட்சியாக இருப்பதனால் பாகண்தான் குற்றவாளி என்று ஊர்ஜிதமாவதால் அவர்மீது ஏன் நடவடிக்கை எடுக்கக் கூடாது. இதற்கு சாட்சியாக அலுவலக ஊழியர்கள் அனைவரும் கையொப்பம் இட்டு உள்ளனர் என்பது பாகண்மீது குற்றம் நிரூபிக்கப்படுகிறது என அந்தக் கடிதத்தில் இருப்பதைக் காட்டினார்.

பாகண், கசாப்புக்காரனிடம் கருணை வேண்டினால் நடக்குமா என்ன? எனவே நடப்பது நடக்கட்டுமென்று காத்திருந்தான்.

டைபிஸ்ட் குணசேகரன் பாகணின் அருகில் வந்து அவன் தோள் மீது கை போட்டு அந்த இடத்திலிருந்து பின்கட்டுக்கு அழைத்துச் சென்றான்.

பாகண் அவனைப் பார்த்து, கண்ணீரும் கம்பலையுமாக அழுதுக் கொண்டே, “நான் கடன்கூட வாங்கிருவேன், பிச்சைகூட எடுத் துருவேன் ஆனா, கொல பட்டினியிலும் களவாட மாட்டேன், என்ன என் தாய், தகப்பன் அப்படி வளக்கலே” என சொல்லி அழுதான்.

“ஏ கூமுட்ட ஒன்ன யாரு களவாண்டதுன்னு சொன்னது, எல்லாம் அந்தக் களவானி பய மாதவன்தான் ஒன்ன பழித்தீக்க எல்லா செட்டப்பும் செஞ்சிட்டான். அது எனக்குத் தெரியும், காவல் துறைக்கும் தெரியும். ஆனா, நீ தப்பிக்க வழியில்ல, பேசாமே ஒத்துக்கோ வேலை மிஞ்சும் இதுக்கும் மேல ஒனக்கு ஒதவ முடியாதுன்னு சொல்லிவிட்டு குணசேகரன் முன் சென்றான். பாகண் அவனைப் பின்தொடர்ந்து வந்தான்.

விசாரணை இரவு பன்னிரண்டு மணிக்கு முடிவடைந்தது. அனைவரும் கோழியும் புரோட்டாவும் தின்றுக் கொழுத்தனர். பாகண் குற்றத்தை ஒத்துக்கொண்டான். அந்தப் பொருள்களுக்கான பணத்தை மூன்று மடங்காகக் கட்டிவிடுவதாக எழுதிக்கொடுத்தான். அதன்படி இரண்டு மாதம் தொடர்ந்து கட்டியும் வந்தான்.

இரண்டு மாதங்கள் கழித்து அவனைத் திருட்டுப் பட்டத்தோடு பணிமாற்றம் செய்தனர்.

“என்ன கண்ணா நான் யாருன்னு தெரியுதா?” என்று மாதவன் தன் மாயத்தோற்றத்தைக் காட்டினார்.

“சார் இப்பவும் சொல்றேன், நான் ஒங்க அடிமை இல்ல, உலகம் உருண்டை, சுற்றிக்கொண்டே இருக்கும் ஒரு நாள் மீண்டும் வருவேன் இது முடிவல்ல.”

அலுவலக வாசலில் அரசு ஊழியர்கள் ஒன்றுசேர்ந்து தங்கள் கோரிக்கைக்காகக் குரல் எழுப்பிய வண்ணம் இருந்தனர்.

நாகர்கோவிலிருந்து பாகண் வந்த பேருந்து விருதுநகர் மாவட்ட ஆட்சியர் அலுவலகம் முன் நின்றது. பாகண் தான் கடந்துவந்த கசப்பான அனுபவத்திலிருந்து மீண்டான்.

"ஒன்றுபடுவோம்... போராடுவோம்... வெற்றி பெறுவோம்... இறுதி வெற்றி நமதே...

பேருந்து ஊர்ந்தது பாகண் பேருந்தின் சாளரம் வழியாக அந்தக் கூட்டத்தைப் பார்த்தான்.

14

ஏழு ஆண்டு கால உழைப்பில் சேகரித்திருந்த வீட்டு தளவாடப் பொருட்களான ஆறாடி உயர பீரோ, ஸ்டீல் கட்டில், இன்னும் பிற பொருட்களை டி.வி.எஸ் பார்சல் சர்வீஸில் ஏற்றிவிட்டு கையில் ஆளுக்கொன்றாய் தூக்குமளவுக்கான இரண்டு மூட்டை சாமான்கள் மற்றும் பழைய துணிமணிகள், பாய், தலையணை பொருட்களோடு மதுரை நாகர்கோயில் சூப்பர் பாஸ்ட் எக்ஸ்பிரஸின் முன்பதிவு செய்யாத போகியல், பாகண் மனைவி, சுதா, மகள்கள், மகனோடு பயணம் செய்தனர்.

பயணிகள் இருந்தும் இல்லாதது போல் தோற்றமளிக்கும் முன் பதிவற்ற போகி நான்கு பேர் அமரகூடிய இருக்கைகளை, ஒருவர், இருவர், ஆக்கிரமித்து, படுத்துக்கொண்டும் கால்களை நீட்டிக்கொண்டும், பயணிகள் இருந்தமையால், பாகண் தன் மனைவி மக்களை தரையிலேயே அமரவைத்துக்கொண்டான். இடமிருந்தும் இடமற்று இருப்பது சல்லையாக இருந்தாலும், தன்னோடு வரும் வீட்டு தளவாடப் பொருட்களை விதிமீறி பயணிகள் போகியில் ஏற்றிவருவது பாகணுக்குக் குற்றமாகத் தோன்றியது.

பொருட்கள் ஏற்றிச்செல்லும் பார்சல் சர்வீஸ் இரயில் இருந்தும் அதை பதிவுசெய்து அதற்குண்டான கட்டணம் செலுத்தி ஏற்றிச் செல்லும் வசதி அவனிடம் இல்லை.

அதனால் மூட்டையோடு மூட்டையாகத் தன் குடும்பத்தையும் சேர்த்தே அடைத்துசென்றான்.

இரயில் வாஞ்சி மணியாச்சியில் நின்றது. நிலையத்தின் வட்ட வடிவ கடிகாரத்தில் இரவு 1.30 என காட்டியது, அரை மணி நேரத்தையும் கடந்த மற்றோரு இரயில், வருவதற்கு காத்திருந்தது, நேரம் செல்ல, செல்ல, பாகணுக்கு மனதில் பட்டாசு வெடித்தது.

எதற்கு பாலத்தில் குண்டு வைத்ததற்காகவா, இல்லை பயணிகள் ஏற்றிச் செல்லும் இடத்தில் இரண்டு மூட்டை மற்றும் இத்யாதிகளை ஏற்றிவந்ததற்காகவாக அந்த மூட்டைகளை இரயில் பார்சல் சர்வீஸில் ஏற்றிச் செல்லவேண்டுமென்ற குறைந்தபட்ச அறிவுகூட அவனிடமில்லையா? இருக்கிறது. ஆனால், போதுமான பணம் இல்லை. மத்திய அரசை ஏமாற்றி நாட்டின் பொருளாதாரத்தை முடக்க வேண்டுமென்ற அரசியில்வாதி அவனல்ல.

எப்படி தன் துருப்பிடித்த சைக்கிளில் நாகர்கோயில் வந்து பணி யேற்பு செய்தானோ அதுப்போன்று இப்போது தன் குடும்பத்தை, நாகர்கோயில் குடியேற்ற குறைந்தபட்ச பணத்தோடு செல்ல, பரிசோதகர் வந்துவிட்டார். இருக்கைகளில் தூங்குவதைப்போல் நடிப்பவர்களை, பரிசோதகர், தட்டி எழுப்பி, பயணச் சீட்டை வாங்கி சோதிக்க ஆரம்பித்தார்.

தரையில் தூக்கிப்போட்ட நீர்வாழ் உயிரினமாய் துடிதுடித்தாள் மனைவி. கால் நீட்டி தலைகவிழ்ந்து கவிழ்ந்து தூங்கிக்கொண்டு இருந்தாள். மகள்களும், மகனும் கால் நீட்டி மல்லாந்து படுத்துக் கிடந்தனர்.

பாகண் மூட்டைகளைப் பயண இருக்கைகளின் அடியில் திணிக்க முயற்சிக்க, மூட்டைகள் இருக்கையைவிட உயரமானதால் அடியில் அடங்க மறுத்தது. அதைக் காலால் உந்தித் தள்ளினான். கையால் பலம் கொண்டு உந்துகிறான், அப்போதும் அவை அடங்கவில்லை. எப்படி பொருந்திபோகும், ஒவ்வொரு மூட்டையும் பஞ்சு அடைத்த தாட்டைப்போன்று உள்ளது.

யானையை, பூனை முதுகில் சவாரி ஏற்றுவது சாத்தியமாகுமா? முயற்சி திருவினையாக்கவில்லை. அதனால் அவன் அவ்விடத்தி லிருந்து எழுந்து சென்று இரயிலின் நுழைவாயில் பக்கம் அல்லது கழிவறைக்குள்ளாகச் சென்று ஒளிந்துகொள்ளலாமா! என அவன் மனது சொல்லியது. 'மடப்பயலே நீ போனா, உன் மனைவியை எழுப்பிக் கேட்க மாட்டாரா பரிசோதகர்?' என அவன் மூளை சொல் லியது. உடனே மூளைக்கு மதிப்பளித்து, வருவதை எதிர்கொள்ள தயாரானான், மல்யுத்த வீரனைப்போல் டிக்கெட் பரிசோதகர் அருகில் வந்தார். கீழே படுத்திருக்கும் மனைவி, மக்களைத் தாண்டி அவர் வந்தவுடன் பாகண் எழுந்து டிக்கெட்டைக் கொடுத்தான்.

"எல்லாம் சரிதான், இவை என்ன? இவற்றுக்கு பார்சல் கட்டணம் செலுத்திவிட்டாயா? அப்படி பயணச் சீட்டு எடுக்கவில்லையென்றால் இந்திய இரயில்வே சட்டப்பிரகாரம் , என்ன தண்டனை தெரியுமா?" என்று கேட்டார். 'தான் ஒரு மாநில அரசு ஊழியன் என்றும், அரசாங்கம் திடீரென பணிமாற்றம் செய்துவிட்டது என்றும், நான் மாதாந்திர குடும்பப் பிரச்சினைகளைத் தீர்ப்பதே கஷ்டம் என்றும், இந்தப் பணிமாற்றம் என்னை மிகவும் ஆழாக் குழியில் ஆழ்த்திவிட்டது என்றும், பயணடிக்கெட் எடுப்பதற்கே வீட்டை ஒதுக்கி தேவையான பொருட்களை மட்டும் சேகரித்துக்கொண்டு, உருப்படியற்ற பொருட்களை காய்லான் கடையில் போட்டுவிட்டு, அந்தப் பணத்தில் பயணிக்க வந்துவிட்டோம் என்றும், அதனால் பொருட்களுக்கான டிக்கெட் எடுக்கவில்லை என்றும், தயதுசெய்து மன்னித்துவிடுங்கள்' என சிறம் தாழ்த்தி கேட்டுவிட்டால் என்ன என்று யோசித்தான்.

'பரிசோதகர் கருணை காட்டிவிடுவாரா? அப்படி அவர் கருணைக் காட்டுவதற்கா மத்திய அரசு அவரை அந்த வண்டிக்குப் பரிசோதகராகப் போட்டு இருக்கு. பரிசோதகர் டிக்கெட்டைப் பார்த்தார். டிக்கெட்டுக்குரியவர்கள் யார், யார் என கேட்டார். பாகண் தன் மனைவி மக்களைக் காட்டினான். பதிலுக்கு அடுத்து அவன் எதிர் பார்ப்பின்படி அந்த மூட்டைகள், துணிகள் அடைத்திருந்த இரண்டு ஒயர் கூடைகள், ஒயர் கூடையென்றால் பச்சை நிறமுமின்றி சிவப்பு நிறமுமின்றி வெளுத்துப்போன அல்லது கலர் மங்கிப்போன இரண்டு கூடைகள், தன் மகள் பள்ளிக்கூடத்தில், சுதந்திர தேவியாக நடித்தமைக்காகப் பயன்படுத்தப்பட்ட அட்டையில் செய்த தலைக்கவசம், தேசிய கொடி ஒட்டிய நீண்ட மூங்கில்குச்சி, சிறிய தேசிய கொடி என பிள்ளைகளோடு பிள்ளையாக அதுவும் ஒரு ஓரமாக இருந்தது. பாகண் பரிசோதகர் பார்வையில் பீங்கான் குடுவை கீழே விழுந்து சிதறுவதாக உணர்ந்தான்.

பரிசோதகர் அவற்றைப் பார்த்துக்கொண்டே அவனிடம் கேட்டார், "எங்க போறீங்க". அவன் டிக்கெட்டில் உள்ளதைப் பார்த்துமா அவர் இப்படிக் கேட்கிறார் என உணரத் தோன்றினாலும், அவனுக்கு அது முக்கியமல்ல. பொருட்களுக்கு ஏன் கட்டணம் செலுத்தவில்லை என்று கேட்டுவிட்டால் என்ன செய்வது என்பதே பிரதான பயமாக இருந்தது. அவர் கேட்கவில்லை. இவனுக்கு ஆச்சரியம் இரயில் நகர்ந்தது. பாகணின் மனது இளவம் பஞ்சாகக் காற்றில் மிதந்தது.

வண்டி வேகத்துக்கேற்றபடி பெட்டிகள் அசைந்தது. அவ்வசைவுக் கேற்றபடி பயணிகளும் அசைந்தனர். தூங்கிக்கொண்டு இருக்கும் சுதாவும் அசைந்தாள். அவளுக்கு மட்டுமென்ன விதிவிலக்கா? அவள் ஆழ்ந்து உறங்குகிறாள் என பாகண் எண்ணினான். ஆனால், அது உண்மையில்லை.

பிராய்டின் தத்துவப்படி, ஆழ்ந்த உறக்கத்தில் இருப்பவர்களின் உடல் மட்டும் களைப்பால் இயக்கமற்று இருக்கும். மனமும், மூளையும் விழித்துக்கொண்டுதான் இருக்கும். அப்படி விழித்திருக்கும் மூளைக்குள் படிந்திருக்கும் நினைவுகள் படமெடுத்து ஆடும். அப்படித்தான் அவளுக்கு நிகழ்ந்துகொண்டு இருக்கிறது.

ஊரை விட்டு, உறவை விட்டு, எங்கு செல்கிறோம்..? எதற்காக செல்கிறோம்..? வேலைக்காவோ, வேலை எதற்கு? பிழைப்பதற்கு. பிழைக்கிறோமா? இல்லை நடிக்கிறோம், இல்லாத ஒன்று இருப்பதாக எண்ணி, அதீதக் கற்பனையில் மிதக்கிறோம் இப்படி எல்லாம் சிந்திக்க அவளுக்குத் தோணுமா? தோன்றுகிறது ஊரைவிட்டு வந்தது உண்மை தான்.

ஆனால், உறவைவிட்டு பிரிவது... மனம் ரணமானது என்பது பொய்யான எண்ணம்தான். யார் உறவினர்கள்? முதலில் ரத்த சொந்தம், பின்பு தூரத்து சொந்தம், அடுத்து அருகாமை பழக்கவாசிகள். இவர்கள் அனைவரும் இருந்துமா பஞ்சப்பராரிகளாக அடுத்த ஊருக்கு, அடுத்த வேளை உணவு உறைவிடம் ஏதுமற்று ஏதோ ஒரு அவநம்பிக்கையில் அவசரக் கதியில் புறப்பட வேண்டும்.

சுதாவின் அப்பா, அம்மா, அக்கா என உறவுகள் இருந்தும் ஒரு வார்த்தை ஆறுதலாக சொல்லவில்லை. கஞ்சி ஊற்றாவிட்டாலும் கச்சை கட்ட வேண்டாமா? இதுதானா ரத்த உறவுகளின் பண்பாடு, யாரும் எதுவும் ஆறுதலாய் சொல்லவில்லை.

பயணத்துக்கு முந்திய நாள் சுதா, அவள் தாயாரிடம் சென்று ஊரைவிட்டு செல்லப்போகிறோமென்று கூறுகிறாள். "சரி போயிட்டுவா" என்று வறட்டு வார்த்தையால் வழி அனுப்புகிறார்.

தந்தையோ "ம்" என்று சிக்கனமாக சொற்களைச் சிதறடிக்காமல் பதுக்கிக்கொள்கிறார். சகோதரிகள் அதுவுமில்லை.

'பாசமும் அன்பும் உறவும் பணத்துக்கு மட்டும்தானா?' என சுதா சிந்தித்தாள். இதுவே மற்ற சகோதரிகளுக்கு இப்படி ஒரு கதி ஏற்பட்டால், துடியாகத் துடித்துவிட மாட்டார்களா? ஏன் நம்மை மட்டும் பாரபட்சமாய் பார்க்கிறார்கள் என எண்ணியவளுக்கு கோபம் கோபமாக இருந்தது.

எதற்கு எல்லாரிடமும் யாசகம் கேட்டு நிற்க வேண்டும். இந்த வாழ்க்கை நாம் விரும்பி ஏற்றுக்கொண்டது. பாகணை நம் பெற்றோர்களா பார்த்து முடித்துவைத்தார்கள். அவர்கள் அதை செய்திருந்தால் இப்போது ஏற்பட்ட சரிவுக்கு அவர்களைப் பொறுப்பேற்க சொல்லி நாம் தப்பித்துக்கொண்டிருக்கலாம். நம் வாழ்க்கை நம் கையில் என்று துணிந்து பாகணை மணந்தோம்.

இன்று ஏற்றத்தாழ்வுக்கு ஏற்ற வினைகளை நாமே பொறுப்பேற்க வேண்டும். இதில் பெற்றோர்களைக் குறைகூறுவதில் என்ன நியாயம் இருக்கிறது?

எல்லா ஆண்களும் பாகண் போன்றா இருக்கிறார்கள்? அவரவர் வேலை உண்டு, வீடு உண்டு, குடும்பம் உண்டு என இருக்கிறார்கள். அதனால் குடும்பமும் பாதுகாப்பாக இருக்கிறது. இதனால் அவனும் கஷ்டப்பட்டு தன் குடும்பத்தையும் கஷ்டப்படுத்தி இன்று நாடோடியைப்போல் ஆக்கிவிட்டான்.

ஒரு கலைஞனாக இருப்பது தேசக்குற்றமா? அப்படி தேசக்குற்ற வாளி என நினைத்தால் இன்று நாடெங்கிலும் உள்ள, பண்பாடு கலாச்சாரம், வரலாறு யாரால் கட்டிக்காக்கப்படுகிறது. ஒரு கலைஞனால், இலக்கியவாதியால்தானே. சராசரியாக லௌகீக வாழ்க்கையை மட்டும் நடத்தி தன் குடும்பம், தன் மக்கள் என சுயநலமாய் வாழ்கின்ற லட்சோப லட்ச மனிதர்கள் போன்று நாட்களைத் தனக்காக சுகபோகமாக அல்லது அவதிப்பட்டு வாழ்க்கையை நகர்த்தி இறுதியில் மரணத்தைத் தழுவும் குடும்ப தலைவன்தான் சிறந்தவனா? நாட்டுக்காகவும் நாட்டின் பண்பாட்டை, கலாச்சாரத்தை வரலாற்றைக் கட்டிக் காப்பாற்றும் கலைஞன் சிறந்தவனா? என சுதா தன் மனதைக் கேள்விகளாலும் பதில்களாலும் நிரம்பிக் கிடந்தாள். இரயில் நெல்லை இரயில்வே நிலையத்தின் முதலாம் பிளாட்பாரத்தில் வந்து நின்றது.

‘சாய்... சாய்... சாய்...’ என இரயில் நிலையத்தில் உலோகக் குடுவைகளில் வைத்துக்கொண்டு இரவில் சாளரங்கள் வழியாக யாராவது வாங்க மாட்டார்களா? என்ற நம்பிக்கையோடு கூவிக் கொண்டே, போகியாக ஓட்டமும் நடையுமாக இருந்தனர். ரயில் நிலையத்தில் டிஜிட்டல் அறிவிப்புக் குரல் ஒலித்தது.

முதலில் இந்தியிலும், இரண்டாவது ஆங்கிலத்திலும், மூன்றாவது தமிழிலும் ஒலித்தது.

“பயணிகளின் கனிவான கவனத்திற்கு, வண்டி எண் நான்கு ஒன்று மூன்று பூஜ்ஜியம் ஆறு, எட்டு, மதுரை சாத்தூர் கோயில்பட்டி வாஞ்சி மணியாச்சி வழியாக நாகர்கோயில் வரை செல்லும், மதுரை நாகர்கோயில் சூப்பர் ஃபாஸ்ட் எக்ஸ்பிரஸ் நிலையத்தில் மூன்றாவது பிளாட்பாரத்தில் நின்றுக்கொண்டு இருக்கிறது.

தி அட்டேன்ஷன் ப்ஸிஸ்... யாத்ரீகள் கிருபயா தியான்தே. காடி சஞ்சா சென்னை சே நாகர் கோயில் ஜானேவரி சூப்பர்பாஸ்ட் எக்ஸ்பிரஸ் சே பக்கர் வைந்தீஸ் மனிட்பர் 3 நம்பர் ப்ளாட் பார்ம் சே ராவானா ஹோகி.

பாகண் படக்கென்று எழுந்து இரயில் பெட்டியின் நுழைவாயிலில் வந்து எட்டிப் பார்த்தான். பரிசோதகர் போய் விட்டரா? அல்லது திரும்ப வந்து, ஃபைன் போடுவாரா? என்று யோசித்தான். ரயில் நிலைய சுவர் கடிகாரம் மணி 4.15 எனக் காட்டியது.

சாய்... சாய்... சாய்... என மிக அருகில் தேநீர் வியாபாரி வந்தார். பாகண் பத்து ரூபாய் தாளைக் கொடுத்து, ஒரு காஃபி, ஒரு டீ எனக் கேட்டான்; அவன் கொடுத்த பத்து ரூபாய் தாளை வாங்கி தனது ஊதா கலர் காட்டன் சர்ட்டின் பாக்கெட்டில் போட்டுவிட்டு, மீதி ஒரு ரூபாய் சில்லரையை, சர்ட்டின் மேல் பாக்கெட்டிலிருந்து எடுத்து கொடுத்துவிட்டு, மற்றொரு பாக்கெட்டில் சொருகி வைத்திருக்கும் தாள் கப் இரண்டு எடுத்து, உலோகக் குடுவையின் குழாயின் திருகை திறந்து இரண்டு கப்பிலும் பிடித்து, ஒரு கப்பில் தேயிலை உள்ள சிறிய தாள் பாக்கெட் நூலில் பொருத்திருப்பதை பாலில் போட்டும் மற்றொரு தாள் கப்பில் காஃபி பவுடர் ராயல் பொருந்தியிருந்ததையும் கொடுத்தார்.

கீழே சிந்தாமல், தேநீர் கோப்பைகளை இரு கைகளிளும் பிடித்துச் சென்று அயர்ந்து கிடக்கும் மனைவியிடம் காஃபியைக் கொடுத்தான்.

அவள் ஆவலாக அதை வாங்கவில்லை, ஏனெனில் அவளுக்கு அது தேவையில்லாததாகப் பட்டது.

"இந்தா காஃபி... குடி" என்றான்.

"எனக்கெதுக்கு?"

"ம்... குடிக்க."

"இந்நேரத்துலயா?"

"இந்நேரமா மணி நாலரையாச்சி."

"ஆனா என்ன" என மூகச் சுளிப்போடு வாங்க, அவள் நிறைமாக கர்ப்பிணியாக இருக்கும்போது பிள்ளை வளர்ச்சிக்காக மருந்து குடிப் பாள். அதைபோல் அந்தக் காஃபியை வாங்கி மருந்து குடிப்பது போன்று ஒரே இருப்பில் உறிந்து குடித்துவிட்டு, மீண்டும் கண்களை மூடிக்கொண்டாள்.

அதைக் கவனித்த பாகண் நாம் எதாவது தப்பு செய்துவிட்டோமா? அந்த போகியில் உள்ள சில பயணிகள் எவ்வளவு குதூகலமாக இருக் கிறார்கள். அதோ தனக்கு முன்பாக இருக்கும் ஒரு தம்பதி ஒருவரோடு, ஒருவர் சாய்ந்துகொண்டு நெருக்கமாக, அன்னியோன்னியமாக எப்படி இருக்கிறார்கள்.

உண்மையில் அவர்கள் அப்படித்தான் இருப்பார்களா? அல்லது பொது இடத்தில் மட்டும் மற்றவர்கள் நம்மைக் கவனிக்க வேண்டு மென்பதற்காக இப்படி நடக்கிறார்களா? எது எப்படியோ அவர்களின் நெருக்கத்தை உருவாக்கிக்கொள்ள சின்னதாய் மின்னல் கீற்றாய் மனதைக் கீறி சென்றாலும், கடந்தவைகளும் கடக்க இருப்பவைகளும், பாலைவனத்தில் பதநீர் அருந்துவதைப் போன்ற வெறுமையாகி போனது.

நாம் யார்? நாம் என்ன நிலையில் இப்படி ஒரு நாடோடி வாழ்க் கையை அனுஷ்டிக்க வேண்டிய நிர்பந்தத்தில் இருக்கிறோம். அரசு பணி கிடைத்துவிட்டால் அடிவானத்தின் கீழ் இருக்கும் அனைத்து சுகபோகமும் கிடைக்கும்மென்று நம்பினோம். ஆனால் இன்று பஞ்சம் பராரியாக ஊர் விட்டு ஊர் செல்கிறோம்.

சிக்னலுக்கேற்றபடி இரயில் நெல்லை சீமையிள் புகை வண்டி நிலையத்திலிருந்து புறப்பட்டது. "சாய் சாய் சாய் விசில் சத்தம்,

உலோக மணியோசை ஒருங்கே மெதுவாக மங்கிட இயல் டவுண் பாலத்தின் அடியில் தனது முதல்போகியை இழுத்துச்சென்றது. இயந்திர கதிராய் இரயில் சக்கரங்கள் முன்னோக்கி பாய்ந்திட, பாகணின் நினைவுச் சக்கரங்கள் பின்னேக்கி உருள்கிறது.

15

அக்கினி நட்சத்திரத்தின் கொடுமை நகரவாசிகளை நாசகரம் செய்துகொண்டிருந்தது. ஏற்கனவே இந்நகரருக்கு வெயில்பட்டி என்றொரு பெயரும் உண்டு. மேலும் சித்திரை மாதம் கடந்து வைகாசியின் முதல் வாரத்தில் வெயிலின் தாக்கம் உலோகத்தையும் உருக வைத்துவிடும். மனித உடல்களையும், விலங்கு உடல்களையும் பறவை உடல்களையும் பதம் பார்ப்பதை சொல்லிவிட முடியுமா என்ன?

நகரவாசிகள் கங்குகளற்ற தீக்குளத்தில் நீந்திக்கொண்டு இருந்தனர். நகரத்தின் மையத்துக்குள்ளும் தெப்பக்குளத்தில், சிப்ஸம் கலந்த, பறைகள் ஒரு சொட்டு நீர் நம்மீது படராதா? என முதல் பரிசத்துக்கு ஏங்கித் தவித்திடும் இளம் தம்பதிகளைப்போல் இருந்தன. குளத்தின் அருகே வேப்பம், புங்கை மரங்கள் அண்டிக்கிடக்கும், காகமும், மைனாக்களும் இரைதேட செல்ல இயலாமல், கத்திக் கரைந்து பசியைப் போக்கிக்கொண்டு இருத்தன.

நீரற்ற குளத்தின் நிலத்தில் ஒரு சொட்டு நீராவது கிடைக்காதா? என ஒரு செவளை பெருமூச்சை தரையில் சொறிந்து, தனது மோப்பச் சக்தியைக் காத்திரமாகச் செலுத்தியது. அதன் மூச்சின் நீட்சியில் வறன்டு காய்ந்து புழுதியாய் சிதைந்துகிடந்த வண்டல் மண், அகன்று விலகியது.

வியர்வை படிந்த கைவண்டி தொழிலாளி குளத்துக்குள் இறங்கி படித்துறையின் கடைசிப் படிக்கட்டில் நின்று ஏக்கமாகப் பார்த்தான். எப்போதும் கை வண்டியில் பாரம் ஏற்றி, இறக்கிவிட்டு முகம், கால், கை கழுவிட தெப்பத்துக்குள் இறங்கி, வியர்வை படிந்த உடலைக் கழுவிவிட்டு, உடல் குளிர்ந்த உடன், மனசும் குளிர்ந்து, சகதொழிலாளிகளோடு அடுத்த சவாரி கிடைக்கும்வரை ஆடு புலி ஆட்டம் விளையாடும் அற்புதம் அளித்துப் போனதையும், அல்லம் பட்டி, தண்ணீர் வண்டி ராஜா தனது நத்தை மாட்டு வண்டியின் பின்பகுதியில் மரப்பேரளை ஏற்றிக்கொண்டு வந்து, குளத்தின் மேட்டில் நின்று, பார்த்துக்கொண்டு இருந்தார். எப்படியாவது குளத்தில் தண்ணீர் வந்துவிடுமா என்று? எப்படி வரும், அதுவும் மேட்டில் நின்று தனது டின் கடாவாய் மூலம் மோந்துமோந்து மரப் பேரளை நிரப்பி அந்தத் தண்ணீரைக் கொண்டுசென்று நகர கிளப் கடைகளுக்கும், திருமண

மண்டபங்களுக்கும் விஷேச வீடுகளுக்கும் ஊற்றலாமே என்று தினமும் தனது ஒத்தை மாட்டு வண்டியைப் பத்திக்கொண்டுவந்து குளத்தங் கரையில் காத்திருந்துவிட்டு பொழுது மங்கியதும், வீடு திரும்பும் வழக்கம்; கடந்த இரண்டு மாதக் காலமாய் தொடர்வதை யார் அறிவார்?

ஹோட்டல்களிலும் தேநீர் விடுதிகளிலும் ஒரு மிடர் தண்ணீர், ஒரு கிராம் தங்கத்துக்கு நிகரானது. உணவுப் பண்டங்களும் பானங் களும்கூட ஒரு சில நேரத்தில் இலவசமாகக் கிடைத்துவிடலாம், ஆனால், தண்ணீர் காசு கொடுத்தும் எளிதாகக் கிடைத்துவிடாத விருதுநகர் உலக வரைபடத்தில் வராத சகரா பாலைவனம் கரை புரண்டோடிய கவுசிகா நதியும், வற்றாத குளம், குட்டைகளும் இவற்றைக் கடந்து கோடை காலத்தில் நீர் தொட்டிகள் குடிநீர் பந்தல்கள் குளிக்க துவைக்க நந்தவன கிணறுகளும், ஏராளமாக இருந்தது. விருதுநகருக்கு முன்பும், பின்பும் ஆனால், நிரந்தர தண்ணீர் பற்றாக்குறையும், நீர் வறுமையும் ஏன் ஏற்பட்டது என ஆய்வு மேற்கொண்டாலும் இறுதியில் கிடைப்பது தண்ணீர் பஞ்சத்தின் தலைவிரிக்கோலம். வெயில்பட்டியின் மையத்தில் தனியார் மருத்துவ மனை வாசல் முன்பாக இரண்டொரு ரிக்ஷா நிறுத்தப்பட்டு இருந்தது. அதில் சிவப்பு என்ற பெயர் கொண்ட ஒருவன், சுருட்ட முடி, அம்மை தழும்பு வடுக்கள் நிறைந்த சிவந்த முகம், மஞ்சள் முண்டா பனியன், ஊதா நிற கைலி, கைக்குள் வெளுத்த பச்சை வண்ண டிராயர், இடுப்பில் கைலி இருக்கும், ஆனால், டவுசருக்கு மேல்தான்.

ரிக்ஷாவைத் தொட்டிலாய் மாற்றி, உட்காந்து சொக்கலான் பீடியைப் பற்றவைத்து இழுத்துக்கொண்டு, மற்ற ரிக்ஷாக்கள் சுமந்து செல்லும் சுமைகள் நம் ரிக்ஷாவுக்கு மாறாதா? என ஏக்க பெருமூச்சை, ஆற்றாமையைப் பீடி புகையாய் வெளியேற்றிக்கொண்டு இருந்தான்.

எட்டப்பன் என்ற எம்.ஜி.ஆர். பைத்தியம், முக்கால் பேன்ட் போட்டு எம்.ஜி.ஆர். கை கூப்பி வணங்கியபடி இருக்கும், இதயகனி படத்தின் ஸ்டில் பொருத்திய பனியன் அணிந்து, கழுத்தில் டவல் துணியை முறுக்கிக் கட்டியபடி ரிக்ஷ ஹேண்பாரைப் பிடித்துக்கொண்டு பக்கவாட்டில் கண்ணாடியால் தன் சுராக்கா குடுவை முகத்தைப் பார்த்து, புருவம் உயர்த்தி செய்வதுப்போல் இருக்கிறதா என அடிக்கடி கண்ணாடியில் பார்த்துக்கொண்டும். தன் வண்டியில் சவாரி ஏற ஆண், பெண் அலைமோதுவதாக கற்பனைசெய்துகொண்டும் எட்டப்பன் நின்றிருந்தான்.

பாகண் தனது ரிக்ஷாவின் சீட்டில் அமர்ந்து, கணக்கு போட்டுக் கொண்டு இருந்தான்.

பச்சத் தண்ணீர் பல்லில் படாததால் உடல்சோர்ந்து களைப் படைந்து, நாக்கு வறண்டு, கண்கள் இருட்டிக்கொண்டு வருவது போலவும் இருந்தது. ரிக்ஷாவைவிட்டு இறங்கிச்சென்று, ஏதேனும் தண்ணீர்ப் பந்தலுக்குச் சென்று குடித்து வரலாமென்றால், அதற்குள் மார்க்கெட் சென்று திரும்புபவர்களோ, மருத்துவமனையிலிருந்து வருபவர்களோ, சவாரி கேட்டு வந்துவிட்டால் பிழைப்பு போய் விடுமே என்ற அச்சத்தில் ரிக்ஷாவிலேயே பல்லியைப்போல் ஒட்டிக் கிடந்தான்.

அவன் மட்டுமல்ல, சிவப்பும், எட்டப்பனும் இன்னும் உலகம் எங்கும் இருக்கும் கூலித்தொழிலாளிகளின் நிலைமையும் இதுதான். காற்று உள்ள போதே தூற்றிக்கொள்ள வேண்டும் என்பது பழமை மொழியாக இருந்தாலும் தூற்றுவதற்குத் தானியம் வேண்டும் அல்லது பதராவது வேண்டும். காற்று மட்டும் அடித்தால் போதுமா? அந்நிலைதான் ரிக்ஷாகாரர்களின் நிலைமை.

இதற்கு பாகண் மட்டும் விதிவிலக்கா என்ன?

மருத்துவமனை வாசலில் மரப்பெட்டி தள்ளுவண்டியில் ஐஸ் வைத்து விற்கும் வியாபாரி, மனித குறிப்பறிந்து தனது பெட்டியின் முகப்பு மூடியைத் திறந்து, அதையே சமிக்ஞையாக ‘டப்… டப்… டப்…’ என அடித்து நுகர்வோர்களை அழைத்தான்.

“ஐஸ்… ஐஸ்… ஐஸ்… பாலைஸ், தேங்காய் ஐஸ், கப் ஐஸ், கோன் ஐஸ், ஐஸ்” என கூவி அழைத்துக்கொண்டிருந்தான். அவன் விற்பனை செய்யுமிடம் ஒரு மருத்துவமனை பகுதி. அங்கு வருவோர் போவோர் நோயாளிகள் என அவனுக்குத் தெரிந்திருக்க வேண்டிய அவசியம் என்ன? அவனுக்குத் தேவை ஐஸ் விற்க வேண்டும் அவ்வளவுதான். அவன் குடும்பம் பசி இல்லாமல் வாழ வேண்டும். இதிலென்ன, பொதுநலம் சுயநலம், இங்கு உயிர்நலம் மட்டுமே பேணப்படும்.

அவன் அழைப்புக்கு ஒரு குழந்தை அழுது புரளத்தான் செய்தது. அந்தப் பெண் குழந்தையின் அப்பா, அவள் விருப்பத்தை நிறைவேற்ற நாலனா கொடுத்து ஒரு பால் ஐஸ் வாங்கிக் கொடுத்தார்.

வெள்ளை நிறத்தில் இருக்கும் சாக்ரீம் பாலைச் சுவைத்து மகிழ்ந் தாள். அவள் வாயிலிருந்தும், கைகளிலிருந்தும் வெள்ளை சாக்ரிம் திரவம் வழிந்து, வெயில்பட்டு தரையில் படிந்து குளிர்ந்தது. தரையில்

விழும் ஒரு சொட்டு குளிர்ந்த திரவம் நமக்குக் கிடைக்காதா என்ற ஏக்கத்தில் எச்சில் விழுங்கினான் பாகண்.

குழந்தையில் அம்மா தனது ராஜாங்கமே அழிந்துபோய் அத்து வானக்காட்டில் நிற்பதுபோன்று ஊச்சஸ்தாயியில் கத்தினாள், "யோவ் கூறுகெட்ட மனுஷா, காய்ச்சளுக்கு இப்பதானே ஊசிபோட்டு இருக்கு, ஐஸ் வாங்கிக் கொடுத்து ஜன்னிவர வைக்கிறியா?"

கையும் களவுமாக மாட்டிக்கொண்ட திருடனைப்போல் அவள் கணவன் சொல்லெண்ணா துயரத்தில் துவண்டான். கனவில் வந்து கத்தினாள். இருப்பினும் தன் நிலையில் உண்மை தன்மையை உணர்த்த மனைவியிடம் வாக்குவாதத்தில் ஈடுபட்டான்.

"ஓம் பெண்ணு அழுகுறா அதான் வாங்கி குடுத்தேன்."

"அதுக்கு காச்சகாரப் புள்ளைக்கு ஐஸ் வாங்கிக் கொடுக்க சொன் னாங்களா... யோவ் ஒனக்கு அறிவு இல்ல" என்று ஐஸ் வியாபாரியைப் பார்த்து அதட்டினாள்.

"ஏமா எனக்கென்னமா தெரியும்" என அப்பாவியாக முழித்தான் ஐஸ் வியாபாரி.

"அதுசரி, யாரு செத்தா என்ன, பொழச்சா என்ன ஒனக்கு, கல்லாப் பெட்டி நெறையணும்" என ஐஸ்காரனிடம் சண்டைக்கு நின்றாள்.

அவன் இதுக்கெல்லாம் மசிந்தவனா, "போமா புசுக்கு" என்று சொல்லிவிட்டு தனது ராக தாள சுதியோடு ஐஸ் ரகங்களைப் பெட்டியின் மேல்மூடியை டப், டப்பென்று அடித்துக்கொண்டு விற்பனையைத் துவக்கினான். இந்த ரகளைகளைப் பார்த்தப்படி, பாகண் சாலைவாசிகளையும் மருத்துவமனை வந்து, போவோரையும் நம்பிக்கையோடு பார்த்துக்கொண்டு இருந்தான்.

அவன் நம்பிக்கை வீண் போகவில்லை, ஒரு வயதானவர் போல் தோற்றமளிக்கும் ஒருவனைக் கண்டான். தன் இளம் வயதில் தீயப் பழக்கத்தால் உடலை நோய்க்கு விருந்தளித்துவிட்டு எஞ்சிய நாட் களை எப்படியாவது கடத்திவிட வேண்டும் என்று கிழும்மேலும் மூச்சு வாங்கிக்கொண்டு இருக்கும் ஒரு நபர். இடுப்பில் இருந்து அவிழ்ந்து விழப்போகும், கைலியைப் பிடிக்க முடியாமல் இயக்க மற்று இருக்கும் கணவனுக்கு, நடுத்தர வயதுடைய நல்ல திடகாத்திர மான மனைவி, இடுப்பு கைலியைச் சரிசெய்து, ஒரு பக்கமாக அவனை அமரவைத்துவிட்டு, ரிக்ஷா பக்கம் பார்வையைச் செலுத்தினாள். பாகண், எட்டப்பன், சிவப்பு ஆகிய மூன்று பேரும் தனது ரிக்ஷாவை நகர்த்தி அவர்கள் முன்பாக ஒன்றன் பின் ஒன்றாக நிறுத்தினார்கள்.

முதலிடத்தில் பாகண் வண்டி, அவனுக்குப் பின் சிகப்பு வண்டி, சிகப்புக்குப் பின்னால் எட்டப்பன் வண்டி.

“எங்க போனும்?” என்றான் பாகண்.

“முத்துராமன் பாட்டி.”

“இதுல ஏறுங்க” என்றான் சிகப்பு.

“எவ்ள?” என்றாள் அவள்.

“அஞ்சு ரூபா.”

“ம் வேணாம்.”

“ஏமா நாலு ரூவா குடுங்கம்மா” என்றான்.

“ஏன்டா நா அஞ்சு ரூவா செல்றேன், நீ நாலு ரூவான்னா” என்றான்.

“எனக்கு தெகையிது” என்றான் சிவப்பு.

“மசூர தெகையிது” என்று நாக்கை வெளியே நீட்டிக்கொண்டு கத்தினான் சிகப்பு. அந்தப் பெண் ரிக்ஷாவைவிட்டு நகர்ந்து எட்டப் பன்னை அணுக, சிவப்பு அருகில் வர, எட்டப்பன் போருக்குத் தயாரானான். இருவரும் தனக்குத் தெரிந்த அதிபயங்கர வார்த்தைகளை அள்ளி வீசினார்கள். அருகாமை சந்தில் கறுப்பும் செவளையுமான நாய்கள், வவ்... வவ்... வவ்... என மாறிமாறி குரைத்துக்கொண்டு இருந்தது.

பாகண் வண்டி, வாடியான் தெருவைக் கடந்துசென்றது. மூன்று தொழிலாளிகள் ஒரே நேரத்தில் சவாரி கேட்டாலும். சவாரி ஏறு பவர்கள் முடிவுசெய்துகொள்ள வேண்டும்.

உழைக்க வேண்டிய இடத்தில் குலைக்க ஆரம்பித்தால் யாரை இந்த உலகம் விரும்பும், உழைப்பவனைத்தான். வீணாகக் கத்திக் கூப்பாடு போடுபவனால் என்ன லாபம் என உணர்ந்தவர்கள்.

உழைப்பவனுக்கே முன்னுரிமை என்று பாகண் வண்டியில் ஏறிக்கொண்டார்கள். பாகண் மிதிமிதியென்று மிதித்து சென்று வாடியான் தெருவில் இறக்கினான். மூனு ரூபாய் தந்தார்கள்.

அவனும் பேரம் பேசவில்லை. கிடைத்தது போதுமென்று வாங்கிக் கொண்டு, திரும்பவும் மருத்துவமனை வாசலுக்கு வந்து ரிக்ஷாவை நிறுத்தி, பின் இருசக்கர டயர்கள் நகராமல் இருக்க, இரண்டு கற்களை வைத்து அண்டைக் கொடுத்துவிட்டு ரிக்ஷாவுக்குள் ஏறி உட்கார்ந்தான்.

சற்று நேரத்துக்கு முன்பாக ஹிட்லரும் முசோலினைப் போல் உலகப் போர் புரிந்த எட்டப்பனும் சிவப்பும், கஞ்சா போதையில் கலந்து அவன் இழுத்து இவனுக்குக் கொடுக்க இவன் இழுத்து அவனுக்குக் கொடுக்க என அன்னியோன்னியமாக இணைந்திருந்தனர்.

அதனால், பாகண் பயமற்று அடுத்த சவாரிக்காகக் காத்திருந்தான். ஆனால் அவன் உடல், திடமோ, திரவமோ கேட்டு அவனை வாட்டி வதைத்தது. சரி இப்போதாவது போய் ஒரு மடக்குத் தண்ணீர் குடித்து வரலாமென்று நினைத்தான். வீட்டு வாடகை, ரிக்ஷா வாடகை, வீட்டுக்கு அன்றாடத் தேவைகளுக்கான பணத் தேவையின் நினைவு, அவனை வீட்டுக்குச் செல்லவிடாமல் கட்டிப்போட்டது. அதனால் தனது உமிழ்நீரையே ஒரு மிடறு விழுங்கிக்கொண்டு சோர்ந்து ரிக்ஷா சீட்டில் கிடந்தான்.

"விருதை வாக்காள பெருங்குடி மக்களே..! புரட்சி தலைவரின் அரசியல் வாரிசு, பொன்மனச் செம்மல் கொள்கை பரப்புச் செயலாளர், செல்வி ஜெயலலிதாவின் ஆசிப்பெற்ற வெற்றி வேட்பாளர், உங்கள் வீட்டுப் பிள்ளை, ஆணைக்குட்டம் சீனிவாசன் அவர்களுக்கு வெற்றிச் சின்னமாம், செல்வி ஜெயலலிதாவின் கரம் ஓங்க அதிகாலையில் அனைவரையும் விழிக்க வைக்கும், "சேவல் சின்னம்" அந்த சேவல் தூங்கிக் கிடக்கும் தமிழகத்தை விழிக்கவைக்க நாடெங்கும் சேவல் கூவிட வாக்களிப்பீர், சேவல், சேவல் சின்னம், சேவல் சின்னம்."

அடுத்து ஒரு மகேந்திரா வேனில், எம்.ஜி.ஆர். கட்அவுட்டுடன் அண்ணா கொடி பறக்க, பிரச்சாரம் வேன் நகரத்தை ஒலிபெருக்கியால் அலரியடித்துக்கொண்டு பிட் நோட்டீஸ் போட்டப்படியும் வந்தது. நோட்டீஸை ஆண்கள், பெண்கள், குழந்தைகள் போட்டிப் போட்டு வாங்கினார்கள்.

பொன்மனச் செம்மல், புரட்சி தலைவர், மக்கள் தலைவர் எம். ஜி.ஆரின் உண்மையான வாரிசு, மரியாதைக்குரிய திருமதி ஜானகி அம்மாளின் ஆசிப்பெற்ற வெற்றிவேட்பாளர், குன்னூர் சீனிவாசன் அவர்களுக்கு, புறா சின்னத்தில் வாக்களித்து, அமோக பெற்றி பெறச்செய்து, புரட்சி தலைவரின் உண்மையான வாரிசு ஜானகி அம்மாள், அவர்களை வெற்றி பெறச்செய்து மீண்டும் ஆட்சிக் கட்டிலில் அமரச் செய்யுங்கள், இது தர்மத்துக்கும் அதர்மத்துக்கும் நடக்கும் யுத்தம். இந்த யுத்தத்தில் நமது எம்.ஜி.ஆரின் வாரிசு, ஜானகி அம்மா அவர்களை வெற்றிபெற செய்யுங்கள்.

அடுத்து ஒரு வெள்ளை நிற அம்பாசிடர் காரில் குழாய் ரேடியோ பொருத்தப்பட்டு அதனுள் இருந்து ஒருவர் மைக்கில் பிரச்சாரம் செய்கிறார்.

“இனிய வாக்காள பெருந்தகைளே..! தமிழினத்தின் தன்னிகரில்லா தலைவர் தமிழக மக்களின் சொல்லெண்ணா துயரத்தைத் துரத்தி யடிக்க பால்கனி பாவை பவுடர் பூசி, பசப்புக்காட்டும், பகட்டுக் காரியை, நாட்டை விட்டு அகற்றிட, தன்மானத் தலைவர் நான்கு கோடி மக்களின் ஒப்பற்ற தலைவர், ஓய்வறியா உதயசூரியன், டாக்டர் கலைஞர் கருணாநிதியின் ஆசிப்பெற்ற வெற்றி வேட்பாளர், விருதை மக்களின் தாகம் தீர்த்து தண்ணீர் பஞ்சத்தை விருதை மக்களின் சார்பில் தீர்மானம் நிறைவேற்றி அதை செயல்படுத்திய நகர மன்ற உறுப்பினருமான அண்ணாச்சி சொக்கர் அவர்களுக்கு, கை சின்னத்தில் வாக்களித்து, அண்ணாவின் கனவான மத்தியில் கூட்டாச்சி, மாநிலத்தில் சுயாட்சி என்ற தாரக மந்திரப்படி, இந்திய தேசிய, காங்கிரஸ், தி.மு.க., கம்யூனிஸ்ட்டுகள், ஆதரவுபெற்ற வெற்றி வேட்பாளர், சொன்னதைச் செய்வோம், செய்வதைச் சொல்வோம்! என்ற கலைஞரின் தத்துவத்தின்படி உங்களுக்காக உழைத்திட, சட்ட மன்றம் சென்றிட நீங்கள் வாக்களிக்க வேண்டிய சின்னம், கை சின்னம், கை சின்னம், கை சின்னம், பேசி முடிந்தவுடன் பாடல், “இது நாட்டை காக்கும் கை, உன் வீட்டை காக்கும் கை, இந்தக் கை நாட்டின் நம்பிக்கை கை.

நகரத் தெருக்களும் கடைகளும், வீதிகளும் மக்கள் செவிகளும் பிரச்சரா பீரங்கிகளால் தாக்கப்பட்டு கிடந்தது. பாகண் இந்தப் பிரச்சார பரப்புரையில் நனைந்து கிடந்தான். பசியின் கொடூரம் அவனை ஆக்டோபஸாக ஆக்கிரமித்திருந்தாலும் தன் தந்தை அரும்பாடுபட்டு விருதுநகர் மண்ணில் கட்சி வளர்த்து தலைவரின் கட்சி இன்று களத்தில் போராடிக்கொண்டிருக்கிறது. இதற்கு நாம் ஏதாவது செய்தாக வேண்டாமா? என்ற குற்றம் மோலோங்க தத்தளித்தான். தனக்கு விபரம் தெரிந்த காலத்திலிருந்து சைக்கிளில் கறுப்பு சிவப்புக் கொடியைக் கட்டிக்கொண்டு தான் குடியிருக்கும் முத்தால் நகர் பகுதியில் வீடு வீடாகச் சென்று பிரச்சாரம் செய்வதும், தேர்தல் அன்று, முதியோர்களை சைக்கிளில் ஏற்றிச்சென்று வாக்களிக்கவைப்பதும், வீடு, ரோடு, கடை, என வெள்ளை நிறமாக இருக்கும் அனைத்து சுவர்களிலும் உதயசூரியனைக் காவிப் பொடியால் வரைந்து, உங்கள் ஓட்டு உதயசூரியனுக்கே என்று எழுதுவதும் அவன் நினைவுக்கு வந்தது.

இப்போது நினைக்கையில் அவனுக்குக் குற்றவுணர்வாக இருந்தது. 1977, 1980 ஆண்டுகளின் சட்டமன்ற, பாராளுமன்ற தேர்தல்களில் தனது தந்தையோடு இணைந்து கடுமையாக தேர்தல் பணி பார்த்ததும், தேர்தல் முடிவுகளை எதிர்நோக்கி திருமதி சரோஜனி நாராயணன் அவர்கள் தேர்தல் சிறப்பு செய்தியை கேட்டு, மனசு துவண்டதும் இப்போதும் கனத்துப்போய் பாராமாய் அவனை அழுத்தியது. எந்தத் தொகுதியை எடுத்துக்கொண்டாலும் அ.இ.அ.தி.மு.க. முன்னணியில் உள்ளது. அதற்கு அடுத்தபடியாக, தி.மு.க. உள்ளது என கடந்த சட்டமன்ற, நாடாளுமன்ற தேர்தல்களின் முடிவுகளைக் கேட்டு மன அழுத்தத்துக்கு ஆளானது இன்னும் அவனுக்கு முன் நிழலாடியது. ஏனெனில் தன் கட்சி, ஆட்சிக் கட்டிலில் அமர வேண்டுமென்று, பாகணின் தந்தை பாண்டி, பட்டிதொட்டியெல்லாம், 1953ஆம் ஆண்டு கட்சி துவங்கி, 1965இல் முதல் தேர்தல் களத்துக்குச் சென்று 1969இல் ஆட்சியைப் பிடித்து தனிபெரும் கட்சியாக உருவெடுக்கும்வரை போராடிய தன் தந்தையின் ஆசை நிறைவேற வேண்டுமென்பது பாகணின் நீண்ட நாள் ஆசை. அது இந்தத் தேர்தலில் நிறைவேறும் என்ற கனத்த நம்பிக்கையாக இருந்தது.

ஏனெனில் தமிழகத்தின் இரண்டு ஆளுமைகள், ஒன்று எம்.ஜி.ஆர். மற்றொன்று கலைஞர். எம்.ஜி.ஆரைப் பார்க்க கூட்டம் வரும். கலைஞரைக் கேட்க கூட்டம் வரும். எம்.ஜி.ஆர். இப்போது உயிரோடு இல்லை. கலைஞர் இருக்கிறார், அதனால் ஜெயிப்பார். ஆனால் ஏதாவது செய்தாக வேண்டுமே. தர்மம் வெல்லும். அந்த தர்ம அணி ஜானகி அம்மாதான், புரட்சி தலைவரின் உண்மையான வாரிசு என்பதை இந்த உலகுக்கு எடுத்துச்சொல்ல, "உண்மையான விசுவாசி எம்.ஜி.ஆரின் உண்மைத் தொண்டன், ஆர்.எம். வீரப்பன் வழிகாட்டிய வெற்றி வேட்பாளர், குன்னூர் சீனிவாசன் அவர்களுக்கு, இரட்டை புறா சின்னத்தில் வாக்களித்து அமோக வெற்றிப்பெறச் செய்திட விருதை வாக்காளப் பெருங்குடி மக்களை வேண்டிக் கேட்டுக்கொள்கிறோம். உங்கள் சின்னம், இரட்டை புறா, உங்கள் வீட்டுப்பிள்ளை குன்னூர் சீனிவாசன், நீங்கள் வாக்களிக்கும் சின்னம் புறா. வெற்றியின் சின்னம் புறா. "விருதை வியாபார பெருங்குடிகளே! உங்கள் வியாபாரப் பொருட்களுக்கும் உண்மையான விலை கிடைத்திட வாக்களிப்பீர் புறா சின்னத்தில், மறந்து இருந்து விடாதீர்கள், வாக்களிப்பீர் புறா சின்னத்தில்."

"இன்று மாலைக்குள் வீட்டு வாடகை முப்பது ரூபாய் கொடுத்தாக வேண்டும். காலை ஆறு மணியிலிருந்து இப்போ

ஒரு மணிக்குள்ள நாலு சவாரி போய் இருக்கிறோம். மொத சவாரி மூனு ரூபாய். ரெண்டாவது ஆறு ரூபா, மூணாவது ஒம்பது ரூபாய், நாலாவது ரெண்டு ரூபா, மொத்தம், இருபது ரூபா. வீட்டுச்செலவு சாய்திரத்துக்குள்ள இன்னும் முப்பது ரூபா பாத்தாகணும், என்ன செய்யலாம்” என்று கணக்குப் போட்டபடி இருந்தான் பாகண்.

பொறுப்புணர்வும் அதே நேரத்தில் வயிறு என்ற ஒன்றும், பசி யென்ற உணர்வும் இவனை நம்பிவந்த ஒரு ஜீவனின் பாதுகாப்பும், யதார்த்தத்தை மீளவிடாமல் தடுக்கிறது. அப்படியே இவன் என்ன செய்துவிட போகிறான். ஒரு கட்சியின் அடிமட்ட தொண்டனின் வேலையென்ன, கோஷம் போடுவதும், கொடி பிடிப்பதும்தானே அதிலென்ன வறட்சி? தேவையானபோது தேவையானதை செய்தால் போதாதா? என மனதை தேற்றிக்கொண்டு உணர்ச்சி வசப்பட்டதை அடக்கிகொள்ள யோகநிலைக்கு மாறினான். மனம் ஒருநிலை பட்டுவிட்டதாக உணரும்போது, பழைய நிலை மேலோங்கியது. வீட்டு வாடகை, வீட்டு செலவுக்குத் தேவையான பணத்தை சேமிக்க வேண்டிய நிர்பந்தம்.

கைலியை தூக்கி கால் டிராயர் வலது பையில் கைவிட்டு பணத்தையும் சில்லறையும் எண்ணிபார்த்தான். இருநூற்றி தொண் ணூற்று ஐந்து ரூபாய் இருந்தது. மூனுரூபா ரிக்ஷா வாடகைக்கு, இரண்டு ரூபாய் வீட்டுச்செலவுக்கு, முப்பது ரூபாய் வீட்டு வாடகைக்கு, மூப்பது ரூபாய் என்பது வாடகை அல்ல, வாடகை முன்னூற்றி இருபத்துதைந்து. இதுவரை தினமும் சேர்த்து வைத்த பணம் இருநூற்றி தொண்ணுற்றி ஐந்து, இன்று முப்பது ரூபாய் சேர்த்துவிட்டால், முன்னுற்றி இருப்பதைந்து சரியாகிவிடும்.

இவனிடம் இருப்பது இருபத்து நான்கு மேலும் இருபது ரூபாயை சம்பாதித்தாக வேண்டும். இதில் பசி வேறு, வீட்டுக்குச் சென்று உணவருந்தி வரலாமென்றால். அதற்குள் சவாரி போய்விடும்.

சரி இருப்போம், “இன்னும் கொறப் பொழுதைக் கழித்தால், சவாரி பார்த்துவிடலாம் என்று மனசு சொல்லியது, ஆனால், பெருங்குடல் சிறுகுடலை விழுங்கிவிட வாய் பிளந்து காத்திருக்க, “பொன் வைக்க வேண்டிய இடத்தில் பூ வைப்பது இயலாமையின் அகச் சிறந்த ஏற்பாடு.

அதன்படி திடப்பொருள் கிட்டாமல் திரவ பொருளுக்கு மாறுவது அதிபுத்திசாலித்தனம். இதன்படி ரிக்ஷாவிலிருந்து இறங்கி வேகமாய் நடக்க, அவன் பசி அவனைத் தூண்டினாலும் மெதுவாகவே அதுவும்

ஆடி அசைந்தே தெப்பக்குளத்தில் மேட்டுப்பகுதியில் போடப் பட்டிருக்கும், தண்ணீர்ப் பந்தலில் உள்ள ஆறு குழாய்களில் ஒரு குழாயைத் திருகினான். வெறும் உஷ்ணக் காற்றுதான் வந்தது. மற்ற குழாய்களையும் திருகிப்பார்த்தான் அதில் மட்டும் என்ன இளநீரா வரும் வெப்ப காற்றுதான் வந்தது.

“என்ன தம்பி தண்ணீ வரலயா?” என குரல் கேட்ட பக்கம் திரும்பிப் பார்த்தவனுக்குள் சிவகாசி பட்டாசு வெடித்தது. குரலுக்குரியவள் தன் மனைவியின் அம்மா, அருகில் அவள் சினேகிதி முத்துமாரி. பாகண் திக்குமுக்காடி நின்றான்.

“இந்தாங்க குடிங்க” என ஒரு தூக்குவாளியைத் தந்தார் மனை வியின் அம்மா ராஜக்காள். ஐந்தடி தடித்த பெருத்த உடலமைப்பும் செவிகளுக்குக் கேடயம் போன்ற தேன்கூடு கம்மல், வெற்றிலை செல்லத்தால் சிவந்திருக்கும் உதடுகள். கறுப்புமின்றி சிவப்புமின்றி இரண்டுக்குமிடையில் மாமரம் பழுத்த இலையின் நிறம். ஆங்காங்க முதுமையை பறைசாட்ட கருத்த கூந்தலில் கீறிக்கொண்டு இருக்கும் இளம்நரை முடிகள். மஞ்சள் பூசிய பூரண சந்திரமுகத்தில் எட்டணா அளவில் நடுவகிடில் கும்மம் சங்கமம். செம்பருத்தி பூக்களை நைலான் சேலையில் நூற்றிருக்கும் நேர்த்தியான சேலை. இவைதான் இராசக்காள். உடன் ஏழடி உயரம், எண்ணெய் கரை வடிந்த கூந்தலை அவசர கதியில் அள்ளி முடிந்த கேசம், முகம் கழுவியும் கழுவாத வடுக்கள் நிரம்பிய வறண்ட முகம், வலது கைவிரல்களில் கத்தக பூமியில் காலமெல்லாம் வறட்சியற்ற நிலையில் வாரி வழங்கும் தீப்பெட்டி தொழிலுக்கு அடி பெட்டி ஒட்டி காய்ந்து உறைந்திருந்த பசை படிமங்கள் கைகளில் வெளுத்து போன பிளாஷ்டிக் வளையல்கள்.

ஆனாலும், வலுக்கட்டாயமாக வரவழைக்கும், சாதூர்யமான சிரிப்பு கலந்த வார்த்தை கோர்வைகள்.

“என்ன தம்பி... பாப்பா நல்லாயிருக்காளா? நல்லா பாத்துக்கங்க பாவம் அவ, ராசக்கா அவள நெனச்சு அழுகாத நாள் இல்ல நம்பி, வந்தவள பாத்துக்கப்பா” என அவசியமான வார்த்தைகளை அவசிய மற்று அடுக்கினாள் முத்துமாரி.

அது அவனுக்கு மேலும் பொறுப்பானவனாக மாற்றிக்கொள்ள தேவையான உபகரணமாய் தோன்றியது. அதே நேரத்தில் நாம் பட்டினி கிடந்தாலும், வந்தவளை வாடவிடாமல் வைத்திருக்கும், லௌகீக நுட்பம் இவளுக்கென்ன தெரியும் என்று அவனுக்குக்

கேட்கவோ அல்லது அதை நினைத்துப்பார்க்கவோகூட அவளுக்குத் தெரியாது. ஏனெனில் பிரிந்து பகுத்து கூட்டிக் கழித்துபார்க்கும் பக்குவமான மனநிலையோ அல்லது அதற்கான அனுபவமோ அவனிடம் கிடையாது. அதனால் அவன் அமைதியாகவே இருந்தான்.

அவள் கொடுத்த ஒரு தூக்கு வாளி மோரை ஒரே இருப்பில் காலி செய்துவிட்டு வாளியை நீட்டினான்.

“சாப்பீட்டிங்களா?”

“இனிமேத்தான்.”

“இனிமே எப்ப?” என்றார் அத்தை

அவனுக்கு என்ன சொல்வதென்று தெரியவில்லை. அரசு பணியா இத்தன மணிக்கு சாப்பிட போகலாமென்று சொல்ல. கூலித்தொழில் அதுவும் மனிதனை மனிதனே இழுத்துச்செல்லும் அடிமைத்தொழில்.

“ஏம்பா வேற வேலக்கிப் போகக் கூடாதா? ரிக்ஷா ஓட்டிக்கிட்டு அதுவும் உள்ளூர்குள்ளயே இன்னார் புள்ளைய இன்னார் பய கூட்டிக்கிட்டு போயி நல்லா இருக்காங்கன்னு நாலு பேரு சொல்ல வேணாமா?” என்று மானத்தை வாங்கினாள் முத்துமாரி. அவனுக்கு பதில் சொல்ல தோன்றியது. ஆனால், எப்படி சொல்வது எனத் தெரிய வில்லை. அல்லது துணிவு இல்லை என்றுதான் சொல்ல முடியும்.

இயலாமையில் உரிந்த பட்டை மரமாக நின்றான் பாகண். அவன் நிலையறிந்த மாமியார், வாடிய முகத்தைப் பார்க்க சகிக்காத அல்லது அவள் மகள் வாஞ்சையோடு ரசித்த முகத்தில் எண்ணெய் ஊற்றாமல் கடுகு போட்டு வெடிக்கவைக்க விரும்பாமல், “சாப்பிட்டிங்களா?” என மீண்டும் முதலிலிருந்து துவங்கினாள். அவனிடம் பதில் இல்லை என்பதைப் புரிந்துகொண்டவள், மீண்டும் பேச ஆரம்பித்தாள்

“இவட்ட சாப்பாடு குடுத்துவிடுறேன் சாப்பிடுங்க” என்று முத்து மாரியைக் காட்டினார். அதற்கு அவன் பதில் தேடுவதற்குள், மாமி யாரும் முத்துமாரியும் அங்கே இருந்து நகர்ந்தனர், ஆனால், முத்து மாரிக்கு உணவுகொடுக்க வேண்டிய பொறுப்பு கொடுக்கப்பட்டதால், அவள் கூடுதல் விவரம் வேண்டி நூறடிக்கு முன் சென்றவள், திரும்பி வந்து, “தம்பி எங்க இருப்பீங்க?” என கத்திக் கேட்டாள். அவளுக்கு பஜாரில் கத்திக் கூப்பாடு போட்டுச் சொல்ல ஆசையாக இருந்தமையாமல் ஒரே எட்டில் விரைந்துச் சென்று “ஜீவராசன் ஆஸ்பத்திரிகிட்ட இருப்பேன்.”

“எது உள்தெருவா?”

"ம் ஆமாக்கா" என்றான். இருவரும் கடந்து சென்றனர். அவன் அவர்கள் பின் மெதுவாக சென்று சாமியார் நகை அடகு கடையைத் தாண்டி ஆஸ்பத்திரி முன்பாக உள்ள ரிக்ஷாவில் ஏறி உட்கார்ந்தான். பசியின் கோரப் பற்கள் மோர் குளிர்ச்சியில் நடுங்கி ஒடுங்கி உணவு குழாய் நிரம்பிவிட்டதால் தூக்கம் கண்களைத் தழுவ ரிக்ஷாவின் சீட்டில் சாய்த்து கிடந்தான்.

"டொய்ங்...டொடெய்ங்" ரிக்ஷாவின் மணியை அடித்தாள் ஒரு பெண்.

"என்ன போலாமா!" என ஒரு நடுத்தர வயதுடைய பெண். அதே நேரத்தில் அளவுக்கதிகமான மேக்கப், உதட்டுக்கேற்ற சாயம் பூசாமல் சம்மந்தமற்ற சாயம் பூசிக்கொண்டு பிருமனை வைத்த கொண்டையில் கொடி பிச்சி மலர்ந்திருக்க மூக்கின் கீழ் கருத்த மச்சம் உள்ள பெண்மணி பெல் அடித்து அழைத்தாள்.

அவள் கண் சிமிட்டும் அவள் பார்வை, அவள் சவாரி ஏற அழைக்கின்றாளா? அல்லது அவளை சவாரி ஏற அழைக்கிறாளா? என கணிப்பது அவனுக்குக் கடினமாகவே இருந்தது.

"எங்க போணும்?" என்றான்

"பொட்டறுக்கு அப்புறம் இன்னொரு எடத்துக்கு."

"இன்னோரு எடமுன்னா?"

"அவரு சொல்வரு."

"அவருன்னா."

"அண்ணாச்சி."

"எந்த அண்ணாச்சி."

"பொட்டல உள்ள அண்ணாச்சி."

"அஞ்சு ரூபா."

"அண்ணாச்சிட்ட வாங்கிக்கோ" என சொல்லி ரிக்ஷாவில் ஏறி உட்கார்ந்துவிட்டாள். அப்புறம் என்ன வண்டிய நகர்த்த வேண்டியது தானே நகர்ந்தது.

16

மனிதக்குல வரலாறு நெடுகிலும் யாராவது, யார் மீதாவது ஏறிக் கொண்டு சுமக்க வைப்பதில் ஒரு வித ஆனந்தமடைவது மனித வாழ்வின் இயல்பு. அதனடிப்படையில் உடல் சதையை ஊரானுக்கு கொடுத்திட பாகணை சுமக்க வைக்கிறாள்.

பாகண் ரிக்ஷாவைத் திருப்பி மேற்கு தெப்பக்குளம் வழியாக சென்று மார்க்கெட் வழியாக செல்கிறான்.

மார்க்கெட் நுகர்வோர்களால் திக்கித் திணறுகிறது. பாகண் எஃகு இயந்திரமாய் பெடல் போடுகிறான். அவன் பாதம் பெடலில் அழுத்தமாகப் பதிகிறதேயொழிய வண்டி விரைவதாக இல்லை.

மனிதனுக்குப் பசித்தால் வயிற்றை நிரப்ப வேண்டும். அப்போது அவனால் சக்தியுடன் இயங்க முடியும். அதேபோல் வண்டிக்கும் அதன் சக்கரங்களுக்கும் சிறிதளவாவது எண்ணெய் காட்ட வேண்டும். சக்கரத்தில் துளி அளவுகூட எண்ணெய் பசை கிடையாது. சக்கரத்தை உருட்டிச்செல்ல உதவும் குடத்தில் கிரீஸ் கிடையாது. குடத்துக்குள் அடைந்திருக்கும் பால்ஸ் குண்டுகள் அரைப்பட்டு அரைபட்டு உடைந்து சிதைந்து இருப்பதால். நரநரவென்று பல்லைக் கடிக்கிறது ரிக்ஷா.

சரி வீல்தான் அப்படி என்றால், பல்சக்கரம் படுமோசம். பெரிய பல் சக்கரத்தின் பற்கள் பூஞ்சையாகி சொத்தையாகி இருக்கிறது. சிறிய பல் சக்கரத்தில் கோரைகோரையாக பற்கள் இருக்கிறது.

இதனால் சக்கரத்தின் பல்லி படிந்து சக்கரத்தை உருளவைக்கும் செயின், சக்கரத்தில் பொருந்தவில்லை.

கிட்டத்தட்ட தன்னை விரும்பாத காதலியை விரட்டிவிரட்டி காதலிப்பதைப்போல் ரிக்ஷாவை மிதித்தான்.

கரக் பொரக்கென்று நகர்ந்தது. உடலில் உள்ள அனைத்து சக்தியும் ஒன்றிணைத்து மிதித்தான். மார்க்கெட் பரப்பரப்பாய் இயங்கிக் கொண்டிருந்தது. லாரிகளிலிருந்து சரக்குகள் ஏறிக்கொண்டும் இறங்கிக்

கொண்டிருந்தது. சுமைதூக்கும் தொழிலாளிகள், மூட்டைகளோடு பக்கவாட்டில் இருக்கும் கடைகளில் ஏற்றவும் இறக்கவும் குறுக்கும் நெடுக்கமாக சென்றுகொண்டு இருந்தனர்.

வலது இடதாக உள்ள கடைகளில் நுகர்வோர்கள் கூட்டம்கூட்ட மாக நின்றுகொண்டு பேரம் பேசிக்கொண்டு இருந்தனர். சலையோர வியாபாரப் பெண்கள் தனது சரக்குகளைக் கூவிக்கூவி விற்றனர். சாலையோரவாசிகள் சாலையை மறித்து, வாங்குவோர் குனிந்து காய்கள், பழங்களைப் பொறுக்கிக்கொண்டு இருந்தனர். எதிரே கை வண்டியை ஒரு தொழிலாளி அளவுக்கு மீறிய மூட்டைகளை ஏற்றிக் கொண்டு இழுத்து செல்கிறார். பணம்வீக்கம் போல், அவர் உடல் பாகங்கள் ஆங்காங்கே வீங்கி புடைத்து அமுங்கியது.

பின்னால் சைக்கிள் பெல் சத்தம், முன்னால் தள்ளுவண்டி, மாட்டுவண்டு, கைவண்டி, பாதசரிகளின் அடர்த்தியான கூட்டம். இது போக கோயில் மாடுகள் கடைவீதிகளில் கொட்டிக்கிடக்கும் சரக்குகளை மேய்ந்தபடி குறுக்கும்நெடுக்கமாக மிக தாமதமாய் யாரையும் சட்டை செய்யாமல் அது இஷ்டத்துக்கு நடந்து செல்கிறது.

“ஆய் ஊய் சூ... ...” என அதட்டினாலும் “போடா புஸ்க்கு” என மெள்ள அசைந்துஅசைந்து செல்கிறது. அது தேர் செல்லும் வீதிதான். ஆனால், தேர்கூட விரைந்து சென்றுவிடும்.

ரிக்ஷாவுக்குள் இருக்கும் கடை வியாபாரிக்கு முகம் வியர்க்கிறது. அடிக்கடி ரிக்ஷா சீட்டுக்கு எதிரே உள்ள கண்ணாடியில் தன் முகத்தை பார்த்து முந்தானையில் துடைத்து சரிசெய்தாள், உலர்ந்த உதடுகளை சிவந்த நாக்கால் ஈரப்படுத்திக்கொள்வதை பாகண் ஹேன்பார் கண் ணாடி வழியாகப் பார்த்துக்கொண்டான்.

“ஏம்பா வண்டி ஓட்டுறியா உருட்றியா?” என்றாள். அவன் மேலும் வேகமாய் மிதித்தான். வண்டி அதற்கு இருக்கும் வலிமையைப் பொறுத்துத்தானே உருளும்.

வெ.கு. பெரிய சாமிநாடார் நாட்டு மருந்து கடையைக் கடந்ததும் தசை வியாபாரி ஒருவனைப் பார்த்துக் கத்தினாள்.

“ஏய் சொந்தரம் சொந்தரம், எண்ணே சொந்தரண்ணே” காலைத் தாங்கித்தாங்கி நடந்தவன் ரிக்ஷாவுக்குள் இருக்கும், சதை வியாபாரி யான மகிழ்வாணியைப் பார்த்துவிட்டான். உடனே வலதுகாலை மேலும் வேகமாய் தூக்கி இழுத்து வந்து ரிக்ஷாவை மறைத்து

நின்றான். பாகண் பிரேக் போடவில்லை. ஆனால், வண்டி நின்றது. க்ரிஜ் க்ரிஜ் சத்தத்தில் சுதந்தரம் என்ற வெள்ளை வேட்டி வெள்ளை சட்டை அவன் கருத்த நிறத்துக்குப் பொருத்தமாக இருந்தது.

தசை வியாபாரியை விருதை வியாபாரிகளுக்கு கமிஷன் அடிப் படையில் மகிழ்விக்க அனுப்பி வைக்கும் பாலியல் தரகர்.

"என்னண்ணே அண்ணாச்சி இருக்காரா?" என்றாள் மகிழ்வாணி "...ம் இருக்காரு..." என்றான் சுதந்திரம். வண்டி முன்பைவிட மிக மெதுவாய் நகர்ந்தது. முழு பலத்தையும் செலுத்தினான் பாகண்.

ஸ்ரீமான் வேலாயுத தேவர் பிள்ளையார் கோயிலுக்கும் மாரியம்மன் கோயிலுக்கும் இடையில் சென்ற ரிக்ஷா மேற்கு நோக்கி திரும்பி, பொட்டால் உள்ள ஸ்தூபிக்கும் தேர்முட்டிக்கும் மத்தியில் நின்றது.

சுத்தரம், "நிறுத்துப்பா" என்றான். பாகணுக்கு போன உயிர் திரும்பிக் கிடைத்த மகிழ்ச்சியில் ஹேன்பார் பிரேக்கை அழுத்திப் பிடித்தான்.

மிதிமிதியென்று மிதிக்கும்போது உருளாத வண்டி, பிரேக் பிடித்ததும் நிற்காமல் உருண்டது. பள்ளத்தைப் பார்த்ததும் பாய்ந்தோடும் நீரைப்போல். "நீ இரும்மா நா போயி அண்ணாச்சிய பாத்துட்டு வாரேன்" என்றான் சுதந்திரம்.

சுந்தரம் ரிக்ஷாவிலிருந்து இறங்கி, வலது காலை தாங்கிதாங்கி பொட்டல் தெற்கு மூலையில் உள்ள கடைக்குச் சென்றான்.

அங்கே வேட்பாளருக்காக ஓட்டு கேட்டான். மதிய உணவுக்காக டோக்கன் வாங்கும் கூட்டம் நின்றிருந்தது. ஆண்களும் பெண்களும் சரிசமமாக இருந்தனர்.

பெரும்பாலும் கட்சிக்காரர்கள் கிடையாது. கூலிக்கு வந்தவர்கள், தலைக்கு முப்பது ரூபாய் சம்பளம், காலை ஆறு மணிமுதல் இரவு பதினோரு வணிவரை, வீடு, வீடாக ஓட்டு கேட்க வேண்டும். ஒவ்வொரு கிராமத்திலிருந்தும் ஏஜென்டுகள் மூலம் வரவழைக்கப் பட்ட கூலிப்பட்டாளாம் போல் வரவழைக்கப்பட்டு இருந்தனர்.

ஒரு நபருக்குக் கூலி முப்பது ரூபாய் என்றால், ஐந்து ரூபாய் ஏஜென்ட்டுக்கு கமிஷன், ஐந்து ரூபாய் போக்குவரத்து செலவு போக, ஒரு நபருக்கு இருபது ரூபாய் கிடைக்கும். மதியம் ஒரு நேரம் கிளப்கடை சாப்பாடு.

வேட்பாளர் மற்றும் நகர ஒன்றிய வார்டு நிர்வாகிகள் அந்த நகரப் பொறுப்பாளரின் கடைக்கு உள்ளேயும் கடைக்கு வெளியேயும் ஒயர்நாற்காலியில் உட்கார்ந்துகொண்டு, நகரப் பொறுப்பாளர் உணவுக் கான டோக்கன்களை வழங்கிக்கொண்டு இருந்தனர். டோக்கன் வாங்கும் ஆணும் பெண்ணும் அவரின் வலது கையில் நான்கு விரல்களிலும் மறைக்கும் அளவுக்கு அணிந்திருக்கும் கணையாழியைப் பார்த்துக்கொண்டு பெருமூச்சு எடுத்தப்படி டோக்கன் பெற்றனர்.

சுந்தரமும் போயி கை நீட்டினான். முதலில் கொடுத்தவர் அவன் முகத்தைப் பார்த்தவுடன் மின்னல் தாக்கி எரிந்த பச்சை மரமாய் பதற்றமானார்.

அவன், அவர் நிலையறிந்து மேலும் மிரட்டும் தோரணையில் தூரத்தில் ரிக்ஷாவில் காத்திருக்கும் தசைகள் வீங்கிப் பெருத்திருக்கும் மகிழாவைக் காட்டினான். அண்ணாச்சி ஐந்து நிமிடத்துக்கு முன்னால் தான் வேட்பாளரின் செலவுகணக்கில் திராட்சை ரசம் அருந்தினார். ஆனாலும், அவர் உடுகள் உலர்ந்து தொண்டை வறண்டது போன்று எச்சில் விழுங்கினார். உடனே டோக்கனை ஒன்றிய செயலாளரிடம் கொடுத்துவிட்டு அந்தக் கடையில் இருந்து அகன்று அடுத்துள்ள கட்சி ஆபிஸில் வந்து அமர்ந்தார்.

உடனே தசை வியாபாரி அவள் அங்கங்கள் ஆடுகிறதோ இல்லையோ வலுக்கட்டயமாக ஆட்டிக்கொண்டு நடந்துவந்தாள் என்பதைவிட நாட்டியமாடியபடி வந்து ஆபிஸ் வாசலில் வந்து நின்றாள். அண்ணாச்சி அளந்தார்.

ஐந்து முகங்களும் சோடையின்றி இருந்தது. முதல் முகம் நாற்பது வயதுக்கான சுருக்கத்தை உருவாக்க, ஆங்காங்கே சுருங்கத் துவங்கி இருக்கிறதை மறைக்க கஸ்தூரி மஞ்சள் கணஜோராக மசிந்து பூசப்பட்டிருந்தது.

இரண்டாம் முகம் தளர்ந்துபோய் இருக்க, தொங்கவிடாமல், அது நிமிர்ந்திருக்க, நேர்த்தியான முனை கூர்மையாக இருக்கும் பிரா கூடுகளில் அடைத்து முன் அழகை வசிகரமாய்க் காட்டினாள்.

மூன்றாம் முகம் பச்சை மரத்தை அறுத்து அதன் நடு பாகத்தை அளந்தால் ரேகைகள் வட்ட வட்டமாக சுழன்று நடுவில் குழிந்து இருக்குமே அதுபோன்று தொப்பூல் சுழி.

மெல்லத் திரும்பி பின்னால் பார்த்தால் நான்காம் முகம் இருபுற தம்புராக்கள். ஐந்தாம் முகம் இரண்டு தார்வாழை தண்டின் நடுகில் ஆழ பள்ளத்தாக்கை அளந்தார்.

சந்தையில் ஆடு மாடுகளை விலைபேசி தசைகோளங்களை அளவிடுவதுபோல் அளந்தார் அண்ணாச்சி.

"என்ன எவ்ள?" என அவளிடமே கேட்டார்.

"குடுங்க ஒங்களுக்குத் தெரியாதா?" என அவரிடமே கனையைத் திருப்பிவிடடார்?

அவர், "அப்படியா நானா கொடுக்க போகிறேன் எல்லாம் பொது கணக்குத்தானே, என கணக்கு வழக்கின்றி அள்ளிவிட்டார். அவர் கிள்ளிக் கொடுத்காதவர், இன்று அள்ளிக் கொடுக்கிறார் என்று சந்தேகமேதும் படவில்லை.

அவளுக்குத் தெரியும் இன்று முதல் இன்னும் ஒரு வாரத்துக்கு அடைமழைதான் என்பது. ஆம் தேர்தல் ஆரம்பித்து முடிவு தெரியும் வரை வேட்பாளர் என்ற மழை அரசன் தயவு தாட்சன்யமின்றி பண மழை பொழிந்தால்தான், நாடு செழிக்கும் அப்போது அரசனும் அவனிடம் அண்டிபிழைக்கும் குடிமக்களும் குறைவின்றி வளர முடியும்.

இதை தெரிந்தவள் தசை வியாபாரி, ஆனால், அண்ணாச்சியாரின் அனாவசிய வார்த்தைகளைக்கூட பொக்கிஷமாய் பாதுகாத்தாள்.

விலை திகைந்தது. விலைமகள் பூரிப்பானாள். முதல் முறை அவள் கணவனோடு முதல் உறவு கொண்டபோது, ஏற்பட்ட சந்தோஷ மடைந்தாள்.

இனி இந்த ராஜாங்கத்தின் இளையராணி என எண்ணி பூரிப் படைந்தாள். அந்தப் பூரிப்பு ஒரு புதனன்று பொய்யானது. ஆம், அவன் தீபாவளி மைனராக இருக்கும்போது கொண்டாடுவாள் இல்லாத போது திண்டாடுவாள், நாளடைவில் நலமாகவும், திடமாகவும் இருக்கும், தன் மனைவியே விற்பனைக்கு மாற்றினான் அவள் கற்பனை தவிடு பொடியானது, இவனா இப்படி என்று நினைத்துபார்க்கும்போது அவன் அவளிடமிருந்து விடைபெற்றாள். இவள் இவ்வுலகின் சிற்றின்ப பிரியர்களின் பிரியமானவளாக மாறினாள். ஆனால் அதன் விளைவு சுந்தரம் போன்ற தசை தரகர்களிடம் சிக்கி தசைகளை விற்று, இவ்வுலகின் நான்கு திசைகளில் உயிர் வெளுமனையர் வாழ்வதற்கு கடந்து கொண்டு இருக்கிறான்.

அண்ணாச்சி அவளை வண்டியில் ஏற்றிவிட வந்தார். அப்போது பாகணைப் பார்த்து வினாவினார்.

"நீ நம்ம பாண்டி மகன்ல" என்று பாகணை பார்த்துக் கேட்டார்

"ஆமா... அண்ணாச்சி."

"நீ எங்கே இங்க?"

"சவாரி வந்தேன்."

"ஏன்?"

"என்னப்ப கட்சிகாரனா இருக்க சரி சரி அடுத்து நம்ம ஆட்சிதான், வரட்டும், எம்ளாயிமெண்டுல பதுஞ்சு வச்சிருக்கீயா?"

"இல்ல அண்ணாச்சி."

"மொதல அத செய்யி. அப்பதான் வேல வாங்க முடியும். ரிக்ஷாகிக்ஷான்னு ஓட்டிக்கிட்டு திரிஞ்சேனா கெட்டுபோவே என அவர் கெட்ட பழக்கத்துக்கு அடிமை ஆனாலும் அறிவுரை சொன்னார். மேடையில் பேசுவதைப்போன்று அவனுக்கு அந்நொடி மிகவும் நம்பிக்கை தந்தது. அவர் சொன்ன இடத்துக்கு விலைமகளையும் விலைபேசி விடுபவரையும், ஏற்றிச்சென்று ஒரு விடுதியில் இறக்கி விட்டு திரும்பினான் பாகண்.

பாகணின் மாமியார், கொடுத்து அனுப்பிய அயிரை மீனும் சோறும், மாமியாரின் சிநேகிதி முத்துமாரி பொறுப்பாக ஆஸ்பத்திரி ரிக்ஷா ஸ்டாண்டுக்குக் கொண்டுவர, பாகணும் வர சரியாக இருந்தது.

"இந்தா தம்பி சாப்பிட்டு குடு, அக்கா மார்கெட் போயிட்டு வாரேன்" என்று அவசரமாக அந்த மூன்றடுக்கு உணவு கேரியரைக் கொடுத்துவிட்டு முத்தமாரி உள்தெருவுக்குள் நுழைந்து மார்கெட்டுக்கு சென்றாள்.

ரிக்ஷாவில் அமர்ந்து கேரியரைத் திறந்தான். அயிரை மீன் குழம்பு, வாழப்பூ நிறத்தில் இருந்தது. போதையிலுந்து மீண்டத எட்டப்பனும் சிகப்பும் பாகணை ஆக்கிரமித்தனர். அப்பறமென்ன ஆளுக்காளு கவளம். பங்கு போட்டு உண்டனர். •

17

அம்பாஸிடர் காரும், ஸ்டாண்டர்டு வேனும், குழாய் ரேடியோவில் ஒலித்த கரகரத்த குரல்களும் ஓய்வெடுக்க ஆரம்பித்தன. கைகூப்பிய வணங்கிய கைகளும் சந்துபொந்து சாக்கடைகளிலும் பள்ளம் மேடு களிலும் கடந்து வந்த பாதங்களும் ஓய்வெடுத்தன. காலியாக காலியாக திரும்பதிரும்ப அச்சடித்து வழங்கப்பட்ட பிட்நோடிஸ்களும் அடங்கிப் போயின.

நடு இரவுக்குப் பின் இரவு பூச்சிகள்கூட ஒலி எழுப்ப தேர்தல் கமிஷனுக்குப் பயந்தன. துணை இராணுவமும், எல்லை பாதுகாப்பு படை காவலர்களும் மாநில காவல்துறையை நம்பாமல், மத்திய காவல் படைகளை இறக்கிவைத்தனர்.

கள்ளன் பெருசா, காப்பான் பெருசா, வேட்பாளர்களின் அடி வருடிகள் வீடு வீடாகப் புகுந்து மூக்குத்தி, சில்வர் குடம், குத்து விளக்கு, சேலை, ஜாக்கெட் என பெண்களுக்கும் கடாமார்க் சாராயம், முனியாண்டி விலாஸ் கறி சாப்பாட்டு டோக்கன், சினிமா டிக்கெட் என்று ஆண்களுக்கும், பூத்வாரியாக வார்டு வாரியாக, தெரு வாரியாக, வீடு வீடாக தனது சின்னம் பொருத்திய பிட்நோட்டிஸ், பூத்சிலிப் கூடவே ஆண்களுக்கு ஐம்பது ரூபாயும், பெண்களுக்கு இருபது ரூபாயும் வழங்கினர்.

கூச்சல் குழப்பமில்லாமல், அடிதடி அரங்கேற்றமில்லாமல், அனைத்துக் கட்சித் தலைவர்களும், தொண்டர்களும் ஒருங்கிணைந்து அவரவர் ஓட்டுகளை சிந்தாமல், சிதறாமல் பெறுவதற்கு உண்மையாக உழைத்தனர். தனது மகன், மகள்களுக்குத் திருமணம் என்றால் அந்தப் பிள்ளைகளின் தந்தை எப்படி செயலாற்றுவானோ அதைவிட தனது கட்சிக்காக, தனது தலைமை ஆட்சியைப் பிடிக்க வேண்டும், தன் தலைவன் அரியணையில் ஏறிட வேண்டும் என்பதற்காக அரும்பாடு படவேண்டுமென்று ஒவ்வொரு தொண்டனும் கடுமையாக உழைத்துக்கொண்டிருந்தான்.

இருபது நாட்களாக இரவும் பகலும், வெயிலும் மழையும் பாடுபட்டதுயெல்லாம் கணக்கில் சேராது, தேர்தல் நடக்கும் இன்று தான் உழைப்பின் கணக்கு எடுபடும்.

நாற்பத்தியொறு நாள் விரதமிருந்து, தினமும் பூஜை செய்வது முக்கியமல்ல, கடைசி நாள் இருமுடிகட்டி மலை ஏறி, நெய் அபிஷேகம் பண்ணுவதுதான், மாலை அணிவித்ததற்கு அர்த்தம். அது போல் தேர்தலின் கடைசி நாள் ஒவ்வொரு தொண்டனின் உழைப்பும் கணக்கில் எடுத்துக்கொள்ளப்படும்.

பாகனும் அவன் தந்தையும் கடந்த ஒரு வார காலமாக தேர்தல் பணியில் ஈடுபடத் துவங்கினார்கள். இன்று தேர்தல், தந்தை பாண்டி ரோசல்பட்டி பூத், பாகனுக்கு முத்தால் நகர் கூரை பள்ளிக்கூடம் பூத். பூத்தில் உள்ள தேர்தல் அலுவலர்களைக் கவனித்துக்கொள்ளும் வேலை. தேர்தல் அலுவலர்கள் தேர்தலுக்கு முதல்நாள் நண்பகலில் வந்துசேர்ந்துவிடுவார்கள்.

அதன்பின் பூத் பொறுப்பு அலுவலர் (ஜோனல்) தனது வாகனத்தில் போலீஸ் பாதுகாப்புடன், ஓட்டுப் பெட்டி வேட்பாளர் சின்னம் பொருத்திய சுவரொட்டி ஓட்டுச் சீட்டுகள், பெயர்ப் பட்டியல் இத்யாதி... இத்யாதி... பொருட்கள் வந்து இறங்கின. அதை பூத்தின் முதல் தேர்தல் அலுவலர் கவனமாகப் பெற்றுக்கொண்டு கையொப்பம் இடுவார். சரியாகக் கொடுத்துவிட்டோமா என்று ஜோனல் ஆபிஸர் பதறுவார். சரியாக வாங்கிவிட்டோமா என்று தேர்தல் நடத்தும் முதல் அலுவலர் பதறுவார். இது எப்போதும் வாடிக்கையாக இருக்கும் விஷயம்தாம்.

இரண்டு பேர்களும் பள்ளி கல்வி அலுவலர்கள் அல்லது அரசு ஊழியராகத்தான் இருப்பார்கள்.

இவர்கள் பணியாற்றும் அலுவலகம் அல்லது பள்ளிக்கூடங்களில் ஏதேனும் அசம்பாவிதம் நடந்துவிட்டால் முதலில் குறிப்பாணை, பின்பு அது விரைவு குறிப்பாணை, அதையும் தாண்டி குற்றம் ஊர்ஜிதம் ஆகிவிட்டால் வருடாந்திர ஊதிய உயர்வு சில ஆண்டுகள் நிறுத்திவைப்பு இவ்வளவுதான் தண்டனை.

ஆனால், தேர்தல் பணியில் ஏதேனும் குளறுபடியானால் தேர்தல் வேலைகளைக் கவனிக்கும் மாவட்ட ஆட்சித் தலைவர் முதல் தேர்தலை நடத்தும் அலுவலர் மற்றும் மை வைக்கும் அல்லது

பெட்டியை இறக்கி ஏற்றிச் செல்லும் தலையாரிவரை, எவ்வித விசாரணையுமின்றி பணி இடை நீக்கம் செய்யப்பட்டு, அதன்பின்பு தான் விசாரணையே துவங்கும். அதுவும் மாநில அளவில் அல்ல மத்திய அளவில் விசாரணையும் தண்டனையும் டெல்லியில்தான் நடக்கும். அங்கு சென்றுதான் பரிகாரம் தேடிக்கொள்ள வேண்டும். அதே நேரம் பணிஇடை நீக்கக் காலததில் பிழைப்பூதியம் கிடையாது. இதனால் தேர்தல் அலுவலர்கள் கத்திமேல் படுத்திருப்பவர்கள் போல் உணர்வார்கள். ஏதேனும் தப்பித் தவறி தவறுசெய்வதாக தோன்றிவிட்டால், அவர் தண்டனைக்கான கைதியாக இயல்பாகவே மாறிக்கொள்வார்கள்.

சாம்பல் பூத்த வானில், மங்கிய மஞ்சள் ஒளியில் தனக்கான வட்ட பாதையில் அகப்பட்டதுபோல் நின்றுக்கொண்டிருந்த நிலா, அங்குமிங்குமாக நட்சத்திரங்கள், சம்பிரதாயமாக கண் சிமிட்டியபடி இருந்தன. மேகத்திரள்கள் அனைத்தும் நெருப்புப் பூத்து நெடு நேரமாக சாம்பல் திட்டுகளாய் ஆங்காங்கே அவற்றுக்கீழ் மனித வாழ்வியலுக்கான போராட்டம் நடந்துகொண்டிருந்தது.

ஒருவன் கட்டளைக்காகவே கட்டாந்தரையில் விரிப்பு ஏதுமின்றி மல்லாக்கப் படுத்துக்கொண்டு வானின் ரகசியங்களைப் பார்த்த வண்ணமிருக்க, நாளைய மக்கள் பிரதிநிதிகளைத் தேர்வு செய்ய, வாக்குச் சீட்டுகளை ஒருவர் ஓட்டு சீட்டின் எண்படி இருக்கிறதா என சரிபார்க்க, தேர்தல் அலுவலர்களின் அடையாள முத்திரையை ஓட்டுச் சீட்டின் பின் பகுதியில் குத்திட, அதை பிரிதொரு அலுவலர் வாங்கி, சரியாக இருப்பதை உணர்ந்து ரப்பர் பேண்ட் போட்டு அடுக்கிவைக்க என தேர்தல் வேலைகள் கனஜோராக நடந்தேறிக்கொண்டு இருந்தது.

பாகண் தேர்தல் நடத்தும் அலுவலர்களுக்கு உபகாரம் செய்பவனாக அந்தப் பகுதி கட்சி செயலாளர் மூலம் நியமிக்கப்பட்டான்.

தேர்தல் அலுவலர்கள் அனைத்துக் கட்சி வேட்பாளர்களுக்கும் பொதுவானவர்கள். அவர்கள் யாரிடமும் எவ்வித உபகாரங்களும் பெறக் கூடாது. அப்படி பெறுவது கையூட்டுக்குச் சமமானது. அது குடிக்கும் நீராக இருந்தாலும் சரி. ஆனால், தேர்தல் அலுவர்கள் தனது ஊரைவிட்டு மற்றொரு இடத்துக்கு வந்து, குறிப்பாக தேர்தல் நாளை நடைபெறுகிறதென்றால், முந்தியநாள் நண்பகலுக்கே வந்துவிட வேண்டும். அப்படி வந்தவர்கள், பூத்தைவிட்டு எங்கும் நகர முடியாது. மறுநாள் மாலை, தேர்தல் முடிந்து வாக்குச் சீட்டு பெட்டியைத்

தூக்கிச்செல்வதுவரை எங்கும் செல்ல முடியாது. செல்லக் கூடாது. அப்படி தேர்தல் நடத்தும் அலுவலர்களுக்கு உள்ளூர்வாசிகள் அவர்களுக்கான உணவு, நீர், தேநீர் வசதிகள் செய்து தருவது வழக்கம்.

அதிலும் தாராளமாக செலவழிக்கும் வேட்பாளரின் ஊராக இருந் தால், பாலும் சோறும்தான். அப்படி அவர் கவனித்துவிட்டால், மற்ற கட்சி வேட்பாளர்களுக்கு நன்கு செல்வழிக்கும் வேட்பாளரைக் கண்டு பயம்தான். ஏனெனில், தேர்தல் அலுவலர்களைக் கைக்குள் போட்டுக்கொண்டு ஓட்டுகளைப் பெற்றுவிடுவார் என்ற பயம், மற்றவர்களுக்கு இருக்கத்தான் செய்யும்.

ஆனால், அதை வெளியே சொல்லவும் முடியாமல், மெல்லவும் முடியாமல் தவிப்பும் இருக்கத்தான் செய்யும். என்ன செய்ய? ஒரு நேரம் தேர்தல் நடத்தும் அலுவலர்கள் ஒரு வேட்பாளரை ஏற்றுக் கொள்ளாமல் மற்றொரு வேட்பாளரை விரும்பி அவர்களுக்குச் சாதகமாக நடந்தும்கொள்ளலாம் என்ற இருநிலை நம்பிக்கையில் யாரும் யாரோடும் பகையாகிக் கொள்ளாமல் எல்லோரும் இணைந்து செயல்படுவார்கள். காலையில் ஒரே நேரத்தில் முக்கிய வேட்பாளர் களின் தேநீர் முதல் டிபன் வரையும் மதியம் சைவம் முதல் அசைவம் வரையும் வந்துவிடும். ஆனால், தேர்தல் முடிந்து மாலை ஐந்தரை மணி ஆகிவிட்டால் ஒரு சொட்டு தண்ணீர்கூட கிடைக்காது. ஆனால், சில பூத்துகளில் ஓட்டுப் பெட்டியை வந்து எடுக்கும்வரை தேர்தல் அலுவலர்களை நன்கு கவனித்துகொள்வார்கள்.

உபசரிப்பது நமது கடமை என்று எண்ணும் வேட்பாளர்களும் உண்டு. அப்படிப்பட்ட வேட்பாளர்களில் ஒருவர்தான் கை சின்னத்தில் நிற்கும் சொக்கர் அவருக்காகக் கூட்டணி கட்சியின் தலைமையான தி.மு.க. சட்டமன்றத் தொகுதி முழுவதும் கட்சிக்காரர்களை வைத்து துரிதமாக வேலை செய்தனர்.

ரோசல்பட்டி ஒன்றியப் பகுதியில் ஒன்றிய செயலாளர் ராமசாமி தேவர் தலைமையில் ஒன்றிய நிர்வாகிகள் முதல் முன்னணி ஊழியர்கள்வரை கூட்டணி வேட்பாளர் சொக்கரின், கை சின்னத் துக்காகப் பாடுபட்டனர். அவர்களில் ஒருவன்தான் பாகண்.

பாகணுக்கு பூத்தில் தேர்தல் நடத்தும் அலுவலர்களைக் கவனித்துக் கொள்ளும் வேலை. இரவு முழுவதும் அடிப்படை வேலைகளை செய்து முடித்தால்தான் மறுநாள் காலையில் நடக்கவிருக்கும்

தேர்தலை எதிர்கொள்ள முடியும். எனவே, இரவு பன்னிரண்டு மணிவரை வேலை செய்துகொண்டிருந்தான் பாகண். மேலும் விழித் திருந்து வேலை பார்க்க சர்க்கரை பானமான தேநீர் வாங்க பாகண் பணிக்கப்படுகிறான்.

நகரில் இரவு பன்னிரண்டு மணிக்குமேல் தேநீர் கடை நடத்துமிடம் இரண்டுதான். ஒன்று பேருந்து நிலையம். மற்றொன்று இரயில்வே ஸ்டேசன். முத்தால் நகரிலிருந்து தேநீர் வாங்குவதற்கு அருகாமையில் இருப்பது இரயில் நிலையம் மட்டுமே.

இரயில் நிலையம் சற்று தூரத்திலிருக்கும் காந்தி சிலை அருகே இரண்டொரு கமிஷன் மண்டிகளைத் தாண்டி இருக்கிறது.

அது உணவு விடுதியும், தேநீர் விடுதியும் இணைந்தவை. அடுப்பில் நாட்டு கருவேலம் கட்டை எரிந்துகொண்டிருக்க, அகன்ற உலோகத் தட்டில் புரோட்டாக்களையும் புரட்டிப்போட்டுக்கொண்டு இருந்தார் மாஸ்டர்.

டீ வாங்க வந்த பாகணுக்கு புரோட்டாவின் வாசனையும் அருகாமையில் அடுப்பில் சுண்ட வைத்துக்கொண்டு இருக்கும் சால்னா நெடியும், அவன் நாசியிலேறி சிறப்புப் பசியை உருவாக்க. டீ தூக்கு வாளியை டீ மாஸ்டரிடம் இரண்டு பார்சல் டீயும், தனியாக சீனியும் புரோட்டாவும் ஆர்டர் செய்தான்.

மூன்று புரோட்டாக்களைப் பிய்த்து நிரம்ப சால்னாவை ஊற்றி இலையில் கட்டி, தொட்டு துவட்டி உள் இறக்க, தேங்காய் சட்னி கேட்டான். தேங்காய் சட்னி அந்த இரவுக்கு ஒத்துவராதென்று தக்காளி சட்டினி வைத்தர். குழப்பி அடித்தான். அவன் தாராளமாக சாப்பிடும் அளவுக்குப் பணம் அவனிடம் கிடையாது. அவனிடம் இரவு செலவுக்காக ஒன்றிய செயலாளர் இருநூறு ரூபாய் கொடுத்திருந்தமையால், அவன் உண்பதற்கான செலவு ஒன்றும் சுமையாக இல்லை. அதே நேரத்தில் அந்த இருநூறு ரூபாய் கொடுக்க ஒன்றிய செயலளாருக்கும் பெரிய விஷயமும் அல்ல. அவர் பணமா என்ன? அதே நேரத்தில் கொடுத்த இருநூறு ரூபாய் பணத்தை மட்டுமா கணக்குக் காட்ட போகிறார்?

டிபன் சாப்பிட்டு முடித்துவிட்டு கையில் கொண்டுவந்திருக்கும் வெப்பம் குறையாத தேநீர் குடுவையின் இரண்டு பார்சல் காஃபியையும்

சீனியைத் தனியாகவும் வாங்கிக்கொண்டு கணக்குபார்த்து காசு கொடுத்தான்.

கொடுத்த முப்பது ரூபாயில் மூன்று ரூபாய் மிச்சமிருந்தது. ஒரு கோல்டு ப்ளாக் சிகரெட் கேட்டான். மேலும் மூன்று ரூபாய் கூடுதலாக ஆனது.

பற்றவைத்து இழுத்துவிட்டு சைக்கிளை மிதித்தான். இராஜலட்சுமி தியேட்டர் வந்ததும், முதல் இரயில்வே கேட் பூட்டப்பட்டு இருந்தது. சைக்கிளில் இருந்தபடியே தியேட்டர் வாசல் முன்பாக உள்ள ப்ளாட் பாரத்தில் கால் ஊன்றி நின்றான்.

இவனுக்கு முன்பாக அரைபாடி மணல் லாரி அதற்கு முன்பாக ஒரு அம்பாஸிடர் கார் நின்றுகொண்டிருந்தது.

லாரியின் பாடியில் உள்ள மணலிலிருந்து ஈரம் கசிந்துகொண் டிருந்தது. எதிரே உள்ள செந்தில் ஹோட்டல் மங்கிய ஒளியில் இயக்க மின்றி இருந்தது. அப்தூல் காதர் புரோட்டா ஸ்டாலில் இரண்டு நபர்கள் வேகவேகமாக விழுங்கிக்கொண்டிருந்தனர்.

கடைக்காரர் அவர்களை எழுந்திருக்க சொல்லி விரைவுப்படுத்திக் கொண்டிருப்பது அவரின் உச்சபட்ச கத்தலில் அந்த இடம் முழுவதும் எதிரொளித்தது.

"ஏம்பா ரெண்டு புரோட்டாவ எம்புட்டு நேரமா திம்ப... போலீஸ் காரன் வந்தா நான்ல பைன் கட்டணும், எலெக்ஷன் நேரத்துல புடுச்சானா அவீங்க வைச்சதுதான் சட்டம். வெசயா தின்னுட்டு எந்திரிப்பா."

"சுல்தான் மாமா, ஒன்னும் கவலப்படாத நான் பாத்துக்கிறேன் எவன் ஒன்ன கேப்பான் நான் ஆளும்கட்சிக்காரன்."

"அது நேத்துவரைக்கும். நாளையிலேருந்து யாரு ஆளுங்கட்சி, யாரு எதிர்க்கட்சின்னு அப்புறம்தான் தெரியும்."

"ஏ. நாங்கதான் அடுத்த ஆட்சி..." என அவன் உறுதியாகக் கூறினான். ஹோட்டல்காரர் வம்பா பன்றேன்னு முன்பைவிடக் காட்டமாக கத்த, போலிங் ரோந்து வண்டி ஒலி எழும்பிய படி துரிதமாக அங்கு வந்து நிற்க, சட்டென்று அந்த இடம் மயான அமைதியானது. அமைதியைக் கிழித்துக்கொண்டு ரயில் தடதடக்க கேட் திறக்க, நின்றவர்கள் இருப்புப் பாதையைக் கடந்தனர்.

ரோசல்பட்டி கூரை பள்ளிக்கூடம் வந்துசேர்ந்து வாங்கிவந்திருந்த தேநீரை அதிகாரிகளுக்கு ஊற்றிக்கொடுத்தான்.

நான்கு பேரில் இரண்டு பேருக்கு சர்க்கரை இல்லாமலும், மற்றவர்களுக்கு சர்க்கரை போட்டும் ஊற்றிக்கொடுத்தான். மீதி உள்ள தேநீரை பாகண் மீந்த சக்கரையைப் போட்டு தித்திப்பாக தேன்கலந்து குடித்த ருசியோடு குடித்து முடித்தான்.

மூத்த அதிகாரி வேட்பாளர்கள் அடங்கிய சுவரொட்டியைப் பள்ளி வாசல்களில் உள்ள இரண்டு கரும் பலகைகளிலும் ஒட்டச்சொல்லி பசை பாக்கெட்டும் சுவரெட்டியும் பாகணிடம் கொடுத்தார்கள்.

அதை வாங்கி முதலில் வரிசையாகப் பார்த்தான். ஒன்றிலிருந்து பன்னிரண்டு சின்னங்கள் இருந்தன. அதில் கட்சியின் முதுநிலைப் பிரகாரம் சின்னங்களும் இருந்தது.

மூத்த கட்சியான கை சின்னம் முதலிடத்திலும் இரண்டாவதாக சேவல், மூன்றாவதாக புறாவும், நான்கு மற்றும் இதர சின்னங்களான சோப்பு, சீப்பு, கண்ணாடி... என மனித வாழ்வின் புழக்கத்திலிருக்கும் தளவாடங்களும் யானை, புலி என்று விலங்கின சின்னங்களும் மயில், புறா, கிளி, காகம் என்ற பறவை இனத்தின் சின்னங்களும் இருந்தன.

பாகணின் பிரதான சின்னம் உதய சூரியன். அது அதில் இடம் பெறவில்லை. அது அவனுக்கு ஏமாற்றத்தைத் தந்தது. இருப்பினும் உதயசூரியனின் ஆதரவைப் பெற்ற சின்னமான கை சின்னத்தை அரைகுறையாக ஏற்றுக்கொண்டான்.

சமையல் செய்பவன் உணவு சரியாக நேர்த்தியாக, சுவையாக இருக்கிறதா என முதலில் ருசி பார்ப்பது போன்று, ஒட்டுவதற்கு முன்பாக எந்தஎந்தக் கட்சி களத்தில் இருக்கிறது, அவற்றின் சின்னங்கள் என்னவென்ற நாளைக்கு ஓட்டுப்போட வருபவர்களுக்கு எதைச் சொல்லி ஓட்டுப்போட சொல்வது என தெரிந்துகொள்ள ஒவ்வொரு சின்னத்தையும் பார்த்து அடையாளங்களை உள்வாங்கிக்கொண்டான்.

பின்பு சுவரொட்டியைப் பின்பக்கமாகத் திருப்பிவைத்து பசை போட்டு நேர்த்தியாகத் தடவி கரும்பலகையில் சரியாக வைத்து ஒட்டிவிட்டு, போலீஸ்காரன் கடமைக்கு மேல்சட்டையிலிருந்து கால் சட்டைவரை ஒரு தடவு தடவுவான் பாருங்கள், அது போன்று தட்டிய சுவரொட்டியை ஒரு தடவு தடவி, சரி செய்துவிட்டு ஒட்டியதை அதிகாரியிடம் காண்பித்தான் பாகண். பொழுது விடிந்தது.

சுவரொட்டியைக் கட்சியின் அடிமட்டத் தொண்டர்கள்வரை பார்த் தனர். கள்ளுக்கடை, சாராயக்கடை, வட்டிக்கடை, ரியல் எஸ்டேட் லாட்டரி சீட்டு கடை, இன்னும் பிற சமூகத்துக்கு விரோதமான செயல் மூலம் திரண்ட பணங்கள், அடி ஆழத்தில் பாய்ந்து அப்பாவி மக்களை ஆட்டிப் படைத்தது.

அவர்களும் அவரவர் கட்சிக்காக அவரவர் சின்னத்துக்காக அன்றாட போராட்ட வாழ்வில் சேகரித்துவைத்திருக்கும் குறைந்தபட்ச ரத்தத் தைச் சிந்திடத் தயாராகையில், ஏன்? எதற்கு? என சிந்திக்காமல் இருக்க மூளைசலவை செய்யப்பட்ட உபதேசங்கள் உணர்ச்சிவசப் படுவதற்கான எழுச்சி உரைகள், ஒவ்வொரு குடிமகனும் ஓராயிரம் கோடிகளுக்கு அதிபதி ஆகப்போகிறார்கள் என்ற நம்பிக்கை வாக்குறுதிகள், இவையெல்லாம் உண்மைதானா என சிந்திக்க விடாமல் இருக்க ஆண்களுக்குப் போதை வஸ்துகள், பெண்களுக்கு சேலை, ரவிக்கைகள், குடங்கள், மூக்குத்திகள் போதாதா அன்றாடக் காய்ச்சிகளுக்கு.

வீட்டில் வளர்க்கும் பிராணிகள் எதற்கு? அவற்றுக்கு இரையூட்டி பாதுகாப்பாய் வைத்துக்கொள்வது எதற்கு? அதன் உரிமையாளன் அந்தப் பிராணிமீது ஆதிக்கம் செலுத்துவதற்கு, தேவைபடும்போது அதைக் கொன்று தின்பதற்குத்தானே.

கோழியும் புறாவும் வளர்ப்பது, அவை இரைதேடி அலைந்து உயிர் பிழைக்க இயலாமல் இறந்துவிடுகிறதே என அதன்மீது கரிசனம் உருவாகி யாரும் அவற்றைப் பேணி பாதுகாக்கவில்லை. அவற்றை கொன்று, இவன் உயிர்வாழ. அது போன்றுதான் ஒருநாள் மக்களுக்கு செலவழித்துவிட்டு ஐந்தாண்டுகள் அவனை அடக்கி ஆள, அவனின் உழைப்பைச் சுரண்டி கொடுத்துதான் இது போன்ற தேர்தல்கள் நடத்தப்படுகின்றன. தேர்தலும் அதில் பங்கு பெறுவதும் மக்களுக் காகப் பாடுபட அல்ல, மக்களைச் சுரண்டி அவர்கள் வாழ்வாதாரத்தை அழித்து, அதிகார வாக்கம் மேலும் தன்னையும் தன்னை சார்ந்த வர்களையும் தலைமுறைதலைமுறையாகத் தற்காத்துகொள்ள, பொது வாழ்வுக்கு உழைக்க வருகிறோம் என்று தம்பட்டம் அடித்துக்கொண்டு ஒவ்வொரு கட்சியும் போட்டி போடுகின்றன. அதில் வேட்பாளர்களாக பணம் அதிகம் வைத்திருப்பவன், தன் ஜாதி சார்ந்து அதிக வாக்குகள் வைத்து இருப்பவன்தான் கட்சிகளின் வேட்பாளர்கள். அவன் சமூகத்துக்கு என்ன தொண்டு செய்தான் என்பது முக்கியமல்ல,

அவன் வைத்திருக்கும் பணம் எந்த வழியில் வந்தது என்ற ஆராய்ச்சி தேவையில்லை, அவனிடம் போதுமான பணம் இருக்க வேண்டும்.

கட்சியின் உறுப்பினர்கள் தங்கள் சட்டைகளிலும் மாராப்பு சேலை களிலும் அந்தந்த கட்சிக் கொடிகளைக் குத்திக்கொண்டி தயார் நிலையில் இருந்தனர்.

இன்னும் அரைமணி நேரத்தில் வாக்குகள் பதிவாக உள்ளது. மலபார் போலீஸ் ஆங்காங்கே நின்றிருந்தனர்

பாகண் பாண்டியன் நகர் பெஸ்ட் காஃபி ஹோட்டலிலிருந்து தேர்தல் அலுவலர்களுக்குக் காலை உணவை வாங்கித் தந்துவிட்டு இடையில் வருவதாகக் கூறிவிட்டு தனது வீட்டுக்குச் சென்று சைக்கிளை எடுத்துக்கொண்டு சைக்கிள் ஹேன்பாரில் தனது அபிமான கட்சியின் கொடியைக் கட்டிக்கொண்டு புறப்பட்டான்.

வாக்குப் பதிவு துவங்கியது.

தேர்தல் முதல் அலுவலர் வாக்காளர் பெயர் பட்டியலை வைத்துக் கொண்டு காத்திருந்தார். ஆண்களும் பெண்களும் பூரிப்பாகத் தனித் தனி வரிசையில் பூத்துக்குள் நுழைந்தனர். சென்டிமென்டாக முதலில் ஒரு பெண் வாக்காளர் பூத் சிலிப்பை தேர்தல் நடத்தும் அலுவலரிடம் நீட்டினாள். அதை வாங்கி, வாக்காளர் பட்டிலில் சேடாபுட்டி கண்ணாடியின் உதவியோடு தேடினார்.

“மஞ்சுளா நாற்பத்தி எட்டு” என்றார். அதைக்கேட்ட கட்சியின் ஏஜெண்டுகள் வாக்காளர் பட்டியலில் தேடினார்கள்.

“சார் நம்பர் என்ன சொன்னிங்க?” ஏஜென்ட்.

“நாற்பத்தியெட்டு.”

“மொதல்ல நம்பர சொல்லுங்க, அப்புறம் பேரச் சொல்லுங்க” என மற்றொரு ஏஜென்ட் வாத்தியாருக்கே கிளாஸ் எடுத்தான். அவரும் அதை ஆமோதித்து ஏற்றுக்கொண்டார்.

“மாரியப்பன் தகப்பனார் பெயர் முனியப்பன் வயது இருபத்தி எட்டு, வரிசை எண் பாகம் நாலு, எண் எட்டு. மாரியப்பன் உள்ளே சென்றார். இரண்டாம் அலுவலர் கையொப்பம் வாங்கினார். மூன்றாம் அலுவலர் பெண் ஆசிரியர் அவனுக்காக சின்னம் அடங்கிய பேலட் பேப்பர் கிழித்துக் கொடுத்தாள். நான்காம் அலுவலர் அவன் வலது

ஆட்காட்டி விரல் நகத்துக்கும் முன்சதைக்கும் இடையில் மைபூசி விட்டார். அவர் சற்று தள்ளி, ஐந்தடிக்கு அப்பால் அட்டையால் மறைத்துவைத்திருக்கும் ஓட்டுப் பெட்டி இருக்கும் இடத்துக்குச் சென்று நிதானித்து வாக்குச் சீட்டைப் பார்த்தார். தான் வாக்குப் பதிய வேண்டிய சின்னம் எங்கே இருக்கிறதென்று பார்த்தார். அவர் தேடும் சின்னம் இருந்தது. கையில் ஸ்டாம்ப் பேடில் குத்திக் கொடுத்த மரக்கட்டை முத்திரையை அவள் விரும்பும் சின்னத்தில் குத்திவிட்டு ஏற்கனவே தான் பேலட்பேப்பர் கிழித்து மடித்து கொடுத்தப்படி அதே மடிப்பின்படி திரும்ப மடித்து ஓட்டுப்பெட்டிக்குள் போட்டார்.

'முன்னூற்றிநாலு செல்லம்மா, கணவர் பெயர் ராசுக்குட்டி, வயது மும்பத்தி நாலு, வரிசை எண் 256 பாகம் என் எட்டு' என்று ஏஜென்டுகளைப் பார்த்து கத்தினார். அவர்கள் அந்தப் பெண்ணை ஏற இறங்க அடையாளம் பார்க்கும் சாக்கில் அவள் அங்க அடை யாளங்களைப் பார்த்துக்கொண்டனர். அவளுக்கு எருமை மாடுகள் தன்னை மேய்வதுபோல் இருந்தது. அவள் பேலட்டு சீட்டும் முத்திரை கட்டையும் வாங்கிச்சென்று மறைமான இடத்தில் நின்று வாக்குச் சீட்டைக் கவனித்தாள். அவளுக்கான நேரம் முடிவடைந்துவிட்டதால் கூடுதலாக ஐந்து நொடிகளை எடுத்துக்கொண்டாள். ஏஜென்ட்களிடம் முணுமுணுப்பு ஏற்பட்டது. ஒரு ஏஜென்ட் கேள்வி எழுப்பினான்.

“என்னம்மா நின்னுக்கிட்டு இருக்க, அடுத்த ஆளு ஓட்டு போட வேணாம்மா?”

“எப்படி போடுறதுன்னு தெரியல” என்றாள்.

“ஏம்மா ஒனக்குப் புடுச்சதுல போடும்மா, இதெல்லாமா சொல்லித் தருவாங்க?” என்றார் அலுவலர்.

“அதான் எதுல அய்யா” எனத் திரும்ப வினவினாள்.

“ஏம்பா யாராச்சும் சொல்லிக்குடுங்கப்பா?” என முதல் அலுவலர் கூற, ஏஜென்டுகளில் நான் நீயென்று எழுந்திரிக்க அவர்களுக்குள் ஒரு பெரிய போட்டியே ஏற்பட்டது.

“ஏ நான்தான் போவேன்.”

“ஏய் எங்கக் கட்சிக்காரரு பொஞ்சாதிப்பா.”

“இல்ல, எங்க ஊருக்காரப்புள்ளடா.”

"ஒங்க ஊர்க்காரப்புள்ளயா இருக்கலாம், ஆனா எங்க ஜாதிக்காரப் பொண்ணு."

"ஒனக்கு சாதிக்காரின்னா, எனக்கு என்னவாம், என் அத்த மக, ஏய் செல்லம்மா மாமா சொல்லித் தாறேன்" என்று முன்னேற, மற்ற ஏஜென்டுகள் அவனைத் தடுக்க, அவன் கோபப்பட்டு எதிராளியை ஆத்திரமாய் குத்த, குத்து வாங்கியவன் செல்லம்மாவின் முறை மாமனை முகத்தில் குத்த அப்புறம் என்ன, அமளிதுமளிதான்.

அலுவலர்கள் திக்குத் தெரியாமல் திண்டாட அவரவர் கட்சி ஏஜென்டுகள் வாய்த்தகராறில் ஆரம்பித்து கை சரத்தில் ஈடுபட, கதவு ஜன்னல்களை அடிக்க, ஒருவன் ஓட்டுப் பெட்டியைத் தூக்க, உள்ளே வந்தது மலபார் போலீஸ்.

அதற்கு சொல்லியா தர வேண்டும், பூந்து விளையாடியது. ஏஜென்டுகளின் கையில் இருக்கும் பரீட்சை அட்டைகளையும் வாக்காளர் பட்டியல்களையும் பறித்துக்கொண்டு அவர்களின் தடி உடலில் விளையாடியது.

அலுவலர்களில் பெண்கள் பூத்தை விட்டு வெளியே ஓடிவர, வரிசையில் நின்ற கூட்டம், என்னவோ ஏதோவென்று பூத்துக்குள் முன்னேறி பார்க்க, செல்லம்மா திக்குத் தெரியாமல் நின்றாள்.

"ஏம்பா நம்ம புள்ளய உள்ள வச்சி போலீஸ் அடிக்குதுப்பா, ஒருவன் வெளியே வந்து கத்த, வெளியே நின்றிருக்கும் அந்தப் பெண்ணின் அக்கம்பக்கத்தார், பக்கத்து சொந்தம், தூரத்து சொந்தம் எல்லாம் பூத்துக்குள் நுழைந்து, போலீஸோடு மல்லுக்கட்ட ஐந்து போலீஸ் பத்து போலீஸானது. பத்து இருபதானது. ஐந்து நிமிடங்களில் ஐம்பது பேருக்கு நூறு போலீஸ் என அதிகரித்தது. தேன் கூட்டில் கல்லெறிந்தால் சிதறிப்போகும் தேனீக் கூட்டம் மீண்டும் கூட்டை அடைவது போன்று மீண்டும்மீண்டும் கூட்டம் பூத்தை நோக்கிவர போலீஸ் துரத்தியடிக்க, தேர்தல் விதிமுறைகளையும் கடந்தகால அனுபவங்களையும் உள்வாங்கிய அனுபவசாலியான திராவிட கட்சியின் ஒன்றிய செயலாளர் ராமசாமி தேவர் சொன்னார்:

"சார் ஏஜென்ட்டுக பிரச்சனைனா அவங்கள மாத்திட்டு, வேற ஆள போட வேண்டியதுதானே, அத விட்டுட்டு ஓட்டுபோட வந்த மக்கள அடிச்சி வெரட்டினா எப்படி?" என வாதிட, அவருக்கும் பூஜை விழுந்தது.

அப்போது நிலவரம் அறிந்தோ அல்லது பூத்தைக் கவனிக்க வேண்டிய பொறுப்பில் இருக்கும் மாவட்ட ஆட்சியர், வட்டாட்சியர், ஆர். டி. ஓ. மற்றும் திரவிடக் கட்சியின் முன்னால் அமைச்சர், தேசிய கட்சியின் வேட்பாளர், அடுத்தடுத்த கார்களில் வந்து இறங்க, ஐந்து நிமிடம்தான், அனைத்தும் புயலடித்து ஓய்ந்த அமைதியில் மீண்டும் வாக்குப் பதிவு துவங்கியது. முன்பைவிட இப்போது எச்சரிக்கையாக நடந்தது. •

18

முத்தால் நகரில் உள்ள காளியம்மன் கோயில் தெருவின் சாலையில் நின்று கத்தினான் பாகண்:

"அன்பார்ந்த வாக்காளப் பெருமக்களே! நமது கலைஞரின் கரத்தை வலுப்படுத்த அவரை அரியணையில் அமரவைக்க உங்கள் பொன்னான வாக்குகளைத் தலைவரின் ஆசிபெற்ற வேட்பாளர் சொக்கர் அவர்களுக்கு, கை சின்னத்தில் வாக்களிக்க அன்போடு வேண்டுகிறேன்" என்று மைக் இல்லாமல் முழங்கினான். அதை கேட்ட இரண்டு பொடியர்கள் டயர் வண்டியை உருட்டிக்கொண்டு வந்தும் கேட்டனர்.

சற்று தள்ளி குடிசைப் பகுதியில் குட்டிச் சுவற்றின் அருகே கோலி விளையாடிக்கொண்டிருந்த இரண்டு பையன்மார்களும், அதையும் தாண்டி செதுங்காங்கல் விளையாடிக்கொண்டிருந்த இளைஞர்களும் இன்னும் கொஞ்சம் தள்ளி, ஒத்தையா ரெட்டையா விளையாடிக்கொண்டிருந்த பெண் பிள்ளைகளும் கவனித்து, சிரித்தனர்.

இது வேலைக்கு ஆகாதென்ற முடிவுக்கு வந்த பாகண், சைக்கிளை ஸ்டாண்டு போட்டு நிறுத்திவிட்டு அருகில் இருந்த பெட்டிக்கடையில் சரக்கு வாங்கிக்கொண்டு, இருக்கும் மூதாட்டி மற்றும் இரண்டு பெண்கள், ஒரு வயதான கிழவன் ஆகியோருக்குக் கடைக்குள் இருந்த நடுத்தர வயதுடைய பெண், கிழவனுக்கு ஒரு ஞானம் பட்டணம் பொடியும், மூதாட்டிக்கு சருகும் எடுத்துக்கொடுத்தாள்.

அங்கு சென்ற பாகண், "என்ன பாட்டி ஓட்டுபோட போவல்லயா?" எனக் கேட்டான்.

அந்தப் பாட்டிக்கு ஒரு காது மந்தம்."

"ஆ..ங்... என்ன" என கையால் சைகை செய்தாள்.

"ஓட்டு போட போலய்யா?" என இரண்டாம் முறையாகக் கேட்டான்.

"ஏம்பா அதுக்கு காது கேக்காது, சந்தமா சொல்லு" என்றாள் கடைக்காரி.

அவன் அவள் காதருகே சென்று, “பாட்டி, ஓட்டுப் போட போவல்லய்யா?”

“இன்னக்கி ஓட்டு போடணும்மா?”

“ஆமா.”

“வா, நா கூட்டிக்கிட்டுப் போறேன்.”

“எதுல?”

“சைக்கிள்ல.”

“செத்த பொறு, சருக போட்டுட்டு போலாம், ஆமா எம் சாருக்குத் தான போடணும்.”

“பாட்டி அவரு இல்ல.”

“அவரு என்ன இங்கு வருவாரோ, அவரு சின்னம்தான் ஓட்டு கேட்டு வரும்.”

“அவரு செத்துப்போயிட்டாரு.”

கிழவி, “அடி செருப்பால, எடுப்பட்ட பயலே, எங்க கொல சாமி, அவரப் போயி செத்து போயிட்டாருன்னு சொல்ரே, அவரு செத்தா நானும் சாவேன். ஏன்னா எனக்கு மொத புருஷன் அவருதான். அப்பறம் தான் இந்த முனிசாமி கெழவன். பாக்குறியா எம் சார என் நெஞ்சுல பச்ச குத்தி இருக்கேன்” என்று வற்றி சுருங்கி தளர்ந்துப்போயிருந்த கருத்த மார்பை திறந்து காட்டினாள் கிழவி. அதில் எம்.ஜி.ஆர். கறுப்பு கண்ணாடி போட்டு, கை கூப்பியபடி இருக்கும் இதயக்கனி எம்.ஜி.ஆர். பச்சை குத்தப்பட்டு இருந்தது.

பாகண் பார்த்தும் பாராமல் தலைகுனிந்தான். கடையில் நின்றிருந் தோர் சிரித்தனர். பாகணுக்கு ஏமாற்ற பாறை தலையில் விழுந்தது. இருப்பினும் அவன் முயற்சியைக் கைவிடவில்லை.

“ஏய் கௌவி அவருதான் இல்லலே, பேசம நான் சொல்லுர கட்சிக்கி ஓட்டு போடு.”

“ஏன் எம்சாரு கட்சி ரெட்ட எலக்கித்தான் எப்பயும் ஓட்டு போடுவேன்” என கிழவி கறாராக சொல்லிவிட்டாள்.

“ஏத்தா அது இந்த வாட்டி கெடயாதுத்தா.”

“அப்ப எம்சாரு கட்சி இல்லயா?”

“ஆமா.”

“போடா பொசகட்ட பயலே, யார ஏமாத்தப் பாக்குற நீய்யி, அந்த கருணாநிதி கட்சிக்காரன்தாண்டா ஒங்கப்பன், அந்த வழுக்கத் தல பயலுக்குதான் நேத்தே ஓட்டுப்போட சொன்னாப்புல, இன்னக்கி நீ வந்துருக்க போடா...” என கிழவி தீர்க்கமாய் சொல்லிவிட்டாள். பாகண் நிலைகுலைந்து போனான். என்ன அடுத்த பந்தை உருட்டி னான்.

“ஏய் கெளவி நீ எதுக்குனாலும் ஓட்டு போடு, ஆனா எங்ககூட வா, நா அங்கன எறக்கிவிடுறேன்.”

“போடா எனக்குப் போக தெரியாதா?” என்றாள் கிழவி.

“நீ போறதுக்குள்ள உன் ஓட்ட யாராச்சும் போட்டுற போறான்” என மிரட்டும் தோரணையில் சொன்னான்.

“ஆமாப்பா போன தடவ, அப்படித்தான் எந்தப் பக்கியோ என் ஓட்ட போட்டுட்டான். கெலச்சாமிக்கி ஓட்டு போடலன்னு ரெண்டு நாளு கொலப்பட்டினியா கெடந்தேன். யாரோ புண்ணியவாங்க போட்ட ஓட்டுல மனுஷன் செயிச்சி மொதல்வரு ஆயிட்டாரு எம்சாரு. அப்பறம்தான் கஞ்சிதண்ணி என் தொண்டைல எறங்குச்சி, சரி வா” என அவன் சம்மதிக்கவும், தன் தலைவன் அரியணையில் ஏறப்போகும் ஒத்திகை துவங்கியதாக உணர்ந்தான்.

அவள் உட்காரும் அளவுக்கு சைக்கிள் கேரியரைத் தாழ்ந்தி கொடுத்தான். அவள் ஒரே எக்கில் ஏறிக்கொண்டாள். வலது பக்கம் மேலேறி நிற்கும் பெடலை உற்சாகமாய் மிதித்தான் சைக்கிள் நகர்ந்தது. கறுப்பு சிவப்பு கொடி அவன் முகத்திலடித்து பறந்தது.

பூத்தருகே வந்தவுடன் அலுவலரிடம் ஒரு ஒப்பந்தம் போட்டான். அவளுக்குக் கண்கள் தெரியாது என்றும் அதற்காக அவளைக் கூட்டி வந்ததாகவும் அவள் முதலில் தன் உடல் உறுப்புகள் ஊனம் என்பதை அவள் ஏற்றுக்கொள்ள மறுத்தாள். அதற்கு அவன் அங்கு வரிசையில் நெடுநேரம் காத்து இருக்க வேண்டும், கொளுத்தும் வெயிலில் வரிசையில் நிற்க வேண்டும். அதனால் ஒரு பொய் சொன்னால் உடனடி யாக பூத்துக்குள் சென்று வாக்கைப் பதிவுசெய்து கொள்ளலாம் என்று அவளிடம் கூறினான்.

அவள் எளிதாக, செல்வதெல்லாம் சரிதான், தன்னை ஒரு குருடி எனச் சொல்லிவிட்டால், நாளை எம்.ஜி.ஆர். வந்தால் நம்மை எப்படி

பார்ப்பார்..? ஒரு குருடியை மதிப்பாரா..? அவர் எவ்வளவு பெரிய பேரழகியோடு ஆடி பாடி இருப்பார். நாம் சாவதற்குள் ஒரு முறையாவது எம்.ஜி.ஆரின் சுண்டுவிரலையாவது தொட்டுப் பார்க்க வேண்டும் என எண்ணியிருந்தாள். அதனால், அந்தப் பொய்க்கு உடன்பட மறுத்தாள். ஆனாலும், இவன் விடுவதாக இல்லை. எம்.ஜி. ஆர். கண் தெரியாதவராக எத்தனை படத்தில் நடித்து இருக்கிறார். சரோஜா தேவி கண் தெரியாமல் இருப்பவளைக் காப்பாற்ற சிகிச்சை செய்து கண் தெரிய வைக்க வீதிவீதியாக இருவரும், ஆடிப் பாடி, பணம் சேர்ப்பது போன்று நடிக்கவில்லையா? 'நாடு அதை நாடு, நாடாவிட்டால் ஏது வீடு' என்ற பாடலைப் பாடி காட்டி நினைவுபடுத்தினான். அவ்வளவுதான் உடனே அவள் தன்னை சரோஜா தேவியாகவும் அவனை எம்.ஜி.ஆராகவும் நினைத்துக்கொண்டு அவன் செய்கைக்கு கட்டுப்பட்டாள். கிழவி கண்கள் தெரியாதவளாக சரியாகவே நடித்தமையால் இருவரையும் பூத்துக்குள் செல்ல அனுமதித்தனர்.

முதல் தேர்தல் அலுவலரிடம் ஓட்டு சிலிப்பைக் காட்டினார். அவர் வாங்கிக்கொண்டு அவனை ஒரு முறை பார்த்தார். பின்பு அவனை வெளியே போகச் சொல்லி கட்டளையிட்டார்.

அவன் அதற்கு அவளுக்குக் கண் தெரியாது என்றும் உதவிக்காக தான் வந்திருப்பதாகவும் எடுத்துரைத்தான்.

அதை அவர் ஏற்றுக்கொண்டாலும் அங்குள்ள கட்சி ஏஜென்ட்டுகள் ஒவ்வொரு பாகம் எண் என அனைத்தையும் கூறினார். எல்லாம் சரியாகவே இருந்தது என தலை அசைத்தாலும், அங்கிருந்த ஒருவர் சந்தேகப்பட்டான். அவளுக்கு இரவுவரை கண் நன்றாகவே தெரிந்தது, நாம் இரவு பன்னிரண்டு மணிக்குப் புடவையும் பணமும் கொடுக்கும் போதுகூட புடவையைப் புரட்டிப்புரட்டி பார்த்துவிட்டு சிறியதாய் நூல் விலகி நெருடி இருந்ததைக் கண்டுபிடித்து திருப்பிவிட்டாள். பின்பு வேறொரு புடவை கொண்டுவந்து கொடுக்கவும் வாங்கிக் கொண்டாள். பின் எப்படி இப்போது கண் தெரியாமல் போகும். காட்டிக்கொடுத்தால் தன் கட்சிக்கு விழும் ஓட்டை மாற்றி போட்டு விடுவாள். ஆனால், அவளைக் கூட்டிக்கொண்டு வந்திருப்பவன் எதிரிக்கட்சிக்காரன். அவனை அனுமதித்தால் அவன் கட்சிக்கு வாக் களிக்க வைத்துவிடுவான். என்ன செய்ய என யோசித்தான்.

உடனே படக்கென்று எழுந்து முதல் தேர்தல் அலுவலரிடம் சென்று, "சார் இந்தம்மா என் வீட்டுக்குப் பக்கம்தான், கண்ணு

தெரியாது, நான் வேணா ஒதவலாமா?” என கேட்டான். அதற்கு அவர் பூத் ஏஜென்டுகளிடம் அனுமதி கேட்குமாறு, அவன் எய்த அம்பைத் திருப்பிவிட்டார். அப்போது ஏஜென்டுக்குள் பங்காளி பிரச்சனை எழுந்தது.

இப்படி அமளி துமளி நடப்பதைப் பார்த்தால் மீண்டும் பிரச்சனை உருவாகித் தேர்தல் நின்றுவிடும் என எச்சரித்தார் தேர்தல் அலுவலர். உடனடியாக ஏஜென்டுகள் சுதாரித்து அதற்கு இடம்கொடுக்காமல். பாகணுக்கும் கிழவிக்கும் வழிவிட்டனர்.

கிழவிக்குப் பதில் பாகணிடம் முத்திரை கட்டை கொடுக்கப்பட்டு, அவன் கிழவியை அழைத்துக்கொண்டு ஓட்டு போட போனான். அவன் கட்சி ஏஜென்ட் அப்போது சட்டென்று அவள் காது கொடுத்து கேட்கும் முன் பாகண் முத்திரையைத் தனது கூட்டாளி சின்னம் கை சின்னதில் குத்திவிட்டு அவளைக் கை தாங்கலாக அழைத்துசென்றுவிட்டான்.

அவன் செய்தது மோசடிதான். வழக்காடு மன்றத்தில் நியாயமும் அநியாயமும் போர்களத்தில் கருணை வேண்டிக் காத்திருக்க வேண்டியது இல்லை. அதன்படி தன் கட்சி சார்ந்து செயலாற்றினான் பாகண்.

அவர் பகுதியில் இருக்கும் கட்சி ஓட்டுகளை முதலில் பூத்துக்குக் கொண்டுசென்று அல்லது செல்வதற்கு அனைவரையும் வாக்களிக்க உதவினான். குறிப்பாக நடக்க முடியாத முதியவர்கள், பெண்கள் இவர்களை அழைத்துச்செல்ல எல்லா கட்சி வேட்பாளர்களும் வாகனங்களை அமர்த்தி அந்தந்த ஒன்றிய நகர நிர்வாகிகளிடம் ஒப்படைக்க, அவர்கள் அந்தந்த வார்டு நிர்வாகிகளிடம் ஒப்படைக்க, அவர்கள் தன் குடும்பம், தன் சொந்தம்பந்தங்கள், தனக்கு வேண்டியவர்கள் என ஏற்றிச்சென்று வாக்களிக்க வைத்தர்கள். மேலும் குடிசைப் பகுதிகளுக்கு எந்த வாகனமும் வருவது இல்லை.

வசதியானவர்களின் வீட்டுக்கு முன்பாக அவரவர் வேலைகளை முடித்துவிட்டு மேக்கப் போட்டு வெளியேறும்வரை காத்திருந்து அவர்களை ஏற்றி, ஓட்டு போட்டு திரும்பும்வரை காத்திருந்து அழைத்துச் செல்வதில் அகம் மகிழ்ந்தனர்.

குடிசைப் பகுதியில் உடல் ஊனமானவர்களும் நகர முடியாமல் கால்களை இழுத்துச்செல்பவர்களும் கண்கள் தெரியாதவர்களும் சூம்பிபோன கை கால்களை வைத்து தவழ்ந்து செல்பவர்களையும் வாகனத்தில் ஏற்றி அழைத்துச்செல்ல யாரும் வருவதில்லை.

அவர்களின் ஓட்டு அவர்களுக்குத் தேவையோ இல்லையோ எனத் தெரியவில்லை. தெரிந்தாலும் ஒன்றும் செய்வதற்கு இல்லை.

இதைப் பற்றி கவலைபடுவது கட்சிக்கும் மாவட்டம், வட்டம், ஒன்றியம் என வாக்கரிசி போட்டுவிட்டு தினசரி ஓட்டு சேகரிப்பற்கும் பிரச்சாரத்துக்கும் பணத்தை வாரி இறைத்துவிட்டும் ஓட்டுக்கு இவ்வளவு என பணமும் கொடுத்தும் வாக்குகளை ஒருங்கிணைத்து சிந்தி சிதறவிடாமல் தன் சின்னத்துக்கு ஓட்டு விழ வேண்டுமென்று தவமாய் தவம் இருப்பது தொகுதி வேட்பாளர்கள் மட்டுமே, அதையும் தாண்டி கட்சியின் தலைமை, குறிப்பாக கூட்டாளிக் கட்சியின் தலைவர்கள் இவர்களைத் தாண்டி மற்றவர்களுக்கு அக்கறை இருந்தாலும் அது பெயரளவுக்குத்தான் என்பது தேர்தல் நாளில் நியாயமில்லாமல் ஆனால், அவனுக்கு தன் கட்சி வெற்றி பெற வேண்டுமென்று வெறியாய் கண்டுக்கொள்ளாமல்விட்டவர்களைக் கண்டுகொண்டு தனது சைக்கிளில் ஏற்றிச் சென்று வாக்களிக்க உதவினான்.

கார்கள், ரிக்ஷாக்கள், வேன்கள், அவரவர் சார்ந்த கட்சிக் கொடியும் சின்னமும் பொருத்திக்கொண்டு வாக்களர்களைக் கொத்துகொத்தாக ஏற்றிச்சென்று பூத்துக்கு நூறடிக்குப் பின்னால் இறக்கிவிட்டு, அவரவர் கட்சியின் சின்னங்களையும் அந்தச் சின்னம் இருக்கும் வரிசை எண்களையும் சொல்லிக்கொடுத்தனர். இதையும் தாண்டி பூத் சிலிப்பின் டம்மி சீட்டை அடையாளம் காட்டி வாக்களர்களை அனுப்பிவைத்தனர்.

வாகனத்தில் ஏற்றிவந்து இறக்கிவிட்ட அனைவரும் அவர்களுக்கு தான் ஓட்டு போட்டார்களா என்பது யாருக்குத் தெரியும்? எப்படி ஒரு பெண், குழந்தை பெற்றால் அந்தக் குழந்தைக்கு அப்பா யாரென்று அவள் சொன்னால்தான் தெரியுமோ? அது போன்றுதான். வாக்கு யாருக்கு அளித்தார்கள் என்று வாக்களர்கள் சொன்னால்தான் தெரியும். இதையும் தாண்டி வாக்கு அளிக்க போகிறபோது பூத்தின் நூறடிக்குப் பின்னால் நின்றுகொண்டு தனது கட்சிக்கு ஓட்டு போட சொல்லிக் கேட்பவர்கள் ஓட்டு போட்டு திரும்பியவுடன் இப்படியும் கேட்பார்கள்.

“என்ன... ஓட்டு போட்டிங்களா?”

“நம்ம சின்னத்துக்குதானே?”

“ஆமா” என்று ஆணித்தரமாகச் சொல்பவர்களும் உண்டு, வெறுமனே தலையாட்டிக் கொண்டு செல்பவர்களும் உண்டு. இதையும் தாண்டி

வெறும் நமுட்டு சிரிப்போடு கடப்பவர்களும் உண்டு. இதையெல்லாம்விட ஒரு சிலர் அறிவுபூர்வமாக ஒரு வார்த்தை பதிலாகத் தருவார்கள் பாருங்கள் அதில் எதிராளியின் வாயை இறுக மூட வைத்துவிடும்.

“என்ன ஓட்டு போட்டிங்களா?”

“ம் போட்டுட்டேன்.”

“யாருக்குப் போட்டிங்க?”

“ஜெயிக்கிற கட்சிக்குத்தான்” அவ்வளவுதான் எதிராளி அதற்கு மேல் பேச முடியுமா? முடியாது ஏனெனில் ஒவ்வொரு கட்சிக்காரனும் தன் கட்சி கண்டிப்பாக ஜெயிக்கும், நம் தலைவர் அரியணை ஏறுவார் என்ற கணத்த நம்பிக்கையோடு இருப்பான். அவன் நம் கட்சி தோற்கும் கட்சி என்று போதையில்கூட சொல்லிவிட மாட்டான். குறிப்பாக, என் மகன் யோக்கியன் என்று ஒவ்வொரு பெற்றோர்களும் சொல்வதுபோன்று. அதனால், ஒரு சில வாக்காளர்கள் இப்படி ஒரு மந்திரச் சொல்லால் மடக்கிவிட்டு தர்மசங்கடத்திலிருந்து மீண்டு வருவார்கள்.

வாக்குப் பதிவு முடிவடைய கடைசி ஒரு மணி நேரமே உள்ளது. தேர்தல் பரபரப்பின் கடைசி நிமிடங்கள் கடிகார முட்களில் சொட்டுசொட்டாகக் கரைந்துகொண்டு இருந்தது.

காலையிலிருந்து கூட்டம் இல்லை என்பதைவிட, யாருமே இல்லை. தேர்தல் அலுவலர்கள் மதிய உணவைக்கூட ஒழுங்காக உண்ண முடியாத அளவுக்கு நண்பகலில் இருந்தது. ஆனால், இப் போது மாலை நான்கு மணியைக் கடந்துவிட்டது. யாரும் வருவதாக இல்லை.

முதல் வாக்கு பதிவு அலுவலர் வாசலைப் பார்க்கவும் ஏஜென்டு களைப் பார்க்கவுமாக இருந்தார். அந்த அக்கறை ஏஜென்டுகளுக்கு மட்டும் இல்லையா? என்று அவர்கள் வாக்காளர் பட்டியலைப் பார்த்தனர்.

பேனவால் ஒவ்வொரு வாக்களர் பெயர்களையும் டிக் அடித்தது போக மீதி அங்காங்கே பெயர்களுக்கு மேல் வளர்ந்திருக்கும் கைகள் போன்று துருத்திக்கொண்டு இருந்தது.

தேர்தல் அலுவலர் பதிவுசெய்ய வராத வாக்களர்கள் எத்தனை பேர் என எண்ணி, ஆண்கள் முன்னூற்றி முப்பது, பெண்கள் முன்னூற்றி

அறுபது, ஆண் வாக்காளர்களைவிட பெண் வாக்காளர்கள் முப்பது பேர் அதிகமாக இருந்தனர்.

மொத்தம் அறுநூற்றி தொண்ணூறு வாக்குகளில் இருநூற்றி எண்பது மட்டுமே பதிவு செய்யப்பட்டு இருந்தது. கிட்டத்தட்ட நாற்பது சதவிகிதம் மட்டுமே பதிவாகி உள்ளது. அதைப்பற்றி அலுவலர்களுக்கு என்ன கவலை. அதே நேரத்தில் ஏஜென்ட்களுக்கு மட்டும் கவலை வந்துவிடுமா என்ன? அதைப்பற்றி உண்மையில் கவலைபட வேண்டியது வேட்பாளரும் கட்சியின் பொறுப்பாளர்கள் மட்டுமே.

கல்யாணத்துக்கு வந்தவர்கள் விருந்தில் கீழே கொட்டப்படும் உணவைப் பற்றி அவர்களுக்கு என்ன அக்கறை? அந்த விழாவை நடத்த அரும்பாடுபட்டு கடன் வாங்கி போட்டவனுக்குதானே வலிக்கும், குறிப்பாக பெண் வீட்டுக்காரர்களுக்குதான் கூடுதல் வலி இருக்கும் அதுபோல் கடைசி ஒரு மணி நேரத்தில் எவ்வளவு வாக்கு பதிவாகி இருக்கிறது? இன்னும் யாரெல்லாம் ஓட்டுப்போட கையூட்டு பெற்றுக்கொண்டு, ஓட்டு போடாமல் டிமிக்கி கொடுத்திருக்கிறார்கள் எனக் கண்காணித்து, கட்சியின் நகரப் பொறுப்பாளர் அண்ணாட்சி மற்றும் கூட்டாளிக் கட்சியின் தலைவர்கள் உடன்வந்து இறங்கி னார்கள் அவர்களைப் பார்த்தவுடன் நூறடிக்குப் பின்னாக நின்றிருக்கும் கட்சிக்காரர்கள் ஓடோடி வந்து வணக்கம் வைத்தனர். பாகனும் வந்து நின்றான்.

தனது கட்சிக்காரர்கள் சார்பாக களத்தில் இருக்கிறார்களா? அல்லது டிமிக்கி கொடுத்து இருக்கிறார்களா? என்று அந்தந்த கட்சித் தலை வர்கள் வந்து நின்று தேர்தல் பணியாற்றுபவர்களைக் கவனித்தனர்.

சரியாக இருந்தார்கள் என்பதைவிட, காலையிலிருந்து, ஏன் கடந்த ஒரு மாதக் காலமாகத் தனது கட்சிக்காக உழைத்தவர்கள், நண்பகல் உணவுக்குப் பின் கொஞ்சம் டிமிக்கிதான் கொடுத்திருந்தனர்.

“என்ன ராமசாமிண்ணே சொடல முனியப்பன் எங்க?” என்று அண்ணாச்சி கேட்டார்.

“அண்ணாட்சி டீ சாப்பிட போயிருக்காங்க” என சரியாகப் பொய் சொன்னார்.

“என்னண்ணே போலிங் முடியாம நகரலாமா?” என வேட்பாளர் மிகத் தாழ்மையாகக் கேட்டர்

“அண்ணாச்சி நம்ம ஓட்டுகள் சிந்தாம செதறாம எல்லாத்தயும் போட வச்சாச்சி. நேத்து நைட்ல இருந்து பம்பரமா வேல பாத்துருக் கோம். நிச்சயமா ரோசல்பட்டி கிராம ஓட்டு ஒன்னுகூட விடுபடல. இந்தப் பயகூட சைக்கில்லியே பொண்டு பொரவகளே கெழவி கெட்டைக எல்லாத்தையும் கொண்டாந்து எறக்கிட்டான். ஒன்று மிஸ் இல்ல அண்ணாச்சி, நிச்சயமா நீங்க பெருவாரியான ஓட்டு வித்தியாசத்தல ஜெயிக்கீறிங்க” என ராமசாமி சொல்லி முடிக்கவில்லை. வேட்பாளரின் மனதில் பதவிபிரமானம் எடுக்கும் காட்சி பிரேம் டூ பிரேமாக ஓடத் துவங்கியது.

ஆர் சொக்கர் ஆகிய நான் விருதுநகர் சட்ட பேரவை உறுப்பினராக பொறுப்பேற்றுக்கொள்கிறேன்... ... ... அந்நொடி மன்னராட்சி முடிவுக்கு வந்தபோதிலும் தென்மண்டலத்தின் பேரரசனாகத் தன்னைப் பாவித்துக்கொண்டு எல்லையில்லா இன்பக் குளத்தில் நீந்தினார். வேட்பாளர் அரசனைப் பாடி புகழ்ந்து பரிசு பெரும் புலவ னாக ராமசாமி மாறினார். அதை போல் மன்னரான வேட்பாளரும் வாரி வழங்கினார் என்பதைவிட கொஞ்சமாகத் தன் கை பையிலிருந்து நூறு ரூபாய்தாள் இரண்டு கட்டுகளை எடுத்துக்கொடுத்தார். ராமசாமி அகமகிழ்ந்தார். வேட்பாளர் கனவு தேசத்திலிருந்து விடுபட்டு நகரத்துக்குள் நுழைந்தார். வாக்குப்பதிவின் நிலவரம் கேட்டார். தகவல் சொல்ல கடமைபட்டவரான வாக்குப்பதிவு அலுவலர் இது வரை பதிவான வாக்குகளைச் சரியாக சொன்னார். அப்போது வேட் பாளருக்குக் கனவு பலிக்காமல் போய்விடுமோ என்ற ஏமாற்றம் பந்தல்போட அதனடியில் வெயில் காய்ந்தார்.

வெயிலில் மண்டலத்தில் குளிர் காய்வது என்பது உண்மைக்கும் யதார்த்தத்துக்கும் புறப்பானதுதான். இருப்பினும் கனவுக்கே என சில எல்லைக் கோடுகள் இருக்கின்றன. அதனால் கனவு காண்பது அவரவர் சுதந்திரம்.

வேட்பாளர் சற்று நேரத்துக்கு முன்பு கனவு கண்டதை நிறைவேற்ற மன்னராட்சி இராணுவத் தளபதி போன்று தனது சகதோழர்களுக்குக் கட்டளையிட்டார். அதன்படி ராமசாமி சற்று நேரத்துக்குப்பின் பூத்துக்குள் சென்று தன் கட்சி ஏஜென்டிடம் சென்றார்.

அவர் சென்றதும் காரியம் கைகூடும் என்ற நம்பிக்கையில் வேட்பாளர் வகையாராக்கள் அந்த இடத்திலிருந்து புறப்பட்டு வாக்குக்குறைவாக இருந்த பூத்துகளைக் கண்டறிந்து அங்கு தனது சாமபேத தாண்டவத்தைப் பயன்படுத்திட முனைந்து புறப்பட்டனர்.

ராமசாமி உள்ளே வந்ததும், மற்றக் கட்சிக்காரர்கள் சும்மா இருப்பார்களா?

"சார் அவர வெளிய போக சொல்லுங்க" என சேவல் சின்னத்துக்காரன் மற்றும் புறா சின்ன ஏஜென்டுகளும் ஒருசேர கத்தினார்கள்.

"நீங்க வெளிய போங்க" என வாக்குப்பதிவு அலுவலர் கத்தினார். அப்போது ராமசாமி சாதுரியமாக சதுரங்க காய்களை நகர்த்தினார்.

"சார் ஒரு நிமிஷம் பேசிக்கிறேன்" என அனுமதி கேட்டார் ராமசாமி.

"ஒரு நிமிஷம் என்ன ஒரு மணிநேரம்கூட பேசிக்கங்க, ஆனா, இன்னும் ஒரு மணி நேரம் கழிச்சிதான் பேச முடியும்" என்றார் அலுவலர்.

"சார் அவரு பேசட்டும் இப்ப என்ன யாருமே ஓட்டுப்போட வரலயே" என்றன் ஏஜென்ட்.

ஏஜென்ட் மறுப்பு தெரிவிக்காத காரணத்தால் தேர்தல் அலுவலரால் ஒன்றும் சொல்ல முடியவில்லை. ராமசாமி பேச ஆரம்பித்தார்.

"நாமெல்லாம் ஆளுக்கொரு கட்சிக்கு வேல பாக்குறோம். ஆனா, நாமெல்லாம் கிட்டதட்ட ஒரே ஜாதிக்காரங்க. இன்னும் சொல்லப் போன நாளப் பின்னே நம்ம வீடுகள்ல நடக்கற நல்லது கெட்டத்துக்கு ஒருத்தரு ஒருத்தர் கலந்துக்கிறனும். இந்தத் தேர்தல் இன்னயோட முடிஞ்சிடுச்சி. நாளைலேர்ந்து நாம ஒருத்தரோடு ஒருத்தர் மொகத்துல முழிக்கணும். அதனால நான் சொல்றத கேளுங்க, என்னான்னா, இப்ப நம்ம வார்டுல போலிங் ஆகாத ஓட்டுகள நாம எல்லாருமா சேந்து போட்டுடுவோம், நாம விட்டா அந்த ஓட்டுகள போட இனிமே யாரும் வரப்போறதில்ல. என்ன சொல்றீங்க" என ராமசாமி பேசி முடித்தார்.

உடனே அலுவலருக்கு பொத்துக்கொண்டு கோபம் வந்தது.

"என்னை என்ன நெனச்சிக்கிட்டு இருக்கீங்க? இது என்ன ஒங்க பஞ்சாயத்து நடக்கற எட முன்னா நெனச்சீங்க. ஒங்க சொல்லுக்கு நாங்க கட்டுப்பட வேண்டிய அவசியம் இல்ல. வெளிய போலீஸ் நிக்கீது, அத மறத்துறாதீங்க."

"சார் நீங்க ஏன் பதற்றப்படுறீங்க ஒங்க போலீஸ்யெல்லாம், போயி பத்து நிமிஷம் ஆச்சி, அவங்களுக்குத் தேவையானது என்னவோ அத

செஞ்சேன், போயிட்டாங்க. இங்க கொலைய விழுந்தாலும் யாரும் வரப்போறது இல்ல” என மிரட்டும் தோரணையில் எடுத்துரைத்தார் ராமசாமி.

“என்ன ராமசாமி தேவரே மிரட்டுறீங்களா? ஒரு வார்த்த நான் கூப்பிட்டா கட்சிக்காரங்க வந்துருவாங்க, அப்புறம் என்னாகும் நெனச்சிப் பாருங்க?” என்றான் ஒரு இளைஞன்.

“ஏலே முத்துராசு நீ செல்லையன் மவேன் தானே நாளப்பின்னே பொட்டலுக்கு வாலே ஒன்னய அண்ணாச்சிட்ட சொல்லி மெட்ராசு அனுப்பிவைக்கிறேன். அவருக்கு நெறைய டைரக்டருக தெரியும்!” என அவனின் சினிமா கனவுக்குக் கால்வாய் வெட்டிவிடவும், சீறிய பாம்பு தனது தலையைத் தாழ்வாக்கிக்கொண்டது.

சிறிது நேரத்தில் ஒப்பந்தமானது.

என்னதான் நாட்டில் சட்டம் திட்டம் போட்டாலும், அது மக்களுக்கு முன்பு செல்லாது என்பதற்கு இதுவே உதாரணம்.

ஒவ்வோரு ஏஜென்டும் வெவ்வேறு கட்சி சார்ந்தவர்களாக இருந்தாலும் அவர்கள் ஒவ்வொருத்தரும் ஒவ்வொரு விஷயங்களில் பலவீனமானவர்கள் என்பதைக் கண்டுபிடித்து அதை செயலாக்கப் படுத்திடும் தந்திரம் அறிந்த ராமசாமிகள் இந்த நாட்டில் ஏராள மானவர்கள் இருப்பதால்தான் நாட்டில் ஜனநாயகம் கெட்டு, பண நாயகம் வெற்றி பெறுகிறது.

நாட்டில் நடக்கும் ஒவ்வொரு தேர்தலிலும் முறைகேடுகள் இன்று ஜனநாயாக முறைப்படி நடந்ததாக இதுவரை சரித்திரம் கிடையாது.

“ஒக்களும் மக்களும் ஒன்று ஊருப்பய வாய்ல மண்ணுன்னு” என்ற பழமொழிக்கேற்ப அனைத்துக் கட்சி ஏஜென்டுகளும் ஒத்துப் போக, ராமசாமி வகையறா தன் கட்சி சார்ந்த வேட்பாளரின் சின்னத்தில் குத்து குத்துன்னு குத்தி தள்ளினார்கள். பாகனும் அவன் பங்குக்கு பத்து கள்ள ஓட்டுகளைக் குத்தி உள்ளே போட்டான். அப்ப அலுவலர்கள் என்ன செய்தார்கள் என நினைக்கிறீர்களா? நீதிமன்றத்தில் நீதி தேவதையின் கண்கள் எப்படி கறுப்புத் துணியால் கட்டப்பட்டு இருக்குமோ அதைப்போன்று கண் இருந்தும் கபோதி களாக, கால்கள் இருந்தும் முடவர்களாக ஆக்கப்பட்டார்கள்; இனிதே கள்ள ஓட்டு போட்டு பெட்டி நிறைந்தது. தேர்தல் வாக்குப் பதிவு நேரமும் முடிந்தது.

மறுநாள் காலை எட்டு மணிக்கு ஓட்டு எண்ணிக்கை துவங்கியது. அன்று மாலையே ஒரு சில இடங்களுக்கான முடிவுகள் அறிவிக்கப்பட துவங்கின. `கூட்டம் அலைமோதியது.

அனைவரின் செவிகளும் ஒரே காரணத்துக்காகக் காத்திருந்தது. வசதியானவர்கள் வீட்டில் வானொலி பெட்டிகள் இருப்பதால் அவர்கள் பெட்டியைச் சுற்றி அமர்ந்துகொண்டனர்.

வானொலி பெட்டி இல்லாதவர்கள் அவர்கள் வீட்டின் முன் பாகவும் பின்பாகவும் உற்சாகமாகக் குவிந்திருந்தனர்.

அந்ததந்த பஞ்சாயத்து யூனியன் அலுவலகத்தில் குழாய் ரேடியோக் கள் பொறுத்தப்பட்டு அதிலும் தேர்தல் வாக்கு எண்ணிக்கைகளை அறிவிக்க ஏற்பாடு செய்யப்பட்டு அங்கும் குவிந்திருந்தார்கள்.

ஒரு சில அரசியல் தீவிரவாதிகள் கையில் ரேடியோ பெட்டிகளைத் தூக்கிக்கொண்டு அங்கு தஞ்சம் அடைந்தவர்கள் அவர் பின்னால் இல்லாதவர்கள் அலைந்தனர்.

ரேடியோ பல வடிவங்களில் மக்களிடம் புழக்கத்தில் இருந்தது. மர்பி, பிலிப்ஸ் நேஷனல், பேனாசோனிக் இந்த மூன்று வகை பெட்டிகள்தான் பெரும்பாலும் புழக்கத்தில் இருந்தது.

ஒரு சிலர் கையடகமான பாக்கெட் ரேடியோக்களையும் வைத் திருந்தனர். அதில் பாகணின் அப்பாவும் ஒரு ரேடியோவைத் தூக்கிக்கொண்டு இருப்பிடத்துக்கு முன்பாக ஸ்டூல் போட்டு அதில் ரேடியோவை வைத்திருக்க அதைச் சுற்றி மக்கள் அமர்ந்திருந்தனர்.

ஒரு மணி நேரத்துக்கு ஒரு முறை தேர்தல் அறிவிப்பு வெளியானது. சரோஜினி நாயுடுவின் காந்த குரலில் அனைவரும் லயித்திருந்தனர். பாகணின் அப்பா தனது கட்சி வெற்றி பெற வேண்டும் என்பதற்காக குலதெய்வத்தை வேண்டிக்கொண்டார்.

அவர் எண்ணப்படி அவர் சார்ந்த கட்சி பதின்மூன்று ஆண்டு களுக்குப் பின் இன்றுதான் ரேடியோ பெட்டி மீண்டும் திராவிட முன்னேற்றக் கழகம் நூற்று நாற்பது இடங்களில் வென்று ஆட்சியைப் பிடித்தது என அறிவிக்கவும், அப்பா அந்த ஏரியா மக்களுக்குத் தனது கை காசுகளைச் செலவழித்து மகிழ்வித்தார். பாகண் தனது கூரை முகட்டில் ஏறி, கறுப்பு சிவப்பு வண்ணக் கொடியை ஏற்றினான். காற்று என்ன வஞ்சகமா செய்யும் கூரையில் ஏற்றிய கொடியும் பட்டொளி வீசி பறந்தது.

•

19

வெற்றி..! வெற்றி..! வெற்றி..! எங்கு திரும்பினாலும் தி.மு.க. கழகத்தின் வெற்றியை நாடே கொண்டாடித் தீர்த்துக்கொண்டு இருக்கிறது. எதிர்க்கட்சிகள் உண்டா என்று கண்டுபிடிக்க இயலாத நிலையில் தி.மு.க. கழகம் தனிப் பெரும்பான்மையோடு ஆட்சியைக் கைபற்றி, தலைவர் கலைஞர் அரியணையில் ஏறும் நிகழ்வு நடை பெற இருக்கிறது.

பதினாறு வருடங்கள் வனவாசம் சென்று திரும்பிய இராமன் அயோத்தியில மகுடம் சூட்டிக் கொள்ளும்போது, அரண்மனை வளாகம் மாற்றியமைக்கப்பட்டது.

நகரத்திலுள்ள மாடமாளிகைகள், கோபுரங்கள், அந்தப்புரங்கள், இரகசிய மண்டபங்கள் புணரமைக்கப்பட்டன. தசரதன் ஆண்டு அனுபவித்த கட்டடங்கள் இழுத்து மூடப்பட்டு, புதிய வடிவில் கோட்டை கொத்தளங்கள் கட்டிமுடிக்கப்பட்டு, இராமனின் பட்டா பிஷேகம் நடந்தேறியது.

அதை போல் பதிமூன்று ஆண்டுகள் வனவாசம் சென்றதுபோல் எதிர்க்கட்சியாக இருந்த கட்சி, அதன் தலைவர் இன்று பதவியேற்க இருப்பதனால் புனித ஜார்ஜ் கோட்டையின் கட்டட வளாகத்தில் உள்ள தளவாடங்கள் மாற்றியமைக்கப்பட்டது. புதிய வர்ணங்கள் பூசப்பட்டன.

முந்தைய அமைச்சரவை நாற்காலிகள் அப்புறப்படுத்தப்பட்டு புதிய வர்ணம் பூசி புதிய நாற்காலிகளாக மாற்றம் செய்யப்பட்டன. முதல்வர் முதல் பின்னவர்கள்வரை, அரசு அலுவல் பணிகள் பார்ப்பதற்கான அறைகள் புத்துணர்வு பெற்றது.

நாளை காலை தமிழக ஆளுநர், முதல்வர் முதல் மற்ற அமைச்சர்களுக்கு பதவிப் பிரமாணம் செய்து வைக்க இருக்கிறார். அமைச்சரவைப் பட்டியல் தமிழக அரசு இதழில் வெளியிடப்பட்டது. அதனைத் தொடர்ந்து கட்சி பத்திரிக்கையான முரசொலி, தினகரனில் வெளியிடப்பட்டது.

கட்சியின் முதல் கூட்டம் நடைபெறுகிறது. கூட்டத்தில் தலைவர் தனது நீண்ட நாள் கனவான ஆசை என்பதைவிட லட்சியத்தை அறிவிக்கிறார். அது என்னவென்றால், ஈராயிரம் ஆண்டுகளுக்கு முன் இரண்டே அடிகளில் உலகைப் புரட்டிப்போட்ட திருக்குறளை இயற்றிய தெய்வப் புலவர் திருவள்ளுவர் சிலைவைத்து கட்டப்பட்ட வள்ளுவர் கோட்டத்தில், தனது முதல்வர் பதவியை ஏற்பேன் என அறிவித்திருந்தார். இந்த அறிவிப்புக்காக ஒரு நாள், இரு நாள் காத்திருக்கவில்லை ஒன்பது ஆண்டு காலமாய் தனது ஆசானுக்காக ஒரு அறிவுக் கோயிலைக் கட்டி வைத்து அதில்தான் நான் பதவி ஏற்பேன் என்று ஒன்பது ஆண்டுகளுக்கு முன்பே சூளுரைத்த கொள்கை வெளிப்பாடு இதோ நாளை நடைபெற இருக்கிறது.

நடெங்கிலும் கட்சிக் கொடி படபடக்க அந்த மாவட்ட தலை நகரங்களிலிருந்து வாகனங்கள் வெற்றி விழாவுக்காகப் புறப்படத் தயாராகிறது. ஊரின் மையமான, தேசபந்து மைதானத்திலிருந்து பஸ்கள், லாரிகள், டிராக்ட்டர்கள், கார்கள் என புறப்படத் தயராகிக் கொண்டு இருந்தது.

பஸ்கள் அனைத்தும் வாடகைக்கு அமர்த்தப்பட்டு இருந்தது. மாவட்ட செயலாளர்களின் சாமர்த்தியத்தால் இலவசமாகவும் அமர்த்தப் பட்டது. பேருந்து முதலாளிகள் அந்தக் கட்சியைச் சார்ந்தவர்களாக இருக்க மாட்டார்கள். ஆனால், எந்தக் கட்சி ஆட்சிக்கு வந்தாலும் பத்து பஸ்களில் ஒரு பேருந்தை இலவசமாகக் கொடுப்பது வழக்கம். அது பதவியேற்பு விழாவாக இருந்தாலும் சரி, மாநாடாக இருந் தாலும் சரி, மாவட்டச் செயலாளர்களிடம் பேருந்து முதலாளிகள் ஒப்படைத்துவிடுவது வழக்கம். இப்படி நாடெங்கிலும் எத்தனை பஸ்கள் இலவசமாக சென்னையை நோக்கி புறப்படும் தெரியுமா? சரி இதனால் பேருந்து முதலாளிகளுக்கு நஷ்டம் எதுவும் கிடையாதா? அதான் புதியதாகப் பதவியேற்கும் அரசு அந்த முதலாளிகளுக்குப் பல வழிகளில் சலுகைகள் வழங்க இருக்குமே!

ஒன்றைக் கொடுத்து மற்றொன்றைப் பெறுவதுதானே முதலாளி களின் மரபு.

வெற்றி விழாவுக்கு பாகணும் புறப்பட்டான். இருப்பதிலேயே நல்ல பேன்ட், சர்ட் எடுத்துப்போட்டுக்கொண்டான். மனைவி நிறை மாத கர்ப்பிணி, கடந்த ஒரு மாதமாக அவன் ஓட்டும் ரிக்ஷாவுக்கு ஓய்வு கொடுத்திருந்தான். அதனால் வருமானத்துக்கும் ஓய்வு.

காலையில் ஐவுளிகாரியிடம் வாங்கிய கடனுக்காக அவளிடம் திட்டுவாங்கியதை நினைவுபடுத்தினாள் மனைவி.

"எங்க?"

"ஊருக்கு."

"எதுக்கு?"

"வெற்றி விழாவுக்கு."

"நீங்க போயித்தான் நடக்கப் போதாக்கும். வண்டிக்குப் போறது இல்ல எப்படித்தான் பொழைக்கிறது?"

"நீ என்ன பொழைக்காமயா இருக்க?"

"நல்லா பொழச்சேன் சேலக்காரி வந்து மானங்கேட கேக்குறா, அத.. மறைக்க வாங்குன சேலக்கி காசு குடுக்கணும்முன்னு துப்பு இல்லைங்கிறா" என்று சொல்லி கண் கலங்கினாள். அவனுக்குக் கோபம் கொப்பளித்தது. ஆனால், ரோஷம் பணத்தில் காட்ட வேண்டும். அதுதான் அவனிடம் இல்லையே அதனால் உக்கிப் போனான்.

ஆனால், நம்பிக்கையாக நாலு வார்த்தை சொல்ல நினைத்தான். அதற்குள் அவள் தனது துணிமணிகளை அள்ளி வயர் பையில் அடுக்கினாள். அதைப் பார்த்து திடுக்கிட்ட பாகண், பையைப் பறித்து அப்புறப்படுத்தினான். அவள் மல்லுக்கட்டினாள். அவளோடு சேர்ந்து அவள் வயிற்றில் வளரும் கருவும் சேர்ந்துதான்.

"சொல்வத கேளு?" என்றான்

"கேக்க மாட்டேன். வந்த நாள்லர்ந்து நான் சொல்வத ஏதயாச்சும் கேட்டிருப்பீங்களா? எப்ப பாரு கட்சிகட்சின்னு பேனா எப்படி?" என இருவரும் சத்தம் போட்டுக்கொண்டு இருப்பதைக் கேட்ட பாகணின் அம்மா மாரி, அப்போதுதான் தன் தலையில் சருகப் பானையில் நல்ல தண்ணீர் கொண்டுவந்து இருந்தாள். தரையில் வைத்துவிட்டு ஓடி வீட்டுக்குள் வந்து இருவரையும் விலக்கிவிட்டாள்.

"ஏன்டா புள்ளத்தாச்சிகூட என்னடா சண்ட? ஏமா என்னம்மா?"

"ம்... அத அவுங்ககிட்ட கேளுங்க. வண்டிக்கி போயி எத்தன நாளாச்சி. பத்து பைசா கையில இல்ல. நா பட்டினி கெடக்கலாம், இந்தப் பச்ச மண்ணுமா கெடக்கணும். இவனக் கட்டிக்கிட்டு வந்ததுக்கு" குடிசை சுவற்றில் முட்டிய படி, "தலையெழுத்து...

தலையெழுத்து என் வீட்டு பேச்ச கேட்காம வந்ததுக்கு நா சாகணும் நா சாகணும்" என்று தலையில் அடித்து பெருங்குரலெடுத்து அழுதாள். அதைக் கண்ட அவன் அம்மாவும் பதறியபடி, "தாயி அழாதம்மா தாயி, அழாத, புள்ளத்தாச்சிக்காரி ஒனக்கென்ன... நா இருக்கேன், வா தாயி, இந்தா பாரு ஒனக்கு செட்டியார் கடைலருந்து புட்டு வாங்கி வந்துருக்கேன், சாப்புடும்மா" என அவள் தலையை வருடினாள், கண்களில் வழிந்த கண்ணீரைத் துடைத்துவிட்டாள். எதற்கும் அவள் மசியவில்லை, புறங்கையில் அம்மாவின் கைகளைத் தட்டிவிட்டாள். அதைப் பார்த்துடன் பாகணுக்குக் கோபம் வந்து கத்தினான்.

"ஏய் என்னடி ஒனக்கு, என்ன வேணும், ஏன் இப்படி பாடா படுத்துற?" என கத்தினான்.

"டேய் ஓம் வாயப் பொத்து, அந்தப் புள்ளைக்கு நல்லது பொல்லத வாங்கிக் குடுக்கணும்."

"வாங்கிக் குடுக்க எங்கிட்ட என்ன இருக்கு?" என்றான்.

"அதுக்குதான் ஒழைக்கணும். ஊரு உப்புனி வேல பாத்தா போதுமா? நீ இப்படி பொறுப்பு இல்லாம இருக்கிறதுனால சேலக்காரி மானங்கேடா கேக்குறா."

"யாரு மா..? அந்த செட்டிச்சீயா..? அவளுக்குக் காச நா தூக்கிப் போட்டுட்டு நாக்கப் புடுங்கிட்டு சாகுறாப்ல கேக்குறன்னா இல்ல யான்னு பாரு, சக்களாத்தி என்னம்மா கேட்டா..?"

"மறைக்கிறதுக்கு சேல வாங்குனேல, அதுக்கு காசு குடுக்கனு முன்னு தெரியாதான்னு கேக்குறா."

"தேவுடியா... அந்தப் பொம்பள வரட்டும், அவள நா சேலய உருவிவிடுறேன், கடன குடுத்துட்டா என்ன வேணாலும் பேசு வாளா..? சக்களாத்தி... புருஷன ஒலி ஒத்த பயட்ட கெடந்ததால அறிவு இருக்கும் நாளஞ்சிவப்பாளன வச்சுக்கிட்டு திறியறவ வரட்டும் வச்சுக்கிறேன். ஏமா நா தாறேன்ம்மா, அந்த சிரிக்கிக்கு எவ்வள தரணும்?" எனக் கேட்டவுடன் மருமகள் கொஞ்சம் ஆசுவாசமானாள்.

"எம்முட்டுமா தரணும்?"

"நாப்பத்தஞ்சு ரூபா."

"இம்புட்டு தானாக்கும் இரு அந்தாளு வரட்டும் வாங்கித் தாறேன் இந்தா... இத இப்ப தின்னு அவன போற வேலக்கி போகவிடும்மா.

ஒனக்கு என்ன வேணும் வாம்மா எந்திரி... எந்திரி... தாயி இந்தா" என வெள்ளை குழாய் புட்டை அவள் வாயில் ஊட்டிவிட்டாள்.

கையில் இருந்த கண்ணாடி வளையல், அவன் போட்ட சண்டையில் கையைப் பிடித்து இழுக்கும்போது உடைந்து, அவள் கையில் குத்தியதால் சிறிதளவு ரத்தம் வெளியேறியிருந்தது.

"இங்க பாரு வளையல் ஒடஞ்சிருச்சி..?" என அவளிடம் காட்டினாள்.

"ஏன்டா மொறட்டுப் பயலே புள்ளித்தாச்சிக்கி வளையல் ஒடயக் கூடாது தெரியுமா?"

"ஒடஞ்சா ஒன்றும் இல்ல அதென்ன அவங்க அம்மா போட்ட வளைகாப்பு வளயலா?" என குத்திக் காட்டிப் பேசினான் பாகண்.

"ஆமா ஒம் மொகறகட்டைக்கு வீடேறிவந்து வளைகாப்பு பண்ணு வாங்க..." என அவனை எடுத்தெறிந்து பேசினாலும் அவள் மனதுக்குள் எல்லா பெண்களும் நிறைமாதக் காலத்தில் அம்மா, அக்கா, உறவுகள் புடைசூழ வந்து சீமந்தம் நடத்துவது எவ்வளவு பெரிய உற்சாகம். ஆனால், நமக்கு அந்தப் பாக்கியம் கிடைக்கவில்லை. இந்தக் குடிசைக்கு வருவதே அவர்களுக்குக் கௌரவக் குறைச்சல், இதில் சீமந்தம் நடத்தவருவார்களா? என மனதுக்குள் நினைத்து குமைந்தாள்.

அவள் மனதுக்குள் குமைந்துவிடும் புகை, பாகணின் அம்மாவையும் சூழ்ந்து அவள் மனதுக்குள் பிறந்து வீட்டை நினைத்து ஏங்கும் தவிப்பின் ஓசை மாரியின் செவியில் அறைந்து, அவளை நிலைகுலைய வைத்தது. ஒன்பது மாதம் கடக்க இருக்கும் ஒரு பெண்ணுக்கு வளைகாப்பு நடத்த வேண்டாமா?

நமக்கும் அந்த சடங்குக்கும் எந்தவித சம்மந்தமும் கிடையாது. சாஸ்திரமும், சம்பிரதாயமும் நமக்கானதா என்று அவள் சிந்தித்தாலும், சடங்குகள் நமக்கு இல்லாவிட்டாலும் அதை கடைபிடிக்கும் சமுதாயத்திலிருந்து வந்தவள் அதைப்பற்றி சிந்திப்பதில் அதன் மீது ஆசைப்படுவதில் எவ்வித தப்பும் கிடையாது.

நம் பிள்ளைகள் நான்கில் இரண்டு பெண் பிள்ளைகளுக்கும் ஒரு ஆண் பையலுக்கும் நம் இனத்தில் முடித்துக்கொண்டோம். ஆனால், இவன் மட்டும் அவன் ஆசைப்பட்டவளை முடித்துக்கொண்டவன்.

"எந்திரிம்மா."

“எங்க?” என அவள் கேட்டாள். அதற்குள் மாரி தன் மருமகளை அழைத்துக்கொண்டு விறுவிறுவென்று முத்தால் நாகர் கடந்து, பாண்டியன் நகர் வந்து, திருப்பதி பேன்ஸி சென்டருக்குக் கூட்டிக் கொண்டுவந்து கடைமுன் நிறுத்தினாள்.

கடையின் கண்ணாடி பேழைகளில் வண்ணவண்ண வளையல்கள் உருளைகளில் பொறுத்தப்பட்டு இருந்தன.

கடைக்காரர் மாரியைப் பார்த்து முகம் சுளிக்கவில்லை. தனது புது மருமகளுக்குப் புது வளையல் போட வந்திருப்பதை எண்ணி சந்தோஷப்பட்டார். ஏனெனில் இவர்கள் வகையறாக்கள் யாரும் இந்தக் கடைக்கு வந்தது இல்லை. இவள் மட்டும் சாஸ்திரம் சம்பிர தாயத்தைப் பின்பற்றி அவள் கொள்கைகளை இழந்து நாட்டு நடப்புக்குப் பழகிக்கொண்டதை எண்ணி கடைக்காரர் அகம் மகிழ்ந்தார்.

“எது வேணும்?”

“அந்தப் புள்ளைக்கு எது புடிக்குதோ போட்டுவிடுங்க” என்று சொன்னதும் அவர் சிரித்துக்கொண்டே வளையல் டிசைன்களை எடுத்துத் தந்தார். அதை புரிந்துகொண்ட மாரி அவளுக்குப் பச்சை நிறத்தில் எனாமல் பொருந்திய வளையல்களை மூனு மூனு டஜன் எடுத்துப்போட்டுவிட்டாள்.

“எம்புட்டு ஆச்சு” – மாரி.

“முப்பது ரூபா” – கடைக்காரர்.

“சம்பளம் வாங்கித்தாறேன்” – மாரி.

“பரவாயில்ல” என்றார் கடைக்காரர்.

வளையல் குலுங்ககுலுங்க மருமகளை வீட்டுக்கு அழைத்து வந்தாள். அகம் மகிழ்ந்தாள். பாகனுக்கு ரூட்டு கிளியர் ஆனது. வெற்றி விழாவுக்குப் புறப்பட்டான்.

அம்மன் கோயில் திடலில் தனியார் பேருந்துகள் வெற்றி விழாவுக்காகப் புறப்படத் தயாராக நின்றன. உடன்பிறப்புகள் பேருந்துகளின் எண் மற்றும் மாவட்டம், நகரம், ஒன்றியம், கிளை என குறிப்பிட்ட பிட் சுவரொட்டிகளை ஒட்டினார்கள்.

கடந்த ஒரு மாத காலமாக காடு, மேடு, ரோடு, வீடு, தெரு, சந்து என ஏறி இறங்கிய கால்களும் கூப்பிய கைகளும் பிரிக்க முடியாமல்

நாள்தோறும் நாயாக உழைத்து ஓடாகத் தேய்ந்த உடன்பிறப்புகள் பேருந்தில் புறப்படத் தயாரானார்கள் என்பது பொய்.

யாரென்றே தெரியாத கட்சிக்கும் எவ்வித தொடர்பும் இல்லாத வர்களே பேருந்து சீட்டில் இடம்பிடித்துக்கொண்டனர். யார் இவர்கள்..? எந்தக் கட்சி ஆட்சிக்கு வருகிறதோ அந்தக் கட்சிக்கு உடனடியாக மாறி கடந்தகால கட்சி வேட்டியை மாற்றிக்கொள்ளும் இவர்கள்தான் கட்சியின் உயிர்நாடிப்போன்றும் நாள்தோறும் கட்சி மாறி அதிகாரத்தைப் பயன்படுத்தி அல்லக்கை வேலைபார்ப்பவர்கள். சரி இது எப்படி உடனடி சாத்தியமாகிறது? ஒருவன் ஒரு கட்சியின் பதவியில் இருந்துவிட்டால் போதும். அவன் ஜாதி சார்ந்த சொந்தம் பந்தம் எல்லாம் கட்சியின் அடிப்படை உறுப்பினர். எதிர்காலத்தில் இவர்களே ஆட்சியை நடத்திசெல்ல உதவி செய்பவர்கள் என்றும் தன்னை உருமாற்றிக்கொள்வார்கள்.

அவர்கள் கட்சிகாரர்களாக இருக்க வேண்டியதில்லை. கட்சிப் பதவியில் இருக்கும் ஒரு நபரின் ஜாதிக்காரனாக இருந்தால் மட்டும் போதும்.

இவர்களே அடுத்த ஐந்து ஆண்டுகளுக்குக் கட்சிப் பதவியில் நீடிப்பார்கள். உண்மையான தொண்டனுக்குக் கட்சியில் பதவி கிடையாதா..? உண்டு இணை, துணை பதவிகள் கண்டிப்பாகக் கொடுக்கப்படும்.

ஏன் மாற்றுக்கட்சிக்காரர்களுக்கு உடனடி பதவி கொடுக்கிறீர்கள் எனக் கேட்டால், புதியவர்கள் கட்சிக்கு வந்தால்தான் கட்சி வளரும், நீ பழைய கட்சிக்காரன் கட்சியைவிட்டு போக மாட்டாய். அதனால் அவர்களுக்குப் பதவி கொடுத்து தக்கவைத்துக்கொள்ள வேண்டும் என்ற காரணத்தால் தாராளமாக அள்ளி விசுவார்கள்.

பதிமூன்று ஆண்டு காலமாய் தன் கட்சி ஆட்சிக்கு வரும், நம் உழைப்புக்கேற்ற சரியான இடம் கிடைக்குமென்று கனவுகண்ட அப்பாவித் தொண்டனின் கனவு நீடித்த மழையில் கரையும் மண் சுவரைப் போன்றது.

பாகண் பேருந்தைச் சுற்றிச்சுற்றிப் பார்த்தான். எல்லா சீட்டுகளிலும் ஆட்கள் இருந்தனர். பத்து பேருந்துகள் இருபது, முப்பது கார்கள், நான்கு லாரிகள், ஐந்து டிராக்டர்கள் நின்றிக்கொண்டிருந்தன... எந்த வாகனத்திலும் இடமில்லை. அண்ணாச்சியின் கடைக்கு வந்தான். வெள்ளை கொக்குகள் விரிந்து பரந்த காடுகளில் கூட்டமாய் கூடார

மிட்டு புழுப்பூச்சிகளைக் கொத்திக்கொண்டு இருப்பதுப்போன்று கட்சியின் நிர்வாகிகள் கூடி இருந்தனர். அண்ணாச்சி கிளை வரியாக இருக்கைகளுக்கான அடையாளச் சீட்டு மற்றும் அந்த வாகனத்துக்கான எரிபொருள் செலவு, சென்னை சென்று திரும்பும்வரை உணவுச் செலவு உள்ளிட்டவைகளைக் கணக்கிட்டு ஒரு கனிசமான தொகைகளைக் கிளை நிர்வாகிகளுக்கு வழங்கிக்கொண்டு இருந்தார்.

அங்கு என்ன நடக்கிறது? என்பது பாகனுக்குத் தெரியவில்லை. ஆனாலும், தனக்கு ஒரு சீட் கிடைக்காதா என்ற ஏக்கத்தோடு அண்ணாச்சியைப் பார்த்தான்.

பார்த்தால் மட்டும் போதாது, வணக்கம் தெரிவிக்க வேண்டும். அப்போதுதான் அவர் நம்மை கவனிப்பாரென்று வெள்ளைக்கொக்கு கூட்டத்தில் காகமாக நுழைந்தான். அவனை வெள்ளைக் கொக்குகள் அந்நியமாகப் பார்த்தனர்.

அண்ணாச்சியின் முன்பாக மிக நெருக்கமாக நின்று, வணக்கம் வைத்தான். அவர் அதைக் கண்டுக்கொள்ளவில்லை.

“வணக்கம் அண்ணாச்சி” என சத்தமாகக் கூறினான். கொக்குகளின் கூக்குரலில் அவன் குரல் எடுபடவில்லை. ஒன்றுக்கு இரண்டு முறை சத்தமாகக் கூவிப்பார்த்தான். ஏழையின் குரல் சபையேறுமா, ஏறவில்லை. கூட்டத்திலிருந்து வெளியேறி சற்றுத் தள்ளி நின்றான். அப்போது மிக வேகமாக அவன் சார்ந்த பகுதியின் கிளை செயலாளர் இராமசாமி வந்தார். அவனுக்குள் மின்சாரம் பாய்ந்தது, நாற்பது வாட்ஸ் பல்ப் எரிந்தது.

“வணக்கம் அண்ணே, வணக்கண்ணே” எனச் சொல்லிக்கொண்டே அவர் பின்னே ஓடினான். அவர் வேகமாக முன்னேறி வெள்ளை கொக்கு கூட்டத்தில் நுழைந்துகொண்டார். இவன் கோயில் வாசலில் காத்திருக்கும் பகிராகிகள் போன்று வழியில் நின்றுக்கொண்டான். கூட்டம் ஓரளவு குறைந்து அவரவர் டோக்கன் பெற்றுக்கொண்டு அந்தந்த பேருந்துகளில் ஏறி அவரவர் அமர்ந்திருக்கும் நபர்களுக்கு அடையாள அட்டையும் செலவுக்குப் பணமும் கொடுத்தனர். அதை கவனித்த அவனுக்கு ஒன்றும் புரிபடவில்லை. இருந்தாலும் இவனும் ஓடிச்சென்று ஒரு பேருந்தில் ஏற கை நீட்டினான்.

“யாருப்பா நீ” என்றான் அந்த பேருந்தின் பொறுப்பாளி.

“நான் பாகண்.”

"எந்த வார்டு?" முழித்தான்.

"ஏம்பா எந்த ஒன்றியம்?" முழித்தான்.

"ஏய் ஒங்க ஏரியா எது?

"ரோசல்பட்டி."

"அப்ப ராமசாமி வண்டி அந்தா ஏழாம் நம்பர் பஸ், அங்க போப்பா உடனே வரம் கிடைத்தாக உணர்ந்து ஓடி அதில் ஏறிக்கொண்டான்.

அந்த பேருந்திலும் முறைப்படி ரோசல்பட்டி ஒன்றியத்தின் வார்டு உறுப்பினர்கள் இருக்க வேண்டும். ஆனால், யாரும் தெரிந்த முகமாக இல்லை. மாற்றி ஏறிவிட்டோமோ என சந்தேகப்பட்டு முன்பக்க படிக்கட்டில் இறங்கிட முயற்சிக்கும் போது, கிளை செயலாளர் ராமசாமி படியில் ஏறினார்.

"வணக்கம் அண்ணே" என்ற பாகணை அவர் அருவருப்புடன் பார்த்தார். இவனுக்கு அவர் அடையாளம் தெரியாமல் பார்க்கிறா ரென்று நினைத்துக்கொண்டு தன்னை அறிமுகப்படுத்திக்கொண்டான்.

"சரி அதுக்கென்ன?"

"நானும் மெட்ராஸ் வரண்ணே."

"ஓய் இது கட்சிக்காரங்க வண்டிப்பா" என்றார்.

"அப்ப நான் என்ன வேறவனா? என் அப்பா இந்தக் கட்சிக்காக உழைக்கவில்லையா? நான் தேர்தல் வேலை பார்க்கவில்லையா? நான் கட்சிக்காரன் இல்லையா?" என அவனுக்குள் அடுக்கடுக்கான கேள்விகள் எழுந்தன. ஆனால், அதை கேட்கும் துணிவு அவனிடம் இல்லை.

"ஏய் எறங்குப்ப" என அவர் அவனை இறக்கிவிட முயன்றார். அவனே இறங்கிக்கொண்டான்.

ஒவ்வொரு பேருந்தாக அம்மன் கோயில் திடலிலிருந்து புறப் பட்டது. இது ஏறுவோமா... அதுல ஏறுவோமா... என தவியாய் தவித்தான். எந்த வாகனமும் அவனுக்காக நிற்கவில்லை.

ஆனால், அவனுக்குள் வெற்றிவிழாவுக்குப் போக வேண்டுமென்ற வேட்கை இருந்தது.

திருவிழா கூட்டத்தில் தின்பண்டங்களையும் விளையாட்டுப் பொருட்களையும் பார்த்து ஏங்கி தவித்து வீறீட்டு அழும் குழந்தை

யைப்போல் ஆனான் பாகண். கூச்சலும் கும்மாளமுமாக பேருந்து களும் மற்ற வாகனங்களும் புழுதியைக் கிளப்பிக்கொண்டு புறப் பட்டது.

பேருந்துக்குள்ளிருந்து கோஷம் விண்ணைப் பிளந்தது. உடன் பிறப்புகளின் உணர்ச்சி சொற்கள் காற்றில் பரவியது. கோஷத்தின் ஆவேசத்தால் நரம்புகள் முறுக்கேறினாலும் அந்தக் கொண்டாட்டத்தில் நாமும் பங்கேற்க முடியவில்லையே என அப்படியே கல்லாய் சமைந்தான்.

அவனை ஒரு கறுப்பு கார் கடந்துசென்றது. கார் கண்ணாடி திறக்கப்பட்டு ஒரு வளையல் கை அசைந்தது. அது அவனை அழைப்பதாக உணர்ந்து ஓடிச்சென்று அருகாமையில் நின்றான். அந்த கைக்கு சொந்தக்காரி ஒரு பெண். அவளை அவன் ஏற்கனவே பார்த்த ஞாபகம். அவள் அவனை அடையாளம் கண்டு காரை நிறுத்தினாள்.

“என்னப்பா மெட்ராஸுக்கு வல்லியா?” எனக் கேட்டாள்.

“எடம் கெடக்கைல” என்றான்.

“சரி டிரெய்ன்ல வா” எனச் சொல்லி ஒரு நூறு ரூபாய் தாளை அவனுக்குக் கொடுத்தாள். அவன் அதை வாங்கிக்கொண்டு அவளை நன்றி உணர்ச்சியுடன் பார்த்தான். அவள் பிரதிபலன் எதிர்பாரமல் காரை நகர்த்திக்கொண்டாள். •

20

அவள்தான் சதை வியாபாரி மகிழ்ராணி. பாகண் கட்சியின் முன்னணி தொண்டனாகிறான். கட்சி வேலைகளைத் தனது பூர்வீகக் கடமையாக எண்ணி செயலாற்றுகிறான்.

கட்சியின் கொள்கைகளை விளக்கி நடக்கும் பொது கூட்டங்கள், தெரு கூட்டங்கள் என பம்பரமாய் சுழன்றுசுழன்று பணியாற்றுகிறான். மாவட்டத்தில் ரோசல்பட்டி ஒன்றியத்தில் பாகண் என்று ஒரு இளைஞன் இருக்கிறான் என்பது தலைமைமுதல் அடிமட்ட தொண்டன்வரை தன்னைத் தெரியும்படி கட்சிப் பணிகளில் அயராது உழைக்கிறான்.

கட்சி ஆட்சி பொறுப்பேற்று நூறு நாட்களைக் கடந்து அந்நாட்களில் செய்த சாதனைகளை விளக்கி மாநிலந்தோறும் இளைஞரணி சார்பாக பிரச்சார இயக்கம் நடைபெறுகிறது.

மாநில இளைஞரணி செயலாளர் மு.க.ஸ்டாலின் மாவட்டத்துக்கு வருகிறார். அவரோடு பிரச்சார வேனில் பயணிக்கிறான் பாகண். மாவட்ட அமைப்பாளர்கள் இராஜபாளையம் சட்டமன்ற உறுப்பினர் வி.பி. இராஜன், மாவட்ட இளைஞரணி அமைப்பாளர், நகர அமைப்பாளர் தினகரன் உதய சூரியன் இவர்களோடு ஒன்றிய இளைஞர் அணி அமைப்பாளரான பாகண்.

கட்சியில் பாகணுக்கு ஒன்றிய இறைஞரணி அமைப்பாளர் பொறுப்பு கிடைக்கிறது. அந்தப் பொறுப்பைத் தக்கவைத்துக்கொள்ள சரியான முறையில் கட்சி பணியாற்றினான். காலத்தின் சக்கரம் உருண்டது. கட்சிப் பணி நீள்கிறது.

பாகணும் அவன் மனைவியும் இருந்து இடத்தில் மற்றொரு புதிய உயிர் வந்து இருவரின் நந்தவனத்தில் புத்தம் புதிய பூவாய் மலர்ந்தது. ஆம்! பெண் குழந்தை பிறந்தது.

நெடுநாட்களாக பாண்டியன் குடும்பத்தில் குழந்தையின் வாசம் இல்லாதிருந்தது. ஆனால், இப்போதோ அந்நெடி பாகணையும் அவன் மனைவியையும் மீறி பாண்டியையும் மாரியையும் சிலாகிக்க வைத்தது. கூடவே பாகணைபற்றிய கவலையும் அவனுக்கான பொறுப்பைப் பற்றிய சிந்தனையும் பாண்டிக்கு எழுந்தது. அவ்வப்போது அவனைக் கண்டிப்பதும் அதே வேளையில் அவனைக் கட்சி வேலைக்குள் இழுத்துவிடுவதுமாக இருந்தார் பாண்டி.

ஒவ்வொரு தந்தையும் தன் பிள்ளைகளைத் தனது வாரிசாக்கத் துடிப்பது இயல்புதான். அதுவும் தான் வாழ நினைத்த அந்த வாழ்வில் தோல்வியடைந்து அதை எப்படியாவது தன் மகனின் மூலமாக அடைய வேண்டும் என்ற சாத்தியப்படாத கனவுக்களுக்காகக் காலத்தை யெல்லாம் வீணடித்துவிட்டு இறுதியில் தாம் தோல்வியுற்றோம் என்று உணர்ந்து திரும்பிப் பார்க்கும் வேளையில் காலமும் நேரமும் அவர்களுக்காகக் காத்திராமல் கடந்து வெகுதூரம் சென்று இருக்கும். அப்போது அவளோ அவனோ, தோல்விகளை முழுமனதோடு ஏற்றுக்கொள்ளாமல் மீண்டும் வெற்றி காண்போம். ஆனால், வேறு வடிவத்தில். வேறோரு நபரால் என்று தன்னுடைய ஆசைகளைத் தன் வாரிசுகள்மீது திணிப்பது, அது கல்வியானாலும் சரி, கலையானாலும் சரி, தன்னைப்போல் வர வேண்டும். தான் தோற்றுப்போன மடிந்து சாம்பலாகிபோன, சாம்பல்மேட்டிலிருந்து பீனிக்ஸ் பறவையாக எழ வேண்டுமென்று எல்லா தந்தைக்குள்ளும் இருக்கும் எண்ணம், அந்த எண்ணம் பாண்டிக்கும் ஏற்பட்டது என்பதில் வியப்பேதுமில்லை.

பாண்டி தான் சார்ந்த கட்சிக்காக, அல்லும்பகலும் உழைத்தார். கட்சி ஆட்சி கட்டிலில் ஏறும்வரை அரும்பாடு பட்டார். அது 1949தாக இருக்கும்.

கட்சியின் கொள்கைகளை விளக்கி நாடெங்கிலும் நாடக பிரச் சாரமும், மேடை பிரச்சாரமும் தெரு பிரச்சாரமும் நடந்தேறிய கால கட்டம், அண்ணாவின் நாடகங்களை, வீதி வீதியாக, தெரு தெருவாக நடத்தி நாடகத்தில் நடித்தார் பாண்டி. அண்ணாவின் எழுத்து பிரதி களை வீடு வீடாக சென்று காய்களை விற்பது போன்று விற்றுத் தீர்த்தார்.

ஒரு அமைப்பு வலுவாக எழுந்து, கட்டமைப்பாக நிற்க வேண்டு மென்றும் அதற்கு சரியான கொள்கைகளும் அதை நிலைநாட்ட சரியான விதத்தில் எடுத்துரைக்கும் திறனும் வேண்டும்.

அந்த அடிப்படையில் கட்சியின் கொள்கைகளை விளக்கி, ஒருங் கிணைத்து நடத்த இரமநாதபுரம் மாவட்டம் (விருதுநகர்) முழுவதும் மூன்று பாண்டிகள் உழைத்தார்கள்.

ஒருவன் பூதப்பாண்டி மற்றொருவர் கே.பி.எஸ். பாண்டி மூன்றாமர் ஆர்.பாண்டி. இந்த மூன்று பாண்டிகள்தான் மாவட்டத்தின் இரும்புத் தூண்கள், இவர்களோடு சீனி குட்டை ரத்தினம் வாடியாள் சங்கரப் பாண்டியன் இன்னும் பிறர் கழகத்துக்காக அரும்பாடுபட்டவர்கள்.

அண்ணாவின் கொள்கை நாடெங்கிலும் பரவியது. தி.மு.க. என்ற கட்சியை இரும்பு கோட்டையாக மாற்றிட ஒவ்வொரு மாவட்டங் களின் கழகக் கணமணிகள் எஃகு தூண்களாக மாறினார்கள். காங்கிரஸ் என்ற மாபெரும் இயக்கம் வலுவிழக்கத் துவங்கியது.

பெரியாரின் கொள்கை, நாட்டின் அவலமான பழமை வாய்ந்த சமூக அடுக்குகளை உடைக்க வேண்டுமென்பதில் எள்ளவும் குன்றாமல் ஓங்கி உரைக்க பாடுபட்டனர்.

அது கோயில் போராட்டமானாலும் சரி, தலித் விடுதலையானாலும் சரி, பெண் விடுதலையானாலும் சரி, அதில் சமரசமற்று போராடினார். ஆனால், அந்தப் போராட்டம் வெற்றி வெற வேண்டுமென்றால், அண்ணல் அம்பேத்கார் சொன்ன தத்துவார்த்த சொல்லை உள்வாங்கி அதை அமல்படுத்த வேண்டும்.

ஒரு அமைப்போ அல்லது சமூகத்தால் ஏற்றுக்கொள்ளமல் ஒதுக்கி வைக்கப்படும் சமூகமோ சமநிலை அடைய வேண்டுமென்றால் முதலில் தெளிவு வேண்டும். பின்பு அந்தத் தெளிவிலிருந்து தான் யார் என அடையாளம் கொள்ள வேண்டும். அந்த அடையாளத்திலிருந்து விடுதலை பெற வேண்டும்மென்றால், ஆட்சி அதிகாரம் நம் கையில் இருக்க வேண்டும்.

ஆம் நம் கொள்கைகளை நிறைவேற்ற வேண்டுமென்றால் அதை அமல்படுத்த வேண்டிய இடத்தில் இருக்க வேண்டுமென்று அம்பேத்கர் ஒற்றை வரியில் உரைத்தார்.

அதை பெரியார் ஏற்றுக்கொள்ளவில்லை. ஆனால், அண்ணா கையில் எடுத்தார். அதன்படி செயலாற்றினார். அதன் பலன் காங்கிரஸ் வீழ்ந்தது. தி.மு.க. எழுந்தது. அதன்பின் அண்ணா இறப்புக்குப் பின் கலைஞரின் தலைமையில் கட்சி மேலும் வீறுகொண்டு எழுந்தது.

அதற்காக கட்சியில் அடிமட்ட தொண்டர்கள் அரும்பாடுபட்டனர். கலைஞர் ஆட்சி கட்டிலில் ஏறியதும் எமர்ஜென்ஸி வந்தது, கழகத் தொண்டர்கள் சாரைசாரையாக கைது செய்யப்பட்டனர். அதில் பாண்டியும் ஒருவர். மொழிப்போர் எதிர்ப்பு அலை மேலோங்கி போராட்டம் வெடித்தது.

கழகக் கண்மணிகள் ஆங்காங்க போராடி சிறை நிரப்பினார்கள். தி.மு.க. கழகம் முன்பைவிட மாணவர்கள், இளைஞர்களின் எழுச்சியால் வீறுகொண்டு எழுந்து, இராட்சச அலையாகத் தமிழகத்தில் காங்கிரசை சுருட்டி மடக்கி கரை ஒதுங்க வைத்துவிட்டு, வெற்றி என்றும் படகில் மீண்டும் பயணம் மேற்கொண்டது.

கட்சியில் பாடுபட்ட தொண்டர்கள் தலைவர்களானார்கள். ஆட்சியில் பங்காளியானார்கள். ஆனால், பாகணின் அப்பாவுக்கு மட்டும் இறுதிவரை கட்சி பதவியோ, ஆட்சி பதவியோ கிடைக்கவில்லை என்று சொல்வதைவிட கொடுக்கவில்லை என சொல்வதே கண பொறுத்தமாக இருக்கும்.

ரிஷிலம், நதிமூலம் அறிய வேண்டுமென்றால், முதலில் சாதி, இரண்டாவது வாக்கு வங்கி, மூன்றாவது பணப்பலம். இம்மூன்றில் எது குறைந்தலும் ஆட்சியிலும் கட்சியிலும் பங்கு பெற முடியாதென்பது பச்சிளங் குழந்தைக்குக்கூட தெரியும், அது பாண்டிக்கு மட்டும் தெரியாத என்ன? ஆட்சி மாறியது. அதனால், காட்சியும் மாறியது. கட்சி துவங்கிய போது கட்சியில் உழைக்க காத்திரமான போராளிகளும் சமரசமற்ற போர்க்குணமான வீரர்களும் தேவை.

ஆட்சிக்கு வந்தபின் அவர்கள் கட்சியைத் தாங்கிப்பிடிக்கும் தூண்களாகவும் தலைவர்கள் ஏறிச்செல்லும் படிக்கட்டுகளாகவும் இருக்க வேண்டும்.

சமூகத்தில் ஒதுக்கப்பட்ட அல்லது வெறுக்கப்பட்ட குற்றச்செயல்களையும் பாதகச் செயல்களையும் செய்து, பணம் சம்பாதிக்க தெரிந்தவர்கள்தான் கட்சியின் முக்கிய அங்கத்தினர்கள். அவர்கள் கடல் அலைகள் போன்று ஆர்ப்பரித்து எழுந்து, பணத்தை வீசி ஏறிபவர்களாக இருக்க வேண்டும். அப்படிப்பட்ட வர்கள்தான் கட்சியிலும் ஆட்சியிலும் இடம்பெற முடியும். அவர்கள் தான் கட்சிக்குத் தேவை.

அடிமட்ட தொண்டர்கள் இயக்க வேலைகளுக்கும் எதிராளிக்கு எதிராகத் திரண்டெழுந்து ஆர்ப்பரிப்பதற்கு மட்டுமே தேவை

என்பதை உணர்ந்தும் உணராமலும் இருந்த பாண்டியைக் கட்சி ஒன்றும் சும்மாவிடவில்லை. பாண்டியும் இப்புவியில் உயிர் வாழ் வதற்கு ஒரு ஏற்பாடு செய்து தந்தது.

என்ன ஏற்பாடு..? தன்னோடு கட்சிப் பணியாற்றிய தோழர் களுக்குக் கொடுக்கப்பட்ட பாராளுமன்ற உறுப்பினர் பதவியா? சட்டமன்ற உறுப்பினர் பதவியா? இல்லை மேலவை நியமன உறுப் பினர் பதவியா?அல்லது மாவட்டம், நகரம், ஒன்றியம் செயலாளர்கள் பதவியா? இவ்வளவு ஏன்? பாண்டி குடியிருக்கும் வார்டு செயலாளர் பதவியா? இல்லையே கடைசிவரை எந்தக் கட்சிப் பதவியும் கொடுக்காமல் தலைமை தவறியது. கொடுக்கவிடாமல் மாவட்ட நிர்வாகிகள் தவறினார்கள்.

ஏன் இந்த முரண்பாடு..? பாண்டியோடு எம்ர்ஜென்ஸியில் சிறைசென்றவர்கள் தன்னை மிசா குட்டைரத்தினம் மிசா கே.பி.எஸ். பாண்டியன் என பெயருக்கு முன்னால் போட்டுக்கொண்டதைப் போன்று அவர்களோடு ஒன்றாகச் சிறைவாசம் அனுபவித்த பாண்டிக்கு அப்பெயர் ஏன் கிடைக்கவில்லை, அல்லது அளிக்கவில்லை. எல்லாம் ஜாதிதான் என்று எளிதாக கடந்துவிட முடியுமா?

குலக்கல்வி சட்டத்தை இயற்றியபோது பெரியார் பேரியகத்தால் அதை எதிர்த்துப் போராடி வெற்றுபெற்றாரோ அந்த அமைப்பின் வழித்தோன்றலாக வந்த கட்சியில் அதே குலக்கல்வி சட்டமியற்ற வில்லை என்றாலும். சாதிய அடுக்கு முறையில் கட்சிப் பதவியும் ஆட்சிப் பதவியும் வழங்கி கட்சியை வழிநடத்தி சென்றதின் விளைவு பாண்டியையும் பாதித்தது.

எந்த மல நாற்றமும் பன்றி குடிசையின் கவிச்சையும் சகிக்க முடியாமல் திருமங்கலத்திலிருந்து இடம்பெயர்ந்து விருதுபட்டிக்கு பாண்டி வந்து 1949முதல் கட்சிக்காகப் பாடுபட்டு தன்னையும் ஒரு குடியானவனாக மாற்றிக்கொள்ள வேண்டும். தன் சந்ததிகளை அந்த வாழ்க்கையிலிருந்து மீட்டெடுக்க வேண்டுமென்று கனவு கண்டு கட்சியில் பாடுபட்டரோ அவை அனைத்தும் வெறும் கானல்நீராகப் போனதென நினைத்து பார்க்கின்ற போது துப்பரவு தொழிலாளியாக முப்பது ஆண்டுகளைக் கடந்திருப்பது தெரியவருகிறது. திராவிடக் கட்சியின் பெரியதொரு கொள்கை ஒருவனுக்குக் கல்வியும் பகுத் தறிவும் வேண்டும். அதன் மூலம் அவன் விடுதலை பெற வேண்டும் என்ற கொள்கைகளை வகுத்துக்கொண்ட கட்சியில் பாண்டி போன்ற

லட்சக்கணக்கான தொண்டர்கள் காலமெல்லாம் ஏழையாக, படிப் பறிவற்ற தற்குறிகளாக, குடிகாரர்களாக இருக்க வேண்டும். அப்போது தான் அவன் எதையும் பகுத்தறியாமல் முற்போக்காக சிந்தித்துவிடக் கூடாதென மிக எச்சரிக்கையாக ஒவ்வொரு தொண்டனையும் பாதுகாத்துக்கொள்ள தலைவரின் எழுச்சி மிகுந்த மேடைபேச்சு முற்போக்கான வசனங்கள் ஆபாத்பாந்தவனாக வந்து வாழ்வைச் சீர்தூக்கி நிறுத்தும் கதாநாயகத் தன்மையுள்ள நாடகம், திரைப்படம் எனக் கட்சி திட்டமிட்டு ஏகப்பட்ட காரியங்களைச் செய்ததன் விளைவு, எந்தத் தொண்டனும் மீள முடியாமல் அப்படியே அமிழ்ந்து இருப்பான்.

ஒரு இயக்கமோ அமைப்போ பீடமோ எதுவானப்போதும் அதில் ஒருவனை வளரவிடாமல் செய்ய வேண்டுமென்றால் அவனின் பலவீனத்தைப் பயன்படுத்தி, அதை அம்பலப்படுத்தி இயக்கத்தி லிருந்து வெறியேற்ற வேண்டும். அல்லது அவனின் குறைந்தபட்ச தேவைகளை எடுத்துரைத்து, அதை அவனுக்கு செய்து தருவதாக உறுதியளித்து அதை செய்து கொடுப்பது, அது தனக்குத் தன் இயக்கத்தால் தனது தலைவனால் இது கிடைத்தது என்று கால மெல்லாம் துதி பாடிக்கொண்டே இருப்பான். அல்லது அவன் நிலைக்கும் அல்லது எதிர்பார்க்கும் காலம் வரும் என காத்திருப்பான்.

அது போன்று காத்திருந்த பாண்டி, கட்சி துப்புரவுப் பணியை வாங்கிக்கொடுத்தது. தான் அதிலிருந்து மீள எண்ணங்களை ஆசை களைப் பூர்த்திசெய்ய தன் மகன் மீது திணித்து அவனைக் கட்சியில் நிலைநாட்ட வேண்டுமென்று உறுதிபூண்டு அதை நோக்கி காய் நகர்த்தினார்.

கட்சியின் தேர்தல் வருகிறது. தேர்தலில் தனது மகனையும் நிறுத்த பாண்டி முடிவெடுத்து மாவட்டச் செயலாளர் பூத பாண்டியைச் சந்திக்க அதிகாலை ஐந்து மணிக்கே தனது மகன் பாகனை அழைத்துக்கொண்டு அந்தக் கிராமத்துக்கு பேருந்தில் பயணித்தனர். விடியற்காலைக்கான அனைத்து காரியமும் செயலில் இருந்தது. ஊரின் மையப் பகுதியில் மாவட்டச் செயலாளரின் வீட்டின் முன்பாக கூரை செட், கட்சிக்காரர்கள் வந்து காத்திருக்கும் வாசலுக்கு போய் நின்று பார்த்தனர்.

கடவுளைப் பார்க்க வேண்டுமென்றால் பூசாரியிடம் அனுமதி கேட்க வேண்டுமல்லவா பூசாரி வந்தார்.

மங்கிய தார்ச்சாலையின் நிறத்தில் தொங்கிப்போன உடலமைப்பும், வற்றிய குளத்தில் கீறல் போன்ற முகமும், வாயிலிருந்து, இரவில் அடித்த கள்ளச் சாராயத்தின் புளிப்பு நெடி, வெள்ளையும் இன்றி கறுப்புமின்றி பழுப்பு நிறத்தில் வேட்டியும், கட்டம் போட்ட ஊதா கலர் சட்டையுடன் நாற்பதுக்கும் அம்பதுக்கும் இடையிலான வயதுடைய ஒருவன் இருந்தான்.

"யாரு ?" என வினாவினான்.

"அண்ணனே பார்க்கணும்."

"எங்கர்ந்து வாறீங்க?"

"விருது நகரு."

"ஊருலருந்து காலைலதான் வந்தாரு ஒக்காருங்க" என்று கூரை செட்டை காண்பித்தான்.

கூரைக் செட்டுக்கு ஏற்றார்போல் மணல் பரப்பில் தரையில் அமர்வதற்கு கல் இருக்கைகள் செட்டின் நான்கு திசைகளிலும் நீண்ட வடிவத்தில் இருந்தது. இது அடிமட்டத் தொண்டர்கள் வந்து காத் திருக்க வீட்டின் மெயின் கேட்டைக் கடந்ததும் மற்றோரு காத்திருப்பு அறை அதில் மர நாற்காலிகள் போடப்பட்டு இருந்தது. அங்கே இரண்டாம் கட்ட மூன்றாம் கட்ட நிர்வாகிகள் வந்த காத்திருப்பது. அதை தாண்டி முதல் மெயின் ஹாலில் சோபா இருக்கைகள், ஒயர் நாற்காலிகள் போடப்பட்ட மற்றொரு காத்திருப்பு அறை. இது ஒன்றிய நகர பொறுப்பாளர்கள் வந்து அமர போடப்பட்டிருந்தது. நபர்களோடு சந்திக்கும் அறை மரத்தாலான மிருதுவான இருக்கைகள், அவற்றின் நடுவே கண்ணாடி மேஜை, அதற்குப் பின்பு சுழற்நாற்காலி அதன் பின் கட்சியின் தலைவர்களான மூவேந்தர்கள் படம் பெரியார், அண்ணா, கலைஞர் மற்றும் நான்கு பக்க சுவர்களிலும் மாவட்டச் செயலாளர் பங்கேற்ற விழாக்களை நினைவுபடுத்தும் புகைபடம். மாவட்டச் செயலாருக்கு கட்சியின் தலைவர் கணையாழி அணிவித்த படம், பொதுச்செயலாளர் கணையாழி அணிவித்த படம், தலைவர்களுக்கு மாவட்டச் சொயலளர் தேர்தல் நிதி அளித்தப் படம், முன்னும் சால்வைகள் மாலைகள் தலைவருக்கு அணிவித்தப்படி இருக்கும் படங்கள் சுவர்களில் காலத்துக்கேற்றவாறு கறுப்பு வெள்ளை மற்றும் ஈஸ்ட்மென் கலர் பின்பு வந்த தற்கால கோவா கலர்களில் புகைபடங்கள் மாவட்டச் செயலாளரின் ரிஷி மூலம் நதி மூலம் பற்றி படங்கள் அந்த அறையில் நிரம்பி வழிந்தது.

இந்த அறைக்கு வருவதற்கு கூரைசெட்டில் காந்திருப்பவர்களுக்கு அனுமதி இல்லை.

முக்கியமான வி.ஐ.பி.கள் நேரடியாக உள்அறைக்கு சென்று பார்த்துவிடலாம். ஆனால், கட்சியின் இரண்டாம் கட்ட, மூன்றாம் கட்ட நிர்வாகிகள் வாசல் முன்பாக உள்ள அறையில் காத்திருக்க வேண்டும். இந்த இரு கூட்டங்களையும் மாவட்டச் செயலாளர் வெளியே, எப்போது வருவாரோ அப்போதுதான் பார்க்க முடியும். அதுவரை காத்திருக்க வேண்டும். கோயிலில் கட்டணமில்லா வரிசை, கட்டணம் உள்ள வரிசை போன்று மாவட்டச் செயலாளரைச் சந்திக்க, முறையிட, இரண்டு வரிசைகளும் உண்டு. இதில் பார்க்க முடியாமல் திரும்பிபோனவர்களும் உண்டு. சந்திப்பது அவ்வளவு எளிதா என்ன?

சாம்பல் மறைந்து செம்பருத்தி பூத்தது. செம்பருந்தி வெளுத்து கனகாம்பரம் பூத்தது. கனகாம்பரமும் வெளுந்து பித்தாளை நிறத்தின் அடர்த்தியான ஒளி மாவட்டத்தின் வீட்டு வாசலில் உள்ள கூரையைப் பொத்தல் போட ஆரம்பித்தது.

இதுவரை யாருமற்ற அநாதையாக ஆற்றங்கரை மேட்டில் விழுதுகள் தொங்க காத்திருக்கும் ஆல மரத்தில் கருக்கலில் கூட்டம் கூட்டபோய் வந்து போகும் பறவைகள் போல கட்சிக்காரர்களின் கூட்டம் மாவட்டச் செயலாளரின் வீட்டின் வளாகத்துக்குள் வந்துசேர்ந்தனர்.

பாண்டிக்கு மனதில் நெருடல் ஏற்பட்டது. “இம்புட்டு பயக வந்துடாய்ங்க நம்மள பாக்க வுடு வாய்ங்களா..? சே... வெள்ளன வந்தும் ஒன்றுக்கும் உதவாம போயிருமோ” என மனதுக்குள் குமைந்தார் பாண்டி.

வெள்ளை நிற அம்பாஸிடர் கார்களும் ஸ்டாண்டர்டு வேன்களும் கறுப்பு நிற என்பீல்டு புல்லட்களும் சைக்கிள்களும் வந்து குவியத் தொடங்கின. உழுதுபோட்ட நிலத்தில் புழு, பூச்சிகளைக் கொத்தி திண்ண வந்த வெள்ளை கொக்குகள் போல் கூட்டமாகக் கட்சிக் காரர்களின் கூட்டம் வெள்ளை நிறத்தில் குவிந்திருந்தது.

நன்கு விளைந்த கதிர்களைக் காப்பதற்காக, சோளக்கொல்லை பொம்மை போல் பாண்டியும் பாகனும் நின்றிருந்தனர்.

மணி சத்தம் ஒலித்தது. அவ்வொளியைக் கேட்ட அனைத்து திராவிடக் கொழுந்துகளும் கண்ணத்தில் போட்டுக்கொண்டது.

அநேகமாக அண்ணன் பூஜை அறையிலிருந்து வெளியே வர இருக்கிறார் என்பதற்கான அறிகுறியே மணியோசை. பூஜை அறையிலிருந்து வெளியே வந்த அண்ணன், தன் சுழற்நாற்காலியில் அமர்ந்தார். உதவியாளன் அவருக்கு தீபாராதனை காட்டினான்.

தொட்டு வணங்கி கண்களில் ஒற்றிக்கொண்டார். பண்ணை வீட்டில் வளர்க்கப்படும் மாட்டு சாணம், கோமியத்தின் நாத்தமடித்த மாவட்டச் செயலாளர்கள் வளாகம் தற்போது ஊதபத்தி சாம்பிராணியின் சுகந்த வாசணையில் அப்பகுதி மூழ்கியது.

திராவிடக் கண்மணிகள் நன்கு முகர்ந்துகொண்டனர். பகுத்தறிவு பாசறை போர்ப்படை தளபதிகள் நாத்திகவாதிகள், ஆதிகத்தின் அற்புதத்தை உணர்ந்துகொண்டனர்.

அவருக்குக் காட்டிய தீபாராதனை, உடன்பிறப்புகளுக்கும் காட்டாமலா போய்விடும். உதவியாளன் பொன்னம்பல மேட்டில் ஏற்றப்படும் ஜோதியைபோல் வெளியே வந்து வெளிப்படையாக தீப ஒளியை மூன்று முறை காட்டினான். அனைவரும் அவ்வொளியை அப்பால் நின்றோரும் அருகாமையில் நின்றோரும் பாகுபாடு இன்றி தொட்டதைப்போன்று பாவனைக்காட்டி கண்ணில் வைத்துக் கொண்டனர்.

மாவட்டச் செயலாளர் அறிவுரைக்கேற்ப முதலில் வருவாய் தரும் லஷ்மி நாராயனன்களை முதலில் உள்ளே அனுப்பினான். மூன்று பேர் ஒருவர் கையில் கறுப்பு நிற சூட்கேஸ் மற்றொருவர் கையில் மஞ்சள் நிற பேக், பிரிதொருவர் கையில் சிவப்பு நிற ஹேண்ட் பேக். உள்ளே சென்ற மூன்று பேரும் அவரவர் கையில் இருக்கும் உடமைகளை அவர் மேஜைமீது வைத்துவிட்டு கை கூப்பினார்கள். அண்ணன் தும்பை பூவாகப் பற்களைத் தாராளமாகக் காட்டினார்.

மூன்று பேரும் எதிரே உள்ள குஷன் சோபா செட்டில் பின்னோக்கி சாயாமல் மிகுந்த ஜாக்கிரதையாக உட்கார்ந்தனர்.

“சொல்லுங்க ஆவடையாபுரம் நாட்டாம ?” என அண்ணனே ஆரம் பித்தார்.

“அண்ணே மனசு வச்சா அந்த எடத்த முடிச்சு குடுத்துரலாம்.”

“அந்த திருத்தாங்கல்ல இருக்குற கரடுதானே, ஏம்பா அது பெரிய எடத்து சமாச்சாரம். சென்ட்ரலிலிருந்து தொல்லியல் துறைக்கு மாத்த

போறாங்களாம். தமிழ் மொழி மீட்புக் குழுவுல இருக்கறவங்க வேற அந்த எடத்த ஆய்வு செய்யணும், அதுல தமிழர்க வாழ்ந்த நாகரிகம் இருக்கு, அது இதுன்று அவீய்ங்க வேற கொடசல் கொடுக்குறாய்ங்க, போயும் போயும் அதெப் போயி கேக்குறியே, அப்படியே அதெ சென்ட்ரல் மினிஸ்ட்டருட்ட வச்சி முடிச்சாலும் இந்த தமிழ் மொழி மீட்புக்காரங்கே விடுவாங்களா, அப்பறம், தலைவரு என்னய அடிப்பட உறுப்பினர்லேர்ந்தே தூக்கிடுவாரு."

"அண்ணே அந்தத் தமிழ் மொழி மீட்புக்காரய்ங்க தமிழ மீட்கவா போராடுறாய்ங்க, அது கெடயாது அதெச் சொல்லி பஞ்சம் பொழைக்க எல்லா மந்தையிலும் ஒரு கறுப்பு ஆடு இருக்கும், அவீய்ங்க மந்தைல ஒரு கறுப்பு ஆடு இருக்கு. அதான் அந்த அமைப்போட தலைவன் தமிழ் காத்தான் இருக்கான்ல..."

"ஏய் அவன் பேரு தமிழ் காத்தான் இல்ல, வெயில் காத்தான், அதத்தான் தமிழ் காத்தான்று மாத்திக்கிட்டான்" என பெயருக்கு விளக்கமளித்தார் மாவட்டம்.

"ஆமா தலைவரே, நேத்துவர ஆடு, மாடு மேய்ச்சவனல்லாம் தமிழ்பெயர் வச்சுக்கிட்டு அத மீட்போம், இத மீட்போம்ன்னு அலையுறாங்க எல்லாம் பணத்துக்காகத்தான்."

கொலைக்கிற நாயிக்கி நல்ல நாலு நல்லி எலும்பா போட்டா கவ்விக்கிட்டு கப்புசுப்புன்னு கெடக்கும், அதான் அந்த அமைப் போட தலைவருக்கு ஒரு லட்சத்த தூக்கிப்போட்டேன். அவன் வாலாட்டிக்கிட்டு கெடப்பான்."

"அப்புறம் எதுக்குய்யா, ஆர்ப்பாட்டம் அது இதுன்னு பண்ணு றாங்க"

"அண்ணே அதெல்லாம் ஒரு மெப்பனைக்கி. அவங்க ஆர்ப்பாட்டம், மறியல்ன்னு பண்ணுனாதான் அரசாங்கமும் அவீய்ங்களுக்கு எதிரா நிக்கும், பாக்குற பொதுமக்களும் அந்த இடம் ஆக்கிரமிப்புக்குப் போகாதுன்னு நம்பிக்கிட்டு இருக்கும். நாம அந்த இடத்த சத்த மில்லாம வருவாய் துறைய வச்சி ஏலம் விட வச்சி, சத்தமில்லாம எடுத்துட்டுப் போயிடலாம்."

"யோவ் அறிவு இருக்கா? ஏலம்விட்டா எல்லா பயன்ங்களும் வருவாயன் அப்பறம் எப்படிய்யா ஒனக்குக் கிடைக்கும்?"

"அண்ணே ஏலம்ன்னா பகிரங்கமா எல்லா பேப்பர்லையும் போட்டு எல்லார்ட்டயும், அப்ளிகேசன் வாங்கி மூடி முத்திரை இட்டுத் திறந்து நடத்துறது கெடையாது. அண்ணே தமிழ்நாட்டுல கரூர்லயோ தர்மபுரிலயோ, தெனமும் நாலு அஞ்சு விக்கக் கூடிய பேப்பர்ல ஏலம்விடப் போறதா போட்டுவிட்டு, அந்தத் தேதியில 'மெட்ராஸ்ல ஒரு தேதில' ஏலம்விட வச்சிட்டு அத நாம எடுத்துக்கிறலம் அண்ணே சட்டப்படி ஏலம் விட்டதாகவும் இருக்கும், எவனாச்சும் கேள்வி கேட்டா பேப்பருல போட்டத காரணமும் காட்டிடலாம்."

"யோவ் ஒனக்கு ஒடம்பெல்லாம் அறிவுய்யா, ஆமா இவ்வளவு வெவரம் தெரிஞ்ச நீய்யி என்ட்ட எதுக்குய்யா வாரே."

"அண்ணே என்னதான் சாஸ்திரம், சம்பிரதாயமும் மந்திரமும் தெரிஞ்சாலும் சூத்திரன் சமஸ்கிருதத்துல கருவறையில நின்னு ஓத முடியுமா? அதுக்குன்னு உருவாக்கப்பட்ட ஆளாலதான் முடியும். அதுக்குதான் ஒங்கக்கிட்ட வந்தேன்" என விளக்கமளித்தான் வந்தவன்.

மாவட்டத்துக்கு அறிவு இல்லாவிட்டாலும் அந்த அறிவை வந்தவன் பயன்படுத்தி விளக்கியதும் அவருக்கு, குரு க்ஷேத்திரத்தில் கிருஷ்ணன், போர் தந்திரங்களைக் கற்றுத் தந்தாலும், போர் புரிய காண்டிபத்தை இயக்குகின்றவன் அர்ச்சுணன். அது போன்று தன்னை அர்ச்சுணனாகப் பாவித்த சூட்கேஸைப் பெற்றுக்கொண்டார் நவீன அர்ச்சுணன். கருவறை தரிசனமும். அர்ச்சனை, ஆலாபனைகளும், முடிந்து சாமி வீதிக்கு உலா வருகிறார்.

கடவுள் வீதிக்குப் பல்லாக்கில் பவனி வருவது பக்தர்களுக்காகவா இல்லை பின் யாருக்காக?

ஒரு காலத்தில் குறிப்பிட்ட ஒரு சமூகத்தை மட்டும் கோயிலுக்குள் செல்வதற்கு அனுமதியும் ஒரு சில சமூகத்துக்கு அனுமதி மறுப்பும் இருந்தது.

அதனைத் தகர்த்தெறிந்து கடவுள் அனைவருக்கும் பொதுவானவர் என்று சூளுரைத்து கோயில் நுழைவு போராட்டம், பல காலமாக நடந்தேறி, நாங்களும் கடவுளுக்கு சமமானவர்களே என புடை சூழ சூத்திரர்களும் சண்டாளர்களும் கோயில் நுழைவு போராட்டம் நடத்தி, அனைத்து சமுதாயமும், கோயிலுக்குள் நுழைந்ததால் கடவுள் வெளியேற வேண்டிய நிர்பந்தம் ஏற்பட்டது.

பகையாளியை வீழ்ந்த முடியாமல் போனால் பகை மறைந்து விடுமா? மனதுக்குள் புகைந்துகொண்டே இருக்கும். அப்படி புகையும் தீ ஜீவாலையும் அடங்க வேண்டுமென்றால் ஒன்று குளிர்ந்த நீரால் தடுக்க வேண்டும் அல்லது கொழுந்துவிட்டு எரிவதற்கு சுள்ளிகளைப் போட வேண்டும். எரிய வேண்டுமென்றால் சுள்ளிகள், அணைய வேண்டுமென்றால் தண்ணீர்கள், இரண்டுமற்று உணவு செரிக்காமல், நெஞ்சு எரிச்சல் இருக்குமே அதாவது, உணவுகள், மேல்வாயில் வர முடியாமலும் கீழ்வாயில் வர முடியாமலும் தொண்டைக்கும் வயிற்றுக்கும் இடையில் நமநமச்சல் இருந்துகொண்டே இருப்பதைத் தற்காலிகமாக, தண்ணீர் அருந்தி நிறுத்தி வைப்பதைப்போன்று.

எதிர்ப்பாளர்களை எதிர்க்க முடியாமலும் ஒழிக்க முடியாமலும் திக்கற்று நிற்கும்போது, சூட்சுமத்தைக் கையாள்வதைப் போன்றுதான். கோயிலுக்குள் நுழையவிடாமல் தடுக்க, சாமி வீதி உலா வருவது. அதாவது சூத்திரர்களும் சண்டாளர்களும், கண்டிப்பாக சுகபோகிகள் கிடையாது. அவர்கள் அனைவரும் உழைப்பாள மக்கள்.

உழைப்பாளிகள் பகலெல்லாம் உழைத்துவிட்டு இரவில்தான் வீடு வருவார்கள். வயிற்றுப் பசியை நீக்கியவுடன் மனப்பசிகளைத் தீர்க்க வேண்டும். அதை எல்லோரிடமும் பகிரங்கமாக சொல்லிவிட முடியாது, சிவனே என்று கேட்டுக்கொண்டு சிலையாக நிற்கும் சாமியிடம்தான் சொல்ல முடியும், அப்படி சொல்ல வருபவர்கள்தான் பக்தர்கள். அவர்களை வரவிடாமல் தடுக்க மேல்வர்க்கம் கையாண்ட சூட்சுமம்தான் சாமியை வீதிவுலா கொண்டுவருவது. சாமியே வீதிக்கு வருகிறபோது நாம் எதுக்குக் கோவிலுக்குச் செல்ல வேண்டுமென்று, உழைப்பாளிகள் கோயிலுக்குச் செல்வதைத் தவிர்த்தனர். கடவுள்களை வைத்து கஞ்சி குடிக்கும் கூட்டத்தின் சூட்சமம் வென்றது.

அதுப்போன்று வெற்றுக் கோஷம் போடுபவர்களும் வால் போஸ்ட்டர் ஒட்டுபவர்களும், கொடுத்தால் வாங்கி தின்றுவிட்டு உயிர் கொடுக்கத் தயங்காத கட்சியின் அடிமட்டத் தொண்டர்கள்.

மாவட்டச் செயலாளரின் அறைக்கு வந்துவிடாமல் தடுக்க மாவட்டச் செயலாளரே தனது கோட்டை கொத்தளத்தை தாண்டி, வீதியில் உள்ள கூரை கொட்டகைக்கு வந்தார்.

வந்திருந்த கட்சியின் உயிர்நாடிகள் தன்னிடமுள்ள, கூலி காசு களைத் துண்டுகளாகவும், சால்வைகளாகவும், மாலைகளாகவும், உரு

மாற்றிக்கொண்டுவந்து அவருக்குப் போட்டி போட்டு சாந்தினார்கள். அப்போதுதான் பாண்டிக்கும் நினைவு வந்தது, நாமும் ஏதாவது வாங்கிவந்திருக்கலாம் என்று. ஆனாலும், அவருக்கு அசாத்திய நம்பிக்கை இருந்தது. இந்த மாவட்டச் செயலாளர் நம்மோடு குப்பை கொட்டிய ஆள்தான். இவன் கட்சி பொறுப்புக்கு வந்துட்டான். நாம வர முடியல என்று மனதுக்குள் ஒரு புகைச்சல் இருந்தது. அதற்காக இராமகாவியத்தில் அனுமார்தான் சிம்ம செப்பணம் ஆனால், இராமன் இடத்தில் அனுமாரை வைத்து பார்க்க முடியுமா என்ன?

அண்ணன் அனைவரிடமும் பரிசுப் பொருட்களைவாங்கி, பின்னால் நிற்கும், உதவியாளரிடம், விசுவாசிகளிடமும் கொடுத்துவிட்டு சும்மா கெடக்கும் காதுக்கென்ன நஷ்டம் என்று செவிகளை நன்கு திறந்து வைத்தார்.

ஒருவன் கட்சியில் பங்கு கேட்டான், ஒருவன் ஆட்சியில் பங்கு கேட்டான், மற்றொருவன் உள்கட்சி பிரச்சினைகளை எடுத்துரைத் தான். பிரிதொருவன் தன் வீட்டு பங்காளி சண்டைகளை எடுத்து வைத்தான். பாண்டியும் சொல்ல வாய் எடுத்தார், ஆனால் கா... கா... கான்னு காக்கக்கள் கரைவதில் சிட்டு குருவியின் சின்னக் குரல் எடுபடவில்லை. ஆனாலும், பேச முற்படுவதை மாவட்டச் செயலாளர் பார்த்துக்கொண்டுதான் இருந்தார். ஆனாலும் முண்டியடித்து பாண்டி முன்னேறி தன் மகனை அறிமுகப்படுத்தி வைத்தார்.

“ம்... தெரியும். பாண்டி ஓம் சின்ன வயசுல நீ எப்படி பாடுபட்டியோ அதே மாதிரி ஓம் மகனும் நல்ல கட்சி வேல பாக்குறான். வேற என்ன பாண்டி.”

“அய்யா எம் மகனுக்கு இளைஞரணில சீட்டு வேணும்?”

“அதான் ஒன்றிய அமைப்பாளரா இருக்கான்ல.”

“இல்ல... நகர இளைஞரணி அமைப்பாளரா வேணும்.”

“அதுவந்து பாண்டி... பெரிய சிக்கல் இருக்கு. ஒரு நகரப் பொறுப்பாளராக ஆகனும்ன்னா நெறய பிரச்சனை இருக்கு.”

“எம் மகன் சிங்கம் மாதிரிய்யா எதா இருந்தாலும் நின்று சமாளிப்பான்.”

“அது எதுக்கு! கட்சிக்கு ஒரு எலக்ஷன்னு வந்துட்டா செலவழிக் கணும். அதையும் தாண்டி ஜாதி ஓட்டு லம்பா வாங்கித் தரணும். இது

ரெண்டு உங்கிட்ட இருக்கா..? இல்லையே அப்படி உங்கிட்ட இருந்தா நான் இருக்கும் மாவட்டச் செயலாளர் எடத்துல நீ இருப்ப. ஒனக்கு ஒரு கவர்மெண்டு வேல வாங்கி குடுத்தது மாதிரி, ஒம் மகனுக்கும் ஒரு வேல, வாங்கித் தாறேன், சரியா?" என சொல்லிவிட்டு சாமி கருவறையை நோக்கி புறப்பட்டுவிட்டது. •

21

வரம் வேண்டுமென்றால் சாமியிடம்தான் கேட்க வேண்டும், பூசாரியிடமோ புரோகிதரிடமோ கேட்பது, களைகளுக்கு வார்த்த நீராகும் என்பதை அறிந்துகொள்ள பாகனுக்கு, இரண்டாண்டுகள் தேவைப்பட்டன.

கட்சியில், ஆட்சியில் எப்படி தன் தந்தைக்கு இடமற்றுப்போனரோ அது போல் இவனின் உழைப்பும் வீணானது. ஆனாலும், விதைத்த இடத்தில்தான் அறுவடை செய்ய வேண்டும், தொலைத்த இடத்தில் தான் தேட வேண்டும்.

நகரின் தனியார் உயர்நிலைப் பள்ளியில், கட்சியின் தலைவரும் நாட்டின் முதல்வரும், “சொன்னதை செய்வோம், செய்வதை சொல்வோம்” என்று சொல்லி ஆட்சிக்கு வந்ததை நிறைவேற்றும் நிகழ்வாக பல மக்கள் நல திட்டங்களைத் துவக்கிவைக்க வருகை தந்தார்.

பாகனுக்குப் படபடவென்று கனவுகளைக் காரியமாக்க ஆலோசனை அரங்கேறி இரண்டு மனுக்களைத் தன் தந்தையின் அனுபவம்சார்ந்து தயார்படுத்திக்கொண்டான். ஒன்று தன் தந்தையும் தானும் கட்சிக் காக உழைத்தது, அதைத் தொடர்ந்து காலந்தோறும் கட்சியில் ஓரம் கட்டப்படுவதைக் குறித்த ஒரு மனு.

இரண்டும் தனது லௌகீக வாழ்வில் பொருளாதார வீழ்ச்சியில் துவண்டு இருப்பதைச் சுட்டிக்காட்டி மற்றொரு மனு இரண்டையும் தலைவரிடம் நேரடியாக ஒப்படைக்க தனது மனைவி, மக்கள், தந்தை, தாய் என குடும்பத்தடன் வந்திருந்தான்.

ஆட்சிக்கு வந்தவுடன் முதன்முறையாக நகரத்துக்கு முதல்வர் வருகைபுரிந்ததை ஒட்டி நகரமே மக்கள் வெள்ளத்தில் கரைபுரண் டோடியது. மாவட்டத்தின் தலைநகரமா? அல்லது மாநிலத்தின் தலைநகரமா? என்கிற ரீதியில் மாநிலம் முழுவதுமாக வந்திருந்தனர்.

உயர் அதிகாரிகள், மாநில அமைச்சர்கள், சட்டமன்ற உறுப்பி னர்கள், மாவட்டச் செயலளர், நகர ஒன்றிய வார்டு நிர்வாகிகள், இலக்கிய அணி, மாணவரணி, இளைஞரணி, விவசாய அணி, தொழிலாளர் அணி, வழக்கறிஞரணி, நெசவாளரணி, வர்த்தக அணி என பல வாகனங்களில் வந்து குவிந்தனர். கிட்டதட்ட விழா, அரசு விழாவா அல்லது கட்சியின் பொது மாநாடா என்ற வியப்பில் ஆழ்த்தியது.

வழக்கமாக ஒரு முதலமைச்சர், குறிப்பிட்ட மாவட்டத்தின் நலத் திட்டங்களைத் துவங்கி வைக்க செல்கிறாரென்றால் அங்கே துறை சார்ந்த செயலாளர், துறை அமைச்சர், அந்தந்த மாவட்ட நிர்வாகிகள், சட்டமன்ற உறுப்பினர்கள் நிகழ்ச்சிக்கு வந்திருப்பது வழக்கம். ஏன் இந்த விழாவுக்கு இப்படியொரு கூட்டம் என்று நினைத்தால் கட்சி பதின்மூன்று ஆண்டு காலமாகக் கட்சியைத் தக்க வைக்கவே பெரும்பாடு பட வேண்டிய நிலை இருந்தது. கட்சி அழிந்து, மண்ணோடு மண்ணாகப் போய்விடும் என்று எதிர்க்கட்சிகளின் பொய் பிரச்சாரம், பிரச்சாரத்தின் அடிப்படையில் கட்சி, ஆட்சிக் கட்டிலின் அருகில்கூட நிற்க முடியாத சூழல். இவ்வளவு ஏன் அந்த நிழலில் நிற்பதுக்குகூட இடமின்றி நோஞ்சானாக இருந்த குழந்தைக்குப் பாலும் பழமும் கிடைத்தால் எப்படி இருக்கும்?

கூடவே இணை உணவுகளான, ஷெர்லாக், அமுல் ஸ்டிரே கிடைத்தால் ஊட்டச்சத்தில் உருவாகிய குழந்தை துள்ளிக் குதிக்குமா குதிக்காதா?

அப்படி நாடெங்கிலும் உள்ள உடன்பிறப்புகள் தவழ்ந்தது போதும், எழுந்து நடப்போம் என்றுகூட நினைக்கவில்லை, ஓடு வோம், அதுவும் விரைந்தோடுவோம் என தன்னெழுச்சியாக, மாநிலம் முழுவதுமிருந்து அலைஅலையாக வந்தனர்.

மாவட்ட காவல்துறை கட்டுப்படுத்தத் திணறியது. ஆனால், கட்சி கண்டுகொள்ளாமல் விட்டுவிடவில்லை.

எதிர்க்கட்சியாக இருந்த காலத்தில் கட்சியின் தலைவர் பொது கூட்டங்களுக்குப் பேச செல்லும் இடங்களில் அவரின் அடுக்கு மொழியுரைகளைக் கேட்பதற்கு அலைஅலையாய் திரண்டுவரும் கூட்டத்தைக் கட்டுபடுத்த காவல் துறையின் அனுமதி கேட்பார்கள்.

காவல்துறை, “கூட்டம் நடத்தவே உங்களுக்கு அனுமதி கிடை யாது, இதில் உங்கள் கூட்டத்துக்கு பாதுகாப்பு தர வேண்டுமா..

முடியாது” என காவல் துறை நிர்வாகம் மறுத்துவிடும், அதனால் கட்சி சோம்பிவிடுமா என்ன? கட்சியின் முன்னணி தொண்டர்களை அந்த மாவட்டம், நகரம் ஒன்றியங்களில் திடகாத்திரமானவர்களைத் தேர்வுசெய்து, அவர்களுக்குக்கனகச்சிதமாகப் பயிற்சியளித்து கட்சியின் வர்ணத்தில் சீருடை மற்றும், தொப்பி யாவும் தந்து எல்லை பாதுகாப்பு வீரர்கள் போன்று கட்சியின் பாதுகாப்புப் படையாக உருவாக்கி, காவல் துறைக்கு ஈடாக கட்சி தொண்டர்களை உருவாக்கி, கட்சி அனைத்து நிகழ்ச்சிகளுக்கும் அவர்களையே பாதுகாப்பு பணியில் ஈடுபடுத்தியது. அதைப் பார்த்த ஆளும்கட்சி உதய சூரியனை உள்ளங்கையில் முடக்க முடியுமா? என புரிந்துகொண்டது. நாளடைவில் தொண்டரணி கட்சியின் பாதுகாப்புப் படையாக உருவெடுத்ததின் விளைவு இன்று நடைபெறும் மக்கள் நல திட்ட விழாவுக்குக் கிடைத்தது. கட்சியின் ஒரு தொண்டனையும் கட்டுப்படுத்த முடியவில்லை. ஏனெனில் கட்சிக்கு முதல் எதிரியே காவல் துறைதான் என்று தலைவரிலிருந்து தொண்டர்வரை ஒரு ஆறாத ரணம் இருந்தது. அதற்குக் காரணம் “எமர்ஜென்ஸி” வெறுமனே போலீஸ் ஆங்காங்கே நின்றிருந்த தொண்டரணி கூட்டத்தைச் சரிபடுத்தி, கட்டுக்குள் கொண்டுவந்தது. காக்கி சட்டைகளுக்குக் கட்டுப்படாத கழகத்தினர் தொண்டர் படைக்குக் கட்டுப்படுமா? கட்டுப்படாது. தொண்டர் படை வீரனுக்காக அல்ல அவன் அணிந்திருக்கும் கறுப்பு சிவப்பு சீருடைக்காக, ஆண்களுக்குத் தனியாக, பெண்களுக்குத் தனியாக அமர வைக்க மூங்கில் மரத்தாலும் சவுக்கு முடிச்சுகளைப் தடுப்பாக அமைக்கப்பட்டு பிரித்து வைத்திருந்தனர்.

மேடையின் முன்பாக சட்டமன்ற உறுப்பினர்கள், மாவட்ட, வட்ட ஒன்றிய கட்சியின் பல அணிகளில் தலைவர்கள் என்று ஒரு பகுதி தடுப்பு ஏற்படுத்தி அதனுள் இருக்கைகள் இடப்பட்டு இருந்தன.

அதற்குப் பின்னால் மகளிர் அணியினர் அவர்களுக்குப் பின்னால் மாணவர் அணி, இலக்கிய அணி இளைஞரணி என்று இன்னும் இன்னும் பல அணிகளுக்கு தனித்தனி இடம் ஒதுக்கப்பட்டு அதன்படி அமர வைக்கப்பட்டனர்.

பொதுமக்களும் தொண்டர்களும், அகன்று நீண்ட விளையாட்டு மைதானத்தில் ஆங்காங்கே கூடியிருந்தனர், பெரும்பாறைகளைத் தூக்கிப் போட்டாலும் சரி, அல்லது சின்ன கடுகு ஒன்றை வீசி எறிந்தாலும் சரி, இரண்டுமே அவர்கள் தலையில்தான் விழுமே தவிர, தப்பி தவறிக்கூட தரையில் விழுந்துவிடாது.

மேடைக்கும் விசாலமான திடலில் அணிஅணியாக அமர்ந் திருக்கும் கழகக் கண்மணிகளுக்கும் இடையில் கூந்தலில் வகிடு எடுத்ததுப்போல் சிவப்பு கம்பளம் விரிக்கப்பட்டு இருந்தது,

கம்பள பாதையின் இருமருங்கிலும் தொண்டர் படையின் வரிசையோ கிரேக்க நாட்டு படைவீரர்கள் போன்று கம்பீரமாக நின்றுகொண்டு இருந்தனர்.

சற்று நேரத்தில் வெள்ளை கார்கள் அணிவகுத்து வர ஆரம்பித்தன. மக்கள் அலையும் கொள்கை குரலும் சீறிப் பாய்ந்திட கட்சியின் தலைவர் நாட்டின் முதல்வர் காருக்குள் இருந்தபடி கை அசைத்தப்படி இருந்தார். கார் மேடை நோக்கி பூவின் இதழ் காற்றில் மிதந்து செல்வதைப்போன்று சென்றது.

மக்கள் எழுந்து நின்று ஆதவனை வரவேற்று ஆரவாரம் செய்தனர். மேடையில் ஏற்கனவே முழங்கிக்கொண்டிருந்த தலைமை கழகப் பேச்சாளர் ரகுமான் கான் தலைவர் மேடைக்கு வந்தவுடன், கோஷம் எழுப்பினார். லட்சோபலட்ச மக்கள் பதில் கோஷம் எழுப்பிட, மைதானமெங்கும் புறப்பட்ட கோஷம் விண்ணைப் பிளந்து மீண்டும் இடியாக இறங்கியது.

ஆவேச கோஷங்கள், கழகத் தலைவரின் வசீகரமான காந்த குரலால் அடங்கியது. "என் உயிரினும் மேலான உடன்பிறப்புகளே" தலைவர் தன் தோளில் கிடக்கும் துண்டை மேலும்கீழும் இழுத்துக் கொண்டும் அதையே போர்க்களத்தின் கேடயமென்றும் உணர்ந்தபடி உரை வீச்சால் எதிராளிகளை வீழ்த்தினார். தேர்தல் களத்தில் சொன்னதையெல்லாம் பட்டியலிட்டார். அதில் முக்கியமானது நாடு சுதந்திரமடைந்து 45 ஆண்டுகள் கடந்து மனிதனே மனிதனை இழுத்துச்செல்லும் துயரத்தை அடியோடு நீக்க திட்டம் அறிவித்தார். கைரிக்ஷா, கால்ரிக்ஷாவிலிருந்து விடுதலைப் பெற மோட்டார் பொருத்திய ரிக்ஷா வழங்கும் திட்டம்.

அவர் அறிவித்தவுடன் அதுவரை நிறுத்திவைக்கப்பட்டிருந்த மக்கள் கண் காணாததுபோய் இருந்தவர்கள் திரும்பிப் பார்த்தனர்.

ஒரு பயணாளி அந்த மோட்டார் பொருந்திய ரிக்ஷாவை இரண்டு மிதி, மிதித்து ஹேண்பாரை ஒரு முறுக்கு முறுக்கவும் மோட்டார் உயிர்பித்துக்கொண்டு விரைந்தோடியது. மக்கள் ஆரவாரம் செய்து அடங்குவதற்குள்... அடுத்த நலத்திட்டம்.

கலப்புத் திருமணம் முடித்து சமூகத்தில் அநாதையாக அவதிப் பட்டுக்கொண்டு இருப்போருக்கு, ஐந்தாயிரம் ரொக்கம், ஐந்தாயிரம் வருங்கால வைப்புநிதி, கலப்பு திருமணம் முடித்தவர்களில், ஆணுக்கோ பெண்ணுக்கோ அரசாங்க வேலை என்று அறிவித்தார். பாகண் எழுந்து நின்று கை தட்டினான், அவன் எழுதிக்கொண்டு வந்த மனுவுக்கு ஒரு விமோசனம் கிடைத்துவிட்டதால் அகம் மகிழ்ந்தான். அருகிலிருந்த சுதா கண்கலங்கி சிரித்தாள்.

இதுபோன்று, விதவைகளுக்கு அரசுப் பணியில் முதல் இடம், திருமணம் ஆகாத பெண்களுக்குத் தாலிக்குத் தங்கம், வாடகை ஓட்டுநர்களுக்கு மானிய விலையில் அம்பாஸிடர் கார், தையல் கலை ஞர்களுக்கு இலவசத் தையல் மிஷின், சலவை தொழிலாளிகளுக்கு சலவை பெட்டி, உடல் ஊனமுற்றோர்களுக்கு மூன்று சக்கர வண்டி மற்றும் புதிய பேருந்து நிலையத்துக்கான அடிக்கல் நாட்டு, என எண்ணற்ற திட்டங்களை அறிவித்துவிட்டு அதன்படி பயணாளிகளுக்குத் வழங்கிட விழா குதுலமாய் நடந்தேறிக்கொண்டு இருந்தது.

பாகண் தன் ஆறு மாத பெண் குழந்தையைத் தூக்கிக்கொண்டு மேடை அருகே சென்றான். பாதுகாவலர்கள் தடுத்தனர். ஆனாலும், இவன் மேடைக்குச் செல்லாமல் விடுவதில்லை என திடமானான். ஆனால், போலீஸ் அவனை விரட்டியது. ஏன் தொண்டர் படைகூட துரத்தியது. அதை மேடையிலிருந்து கவனித்த பொதுப்பணித்துறை அமைச்சர் துரைமுருகன் மேடையின் படி அருகே வந்து கை அசைத்தார். அவ்வளவுதான். பாகண் தன் பிள்ளையோடு ஒரே தாவில் மேடைக்கு சென்றுவிட்டான். தலைவர் பயனாளிகளுக்கு நலத்திட்டங்களை வழங்கிக்கொண்டு இருந்தார்.

தமிழகமே மேடையின் முன்பாக திரண்டிருக்க, மேடையில் தமிழகத்தின் தலைவர் தனது சிம்மக் குரலில் கர்ஜிக்க வார்த்தைக் கணைகள் மக்கள் மனதை ஆட்கொண்டு ஆர்ப்பரித்துக்கொண்டு இருந்தது.

மேடையின் பக்கவாட்டுப் பகுதியில் பயனாளிகள் காத்திருந்தனர். எப்போது தலைவரின் அடுக்குமொழியின் அலங்கார சொற்கள் ஆர்ப் பரித்து அடங்கிட அதிகபட்சம் மூன்று மனி நேரமும், குறைந்தபட்சம் ஒன்றரை மணி நேரமும் கடந்துவிடும். ஆனால், இன்று ஆச்சரியம் ஐந்து நிமிடத்தில் வைர கிரீடத்தில் பவளக்கல் பதித்ததைப்

போன்று தேவையான சொற்களை மட்டும் பயன்படுத்திவிட்டு தன் இருக்கைக்குத் திரும்பிவிட்டார்.

மக்கள் தலைவனின் காந்தக் குரலில் ஈர்க்கப்பட்டவர்கள் விடு பட சில மணித் துளிகள் கடந்திருந்தன. ஏமாற்றத்தை சரிசெய்ய பொதுபணித்துறை அமைச்சர் விளக்கமளித்தர்:

“அன்பார்ந்த நண்பர்களே..! கழக முன்னோடிகளே..! தலைவர் உங்கள் எதிர்பார்ப்பின்படி நம் நகர் அம்மன் கோயில் திடலில் நீண்ட நேரம் உரையாற்றுவார் அங்கே அனைவரும் வாருங்கள்.

இது அரசு விழா, இங்கே பயனாளிகளுக்கு உதவிட இருப்பதால் நீங்கள் எல்லாம், வழக்கம்போல் கட்டுப்கோப்பாக இருந்து அமைதி காக்கவும்” என மைக்கில் கூறிவிட்டு திரும்பினார்.

உதவியாளர் ஒரு பைலைக் கொண்டுவந்து கொடுத்தார். அதன்மீது உள்ள சிவப்பு நாடவை அவிழ்த்து பயனாளிகளின் பெயரையும், அவர்களுக்கு வழங்கும் தொழிற்கருவிகளையும் அறிவித்தார்.

முதலில் ஒரு இளைஞன் மேடைக்குத் தாவிக்குதித்து வந்தான். தலைவர் அவனுக்கு மானிய விலையில் கொடுக்கப்பட்ட வெள்ளை நிற அம்பாஸிடர் காரின் திறவுகோலை வழங்கினார்.

அவன் வாங்கிக்கொள்வதுபோன்று மேடையின் எதிரே காத்திருந்த பத்திரிகை நண்பர்கள் தனது புகைபடக் கருவியால் சுட்டுத் தள்ளினார். அதன்பின் மோட்டார் பொருத்திய, ரிக்ஷா, பின்பு ஊனமுற்றோர்களுக்கான மூன்று சக்கரம் வாகனம், பெண்களுக்கு தையல் மிஷன், சலவைபெட்டி, இரண்டு கைம்பெண்களுக்கு, வேலைவாய்ப்புக்கான உடனடி ஆணை என வழங்கப்பட்டது. ஆயிரக்கணக்கான பேர்களுக்கு உதவி திட்டம் வழங்க வேண்டும்.

தலைவர் மேடையில் நெடுநேரம் நின்றுக்கொண்டு இருக்க முடியாது என்று நினைக்கிறாரோ இல்லையோ அமைச்சர்களும் அதிகாரிகளும் அதை புரிந்துகொண்டு சில பயனாளிகளை மட்டும் தேர்வுசெய்து அவர்களை மேடைக்கு வரவழைத்து உதவி திட்டங் களை வழங்கினார்கள்.

உதவி திட்டம் பெறும் பயனாளி தன் தலைவன் கரம் மூலமே பெற வேண்டும் என நினைத்தாலும் தலைவரும் தன் தொண்டனுக்கு தன் மக்களுக்குத் தன் கையால் உதவிட வேண்டுமென்று நினைத்தாலும்

இடைபட்டவர்கள் தலைவருக்கு நல்லது செய்வதாக நினைத்துக் கொண்டு ஒரு சில நிமிடங்களில் விழாவை முடித்துக்கொண்டு மேடையிலிருந்து கிளம்ப முடிவெடுத்தனர்.

அதன்படி தலைவர் சில நபர்களுக்கு மட்டும் நலத் திட்டத்தின் மூலம் தொழிற்கருவிகளை வழங்கிவிட்டு தன் இருக்கைக்குத் திரும் பினார்.

இதுவரை மேடையில் தனது ஆறு மாத பெண் குழந்தையை வைத்துக்கொண்டு நின்றிருந்த பாகணைப் பார்த்து, துறைமுருகன் அருகே வந்து என்ன எனக் கேட்க, அவன் தான் வந்த மூன்று வேலைகளில் முதல் வேலை தன் மகளுக்குப் பெயர்சூட்டுவதை முதன்மைபடுத்தி கூறினான்.

"அங்கே பொட்டலுக்கு வா, இது அரசாங்க விழா" என ஒற்றை வார்த்தையில் சொல்லி அவனை அனுப்பிவிட, அதை கவனித்த தலைவர், அவனை அருகே வரச்சொல்லி கை அசைக்க, என்ன என வினாவியதும் அவனுக்குள் வானத்தில் மேகம் சூழாமல் காற்று வீசாமல் இடி முழங்கியது. நம்பி கடப்பதற்குள் பெரும் மழை கொட்டியது.

நான்கு கோடி மக்களுக்கு தலைவனுக்கு தன் தொண்டனின் எதிர்பார்ப்பு என்னவென்று தெரியாதா? ஆகையால் அவனிடம், "என்ன குழந்தை" எனக் கேட்டார்.

பதில் சொல்ல, பல மணி நேரம் கடப்பதுபோல் தடுமாறி சில நொடிகளில் கூறிவிட்டான். "பொம்பளபுள்ள தலைவரே"

பேரு வைக்கணும் தலைவரே என்று தாழ்மையுடன் கேட்டான். செந்தாமரை என்று சட்டென்று சொன்னார் தலைவர். அதை மேடையில் அறிவிக்க வேண்டுமென்று துரைமுருகனிடம் அதை காதோரத்தில் சொன்னான் பாகண். அதற்குள் ஆர்காடு வீராசாமி மைக்கில் அறிவித்துவிட்டார். மேடையின் எதிரிலிருந்த பெருந்திரள் கூட்டம் கைதட்டி மகிழ்ந்தது.

அதை மேடையில் அறிவிக்க வேண்டும், துரைமுருகனைப் பார்த்தார். அதற்குள் ஆர்காடு வீராச்சாமி மைக்கில் அறிவித்துவிட்டார். "நமது கழகத்தின் விருதுநகர் ஒன்றிய இளைஞரணி அமைப்பாளர் பாகணின் பெண் குழந்தைக்கு நமது தலைவர், தமிழக முதல்வர்,

செந்தாமரை என பெயர் சூட்டி உள்ளார்" என்று சொல்லி முடித்தார். மக்கள் கரம்கோஷமும் ஆர்ப்பரிப்பும் அடங்க சில நொடிகள் கடந்தது. உற்சாகத்தில் துள்ளிக் குதித்து பாகண் தனது கையில் வைத்திருந்த இரண்டு மனுக்களை தலைவரின் கரங்களில் கொடுத்தான். அந்த மனுக்கள் அவரின் உதவியாளர் சண்முக சுந்தரமிடம் சென்றது. பாகண் தன் வாழ்நாள் சாதனையாகக் கருதி மேடையிலிருந்து இறங்க மனமின்றி இறங்கினான்.

22

உலை வைத்தவுடன் உண்டுவிட முடியுமா? ஆளுவோர்களிடம் தன் நிலையை விளக்கியவுடன் விளை பயிராகி அறுவடை செய்து விட முடியுமா?

காலத்தின் சக்கரங்கள் இயல்பாக உருண்டது. அதில் ஏறி பயணிக்கும் பயணி தான் போக வேண்டிய தூரத்தை மட்டுதான் முடிவு செய்திட முடியும், ஆனால், காலச்சக்கரத்தின் அச்சாணி அதன் விருப்பத்துக்கேற்ப சுழலும் என்பது வாழ்க்கையில் நிகழும் ஒவ்வொரு சம்பவத்துக்குகுள்ளிலிருந்து எழுந்திடும் யதார்த்தம் மனித வாழ்வின் அனுபவம்.

மனித இனம் தனக்கான பாதையை வகுத்துக்கொண்டு அதற்கான பயணத்தைத் துவக்கும். ஆனால், அப்பாதை பட்டு பூச்சிகளைப்போல் மிருதுவாக இருக்காது. மாறாக கடினமான இறுக்கத்தையும், ஈவிரக்க மற்ற கொடூரத்தையும் விரித்து வைத்திருக்கும் அந்தப் பாதையில் பாதங்கள் உராய்ந்து ரத்தம் சொட்டசொட்ட, ஓடி கடந்தவர்களே வாழ்வின் எல்லைகளை அடைய முடியும்.

அப்பாதையின் தூரத்தையும் பள்ளம் மேடுகளையும் பார்த்து பயந்து ஒதுங்கி நிற்கும் மனித இனம் ஏதாவது ஒன்றைக் குறையாகச் சொல்லிய ஓரத்தில் ஓங்கியுர்ந்து கிளைபரப்பி விரிந்து, பெரும் நிழல் தரும் மரத்தடியின் குளுமையில், அயர்ந்து இளைப்பாரிவிட்டு காலம் கடந்துவிட்டதாகவும், தனக்கான பாதை இன்னும் வகுக்கப்பட வில்லையென்றும், தனக்குத்தானே பித்த நிலையில் பிதற்றிக்கொண்டு திரியும், லட்சோபலட்ச சோம்பல் வாழ்க்கையைப் பாகணும் தேர்ந் தெடுக்காமல் இல்லை.

இப்படித்தான் வாழ வேண்டும். இதைத்தான் வாழ்வில் அடைய வேண்டுமென்ற கனவுகளை தேக்கி மலை உயரத்துக்கு வளர்த்து வைத்தால் போதுமா? அந்தச் சிகரத்தின் அடிவாரத்தையாவது அடைய வேண்டாமா? அப்படி செய்யாமல் மலை உச்சியில் கொடி நாட்ட வேண்டும். அது பட்டொளி வீசி பறக்க வேண்டுமென நம்புவது மனிதர்களின் இயல்பான ஆசைதான். அப்படி பாகண் தன்னை ஒரு

கலைஞனாக அரசியல்வாதியாக நினைத்துக்கொண்டால், அது கேட்கும், அல்லது அது எதிர்பார்க்கும் தீனியைக் கொடுக்க வேண்டாமா?

கலையில் வெற்றிபெற வேண்டுமென்றாலும் அரசியலில் வெற்றி பெற வேண்டுமென்றாலும் பொருள் வேண்டும், அல்லது பொரு ளுடையோர் உறவு வேண்டும், இவ்விரண்டும் இல்லாதவன் காட்டாற்று வெள்ளத்தில் அடித்துச்செல்லும், மரம் அல்லது தக்கைப்போன்று அதன் போக்குக்கு மிதந்து செல்ல வேண்டியதுதான்.

மனைவி, மக்களைக் காப்பாற்ற சூரியனுக்குக் கீழ் அன்றாட பணி எது எது உண்டோ? அதில் தன்னை ஒப்படைத்துக்கொண்டு உழைத்திட ஒருபோதும் அவன் தயங்கியது இல்லை.

தந்தை செய்த தொழில் தமையனும் செய்யலாம். ஆனால், அத்தொழில் அவர்களோடு அமிழ்ந்து போகட்டும்.

இந்த உலகத்தில் உழைப்பு என வந்துவிட்டால் ஏராளமாக இருக் கிறது. அதற்காக கடல்நீரை அள்ளி கரையில் ஊற்றி காலியாக்கிவிட முடியாது. சாத்தியமானது எதுவோ அதை செய்தாக வேண்டும். வேலையற்றவனுக்கு, வேலை கொடுப்பதாகச் சொல்லி, தன்னோடு பணிபுரிய அப்பா அனுமதித்தாலும். அதை அவன் செய்யும் போது. அவர் உயிர் மெழுகாக உருகிடும்.

அதனால், அவர் அவனை வேறு திசைக்குத் திருப்பிவிடுகிறார், பார்த்த நபர்களிடம் அவர் பேசும் முதல் வார்த்தை என் மகனுக்கு வேலை கிடைக்குமா?

எந்த வேலையானாலும் பரவாயில்லை என்பதும் அவருக்கு இவ்வுலகம் பதிலுரைக்கும் ஒற்றை வார்த்தை, "ஒன் வேலைக்குதான் போட்டி இல்லலே அதான்பா முனிசிபாலிட்டில சேத்துவிடு."

"இல்ல எம் புள்ளயும் அந்த சீண்டுரத்த அள்ள வேணாம் அது என்னோட போவட்டும்."

அப்பா அவர்களிடம் சொல்வது வாடிக்கையாகிப் போனது.

அந்த வார்த்தையைக் காப்பாற்ற அவரும் சும்மா இருக்கவில்லை. தனக்குத் தெரிந்த அரசியல் பிரமுகர்கள் கால்களில் விழுந்தும், கை கட்டியும் பனிந்தும் குனிந்தும் கோரிக்கைகளை வைக்கத்தான் செய்தார். பலன் அளிக்காமல் இல்லை. பலனளித்தது.

மேடையில் கொடுத்த இரண்டு மனுக்களில் ஒன்று கட்சி வேலை, மற்றொன்று கவர்மென்ட் வேலை. கட்சி வேலைக்கு

ஆண்ட பாரம்பரியம் அடுத்தடுத்து இருக்கிறது. அரசுப் பணிக்கு வேண்டுமென்றால் அடிப்படையை உருவாக்கி தரலாமென்று,

பாகண் வீட்டுக்கு ஒரு கடிதம் வந்தது.

கடிதத்தை பாகணும் மனைவியும் வாங்கினார்கள். அதற்கான பூர்வாங்க வேலையைத் துவக்கினார்கள். வேலை வேண்டுமென்றால் அதற்கான அடிப்படை வேலை பார்க்க வேண்டும்மல்லவா.

பயணங்களும் படையெடுப்புகளும் வரலாற்றை உருவாக்கி உள்ளன. கொலம்பஸின் கடற்பயணம் சின்னஞ்சிறிய தீவான அமெரிக்காவைக் கண்டுபிடிக்க வைத்தது. அலெக்சாண்டரின் படையெடுப்பு உலக எல்லைகள் எல்லாம் அவன் வாளின் முனையில் மண்டியிட்டது. பதினாறு முறை தோற்றாலும் பின்வாங்காத கஜினி முகமது பதினேழாவது முறையாக இந்தியாவைக் கைப்பற்றினான்.

உலக பிரசித்திபெற்ற வரலாறுகள் அனைத்தும் இடம்பெயர் வதிலும் பயணக்குறிப்பிலுமிருந்தே எழும்பி நிற்கிறது.

அப்படிப்பட்ட பயணம் பாகணுக்கும் வாய்க்காமல் இல்லை. வரலாற்று நாயகன், நாட்டையும், எல்லைகளையும் அடைய பயணம் மேற்கொண்டார்கள். ஆனால், பாகண் தன் லௌகீக வாழ்வைத் தக்கவைக்க பயணம் செல்கிறான். நாட்டைக் காக்கவா, இல்லை வீட்டைக் காக்க நினைத்ததை முடிப்பவர்கள் சாதனையாளர்கள், அதிலிருந்து விலகி அன்றாடத்தால் அவதிக்குள்ளானவர்கள் அன்றாடத்தின் அகன்ற வாய்க்குத் தீனியாக வேண்டியதுதான்.

அதன்படி கனவுகளை கண் இமைக்குள் பதுக்கி வைத்துவிட்டு விழித்துப்பார்க்கும் நிதர்சனத்துக்குத் தன்னை ஒப்புக்கொடுத்ததன் விளைவு அவனுக்குகொரு அரசு பணிக்கான நேர்முக தேர்வு நாளான காலை 10 மணிக்கு சென்னையில் நடைபெற இருப்பதற்கு, இரயில் பயணம் மேற்கொண்டான் பாகண்.

பக்கத்திலிருக்கும் பலா பழத்தைவிட எட்டத்திலிருக்கும் எலந்த பழந்துக்குத்தான் மவுசு அதிகம். அதை அவன் உணராமல் இல்லை. அவனுக்குள் இருக்கும் ஆசையும், கனவுகளும் எட்டத்தில் இருக்கிறது.

அவன் தேடாத அல்லது விரும்பாதவை அருகாமையில் இருக் கிறது. அவன் அதை ஏற்றுக்கொள்ளாவிட்டாலும் எதிர்காலம் கருதி தன்னை நம்பிவந்த மனைவிக்கும் பிள்ளைக்காக ஏற்றுக்கொள்ள வேண்டும், ஆம் கால சக்கரத்தில் முதல் பெண் குழந்தை செந்தாமரை

இவர்களுக்காகத்தான் நிரந்தர வருமானம் ஈட்ட வேண்டும் என்ற நிர்பந்தத்துக்குத் தள்ளபட்டவனாய், தன்னுடைய கனவுகளில் ஒன்றான சினிமா துறையில் உச்சபட்ச நட்சத்திரமாக மின்ன வேண்டுமென்ற கனவுகளோடு அத்துறையின் சகலகலா வல்லவரான ஒரு இயக்கு நரிடம் உதவியாளனாக மூன்றாண்டு காலம் பணியாற்றினான். எல்லா கூலி வேலைகளைப் போன்றுதான் இந்த வேலையும், இவன் சாதிப் பதற்கு வேறொன்றும் அமைந்துவிடவில்லை. அதற்கு சில காலங் களை செலவிட வேண்டும். சில காரியங்ளைப் பலி கொடுக்க வேண்டும்.

காலையில் கோடம்பாக்கம் இறங்கி மாலையில் மேடையில் நின்று சில்வர் ஜீப்லி விருது வாங்கிவிட முடியாது என்பதை அவனுக்கு இந்த மூன்று ஆண்டு காலமாய் சினிமா கற்றுத்தந்தது. இதில் குடும்பத்தை இழந்த தவிப்புகளாய் கால்வயிற்றுக் கஞ்சியாவது கூடிசேர்ந்து குடிக்கலாம்

சிதறிய தானியமாக இருந்தாலும் சேர்ந்தே கொத்தி உண்ணலாம் என்ற எண்ணத்துடன் ஊர் வந்துசேர்ந்தான். குடும்பத் தலைவன் என்பவன் கூனிக் குறுகிப் படுத்தாலும், தலைமாட்டில் சில சில்லரை களை வைத்துக்கொண்டுதான் படுக்க முடியும்.

இல்லையென்றால் தலையணையே தண்டனை கருவியாக மாறி விடும். சென்னையிலிருந்து வந்தவன், சிறிது காலம் தன்னை ஒரு பெரிய சினிமா கலைஞனாக நண்பர்களிடமும் உறவுகளிடமும், சொல்லிச்சொல்லி பம்மாத்து காட்டிக்கொண்டான். பம்மாத்து பத்து பைசாவுக்குப் பிரயோஜனமில்லை என உணரும் போதுதான் கூலிக்கு மாரடிக்க ஆரம்பித்தான்.

ரிக்ஷா இழுத்தான். டயர் வண்டி ஓட்டினான், லாரிக்கு கிளினராக போனான், பருப்பு மில்லுக்கு லோடுமேன் கட்டட வேலைக்கு சித்தாள், கட்டடங்களுக்கு வர்ணமடிப்பது, சினிமா கொட்டகையில் முறுக்கு விற்பது, தெருத்தெருவாக வால்போஸ்ட் வண்டியைத் தள்ளிச்சென்று நோட்டீஸ் கொடுப்பது, டிக்கெட் கிழிப்பது, திருமண வீடுகளுக்கு சமையல் செய்ய உதவியாளனாக செல்வது, கடைகளுக்கு காளிமார்க் கலர் போடுவது, கணேச மார்க், கோலிசோடா போடுவது, ஐஸ் கம்பெனியில் ஐஸ் வாங்கி, பெட்டியல் வைத்து விற்பது. இப்படி கூலி வேலைகளில் எதுஎது கிடைக்கிறதோ அவையனைத்தையும் செய்துகொண்டு வந்தான்.

தலைவரிடம் கொடுத்த மனுவில் இரண்டாவது மனுவான சாதி மறுப்புதிருமணம் செய்து இருந்ததைச் சுட்டிக்காட்டி மனு கொடுத்திருந்தான். தன் அரசால் சொன்னதை செய்வோம் செய்வதை சொல்வோம் என்ற கொள்கை அடிப்படையில் கலப்பு திருமணம் முடித்த, ஆண் அல்லது பெண்ணுக்கு யாராவது ஒருவருக்கு வேலை கொடுப்பேன் என்ற வாக்குறுதிக்கு ஏற்றவாறு பாகணுக்கும் அந்த வாய்ப்பு கிடைக்க, அதற்கான பூர்வாங்க வேலையை ஆரம்பித்தான்.

முதல்வர் அலுவலத்திலிருந்து ஒரு கார்டு வந்தது. அதில் மாவட்ட ஆட்சியர் அலுவலகத்தில் உள்ள சமூக நலத்துறையை அணுகுமாறு சொல்லப்பட்டிருந்தது.

அதனைத் தொடர்ந்து சமூக நலத்துறையிலிருந்து ஒரு கார்டு வந்தது. அதில் கலப்பு திருமணம் முடித்ததற்கான திருமணம் பதிவு சான்றும் இருவருக்குமான ஜாதிச் சான்றும் வருமான சான்றும் இருப்பிடச் சான்றுடன் வந்து சந்திக்கச் சொல்லியிருந்தனர்.

இவ்வளவும் சேகரிக்க வேண்டும். யாரை எங்கே சென்று சந்திப்பது என தெரிவதற்கே மூன்று நாள் கழிந்துவிட்டது.

கல்லை கண்டால், நாயைக் காணோம். நாயைக் கண்டால் கல்லைக் காணோம் என்ற பழமொழிக்கேற்பதான் அரசு அதிகாரிகளின் நிலை. ஒருவழியாக சேகரித்து மாவட்ட ஆட்சியரின் நேர்முகச் செயலாளரைச் சந்தித்து சான்றுகளைச் சமர்பிக்கப்பட்டு, அவை சிவப்பு நாடாக்கள் இறுக்கப்பட்ட கோப்புகளுக்குள் நுழைந்துகொண்டது.

கோப்புகளுக்குள் நுழைந்துகொண்ட மனுக்கள் மறுபிறவி எடுத்தது போல மறுமலர்ச்சி பெற சமூக நலத்துறை அமைச்சர் வருகையால் நிகழ்ந்தேறிய கலப்புத் திருமணம் சான்று கையில் இரண்டாயிரம் ரொக்கப்பணம், எட்டாயிரம் மதிப்புள்ள ஐந்தாண்டுகளுக்கான டெபாசிட் செய்த தேசிய பத்திரம் ஆகியவை அமைச்சரிடமிருந்து மேடையில் பெற்றுக்கொண்டானர் பாகணும் அவன் மனைவியும்.

அந்த சான்றுதான் அரசுப் பணிக்கான திறவுகோலாக மாறி, பூட்டி கிடக்கும் அரசு துறை வேலைகளுக்கான தாழிட்டுக் கிடந்த கதவைத் திறந்துவிட்டது.

ஆம்..! சான்றை பிரேம் போட்டு குடிசை வீட்டின் கூரையில் தொங்கவிடாமல் அடுத்த வேலையை அப்பாவின் ஆலோசனைபடி செய்ய ஆரம்பித்தான் பாகண்.

மதுரையில் இருக்கும் தொழில்துறை அமைச்சர் பி.டி.ஆர். பழனி வேல் ராஜன் வீட்டை விடியற்காலையில் அடைந்தான். அவன் நிலையைப் பதிவுசெய்து கொடுத்து அனுப்பிய அண்ணாச்சியின் கடிதம், அமைச்சரைப் பார்க்க எளிதாக இருந்தது. அதைப் பார்த்த அமைச்சர் வேலைவாய்ப்பு அலுவலகத்துக்கு, சிபாரிசு கடிதம் என்பதை விட அரசின் கொள்கையான கலப்பு திருமணம் முடிந்தோருக்கு, வேலைவாங்க முன்னுரிமை கொடுக்க வேண்டுமென்று, நினைவூட்டு கடிதம் கொடுத்து அனுப்பினார். அவனுக்கு அப்போதே அரசு வேலை கிடைத்துவிட்டாதாக நம்பினான். அப்போதுதான் கடற்கரைக்கே சென்று உள்ளான். இனிமேல்தான் கடற்பயணம் துவங்குமென்பது தெரியவில்லை.

கடிதத்தைக் தான்மட்டும் கொண்டுபோய் கொடுப்பதைவிட, தன் னுடன் கட்சி நபர்களை அழைத்துச்சென்றால் நன்றாக இருக்குமென்று, நகர இளைஞரணி அமைப்பாளரான தினகரனை அழைத்துக்கொண்டு வேலைவாய்ப்பு அலுவலரை அணுகி அமைச்சர் கொடுத்த கடிதத்தைக் கொடுக்க, அவர் வழக்கமாகப் பதிந்து இருந்த வேலைவாய்ப்பு அட்டையில் பிரியாரிட்டி என முத்திரை குத்தி அனுப்பிவைத்தார்.

கருணை கண் மலர்ந்தது. அரசுப் பணிக்கான நேர்முகத் தேர்வுக் கான கடிதம் வந்தது. அதோடு பட்டணம் செல்வதற்கான பொருளாதார சிக்கலும் எழுந்தது.

நேர்முகத் தேர்வுக்கு இவன் மட்டும் சென்றால் செலவு குறைவு தான். ஆனால், நேர்முகத் தேர்வுக்குச் சென்றுவிட்டு வந்தால் மட்டும் போதுமா வேலை கிடைத்துவிடுமா?

அதனால் அதற்கு அடுத்த கட்ட வேலை அதற்கான செலவு தொகை ஈட்ட வேண்டாமா? கழுதை கெட்டால் குட்டிச் சுவர் என்பதற்கிணங்க அப்பா அம்மாவிடம் மன்றாடி நின்றான்.

மன்றாடும் மகனைத் திண்டாடவிடாமல் அண்டா குண்டான்களை அடகுவைத்து ஆயிரம் ரூபாய் கொடுத்தார்கள். அது யானை பசி தீர்க்கும் சோளப்பொரியாக இருந்தது.

மேலும் புரட்ட வேண்டும். பாகனின் மனைவி பங்குக்கு அவள் அம்மாவிடம் கேட்டுப்பார்த்தாள். அவள் அம்மாவும் தன் மகளுக்குப் புதிய வாழ்வு கிடைக்கப்போகிறது என்று தன் கணவனின் காலை பிடித்தாள். அவர் என்ன ரிசர்வு பேங்கா? கேட்டவுடன் கொடுக்க, மறுத்துவிட்டார். காரணம் பாகண் என்ன அவர் பார்த்து தன் மகளுக்கு

முடித்துவைத்தவனா? அதனால், தன் மகள் தன்னை விட்டுப் போனதிலிருந்து அவர் மீள முடியாமல் கிடக்கும் அவரிடமே யாசகம் கேட்பது என்பது சரியாக இருக்குமா?

அம்மா, மகளுக்காக உருகினாள். உதவிசெய்ய மருகினாள். உதவி என்பது ஈடாக மாறியது. ஆம் தேசிய பத்திரம் எட்டாயிரம் வெறும் ஆயிரத்து ஐநூறுக்கு அவளின் அம்மா மூலம் அவருக்குச் சென்று ஆயிரத்து ஐநூறு திரும்பியது.

நகரமன்ற அமைப்பாளர் தினகரனின் கணக்குப்படி ரூபாய் இரண் டாயிரத்தைப் புரட்டிக்கொண்டு முதன் முறையாக சொகுசு பேருந்தில் பயணம் செய்தான். மேற்கில் விடியற்காலை பெரியமேட்டில் இறங்கி ஏற்கனவே பதிவு செய்திருந்த விருதுநகர் நாடார் லாட்ஜின் வரவேற்பு அறையில் ரூபாய் முன்னூறு செலுத்தி அறைசாவியை பெற்றுக்கொண்டு தனது தளவாடங்களைத் தூக்கிசென்றனர்.

தினகரன் பிரௌவுன் நிற சூட்கேஸ், பாகண் மஞ்சள் நிறத்தில் உள்ள சின்ன கை பேக், அந்த பேக்குள் ஒரு வேட்டி, ஒரு துண்டு அவ்வளவுதான், அறை எண் 36க்குச் சென்று திறந்து வைத்துவிட்டு, அறை எண் 37இன் கதவைத் தட்டினார் தினகரன். உள்ளே இருந்து கிருதா மீசையும் வெள்ளை முகத்தில் சிக்கன் சாப்ஸ் போல் இருக்கும் அந்த நபர் திறந்துபார்த்தார். வணக்கம் வைத்தார் தினகரன். பதிலுக்கு அவர் இருவரையும் பார்த்து சிரித்தார்.

குளிரூட்டப்பட்ட அறைக்குள் இருவரும் நுழைந்தனர். ஆடம் பரமாக இருக்கும் அறையின் தன்மையை ஆராய்ந்தான் பாகண். அறையில் இருக்கும் அந்த மனிதர், ஒரு சட்டமன்ற உறுப்பினர். கட்சியின் மாவட்ட இளைஞரணி அமைப்பாளர்.

யார் யாரிடமோ யாசகம் கேட்ட பாண்டிக்கு இவர்தான் விடி விளக்காக வெளிச்சம் பாய்ச்சினார்.

வேலை வாய்ப்பு அலுவலகத்தில் சிபாரிசுக் கடிதம் கொடுத்து இண்டர்வியூக்கு அனுப்பும்மாறு மனு கொடுத்ததை மேலும் வலு வூட்டி பாகணுக்கு நேர்முக தேர்வுக்குச் செல்வதற்கு வழிகாட்டியவர் இராஜபாளையம் சட்டமன்ற உறுப்பினர் வி.பி.ராஜன்.

நான்கடி உயரமும் சிவந்த மேனியும் சுருள்சுருளான கேசமும் அடர்ந்த மீசை கிருதாவுமாக இருந்தார். கட்சியன் தலைமை கழகப் பேச்சாளர். இராஜபாளையம் சட்டமன்ற தேர்தலில் இவர் நிற்பதற்கு இவர் பெரிய நிலச்சுவன்தாரோ பண்ணையாரோ, உயர்ந்த வகுப்பைச்

சார்ந்தவரோ கிடையாது. சாதாரணக் கட்சித் தொண்டன். ஆனால், அசாதாரண செயல்பாட்டாளர், தன் இளம் வயதில் சுவர் விளம் பரங்களையும் தட்டி பேனர்களையும் செய்துகொடுத்துக்கொண்டிருந் தவர். நிகழ்ச்சி நடக்கும் இடங்களில் மட்டும் கட்சியின் தலைமையை மகிழ்ச்சி செய்து கொண்டு இருக்கும் போது, இவர் ஊரின் எல்லையறிந்து, நிகழ்ச்சி நடக்கும் இடம்வரை கட்சியின் கொடிகளையும் பேனர்களையும் சுவர் ஓவியங்களையும் தன் சொந்த உழைப்பால் செய்து முடிக்கக்கூடிய அளவுக்கு ஆற்றல் படைத்தவர். அதனால் வி.பி.ஆர். தலைவருக்கு மிகவும் பரிச்சியமானார்.

இதன் விளைவால் 1989இல் நடந்த சட்டமன்ற தேர்தல் இராஜ பாளையம் தொகுதியில் காங்கிரஸ் கட்சியின் மத்திய அமைச்சர் அருணாசலத்தை எதிர்த்து களம் இறங்கினார்.

ஆண்டாண்டு காலமாக இராஜபாளையம் சட்டமன்றத் தொகுதி சுதந்திரம் பெற்றதற்குப் பின்பு தொடர்ச்சியாக காங்கிரஸின் கோட்டை யாக இருந்த இப்பகுதியில் இராஜீக்கள் ஒட்டு அதிகம் இராஜீக்கள் இனத்தை சார்த்தவர்கள் மட்டுமே இத்தொகுதியில் நிற்கமுடியும்... ஆனால், அதையும் கடந்த ஒரு குடிசைவாசி, சாதாரண தொண்டன் அதுவும் சின்ன வயதான தலித் இளைஞன் வி.பி.ஆர். மத்திய அமைச்சரை எதிர்த்து களமிறங்கினார். விருதுநகர் மாவட்ட செயலாள ரிடம். மாவடடச் செயற்குழு கூட்டத்தில் மனு கொடுக்கிறார். மாவட்டச் செயலாளருக்கு வியப்பு.

என்ன இவன் யானைமீது சவாரி செய்ய நினைக்கிறான் என்று அவர்களுக்கு ஆச்சரியம் அடித்து தூக்கி எரிந்தது. ஆனாலும் மாவட்ட செயலாளர் கட்சியின் தலைவர் மாநிலப் பொதுச் குழுவில் சொன்ன வார்த்தை, அவருக்கு நினைவில் வந்தது.

"நம்ம கட்சி, ஆட்சிக் கட்டிலில் இருந்து அப்புறப்படுத்தப்பட்டு பதின்மூன்று ஆண்டு காலம் கடந்துவிட்டது. இம்முறை நாம் ஆட்சியைப் பிடிக்க வேண்டுமென்று கட்சிக்கும், களத்தில் நிற்பவர் களுக்கும் புதிய ரத்தம் பாய்ச்ச வேண்டும். எனவே, புதியவர்களுக்கும், குறிப்பாக கட்சிக்காக உழைத்த இளைஞர்களுக்கு வாய்ப்பு வழங்க வேண்டும் என்பதைக் கருத்தில் கொண்டு, மாட்டச் செயலாளர்கள் சட்டமன்ற வேட்பாளர்களைத் தேர்வு செய்யுங்கள் என்று தலைவர் பொதுக்குழுவில் பேசியது அவர் செவிகளில் ஒலித்தது.

மாவட்ட செயற்குழுவில் வி.பி.ஆர். கொடுத்த வேட்பு மனுவை மாவட்ட செயற்குழுவின் ஒப்புதலோடு தலைமைக்கு அனுப்பி வைத்துவிட்டார் மாவட்ட செயலாளர்.

தலைமை செயலகத்தில் வேட்பாளர்களின் விருப்ப மனு பரிசீலனை கூட்டம் நடைபெறுகிறது. அதில் ஏராளமானோர் வேட்பு மனுவை தாக்கல்செய்து, தலைவர், பொதுச் செயலார் முன்பாக ஆஜராகி தன்னையும், தன் உழைப்பையும் தனது தொகுதி செல்வாக்கையும், தனக்கு இருக்கும் செல்வசெழிப்பையும் தனக்கிருக்கும் ஜாதி ஓட்டு வங்கியையும் அதையும் தாண்டி ஓட்டைப் பிரிப்பதற்கான சாதுரியத் தையும் தலைவரிடம் வேட்பு மனுவுடன் எடுத்துரைத்தனர்.

வி.பி.ஆர். முறை வருகிறது. தலைவர் ஆச்சரியத்தில் புருவம் முறுக்கிறார். "எப்படி இந்த முடிவுக்கு வந்தாய்..? நீ நிற்கும் தொகுதி எப்படிபட்டது. யாரை எதிர்த்து நிற்கிறாய் தெரியுமா..? என்று தலைவர் வினவ, வி.பி.ஆர். சிறிது நேரம் மௌனம் சாதித்தார். பின்பு பேசினார். ஒற்றை வார்த்தைதான். வேறொன்றுமில்லை...

"நீங்கள் வந்து எனக்காக ஓட்டு கேட்டால் போதும், நான் நிச்சயம் ஜெயிப்பேன் அய்யா."

அந்த வார்த்தையில் தலைவரும் பொதுச்செயலாளரும், நிலை குலைந்துபோனார்கள். தலைவருக்கு இவனை ஜெயிக்க வைக்க வேண்டுமென்ற கடமை வந்துவிட்டது. வேட்பாளர் ஆனார். இப் போது எம்.எல்.ஏ.வாகவும் ஆகிவிட்டார். ஆடம்பரமான அறையின் திரைச்சீலைகள் காற்றில் மிதந்துகொண்டு இருந்தன. அரையிருட்டு மெலிதான இளம் மஞ்சள் ஒளி அறையை நிரப்பியிருந்தது. நான்கு பேர் உருண்டுபுரளும் வெண் மெத்தை. அடர்ந்த பச்சை வண்ணத்தில் அதனின் நான்கு பக்கமும் மறைக்க திரைச் சீலைகள் வெண் நிறமாகவும் அதன் மேல்கூரையாக இளம் பிரௌன் கலரில் மரச் சட்டங்களுக்கு மேலாக சீலை, படுக்கையின் மூன்று பகுதிகளின் சீலைகள் மேல்நோக்கி உருளை சட்டத்தில் சுருட்டி உயர்த்தப்பட்டு இருந்தது.

படுக்கையில் நான்கைந்து தலையணைகள், உருளை வடிவம், நீள் சதுர வடிவம், பொருந்தி எதிரே ஒரு மெத்தை நாற்காலி நிலைக் கண்ணாடியின் கீழே இழுவை டிராயர் வருவோருக்கும் இருப் போருக்கும் மர நாற்காலிகள், நான்கு படுக்கைக்கு சற்று தள்ளி,

உணவு மேசை அதன்மீது தேநீர் நிரப்பின ப்ளாஸ்க், எடுப்பு உணவு கொண்டுவரும் சில்வர் அடுக்குப் பாத்திரம், சற்றுத் தள்ளி உடைகள் தொங்கவிடப்பட்டிருக்கும் மர ஸ்டாண்டு என ஒரு ஆடம்பர பங்களாவுக்கான அடையாளத்தோடு அந்த அறை இருந்தது.

பாகண் சுற்றும்முற்றும் பார்த்தான். அலங்கார மேஜை மீதிருக்கும் வாசனைத் திரவியங்களிலிருந்து அந்த நெடி வந்ததா? அல்லது இரவில் அறையில் அடித்த ரூம் ஸ்பிரேயர் நெடி வந்ததா என அவனால் ஊகிக்க முடியவில்லை. அவன் வேலை அதுவுமில்லை.

ஆனாலும், ஆடம்பர அறை அவனை யதார்த்தத்திலிருந்து சற்று விலக்கிவைத்தது. அதே நேரத்தில் அந்த வாசனையை தன் வாழ்வின் நிலையாகக் கொள்ள மனம் ஆசை பட்டது.

நறுமணங்கள் எல்லோரையும் வசீகரிக்கத்தான் செய்தன. ஆனால், பாகணைக் கூடுதலாக வசீகரித்தது. ஏனெனில் தான் பிறந்து வளர்ந்து இந்நொடிவரை வாசனைகளை நுகர்ந்தவன் கிடையாது. மாறாக மல நாற்றத்தையும், மழையால் தன் குடியிருப்பு பகுதியில் ஏற்படும் சகதியின் துர்நாற்றத்தையும், ஆங்காங்கே குடியிருப்பு முழுவதும் தேங்கிக்கிடக்கும் சாக்கடை வாடைகளையும் மட்டுமே அனுபவித் திருந்தவனுக்கு இந்த அறை ஏதோ ஒன்றைக் கற்றுத் தருகிறது. ஏதோ ஒன்றால் வேறு தளத்துக்கு இட்டுச்செல்ல வழி வகுக்கிறதாக நம்புகிறான்.

அந்த நம்பிக்கை அவ்வாசனையால் மட்டுமல்ல அழைத்துவந்த கட்சிப் பிரமுகரும் சரி, யாரால் இந்த வேலை கிடைக்குமென்று நம்பி பார்க்க வந்திருக்கானோ, அவரின் அன்பான வரவேற்பும், அவனை நம்பிக்கையின் உச்சாணிக்குக் கொண்டுச்சென்றது. அவர்கள் ஏதோ ஒன்றைப் பேசிக்கொண்டு இருக்கிறார்கள். அது அவர்கள் பாடு என இவன் வேறோரு திசையில் அல்லது அவ்வாசனையில் மனதைப் பறிகொடுத்து அதில் ஐக்கியமானபோது அவனைப் பற்றிதான் பேச்சு நடப்பதை அண்ணன் வி.பி.ஆர். கேட்ட கேள்வியால் நிலை குலைந்தான். அப்படி என்ன கேட்டுவிட்டார்?

“என்னப்பா பாகா எவ்வளவு வச்சுருக்கா?” என்றுதான் கேட்டார். பாகண் பட்டாசு வெடித்து பொறியாக கிளம்ப இறுதியில் சாம்பலாக விழும் நிலைக்கு ஆளானான். வெடியின் பேப்பரைப்போல் உதிர்ந்தான்.

“ஒன்னத்தான்பா வேலக்கி பணம் எவ்வளவு வச்சுருக்கா?” சுதாரித்துக்கொண்ட பாகண், தான் சேகரித்த பணத்தைக் கணக்குப்

பார்க்க, நம் அம்மா அண்டா குண்டா அடகுவச்சு கொடுத்தது ஆயிரம் ரூபாய், பொண்டாட்டி அம்மா பத்திரத்து மேல வாங்கி குடுத்தது ஆயிரத்தி ஐநூறு, மொத்தம் ஐயாயிரத்தி நூற்றியைம்பது போக ஆயிரத்து தொள்ளாயிரம் என மனசுக்குள் கணக்கு போட்டு விட்டு பதிலுரைத்தான்.

“அண்ணே ஆயிரத்தி தொள்ளாயிரம் இருக்குண்னே!”

“அத வச்சி பீச்சுக்கு போயி சுண்டல் வாங்கவா, என்ன தினகரா? என்னப்பா?” என்று தினகரனைப் பார்த்துக் கேட்டார். அவர் திடுக்கிட்டு, “ஏன்டா பாகா ஒன்னய என்ன சொன்னேன் வேலக்கிப் பணத்த ஏற்பாடு செஞ்சிட்டு வாடான்னு சொன்னேன்ல” என பழியை அவன்மீது போட்டுவிட்டு தப்பித்துக்கொண்ட மனநிறைவோடு தலையைக் குனிந்துகொண்டார்.

“என்ன தினகரா இப்படிபட்ட பயலுக்கு, நாம என்ன ஒதவி செய்ய முடியும். சரி கட்சிகாரன்னு அஞ்சோ பத்தோ கொரைக்கலாம். அதுக்காக இப்படியா?”

இவர்கள் பேசுவதைப் பார்க்கும்போது பாகனுக்கு அறை விட்டத்தில் சுழன்றுக்கொண்டு இருக்கும் மின்விறியின் இறக்கையும் இவன் உடலும் சேர்ந்து சுழல்வதாக இருந்தது.

“என்ன பாகா... என்ன செய்ய போற... இப்பல்லாம் பண மில்லாமல் யாரும் வேல வாங்க முடியாது அவனவன் பத்தாயிரம், லட்சமுன்னு வச்சிக்கிட்டு நா, நீயுன்னு அலையுறான். நீ என்ன செய்யப்போற?”

“அண்ணே எனக்கு நீங்க இருக்கறப்ப கவல இல்லண்ணே வேல கெடச்சுரும்ண்ணே”என்று நம்பிக்கையோடு சொன்னான். அந்த வார்த்தை நெடுநாட்களுக்கு முன்பு வேட்பாளர் தேர்வில் தலைவரிடம் சொன்ன அதே வார்த்தை அவர் மனதுக்குள் மின்னல் கீறி அகன்றது.

அன்று கையில் பணம் இல்லை, பெரிய சாதியின் பின்புலமில்லை. ஆனால், தலைவரைப் பார்த்து “நீங்கள் எனக்கு குரல் கொடுத்தால் நான் ஜெயித்துவிடுவேன்” என்ற அந்த சக்தி நம்பிக்கை வாய்ந்த மகத்தான சொல். தலைவரிடம் சீட்டு கிடைக்க தலைவரின் ஆசி கிடைத்தது. அதனைத் தொடர்ந்து வெற்றியும் கிட்டியது. அதே போன்ற நம்பிக்கையான வார்த்தை அவனிடமிருந்து வந்து விழாவும் அவனைவிட கூட்டிக்கொண்டு வந்த தினகரனைவிட வி.பி.ஆருக்குக்

கூடுதல் பொறுப்பும் அவனுக்கு வேலை வாங்கி கொடுக்க வேண்டுமென்ற நெருக்கடியான நிர்ப்பந்தமும் ஏற்பட்டது.

அவனின் ஒற்றை வார்த்தையால் உருகிவிட்டனர். இப்படி சொல்வோமா என்று பாகண் எப்போதும் நினைத்துப்பார்க்கவில்லை. அது அவனுக்கான தற்செயல் நிகழ்வுதான். அந்த வசீகரமான வார்த்தையை அவன் பிரயோகித்தாலும் அந்த வார்த்தையின் உண்மையான பொருள் அவனுக்குத் தெரியாது.

ஆனால் வி.பி.ஆருக்கு புரிந்துவிட்டது. அதனால் அவனுக்கு உதவிசெய்ய முயற்சித்தார்.

காலை டிபன் அவரே அவர்களுக்குக் கொடுத்து அவனை நேர் முகத் தேர்வுக்கு செல்லும் வழியையும் தேர்வு முடிந்து சட்ட சபைக்கு வரச்சொல்லி சிபாரிசுக் கடிதமும் கொடுத்தார், பாகண் திருவல்லிக்கேணிக்குப் புறப்பட்டான்.

23

பெரிய மேட்டிலிருந்து சென்ட்ரல் மத்திய பகுதியில் இறக்கி விடப்பட்ட பாகண், பேருந்து நிறுத்தத்தில் நின்று எக்மோர் பேருந்துக்காகக் காத்திருந்தான். நகரத்தில் மனிதர்கள் உலையிலிருந்து வழிந்தோடும் நுரைகளைப்போல் அக்காலை வேளையில் இயக் கத்தில் இருந்தனர்.

அருகே நிற்பவர்களிடம் ஆலோசனை கேட்டான். அவர்கள் பேருந்துக்குப் பதில் எலக்ட்ரிக் டிரெய்னில் செல்ல வழிகாட்டவும் அவன் பக்கத்திலிருக்கும் புகைவண்டி நிலையம் சென்று எழும்பூர் பயணச் சீட்டு பெற்று, இரண்டாம் நடைமேடையில் காத்திருந்தான்.

நகரவாசிகளைச் சுமந்துக்கொண்டு மின்வண்டி மிக துரிதமாக நின்றது. அணைக்கட்டுகளிலிருந்து வழிந்தோடும் நீர் கற்றைகளைப் பேல மனிதக்கூட்டம் வழிந்தோடியது.

வண்டியில் ஏறிக்கொண்டான். வாசலை அடைத்து நிற்கும் கூட் டத்தில் அடைந்துகொண்டான். ஒவ்வொரு நிலையமும் கடக்கும் போதெல்லம், “இங்கயா இங்க எறங்குனுமா?” என்று கேட்டபடி, எட்டிப் பார்த்துக்கொண்டே வந்தான். புகைவண்டி மூன்றாவது நிலை யமான எழும்பூருக்கு வந்து ஏழாவது நடைமேடையில் நின்றது.

இறங்கி எல்லோரும் எப்படி துரிதமாக நடக்கிறார்கள் அல்லது ஓடுகிறார்கள் என்பதை நகரம் அவனுக்கும் கற்று தந்ததில் வியப் பேதுமில்லை. ஓடினான் நிலைய மேம்பால பாதையில் ஏறி முதல் நடைமேடை படிக்கட்டுகளில் இறங்கினான்.

அந்தப் படிக்கட்டுகளில் அவன் செருப்பணியாத பாதங்கள் படிக் கட்டுகளில் படும்போது அதன் பரிசம் ஒரு தாயின் வாஞ்சையாக வாரி அணைத்தது. அந்தப் படிக்கட்டுகளில் ஆயிரமாயிரம் மனிதர்கள் இந்நகரத்தை நம்பி வாழ வந்திருப்பார்கள். எத்தனை ஆயிரம்மாயிரம் மனிதஇனம் நம்பிக்கையோடு அந்தப் படிக்கட்டுகளைக் கடந்திருப் பார்கள்.

எழும்பூரின் படிக்கட்டுகள் தென்மாவட்ட இளைஞர்களை, யுவதிகளை பெற்றி பெற ஏணிகளாக ஏற்றிவிட்டு இருக்கும். அவரவர் துறை சார்ந்த நகரத்துக்குள் வாழ்ந்து நிலைத்திட எவ்வளவு பேர் இந்தப்

படிக்கட்டுகளைக் கடந்திருப்பார்கள். படிக்கட்டை கடந்தவர்கள் அதிலிருந்து நகரத்துக்குள் வாய்ப்புத் தேடி அலைந்தவர்களுக்கு எத்தனை பேர் வெற்றி பெற்றார்கள். எத்தனை பேர் வாய்ப்பின்றி மீண்டும் பயணம் துவங்கிய இடத்துக்குத் திரும்பி இருப்பார்கள். இந்தப் படிக்கட்டுகளைக் கடந்தவர்கள் இந்தப் புகைவண்டி நிலை யத்தில் பெட்டிப்படுக்கையோடு வந்தவர்கள், எவ்வளவு பேர்? தான் விரும்பியதை, தான் ஏற்றுக்கொண்டதைத் தனக்கான கனவுகளை நிறைவேற்றி வெற்றிகண்டு இருப்பார்கள்.

ஒவ்வொரு படிக்கட்டின் இறக்கத்திலும் அவரவருக்கான வாய்ப்பு கள் சிதறிக் கிடக்கின்றனவா? அப்படி சிதறிக்கிடக்கும் வாய்ப்புகளைச் சரியாகப் பயன்படுத்திக்கொண்டவர்கள் எத்தனை பேர்?

இந்த நகரத்தை நம்பி, பெரும்பாலும், சினிமா கனவுகளோடு தினமும் லட்சக்கணக்கான இளைஞர்கள், யுவதிகள் வந்துதான் செல் கிறார்கள். காலையில் எழும்பூரில் இறங்கி மாலையில் கோடம் பாக்கத்தில் நட்சத்திர மண்டலத்தில் விடிவெள்ளியாக மின்னத் துவங்கிவிடுவார்களா? இல்லை. அப்படி இல்லை. வந்தவனுக்கு வாய்ப்புகள் மிகமிகக் குறைவு. அங்கே ஐந்தாண்டுகள் பத்தாண்டுகள் நிலையாக நின்று தூக்கி எறியப்பட்டாலும், எறிந்த பந்து மீண்டும் கைக்கு வருவது போல் விடாப்பிடியாக இருப்பவர்கள் மட்டுமே இந்நகரத்தில் வெற்றி பெற முடியும்.

அப்படி வெற்றி பெற வேண்டுமென்றால் இணை துணை தொழில்களை செய்துகொண்டு முதன்மை தொழிலுக்கு முயற்சி செய்திட வேண்டும். அப்படி முயற்சி செய்தவர்கள் எத்தனை பேர் வெற்றியடைத்து இருக்கிறார்கள். அப்படி காலம் கடந்தும் வாய்ப்பு கிடைத்துவிடுவதில்லை. ஒருவனுக்கு ஒரு வேலை கிடைக்க வேண்டு மென்றால் அத்துறையில் இருப்பவர்கள் அவனுக்கு வேண்டியவராக இருக்க வேண்டும். அல்லது தெரிந்தவராக இருக்க வேண்டும் அப்படிபட்டவர்களுக்கு மட்டுமே வாய்ப்பு கிடைக்கும். அப்படி கிடைத்தாலும் அதில் எத்தனை பேர் சாதிப்பார்கள், நீடிப்பார்கள்.

இதில் எல்லாம் பின்தங்கியவர்கள்தான் நகரத்தில் வெவ்வேறு பணிகளில் ஈடுபட்டு கடைசியில் அதுவே பழகிப்போய் அதுவாகவே மாறிக்கொள்கிறார்கள்.

தான் விரும்பும் துறைகளில் எல்லோராலும் வெற்றிபெற முடிவ தில்லை. நகரம் அவர்கள் விரும்பிதைத் தருவதைவிட அது விரும்பியதைதான் தரும். அதைக் கற்றுக்கொள்ள தெரிந்தவனே

நகரவாசியாகத் திகழ முடியும். இல்லையெனில் யானையின் வாயில் சிக்கிய கரும்பின் சக்கையாக, துப்பிவிடும் அப்படிபட்ட லட்சசோப லட்ச கால் தடயங்கள் பதிந்த எழுப்பூர் ரயில் நிலைய படிக்கட்டுகளில் இறங்கி பாகண் தன் எதிர்காலத்துக்கு செல்ல அடுத்த பேருந்துக்காகக் காத்திருந்தான். பேருந்து வந்ததும் அதில் ஏறிக்கொண்டான்.

தந்தைகள் அனைவருக்கும் தமையர்களை உருவாக்கிப் பார்ப்பதில் பேரார்வம் இருக்கும். அதனூடே செயல்பாடும் இருக்கும். ஆனால், அவர்கள் நினைத்தவை எல்லாம் செய்து முடிக்க முடியுமா? என்பதற்கு உதாரணமே பாகணின் இந்த நேர்முகத் தேர்வு.

பசித்தவனுக்கு உணவு கொடுப்பதும், அதை யாசிப்பதும், இயல் பான போதும் யாருக்குப் பசிக்கிறது? அவன் பசி என்ன? அறிவு பசியா? அல்லது வயிற்றுப் பசியா? உடற் பசியா? என்று தரம்பிரித்து பார்க்க எத்தனை மணமகளுக்குத் தெரியும். ஏதோ ஒன்றை நிவர்த்தி செய்துவிட்டு எல்லாவற்றையும், நிறைவேற்றிவிட்டதாக எண்ணிக் கொள்ளும், சாமானிய மனிதன்தான் பாண்டி அதுவும் படிப்பறி வற்றவன்.

ஆனால், தான் விரும்பிய வாழ்க்கையை வாழ நினைத்து, வாழ முடியாமல் தவறவிட்டதை, தன் வாரிசுகள் மூலம் நிறைவேற்றிக் கொள்ளும் தந்திரம், எல்லா தந்தைகளுக்கும் உண்டு.

அப்படிப்பட்ட தந்திரம் பாண்டிக்கும் உருவாகி அதை நிறைவேற்றி பார்க்காத நபர்கள் இல்லை, விழாத கால்கள் இல்லை.

ஒரு அரசியல்வாதியாக உருவாக வேண்டுமென்று துவக்கிய பயணத்தில் அரசு பணியாளனாக உருவாக இச்சமூகம் அவனுக்கு வழிகாட்டுகிறது.

நினைத்ததை நிறைவேற்ற இயலவில்லையெனில் கிடைத்ததைத் தக்க வைப்பதே தார்மீகத் தந்திரம். அதன் சூட்சுமம் புரிந்தவர்கள், வாழ்க்கையில் வெற்றியாளுமையாகத் திகழாவிட்டாலும், சாதனை யாளனாகத் தெரியாவிட்டாலும் அன்றாடங்களை அனாவசியமாகக் கடக்க தெரிந்தவர்களாக உருமாறிக்கொள்ளும் மந்திரம் தெரிந்த வர்களே இந்நாட்டில் நாட்களை சாதூரியமாகக் கடக்கத் தெரிந் தவர்கள்.

அப்படிக் கடக்கும் பொருட்டு பாகண் நேர்முகத் தேர்வுக்கும் தலைமை அலுவலம் வந்து சேர்ந்தான். அவன் எதிர்பார்த்தபடி அலுவலக வாசலில் அவனைப் போன்ற ஒத்த வயதுடைய

இளைஞர்கள், கையில் பேக் மற்றும் பயண பைகளுடனும், ஒரு சிலர் ஏற்கனவே நகரத்துக்கு வந்து, ஏதோ ஒரு அறை எடுத்து தங்கியவர்களாக இருந்தமையல் பயணக் களைப்பு ஏதுமற்று வெறுமனே நேர்முக தேர்வு கடிதம் மற்றும் தேவையான நேர்முக தேர்வுக்கான சான்றுகள் வைத்திருக்கும் ஃபைல்கள் வைத்திருந்தனர்.

அப்போதுதான் தெரிந்தது நாமும் இவர்களைப்போன்று சான்று களை ஒரு ஃபைலில் போட்டு கொண்டுவந்திருக்க வேண்டுமோ? தன் கையில் இருக்கும் மஞ்சள் பையையும் அதில் சரியாக பொருந் தாமல் துருத்திக்கொண்டிருக்கும் சான்றிதழ்களைப் பார்க்க குற்ற உணர்வாக இருந்தது. படிக்கும் காலத்திலும் மஞ்சள் பைதான். இப்போது வேலைக்காக வந்திருக்கும் போதும் மஞ்சள் பைதான். சே.. என்று தன்னையே வருத்திக்கொண்டான்.

நடுநிலை பள்ளிக்குச் செல்லும்போது அவனுக்குக் கொடுத்துவிடப் படும் மஞ்சள் பை அல்லது காக்கிப்பை பற்றி அவனுக்கு மிக நன்றாகத் தெரியும், ஏனெனில் அவனோடு படிக்கும் பையன்கள் அனைவருமே மஞ்சள் பைகளில்தான் புத்தகத்தைக் கொண்டு வருவார்கள்.

மஞ்சள் பைகூட பள்ளிக்குச் செல்வதற்காகத் தனியாக வாங்கியது இல்லை. வருடத்துக்கு ஒரு முறை தீபாவளிக்குப் புத்தாடைகள் எடுக்கும் போது அதற்காகக் கொடுக்கும் பைகளே புத்தகங்களை எடுத்துச் செல்லப் பயன்படும். அப்படி கொண்டுபோகும் பையின் கைபிடி இரண்டுடொரு நாட்களில் அறுந்துபோகும், அப்போது அதை இழுத்து சுருக்குப்போட்டுக் தோளில் தொங்கப்போட்டுக்கொண்டு பள்ளிக்குச் செல்வது வழக்கமாகிவிடும்.

அந்தப் பை நாளடைவில் அடிக்கடி நோட் புக் எடுக்கவும் வைக்கவும் என்றும் பேனா, பென்சிலை போட்டு எடுக்கும் போதும், ஏற்படாத ஓட்டை பள்ளியின் வாசலில் விற்கும் திண்பண்டங்களான சவ்வு மிட்டாய், சக்கரமிட்டாய், தேன்மிட்டாய், தேங்காய்மிட்டாய், நெல்லிக்காய், மாங்காய், கிளாக்காய், எளந்தபழம், கடுக்காய்பழம், குச்சிமிட்டாய், பம்பரகட்டு, வெல்லக்கட்டி என்று ஏதாவது வாங்கி தின்றுவிட்டு, ஒருசில மிட்டாய்களைப் புத்தக பைக்குள் போட்டு வைத்து, வீட்டில் கொண்டுபோய் மூலையில் வைத்துட்டு மறுநாள் காலையில் பள்ளிக்கு எடுத்துச்செல்லும்போது பையை எலிகள், பாச்சா கரப்பான் கடித்து ஓட்டையாக இருக்கும்.

அந்த ஓட்டைகளின் வழியாக பேனா, பென்சில், ரப்பர் விழுந்து விடும். ஆசிரியர்கள் எழுது என கட்டளை இடும்போதுதான் பையை

நோண்டிநோண்டி பார்த்துவிட்டு, எழுத பேனாவோ, பென்சிலோ, இல்லாமல், அக்கம்பக்கம் பிள்ளைகளிடம் கேட்பதும், கொடுப்பதற்கு அவர்கள் என்ன கர்ண பரம்பரையா கொடுக்க மாட்டார்கள். அதனால் எழுத முடியாது. எழுதவில்லை என்றால் ஆசிரியர்களிடம் சிக்கி சின்னபின்னா படுவதும் வாடிக்கைதான்.

இதை வீட்டில் சொன்னால் அவர்கள் பை வாங்க முடியாது, பை புதியதாக வேண்டுமென்றால் அடுத்த தீபாவளிவரை காத்திருக்க வேண்டும்.

தீபாவளி என்பது புத்தாடை வாங்குவதற்கு மட்டுமல்ல புதிய பைகள் வாங்குவதற்கும்தான். இந்தப் பை பள்ளிகளுக்குப் புத்தகம் கொண்டுபோவதற்கு மட்டுமா..? கடைகளுக்குச் சென்று மளிகை சாமான் வாங்கவும் உணவுக்கு தேவையான அனைத்து உபகரணங் களுக்கும் இதுதான். சில நேரம் ஒன்றுக்கு மேற்பட்ட பைகள் இருந்தால் அதில் வாங்கிக்கொள்வார்கள்,

ஆனால், ஒரே பை என்றால் புத்தகத்தைத் தட்டிவிட்டு, பொருள்கள் வாங்கிகொண்டுவந்து வீட்டில் வைத்துவிட்டு மீண்டும் புத்தகத்தை எடுத்து அடுக்கிக்கொள்வார்கள். இப்படிப் பைகளை மாற்றியோ கிழிந்ததைத் தைத்தோ, முடிச்சிப்போட்டோ கொண்டு சென்றபோது ஏற்படாத கூச்சம், ஆரம்ப நிலை பள்ளிக்குச் சென்றபோது ஏற்பாடாத கூச்சம், உயர்நிலை பள்ளிக்கு சென்றவுடன் ஏற்படச்செய்கிறது.

நடுநிலைப் பள்ளி, ஆரம்பப் பள்ளிகளில் இவனைப் போன்றவர்கள் மட்டுமே படிக்கும் மாணவ மாணவிகள் இருந்தார்கள், அதனால் கிழிந்த புத்தகப் பை, கிழிந்த டவுசர்கள், கிழிந்த சட்டை அணிந்து சென்றாலும் யாரும் யாரையும் புகார் செய்வதுமில்லை கேலி செய்வதுமில்லை.

ஏனெனில் எல்லோரும் ஏழைகள். ஏழை குடும்பத்திலிருந்து படிக்க வந்தவர்கள் என்பதைவிட தன் பிள்ளைகள் ஒரு வேளை உணவாவது பள்ளியில் கிடைக்கும், உண்ணட்டுமே, என்றுதான். அதுவும் சூடான உணவு மதியம் கிடைப்பதால்தான். அதனால் அங்கே சமதர்மம் நிலவியது.

ஆனால், உயர்நிலைப் பள்ளியில் பலதரப்பட்டவர்கள் வந்து படிக் கிறார்கள். அன்றாடவாசிகள், நடுத்தர மற்றும் உயர்மட்ட குடும்பத்தின் பிள்ளைகள். ஆனால், இந்த நடுத்தர மற்றும் உயர் வர்க்கத்தின் பிள்ளைகள் இருக்கிறார்களே அவர்கள் மேல்நிலை

சமூகம் எப்படி இயக்கத்தில் இருக்கிறதோ அதே போன்று தன்னையும் மாற்றிக்கொள்வார்கள்.

உடை, பள்ளி தளவாடங்கள், உணவு பழக்கவழக்கங்கள். மதிய உணவைப் பள்ளியில் அருந்த மாட்டார்கள், உணவு வீட்டிலிருந்தே எடுத்துவந்துவிடுவார்கள். உடை, புத்தகம் ஆகியவை புதிதாகத் தூய்மையாக இருக்கும். கல்வி தளவாடங்கள் புதியதாக இருக்கும், குறிப்பாக மஞ்சள் பைக்குப் பதில் தோல் பை, அலுமினிய பெட்டி என்றும் பேனா, பென்சில் வைக்க தனியாக சிறிய பெட்டியும் வைத்திருப்பார்கள். இது போக சாமன்டீரி பாக்ஸ் என்றும் கொண்டு வருவார்கள்.

இதை பார்க்கும்போது நாமும் இதைப்போன்று கொண்டுவர வேண்டுமென்று உள்ளுக்குள் ஆசை பொங்கி எழும். ஆனால், அந்த ஆசையை நிறைவேற்ற பெற்றோர்களால் முடியாது. அவர்கள் சம்பாதிப்பது ஒரு வேளை உணவு உண்பதற்காக, அதை தாண்டி அவர்கள் நினைத்துக்கூட பார்க்க முடியாது. அதனால்தான் இலவச கல்வி, இலவச உணவு, இலவச உடை, இலவச கல்வி தளவாடங்கள், எங்கே கிடைக்குமோ அங்கேதான், பாகண் போன்ற நபர்கள் படிக்க முடியும்.

அங்கு துவங்கிய அவனின் ஆசைக் கனவு இன்றுவரை தீர்ந்த பாடாக இல்லை. குறிப்பாக, மஞ்சள் பைக்குப் பதிலாக அலுமினிய பெட்டியில் புத்தகம் நோட்டுகளைக் கொண்டுசெல்ல வேண்டுமென நினைத்த பள்ளிக் காலத்தில் நிறைவேறாமல் போனதைப் போல், இன்று வேலைக்கான நேர்க்காணலுக்கும் வந்த இடத்தில், கல்விச் சான்றும் இன்னமற சான்றுகளை ஃபைல் போட்டு அனைவரும் கொண்டுவந்திருக்கும் போது, இவன் மட்டும் அதே மஞ்சள் பையில் சான்றுகளைக் கொண்டுவந்திருப்பது கடந்தகாலத்தை மீண்டும் நினைவுறுத்தியது.

அப்போது ஏதோ மிகப் பெரிய தவறு செய்துவிட்டதாகவும் இந்தத் தவறால் வேலை கிடைக்காமல் போய்விடுமோ என அஞ்சினான். அங்கு நேர்க்காணலுக்கு வந்திருந்தவர்களின் முகக் களையும் அவர்கள் உடைகளையும் நன்கு கவனித்தான்.

பெல்சும் பெல்பாட்டனும் சூட்டும் சர்ட்டும் இவ்வளவு ஏன் சபாரியும் குர்தாவும்கூட அணிந்திருந்தனர். இவன் பச்சை கரை வேட்டியும் ஊதா கலர் சட்டையும், கடந்த தீபாவளிக்கு துணி எடுத்த பாஸ்கர ராஜா ஐவுளி கடையின் மஞ்சள் பையுடன் இருந்தான்.

வேலைக்கான ஏற்பாடுகளைச் செய்துவிட்டு வந்திருக்கிறோம் என்றும் நமக்கு மட்டும்தான் வேலை என்றும் நம்பினான். ஆனால் அங்கே அப்படி அல்ல.

ஒரு போஸ்டுக்கு அம்பது பேர் வந்திருந்தனர். ஒவ்வொருத்தரும் ஒவ்வொரு விதமாக பேசினார்கள். இவன் மட்டுமே அரசியல் வாதியின் சிபாரிசோடு வந்திருப்பதாக எண்ணியது தவறு என்று அங்கே உணர்ந்தான்.

ஆம், ஒவ்வொருவரும் ஒவ்வொரு சிபாரிசுக் கடிதத்தைக் கையில் வைத்திருந்தனர். ஏதோ ஒரு பொது அறிவு புத்தகத்தை மீண்டும் மீண்டும் படித்துக்கொண்டிருந்தனர். கையில் இருக்கும் சிபாரிசுக் கடிதம் கட்சியின் ஆளும் மாவட்டம், நகரம், மட்டுமின்றி சட்ட மன்ற உறுப்பினர் கடிதம், அமைச்சர் கடிதம் என எல்லோரும் வைத்திருந்ததை பாகண் உணர்ந்தான்.

சுயம் எப்போதும் தனக்கான வெற்றியை அடைய எந்த வழி யையும் கையாளும். அந்த வழி ஒருவனுக்குத் தென்பட வேண்டும் அவ்வளவுதான். அதில் ஓடி கடந்திட அவன் எப்போதும் சோர் வடைவதில்லை.

அலுவலக உதவியாளர் தூய வெள்ளை உடை அணிந்திருந்தார். அவர் அலுவலக வாசலில் வந்து நின்றுகொண்டு வந்திருப்போரைக் கண்காணித்துக்கொண்டும் இருந்தார்.

நேர்முக தேர்வுக்கு வந்திருந்த ஒருவன் பச்சை சட்டை சிகப்பு பெல்ஸ் அணிந்து, இடைவார் அணிந்து கண்களுக்குக் கறுப்பு வர்ண கண்ணாடி அணிந்து சுருள்கேசம் கொண்டிருந்தான். எல்லோருக்கும் முன்பும் மிகத் தைரியமாக அந்த அலுவலக உதவியாளரிடம் சென்று வணக்கம் வைத்தான்.

“வணக்கம் சார்” பதிலுக்கு உதவியாளர் நாற்பது வயதுகுட்பட்ட அந்த நபர் அவனை முதன்முதலாக அழகான பெண்ணைப் பார்க்கும் விதமாக உச்சியிலிருந்து உள்ளங்கால்வரை அளக்கும் அளவுக்குப் பார்த்துவிட்டு, பதிலுக்கு முகமன் கூறாமல் கர்வமாக மெதுவாக மேலும், கீழும் தலையை மட்டும் ஆட்டினார். பச்சை சட்டைக்காரன் விடுவதாக இல்லை.

“எப்ப இண்டர்வியூ” என மிக இலகுவாகவும் அனுபவம் வாய்ந்தவனாகக் கேட்டான். அவன் அணுகுமுறையில் உதவியாளரின் அடிபணிந்துதான் போனான். ஐம்பது பேர் கூடி இருப்போர் மத்தியில்

இவன் மட்டும் மிகத் தைரியமாகக் கேள்வி கேட்கிறானே இவனுக்கு அனுபவமும், பின்புலமும் இருக்கும்போல என்றெண்ணி பதில் கூறத்தான் செய்தான்.

"பதினோரு மணிக்கி."

"யார் இண்டர்வியூ எடுப்பா?" என அடுத்த கேள்வியைக் கேட்டான்.

"டைரக்டர்."

"பிலிம் டைரக்டரா?" இதை கேட்ட உதவியாளனுக்குக் கோபம் வராமல் இருக்குமா?

அதுக்கு நீ கோடம்பாக்கம் போகனும், ஒன்ன பாத்தா வேல கேட்டு வந்தவன் மாறி தெரியல (மேலும், கீழும் பார்த்துக்கொண்டே) சினிமாவுல நடிக்கப்போறவன் மாதிரில வந்துருக்க" என காட்டமாக பதில் சொன்னான். இதை கவனித்த அனைவரும் சிரித்தனர்.

"சிரிக்கிறீங்களா நீங்கயெல்லாம் இங்க வந்தது வேஸ்ட்டு. ஏனா எனக்கு மந்திரி சிபாரிசு பண்ணிட்டாரு. எனக்குத்தான் வேல இந்தா பாத்திங்களா!" என கடிதத்தைக் காட்டினான்

அநேகமாக அங்கே எல்லோரும் கட்சி நிர்வாகிகளின் கடிதம் மட்டுமே வைத்திருந்தனர். அவன் மட்டுமே அமைச்சரின் கடிதம் வைத்திருந்தான். அரசு முத்திரையுடன் உள்ள லெட்டர் பேடில் நான்கே வார்த்தையில் எழுதி இருப்பது மிகத் தெளிவாகத் தெரிந்தது.

முத்துகிருஷ்ணன் எனக்கு மிகவும் வேண்டியவர், இவர் ஏழ்மை யான குடும்பத்தை சார்ந்தவர். அதனால் இவருக்கு இந்த வேலையைக் கொடுத்து உதவவும் நன்றி வணக்கம்.

அனைவரும் பார்த்து திகைப்படைந்தனர். ஊதவியாளார் அதிர்ச்சியில் உறைந்தான். இதை பார்த்த பச்சசை சட்டைக்காரன் மேலும் கூறினான்.

"இங்க பாருங்க வேஸ்ட்டா எல்லாம் நிக்காதீங்க. நான் யார் யாருக்கு என்ன செய்யணுமோ, யார யார பாக்கணுமோ பாத்தாச்சி, குடுக்க வேண்டியத குடுத்தாச்சி அதனால ஒங்களுக்கு இந்த வேல கெடைக்காது" என்று சொல்லி ஒரு நமட்டு சிரிப்பை உதிர்த்தான். பாகணின் தலையில் பாறாங்கற்கள் விழுந்து ரத்தம் கொட்டியது, அது காது, முகம் வழியாக வழிந்து தரையில் சொட்டியது. சொட்டிய ரத்தத்தை வெள்ளை பூனைகள் நக்கிச் சுவைத்தது. அவனுக்கு

மட்டுமா அங்கே உள்ள மற்றவர்கள் மூடிய வீட்டுக்குள் தீ பற்றிக் கொண்டால் அங்குமிங்கும் முட்டி மோதி தன் உயிரைக் காப்பாற்ற அலைமோதுவார்களே அதைப்போன்று உயிரைக் காக்கப் போராடு வதைப்போல் தப்பிக்க இடைவேளி கிடைக்குமா என போராடி னார்கள்.

பச்சை சட்டைக்காரன் குற்றால அருவியல் ஆனந்த குளியல் போடுபவனாக உற்சாகமாகத் திகழ்ந்தான். அப்போது ஒரு வெள்ளை நிற அம்பாஸிடர் கார் அலுவலக போர்டிகோவில் வந்து நின்றது. உதவியாளன் ஓடிச்சென்று முன்கதவை திறந்தான். உள்ளே இருந்து கோதுமை நிறத்தில் ஆறடி உயரம், குதிரை முகம், முகத்தில் கோல்டு பிரேம் கண்ணாடி, முன்வழுக்கை ஊதா வர்ண முழுக்கை சட்டை, கறுப்பு சூட் அணிந்திருந்த ஒருவர் வந்தார். அவருக்குப் பின்னால் மூன்று நபர்கள் இருந்தனர். ஒருவர் வெள்ளை சர்ட், வெள்ளை பேன்ட், மற்றொருவர் இளம்மஞ்சள் சர்ட் வெள்ளை பேன்டும் பிரிதொருவர் பிரௌவுன் கலர் சர்ட் கறுப்பு பேன்ட்டும் அணிந்து இன் பண்ணி இருந்தனர். பிரௌவுன் கலர்சட்டை போட்டவர் கையில் சிவப்பு நாடாவில் கட்டி இருக்கும் பச்சை நிறத்தோடு இருந்தது. உதவியாளன் முதலில் ஆறாடி உயரமுள்ளவருக்கும் பின்பு மற்றவர்களுக்கும் தனித்தனியாக கை கூப்பி வணங்கினான். யாரும் அதை பொருட்படுத்தவில்லை. துணை தலைவர் அறையின் இடை கதவைத் திறந்தார்.

திரும்ப மூடிக்கொள்ளாமலிருக்க வலது கையால் தாங்கிப் பிடித்து நின்றான், அலுவலர்கள் ஒருவர் பின் ஒருவராக உள் நுழைந்தனர். முதலாமவர் அவருக்கான சொகுசு நாற்காலியில் அமர்ந்தார். அவருக்கு முன்பாக உள்ள நீண்ட அகன்ற மேஜைக்குப் பின் அவர்கள் அமர்ந்தனர். பிரௌவுன் கலர் நபர் சிவப்பு நாடாவை அவிழ்த்து தனது சோடாபுட்டி கண்ணாடி வழியாக உற்றுநோக்கினார். தேர்வுக் கானோர் பெயர் மற்றும் முகவரி பட்டியல் வரிசையாக இருந்தது.

அலுவலகத்துக்கான அனைத்து சௌகாரியமும் அங்கு இருந்தது. அதுவும் தமிழகத்தின் பல கிளைகள் உள்ள தலைமை அலுவலகம் சொல்ல வேண்டுமா என்ன? அறை முழுவதும் மர வேலைப்பாடால் அலங்கரிக்கப்பட்டு கூரைவிட்டம் தெர்மாகோல் அட்டையால் வேயப்பட்டு வெளிக்காற்று உள்ளே வராமலும், உள்காற்று வெளியே செல்லாமலும் இருக்க தடுப்பு ஏற்படுத்தப்பட்டிருந்தது.

மேஜை நாற்காலிகள் இளம் பச்சை குஷேன் சீட் கவர்களாலும், மேஜைக்கு மேல் கலர் கண்ணாடியும் அதன்மேல் அலுவலக தலைவரின் ஒப்புதல் கையொப்பத்துக்காக இரண்டு அடுக்கு சிவப்பு நாடா கட்டப்பட்டிருக்கும், இரண்டு வகை ஃபைல்கள், ஒரு ஃபைல் மிக அவசரம் என்றும் மற்றொரு பைல் மீது அவசரம் என்றும் சிகப்பு, வெள்ளை வண்ணத்தால் எழுதப்பட்டு இருந்தது.

தலைவருக்கு மிக அவசரம் அடுக்கின் ஃபைல்களில் ஒன்றை எதிரே உள்ள எழுத்து கோப்பு உதவியாளர், எழுந்து பைலின் நாடாவைப் பிரித்து தலைவரின் வலது பக்கமாக சென்று நின்றார்.

அதற்கு முன்பாக அலுவலக உதவியாளர் பூ போட்ட கண்ணாடிக் குடுவையில் தண்ணீர் நான்கு கண்ணாடி டம்ளர்களிலும் கொண்டு வந்து தலைவருக்கு மட்டும் தண்ணீர் ஊற்றி நிரம்பிய கண்ணாடி டம்ளரில் பிளாஷ்டிக் மூடியை போட்டு வைத்துவிட்டு, வெளியே வந்து வலப் பக்கம் உள்ள சிறிய அறை உள்ளே சென்று அங்கே ப்ளாஸ்கில் உள்ள காபியை பீங்கான் சாசர் நான்கில் ஊற்றிக் கொண்டு மற்றும் நான்கு பேப்பர் தட்டில் சுவீட், காரம் என அடுக்கிவைத்துக்கொண்டு வந்து டீபாயில் வைத்தார். அவர்கள் அதை மிக மெதுவாக மென்றும் கொறித்தும் கடமையாக செய்தனரே தவிர கண்டிப்பாக அதை உண்ண வேண்டுமென்ற கட்டாயத்தில் செய்யவில்லை. பின்பு காபி அருந்திவிட்டு தலைவர் டாய்லெட்டுக்கு சென்றார். அறையில் சிகரெட் புகை பரவியது. எல்லோரின் எதிர் பார்ப்பின்படி உதவியாளன் வெளியே வந்து காத்திருந்தவர்களை அழைத்தான்.

"ஏம்பா இண்டர்வியூக்கு வந்த லெட்டர கொண்டாங்க" என சத்தமாக சொன்னான். ஆங்காங்கே சிதறலாக நின்றும் உட்கார்ந்தும் இருந்தவர்கள் வெகு நேரம் பேருந்துக்காகக் காத்திருந்துவிட்டு திடீரென வரும் பேருந்தில் முண்டியடித்து ஏறுவதற்கு நுழைவதைப்போன்று அவரவருக்கு வந்திருக்கும் நேர்முக அழைப்பு கடிதங்களைத் தூக்கி கவர்களிலிருந்து பிரித்து எடுத்துக்கொடுத்தனர்.

"ஒவ்வொருத்தரா குடுங்க ஏழு கையா இருக்கு எனக்கு?" என்று சலிப்பாகக் கூறிக்கொண்டு கையில் சிக்கிய கவர்களை வாங்கினான். அம்பது பேரும் அவனை மொய்த்துக்கொண்டு இருந்தனர்.

அவர்கள் ஆட்டோகிராப் வாங்குவதைப்போல் போட்டிபோட் டனர். அந்நொடியில் அவன் தான் ஒரு நட்சத்திரமாக எண்ணிக் கொண்டான்.

கவர்களில் வரிசையாக ஒன்றிலிருந்து ஐம்பதுவரை பேனாவால் குறிக்கப்பட்டு இருந்தது. எல்லோரும் கொடுத்து முடித்து வேலைக்கு சேர்ந்துவிட்ட மனநிலையில் ஆசுவாசமாக இருந்தனர்.

பச்சை சட்டைக்காரன் எவ்வித ஆர்ப்பாட்டமுமின்றி கடைசியாக தபாலை அவனிடம் அவசரமின்றி கொடுத்தான். அவன் மட்டும் உதவியாளனுக்கு உறுத்தலாகவே தெரிந்தான்.

வெளியே தேர்தல் ரிசல்ட்க்காக காத்திருக்கும் வேட்பாளர்கள் போன்று நேர்முகத்துக்கு வந்திருந்தவர்கள் காத்திருந்தனர்.

உள்ளே இருந்து உதவியாளர் ஒரு பரீட்சை அட்டையில் பெயர் பட்டியலை வைத்துக்கொண்டு வந்து சத்தமாகக் கத்திப் பேசிக் கொண்டு இருப்பவர்களைப் பார்த்து, "எல்லாம் கவனிங்க நான் பெயர் வாசிக்கவாசிக்க கைய தூக்குங்க" என கத்திச் சொன்னான்.

"முத்துக்கிருஷ்ணன்" அவன் அனைவரையும் ஒரு கர்வமாய் பார்த்துவிட்டு ஒரு நமட்டு சிரிப்பும் சிரித்துக்கொண்டான். இரண்டாவது மூன்றாவது என பெயர்களை வாசித்தான். அவன் வாசிக்கவாசிக்க கைகளைத் தூக்கினார்கள். பாகண் தன் பெயர் வருமா என அவதிக்குள்ளானான். முப்பத்தி ஆறாவது பெயர் வந்தது கைதூக்கினான் ஆசுவாசமடைந்தான். அப்போது லேசாக அவன் முகத்தில் அங்கே நின்றிருந்த அடர்ந்த பூவரசம் மரத்திலிருந்து தழுவிய காற்று அவனை வருடிச்சென்றது. நேர்முக தேர்வுக்கான விண்ணப்பப் படிவம் கொடுக்கப்பட்டது.

நேர்முக தேர்வுக்கான விண்ணப்பப் படிவத்தைப் பூர்த்திசெய்ய அனைவருக்கும் கொடுத்தனர். சீட்டு குலுக்கிப் போட்டாலும் அதில் முதல் பெயர் வருவது முத்துக்கிருஷ்ணன் பெயராகவே இருந்தது.

உள்ளே சென்றான் சற்று நேரத்துக்கு பின் வெளியே வந்தான். அவனின் வருகையைப் பார்த்து அனைவரும் திகைத்தனர்.

அவன் அனைவரையும் பார்த்து மென்மையாய் சிரித்தான். அதன் ஆழமும், விரிவும் அனைவரையும் அரற்றியது. அந்த சிரிப்பின் அர்த்தம் புரிந்தவர்கள் அவ்விடத்திலிருந்து விலகிச்செல்லலாமா என்றுகூட சிந்தித்தனர்.

ஆனால், அடுத்தடுத்து பெயர் வாசிக்கப்பட்டு அடுத்தடுத்த நபர்கள் அலுவலகத்துக்குள் சென்று திரும்பினர். விவசாயின் கண்களுக்கு, மேகமூட்டத்துடன் தென்படும் வானமும், கற்றில் மிதந்து வந்து

உடலைத் தழுவும் குளிரும், எங்கோ ஒரு மழைத்துளி மண்ணில் விழுந்து அதன் நெடி நாசியை வருடிச்செல்லும்போது, அந்த விவசாயிக்கு ஏற்படும் நம்பிக்கையும் பசுமையும் போன்று நேர்முக தேர்வுக்கு வந்தவர்களுக்கு ஏற்பட்டது. அனைவரும் சென்றனர்.

பாகணும் சென்றான். வழக்கமாக நடப்பது போன்று நேர்முக தேர்வு நடந்தது. பிற்பகலில் முடிந்தது. சற்று நேரத்துக்குமுன் இருந்த அமளி துமளி குறைந்தது.

திருமண மண்டபத்தில் மூகூர்த்தம் முடிந்து, விருந்துக்கு பின் வெறிச்சோடிப்போய் இருக்குமே அது போன்று அலுவலக வளாகம் இருந்தது.

நேர்முக தேர்வுக்கு வந்தவர்கள் பெருத்த நம்பிக்கையோடு வெளி யேறினார்கள். ஒவ்வொருவரும் தங்களுக்குத்தான் வேலை கிடைக்கும் என்று நம்பினார்கள். ஆனாலும் முத்துகிருஷ்ணனின் அந்த சிரிப்பு அவர்களை அரற்றத்தான் செய்தது.

நம்பிக்கைதானே மனிதனை உயிர்ப்புடன் வாழ்க்கையைக் கடந்த வைக்கிறது. பாகண் அலுவலகத்திலிருந்து வெளியேறி பிரதான சலைக்கு வந்து புகைவண்டி நிலையம் நோக்கி நடக்க ஆரம்பித்தான்.

24

கடந்தவைகளையும், கடக்க இருப்பவைகளையும் ஆராய்ந்து பார்த்து, சிந்திக்கத் தெரிந்தவனில்லை பாகண். ஆனாலும், சற்று நேரத்துக்கு முன் நிகழ்ந்தேறிய நேர்முகத் தேர்வு, சுறா மீனின் தாக்குதலுக்குப் தப்பி, அதனால் ஏற்பட்ட காயத்தின் வலி இருந்தாலும், போதுமான அளவுக்கு மீன்களை வலைப்போட்டு கரைக்குத் திரும்பும் மீனவன்போல் பாகண் நடந்தவைகளைத் துச்சமாக மதித்து, நாமும் தேர்வுக்கு அழைக்கப்பட்டோம் என்ற குறைந்தபட்ச சந்தோஷத்தில் மூழ்கியவனாக, பிரதான சாலையின் இடது ஓரத்தில் நடக்கலானான். கால்கள் தடயங்களைக் கடந்தது. அவன் மனம்மட்டும் முத்துக்கிருஷ்ணனின் சிரிப்பை அசைப்போட்டது.

"அப்ப இந்த வேல நமக்குக் கிடைக்காதா?" என்று மூளை அவனைக் கேட்டது. மனம் என்று பேசியிருக்கிறது, அது எப்போதும் மௌனமாகத்தானே இருக்கும். அதுதானே உடலின் மொழி. பின் எப்படி அது பேசும் என்று எதிர்பார்க்க முடியும்.

அவன் நடந்த சாலையின் இருமருங்கிலும் உள்ள சிவப்பு, மஞ்சள் கொன்றை மரங்களின் அடர்த்தியான நிழலும், தரையில் உதிர்ந்து கிடந்த கொன்றைப் பூக்களும் மனதுக்கு இதமாகவே இருந்தது.

நடந்தான் எதிர்பார்ப்பின் தவிப்பு அவனை என்னதான் நிழலாலும் பூக்களின் நிறத்தாலும் தேற்ற நினைத்தாலும் பசி அவனை ஆக்டோபஸ்ஸாக ஆக்கிரமித்தது.

சாலையை விட்டு சற்று விலகினான். வெயில் மண்டையைக் கீறி மீதியிருந்த நீர்மங்களை உறிந்து அவனை நிலைகுலைய வைத்தது. சரி பயணத்துக்காக வைத்திருக்கும் பணத்தை எடுத்து உணவு அருந்துவோம் என்று அவன் மனம் சொல்லிற்று. "அட கீறுக்குப் பயலே, இருக்குற பணத்த செலவழிச்சிட்டேனா ஊருக்கு நடந்தா பேவ?" என மூளை நினைவுருதியது. கூடுதலாக "நீ கெட்ட கேட்டுக்கு சோறு கேக்குதாக்கும் என்னத்த சாதிச்சி கிழிச்சுட்டே இப்ப தின்னுக் கழிக்க" என மேலும் அரற்றியது மூளை. அவன் யாருக்குக் கட்டுப்படுவது..? யார் சொல்வதை கேட்பதென்ற குழப்பத்தில் இருந்தான். அக்குழப்பம்

அவனை ஒரு போத்தல் மது அருந்தி மனபிறழ்ச்சியில் இருப்பவனாக உருவாக்கியது.

ரோட்டில் எல்லாரும் சென்றார்கள். எல்லாரும் வந்தார்கள். நண் பகலின் உச்சம் அவ்விடத்தில் சிறப்பாகவும், வழக்கம் போலவும் நடந்தேறிக்கொண்டு இருந்தது. இவனுக்கு மட்டும் அவை யனைத்தும் புதியதாகவும், இவனை மட்டும் பசியும் ஆற்றாமையும் ஆக்கிரமித்துக்கொண்டதாகவும் எண்ணிக்கொண்டு உடலை இழுத்து கடந்தான். நகரத்தின் அனைத்து வகையினரும் அவரவர் தேவைகளைப் பூர்த்திசெய்திட அல்லது கடமையாற்றிட வேண்டுமென்ற கட்டாயத் துக்குத் தள்ளப்படடவர்கள் என்றும் இவை எதுவுமின்றி எங்கே செல்லப்போகிறோம்?

இந்தப் பாதையின் முடிவு எங்கே உள்ளது? என்று நகரத்தில் சுற்றி வலம்வருவோரும் எப்படியாவது இந்நகரத்தில் நிலைகொண்டுவிட மாட்டோமா? என்ற ஏக்கங்களை மனதிலேந்தி கண்போன போக்கில் கால் போய்கொண்டே இருப்பவர்கள்.

பேருந்தில் செல்வோர், காரில் கடப்போர். இரு சக்கர வாகனத்தில் செல்வோர், மூன்று சக்கர வாகனமான ஆட்டோ ரிக்ஷா எனவும் அவ்வப்போது மாடு பூட்டிய டயர் வண்டிகள், லாரிகள் கண்டெய் னர்கள் என்றும் இவர்களுக்கு மத்தியில் நகரத்தின் மத்தியதர, உயர்தர மாணவர்களுக்கு நண்பகல் உணவு கொண்டு செல்லும், ‘டப்பா வாலாக்கள்’ சைக்கிளின் பின்கேரியரில் நீண்ட சதுர இரும்புப் பெட்டிக்குள் பத்துக்கும் மேற்பட்ட உணவு அடுக்குப் பாத்திரங்கள், ஒவ்வொரு அடுக்கிலும் உரியவர்களுக்கான எண்கள் பெயிண்டால் பொறிக்கப்பட்டு இருந்தது,

ஒரு டப்பா வாலா சைக்கிளை செலுத்தியபடி சாலையின் இடது பக்கத்திலிருந்து வலது பக்கமாகத் திரும்பினான். வலது பக்கத்தி லிருந்து வந்த தண்ணீர் லாரி வேகமாகத் திரும்பியதால் டப்பா வாலா அவ்வாகனத்தின் முன்பாக மோதி, தூக்கியெறியப்பட்டவனாக, இடது புறம் ஒரு காம்பவுன்டு சுவற்றில் மோதி, தரையில் சரிந்து விழுந்தான். மிதிவண்டி ஒரு பக்கம், உணவு அடுக்குகள் மறுபக்கம் ஆங்காங்கே சிதறி விழுந்தது.

ஒரு மனிதன் அதுவும் அந்நிய தேசத்தின் மனிதன் உயிருக்குப் போராடிக்கொண்டு இருக்கிறான். அவன் மராட்டிய மொழியிலேயோ இந்தி மொழியிலேயே வேதனையில் துடிதுடித்துக்கொண்டு இருக் கிறான். அவன் வேற்று மொழியில் கத்தியதால் தமிழர்களாகிய மக்கள்

அவனைக் காப்பாற்றவில்லை என நினைக்காதீர்கள். அவன் தமிழில் 'காப்பாற்றுங்கள்' என்று கத்தினாலும் நகரத்தார்கள் யாரும் உதவிட வர மாட்டார்கள். ஏனெனில் அவரவர்களுக்கு அவரவர் தேடல் நகரத்தில் நிரம்ப இருக்கிறது. ஆதலால், அவர்கள் அவனை ஒரு சாலையில் அடிபடும் நாய், பூனை போன்றே உணர்ந்து கடந்தார்கள்.

ஆனால், அவன் கொண்டுவந்த உணவு அடுக்கிலிருந்து சிந்திய உணவுகளை எடுத்துத் தின்ன எங்கே இருந்துதான் அந்தக் கூட்டம் வந்ததோ தெரியவில்லை. ஒரு பக்கம் சைவமாக, காய்கறிகளும் குழம்புகளும், சோறுமாக கொட்டிக் கிடந்தது. மறுபக்கம், கறிக் குழம்பும், சோறும் கொட்டிக் கிடந்தது. அதே நேரத்தில் அந்த மனிதனின் ரத்தமும், ஒருபுறம் கொட்டிக் கிடக்க, ஒரு சடை நாய் ஒரு வழியாக அனைத்து நாய்களையும் சமாளித்துவிட்டு, நல்லி எலும்பைக் கவ்விட முகர்ந்துகொண்டே தனது கோரப் பற்களை வைத்து எத்தணிக்கும் போது, எங்கிருந்தோ ஒரு கல் சரியாக அதன் வாயில் வந்து விழுந்தது.

வீல்... வீல்... வீல்... என கத்திக்கொண்டே சடைநாய் பயந்தோட அதன் பின்னால் மற்ற நாய்களும் குரைத்துக்கொணடே பின்செல்ல, அந்த நல்லி எலும்பைக் கடித்துத் தின்ன நகரத்தின் வீதிவாசிகள் மேலும் நான்கைந்து கற்களை நாய்கள்மீது வீசித் துரத்திவிட்டு கறிக்குழம்பும், சோறும் கொட்டிக்கிடக்கும் இடத்தில் சூழ்ந்துகொண்டனர்.

நீண்ட தாடி, பரட்டை தலை, கிழிந்த டிராயர், முழுக்கை சட்டை. அழுக்கு படிந்த, நீண்ட நாள் எண்ணெய் பூத்து இருந்தது. அவன் உடை கறுப்புமின்றி சிவப்புமின்றி தலைமயிரும் தாடி மீசை மயிரும் இருந்தது. சிந்திய கறியும், சோற்றையும் ஒரு கவளம் திரட்டி வாய்க்குக் கொண்டுவந்தான். உடனே அவன் கையைத் தட்டிவிட்டது மற்றொரு கை. நிமிர்ந்தான் ஒரு ஏழு வயது சிறுமி, அவள் கிழிந்த மஞ்சள் நிறத்தில் கவுன் அணிந்திருந்தாள். நெடுநாள் எண்ணெய் காணாத தலையும் பிஸ்கட் நிறத்தில் இருந்த அவள் முகமும், அடுப்பின் வெக்கையில் உருகிய பச்சை இலை, பழுப்பு நிறமாக இருக்குமே அது போல் அவள் முகம் இருந்தது. எவ்வளவு தைரியமிருந்தால் நம்மை சாப்பிடவிடாமல் தடுப்பாள் என்று அந்தச் சிறுமியை ஓங்கி ஒரு அறைவிட்டான்.

அவன் விட்ட அறையில், 'அம்மா...' எனக் கத்தியபடி சரிந்து விழுந்தாள். அடுத்த நொடி அவன் சரிந்து குப்புற விழுந்தான். அச்சிறுமியின் அம்மா வந்து அவனை ஓங்கி மிதித்துத் தள்ளினாள்.

சிறுமிக்கும் பெண்ணுக்கும் எங்கே இருந்துதான் இந்தத் துணிச்சல் வந்ததோ? ஆனால் அவள் அவனை அடித்துவிட்டாள்.

விழுந்தவன் எழுந்தான், சோற்றில் கை வைக்க அந்தப் பெண் முயற்சித்த போது கிழிந்து நைந்த ஜாக்கெட் அணிந்திருந்த புஜத்தில் மற்றொரு கால் எத்தியது. "அம்மா.." எனக் கத்தியபடி மல்லாக்க விழுந்தாள்.

சாலைவாசிகள் ஒருவரோடு ஒருவர் சண்டையிட்டு மல்லுக் கட்டினர். உணவுகள் ஆங்காங்கே அப்படி அப்படியே கிடந்தது. வேடிக்கை மனிதர்கள் உயிரற்ற மனிதர்களைக் கடந்தப்படி இருந் தனர். அவ்விடத்தில் வெக்கையின் வாசனையின்றி கொதித்த ரத்தத்தின் கவுச்சையும் அதனோடு சேர்ந்து நளபாகங்களின் நெடிகளும் வீதிகளில் திரிந்த நாய்களை மீண்டும் வரவழைத்தது.

அடர்ந்த கறுப்பும் கழுத்திலும் முதுகிலும், வாயிலும் செவளை நிறத்திலிருந்த ஒரு நாய் நெடுநாள் பசியைத் தீர்க்க, கிட்டிய இரையைக் கவ்விச்செல்ல ஓடோடி வந்தது. அதனைத் தொடர்ந்து, வெள்ளை செவளை பழுப்பு நிறம் செம்மாந்த நிறம்கொண்ட நாய்கள் இரைகளை வட்டமிட்டது.

முதலில் அடர்ந்த முடியுள்ள சடை நாய் கறிக்குழம்பு சிந்திய இடத்துக்கு நாக்கைத் தொங்கப்போட்டுக்கொண்டு மூக்கு நுனி யிலிருந்து காற்றை, 'புஸ் புஸ்' என்று வெளியேற்றியது. அக்காற்றின் கூர்மையால் தரையில் சின்னஞ்சிறு துளைகள் ஏற்பட்டன.

ஒரு துண்டத்தில் வாய் வைத்தது. சடைநாய், கறுப்பு நாய் மின்னல் வேகத்தில் பாய்ந்து கடித்தது. பதிலுக்குச் சடை நாயும் கடித்தது.

மற்ற நாய்கள் கடிக்க முடியாமலும் இரையைக் கைப்பற்ற முடி யாமலும் வீணாகக் குரைத்து, கூப்பாடு போட்டது. சிறிது நேரத்தில் பத்துக்கும் மேற்பட்ட நாய்கள் சூழ்ந்துகொண்டு ஒன்றோடு ஒன்றாக மல்லுக்கட்டியது. சிதறிக் கிடந்த இரைகள் அப்படி அப்படியேதான் கிடந்தது. குறிப்பாகக் கறித்துண்டங்களும் அதில் ஒரு நல்லி எலும்பும் நாய்களின் வாயில் உமிழ்நீரை லிட்டர் கணக்கில் வடித்தது. கண்களில் கோபம் கொப்பளிக்க கொடூரமான பற்களைக் காட்டி ஒன்றோடொன்று குரைத்துகுரைத்து, கடிப்பதுபோன்றும் இருந்தது. இதில் ஒரு நாய், 'நீங்கள் எப்படி வேண்டுமென்றால் இருங்கள். எனக்குத் தேவை பின்புலம். வயிற்றுப் பசிக்கு மற்றவைகள் மல்லுக் கட்ட வெள்ளை நாயை, செவளை நாய் உடற்பசிக்காக எக்கு

போட்டுக்கொண்டு இருந்தது. வெள்ளையும் வெள்ளந்தியாய் விட்டு செவலையின் குறி அதன் சரியான புலையல் செலுத்த இயலாமல் அதன் முதுகுப் பகுதியில் விட்டுவிட்டு சுகம் கண்டுக்கொண்டது. தூண்டிவிட்ட காண்டா விளக்கை பெரும் காற்றை வந்து அணைப்பது போல் மற்றொரு நாய் இவற்றின் மேல் பாய்ந்து குதறியது. அதனால் இரண்டும் தள்ளிச் சென்று உடற்பசியைத் தீர்க்க ஆரம்பித்தது.

இவர்கள் அமளிதுமளிக்குப் பறவைகள் பயந்துவிடுமா என்ன? முதலில் ஒரு காகம் பறந்து வந்து சாலையின் ஓரத்திலிருந்த சிவப்பு கொன்றை மர நிழலில் உட்கார்ந்தது.

உட்கார்ந்துகொண்டு தனது வாலை மேலும்கீழும் எழுப்பி ‘கா... கா... கா...’வென கரைந்தது.

அதன் கூச்சல் கேட்டு, பத்து பதினைந்து காகங்கள் கூடிவிட்டது. கூடிய காகங்கள் கொட்டிக்கிடக்கும் உணவுப்பண்டங்களின் அரு காமையில் தாழப்பறப்பதும் பின்பு தரையில் இறங்கி தத்தித்தத்தி நடப்பதுமாக இருக்க, அங்கே மனிதர்கள் மாறிமாறி எலும்பு துண்டுக்காகச் சண்டையிட காகங்கள் எவ்வித குழப்பமுமில்லாமல் உணவைக் கைப்பற்ற நெருங்கிக்கொண்டிருந்தன.

ஆங்காங்கே உணவுகள் சிதறிக் கிடக்கின்றன, முதலில் வந்த நாய்கள் கூட்டம் அதை அனுபவிக்க முடியாமல் ஒன்றோடு ஒன்று பாய்ந்து மல்லுக்கட்டிக்கொண்டிருக்க, சாலைவாசிகள் சம்மந்தமின்றி ஒரு வாய் சோற்றுக்காக மண்டையும் கை கால்களையும் காயம்படுத்திக் கொண்டே இருக்க, சாலையில் உயிரற்ற நிலையில் டப்பாவாலா கண் திறந்து மண்ணைப்பார்த்து, ‘நான் இதற்காகவா குஜராத்திலிருந்து சென்னைக்கு வந்தேன். அங்கே ஒருவேளை உணவுக்குக்கூட வழி யில்லாமல் வேலை தேடிவந்த என்னை எடுத்துக்கொண்டாயே..! மண்ணே..!, பூமித் தாயே..! இவ்வுலகில் யாருக்கும் யாரைப் பற்றியும் கவலை கிடையாது, அவரவர் தேவையைப் பூர்த்தி செய்துகொள்ள எந்த எல்லைக்கும் செல்வார்கள். அதோ நான் வேறோரு மனிதனின் மதிய உணவுக்காகக் கொண்டுசென்ற உணவு வீதியில் கொட்டிக் கிடக்கு. அதை அபகரிக்க எத்தனை பேர் போட்டிப் போடுகிறார்கள். நீ எல்லாவற்றையும் பார்த்தப்படியே இருக்கிறாய், கடைசியில் அடித்துக்கொண்டு, மல்லுக்கட்டி, உயிர் போன பின் உனக்குள் புதைந்துகொள்கிறார்கள்’ என மண்ணிடம் கேள்வி கேட்கும் தோரணையில் அவன் கண்கள் முறைத்தப்படி இருந்தது.

காகங்கள் அருகே செல்ல முடிந்ததேயொழிய அதைத் தைரியமாகக் கொத்திச் செல்ல முடியவில்லை. இவை எல்லாவற்றையும் வான் உச்சியிலிருந்து கவனித்த கள்ளப் பருந்து ஒன்று சல்லென்று தாழப் பறந்து வந்து தனது கூர்மையான நகம் பொருந்திய காலால் அந்த நல்லி எலும்பைப் பற்றிக் கொண்டு உயரே பறந்துவிட்டது.

உச்சியில் பறந்த பருந்துக்குக் கை பற்றிய இரையை உட்கொள்ள வேண்டுமே, அதற்காக மீண்டும் தாழப் பறந்து மலையில் இருந்த ஒரு பாறையில் இறங்கியது.

நகரத்தின் மேற்குப் பகுதியில் உள்ள பரங்கிமலை பாறையில் அகன்று விரிந்த சிறகை மெல்ல அசைத்து, பாராசூட் இறங்குவதைப் போன்று பாறையில் இறங்கி, தன் கூரிய நகத்தால் பற்றிக்கொண்டு வந்த நல்லி எலும்பைப் பாறையில் வைத்து தன் அலகால் வருடியதைத் தவிர, பிய்த்துக்கொள்ள முடியவில்லை. மீண்டும் முயற்சித்தது. பலமாகத் தன் அலகால் ஓங்கிஓங்கி கொத்தியது, அலகின் வேகத்துக்கு நல்லி எலும்பு உடைபடாமல் பாறையிலிருந்து தவறித் தரையில் விழுந்தது.

உடனே பருந்து சட்டென பாய்ந்து நல்லியைக் கொத்தித் தூக்க அகன்ற சிறகை விரித்து சென்றது. அதற்குள் எங்கிருந்து வந்ததோ அந்த ராஜாளி கழுகு பட்டென்று வந்து சட்டென்று தன் அலகால் கொத்திக்கொண்டு மறுவினாடியே வானத்தை நோக்கிப் பறந்தது. அதை சற்றும் எதிர்பார்க்காத பருந்து ஏமாற்றத்தின் உச்சத்துக்கே சென்றது.

படபடவென்று விரைந்து அடித்தப்படி ராஜாளி கழுகைத் துரத்த ஆரம்பித்தது.வானில் இரண்டு பறவைகளும் முன்னும்பின்னும் மேலும்கீழும் மாறிமாறி பறந்தது. எதிரில் கூட்டமாக வந்த ஊர்க் குருவிகள் இவற்றின் ஆக்ரோஷமான மோதலைக் கண்டு, V வடிவத்தில் பறந்தவைகள் பிரிந்து சற்றுத் தள்ளி மீண்டும் அதே வடிவத்தில் பறக்கலாயின.

கழுகும் பருந்தும் மாறிமாறித் தாக்கிக் கொண்டன. என்னதான் கழுகு பலம் வாய்ந்தவையாக இருந்தாலும், அதன் அலகில் இரை இருப்பதனால் இளக்காரமாக கழுகின் கழுத்து, முதுகு, உச்சந்தலை என மாறிமாறி கொத்தியது, இந்தத் தாக்குதலுக்கு ஈடுகொடுக்க இயலாமல், இரையைத் தன் அலகிலிருந்து தவறவிட்டது. அதே நேரத்தில் பருந்தை, கழுகு பதம்பார்க்க துவங்கியது. மாறிமாறி கொத்தியது, தன் சிறகால் படார் படாரென அடிந்தது, பருந்து

தாக்குதலின் வேகத்துக்கு ஈடுகொடுக்க முடியாமல் வேறு திசை நோக்கிப் பறந்தது. பறவையின் அலகிலிருந்து தவறிய நல்லி எலும்பு பாறையின் அடியில் இரண்டு நாட்களுக்கு முன்பு குட்டி போட்டுக் கிடக்கும் நாய், தன் குட்டிகளுக்கு பால் ஊட்டியபடி பசியால் வாடிக் கிடந்தது.

தனக்கு இரையேதும் கிடைக்காதா என ஏங்கித் தவித்து, உடல் சோர்வுற்று கிடந்த அந்த செவளை நாயின் முன்பாக விழுந்தது. விழுந்த அதிர்வில், ஒருகளித்து படுத்து தன் குட்டிகளுக்குப் பாலூட்டிய நாய் பசக்கென்று எழுந்துகொண்டது.

பசியால் குட்டிகள் நாயின் பால் மடுவின் காம்புகளைக் கவ்விக் கொண்டு தொங்கியது. மரக்கிளையில் வௌவால்கள் தலைகீழாகத் தொங்குவதைப்போன்று.

இரண்டு நாளைக்கு முன்புதான் குட்டிப்போடப்போகிறோமென்று தெரிந்தவுடன் சரியான, பாதுகாப்பான, மறைவான இடம் தேடி அலைந்து, அந்த இடத்தில் குட்டி போட வேண்டுமென்றால் மெத்தை ஒன்றை ஏற்படுத்த வேண்டும், அப்போதுதான் ஈன்ற குட்டிகள் தலையில் மண், கல் படாமல் இருக்கும் என்பதை மனதில் கொண்டு மனிதர்கள் புழங்கிவிட்டு தூக்கிப்போட்ட, பாய் தலையணை, விரிப்புகள், பழைய துணிகள், தேய்காய் நார்கள், இவைகள் ஏதும் கிடைக்காத பட்சத்தில் மஞ்சனத்தி செடியின் கொத்தான இலைகள் அல்லது பார்த்தீனியா செடிகள் என கடித்து இழுத்துவந்து மெத்தையாக்கி அதன்மீது படுத்து அதில் குட்டிப்போடும்.

ஒரு பெண், குழந்தை பெற்றால் அவளுக்குப் பால் சுரக்க பலவித உணவுகளைத் தந்து பாதுகாப்போம். ஆனால், நாய்க்கு யார் தரு வார்கள். குட்டிகளுக்குச் சரியான பால் கிடைக்கவில்லை. அதனால் குட்டிகள் வீல்வீல் என கத்திக்கொண்டே நாயின் காம்பைக் கவ்விக் கொண்டு இருந்தது. நாய்க்குப் பழம் நழுவிப் பாலில் விழுந்தது போன்று, எங்கிருந்தோ எத்தனையோ போராட்டத்துக்குப் பின்பு சரியான நேரத்தில் சரியான பசியைத் தீர்க்க அந்தக் குட்டிப்போட்ட நாயின் அருகே நல்லி வந்து விழுந்தது.

நெடுநாள் பசியை ஒரு நல்லி எலும்பு தீர்த்துவிடாது இருப்பினும் உயர்வாழ ஒரு ஏற்பாடு.

“சாய்... சாய்... சாய்...” பாகணின் கடந்த கால நினைவுகள் ரயில் நிலையத்தில் நிலைக்கொண்டது, குரல் கேட்டு பாகண் விழித்துக்

கொண்டான். நாகர்கோயில் இரயில்வே ஸ்டேசன், நடைபாதை வியாபாரிகள் துரிதமாக இயக்கத்திலிருந்தனர்.

“ஏய் எந்திரிங்க வந்தாச்சி”என்றான் பாகண். முதலில் மூத்தவளை எழுப்பினான், அவள் முனங்கிக்கொண்டே எழுந்தாள். இரண்டாவது பெண் பிள்ளை சட்டென்று எழுந்தாள். அவர்களை எழுப்பிவிட்டு பிள்ளைகளை பையன் அம்மாவோடு ஒட்டிக்கொண்டான். பின்பு தலையிலும் கையிலும் வீட்டுப்பொருட்களைத் தூக்கிக்கொண்டு முதல் பிளாட்பாரத்தில் வைத்தான்.

இதன்பின் மனைவி பிள்ளைகளை மெதுவாக இறக்கிவிட்டாள். ஆளுக்கொன்றாய் கையில் பிடித்துக்கொண்டு டேசனைவிட்டு வெளியே வந்தனர்.

குமரி மண்டலத்தின் குளிர் காற்று தழுவியது. எதற்காக விருது நகரிலிருந்து துரத்தியடிக்கப்பட்டானோ அந்தக் காரியத்தை இன்னும் பத்து தினங்களில் சரிசெய்யவேண்டி இருக்கிறது.

ஆம், பெருஞ்செல்வ விளையில் நாடகம் அரங்கேற்றம் செய்ய வேண்டி உள்ளது. அதற்கான ஸ்கிரிப்ட், கதை மாந்தர்கள் அனை வரையும், தயார்செய்து குமரனிடம் ஒப்படைத்து தினமும் ஒத்திகை பார்க்க ஏற்பாடு செய்துவிட்டே வந்துள்ளான் பாகண்.

நாடகம் குமரி மாவட்டத்தில் அரங்கேறுமா? அரங்கேற்றமானால் பணி பாதிக்குமா? அல்லது அந்த நாடகத்தாலே வேறு ஏதாவது பிரச்சினை நிகழுமா?

நாடகம் போட்டவனை அந்நாடக நடிகையைத் தனது உயர் அலுவலருக்கு ஆசைக்கு இணங்க வைக்க பாகண் ஒத்துக்கொள்ளாத காரணத்தால், இல்லாத ஒன்றை உருவாக்கி, ஆம் அலுவலத்தில் ஒத்திகை பார்த்தால் அலுவலக வாகனத்தில் உள்ள இயந்திரம் திருட்டுபோனது, அந்த இயந்திரத்தை, பாகணோ அல்லது அவன் அழைத்துவந்த நபர்களோ திருடி இருப்பார்கள் என குற்றம் சாட்டி அதற்கு பாகணோடு பணியாற்றும் சக ஊழியர்களைச் சாட்சியாக தயார்செய்து, அவர்களை பாகணுக்கு எதிராக சாட்சி சொல்ல வைத்து மேல்அதிகாரிக்கு சிறப்பு கடிதம் அனுப்பிய பாகணின் அதிகாரி மாதவன், முன்பின் விரோதியா? இல்லை வெறுமனே அவன் ஆசைக்கு ஏற்பாடு செய்யவில்லை. அவ்வளவுதான்.

நாடகம் போடுபவர்கள் அதில் நடிப்பவர்கள் அனைவரும் என்ன கீழ்த்தரமானவர்களா? அதுவும் ஒரு பெண் தன் திறமையை வெளி

படுத்த மேடையேறிவிட்டாலோ? கேமிரா முன்பு நின்றுவிட்டாலோ அவள் யாருடனாவது படுக்கையைப் பகிர்ந்துகொள்ள வேண்டும் என்பது விதியா? கலையை வெளிப்படுத்த வரும் பெண்கள் என்ன விலைமாதுகளா? அவர்களை வழிநடத்துபவர்கள், பெண்களை அதிகார வர்கத்துக்குக் கூட்டிக்கொடுக்கும் தரகர்களா? இவற்றை மனதிலேந்தி பாகண் தான் பார்ப்பது கலைசேவை, வேலை அல்ல, அதில் இடம்பெறுபவர்கள் கலைஞர்கள் விலைமாதர்கள் அல்ல என்ற புரிதலோடு நாடக மாந்தர்களிடம் பெண் நடிகையிடம் நடிக்க மட்டுமே செய்ய வேண்டும். ஜொல்லு வடிப்பதோ கடலைப் போடுவதோ கூடாதென்ற நிபந்தனையோடு இளைஞர்களை வழி நடத்தியவன். கலையைக் கோயிலாகவும் அதில் இடம்பெறுவர்கள் கடவுள்களாகவும், அதுவும் பெண்கள் தாயாகவும் சகோதரியாகவும் மதிக்க வேண்டுமென்று இயங்கிய பாகண், தன் அதிகாரிக்கு ஏற்பாடு செய்யபடவில்லையென்ற காரணத்தால் காழ்புணர்ச்சியால், பழிவாங்கப்பட்டு இங்கே பணிமாற்றம் செய்து இருக்கிறார்கள்.

காற்றின் திசையும் ஆதவனின் ஒளியையும் சீறிவரும் அலை களையும் கட்டுப்படுத்த இவ்வுலகில் யாரேனும் இருக்கிறார்களா என்ன?

ஆடிய கால்களும் பாடிய வாயும் நிற்காது. அது அலைகளின் ஓசையாக லயித்துக்கொண்டே இருக்கும். ஆட்டோவில் அனைவரும் ஏறிக்கொண்டு பறக்கை போகச்சொன்னான் பாகண்.

"அம்மா இது எந்த ஊர்மா?"என்றாள் செந்தாமரை.

"இது நாகர்கோயில்ம்மா" என்றாள் அம்மா.

"இனிமே இங்கதான் இருக்க போறம்மா?"

"ஆமாம்மா."

"அப்ப நம்ப ஊருக்கு எப்ப போவோம்?"

"தெரியலம்மா."

பதில் கூறிவிட்டு வானத்தைப் பார்த்தாள் கருமேகங்கள் மெல்ல வெளுத்து சாம்பல் தூவியது.

ஒரு நீர்க்காகம் தன் இருப்பிடத்திலிருந்து இரை தேட மேற்கு நோக்கி இடம்பெயர்ந்தது. அதன் பின்னால் நான்கைந்து நீர்க்காகங்கள் பின்தொடர்ந்து பறந்துகொண்டிருந்தது.